மருதம் மீட்போம்

இளங்கோ கிருஷ்ணன்

சூரியன் பதிப்பகம்

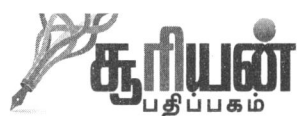

ISBN: 978-93-89379-03-7

Title :
MARUTHAM MEETPOM

© ELANGO KRISHNAN

சூரியன் பதிப்பகம்
வெளியீடு: 170

நூல் தலைப்பு:
மருதம் மீட்போம்

நூல் ஆசிரியர்:
© **இளங்கோ கிருஷ்ணன்**

அட்டைப் படம்:
shutterstock

முதற்பதிப்பு:
ஆகஸ்ட் 2019

விலை:
ரூ. 200/-

சூரியன் பதிப்பகம்

229, கச்சேரி ரோடு, மயிலாப்பூர்,
சென்னை 600004.
விற்பனைப் பிரிவு தொலைபேசி :
0444220 9191 Extn: 21125
மொபைல்: 72990 27361
இமெயில் : kalbooks@dinakaran.com

பதிப்பாளர் மற்றும் ஆசிரியர் : **ஆர்.எம்.ஆர்.ரமேஷ்**
சீஃப் டிசைனர் : **பி.வேதா**

இந்தப் புத்தகத்தின் எந்த ஒரு பகுதியையும் பதிப்பாளரிடமிருந்து எழுத்துபூர்வமான முன் அனுமதி பெறாமல் மறுபிரசுரம் செய்வதோ, அச்சு மற்றும் மின்னணு ஊடகங்களில் மறுபதிப்பு செய்வதோ காப்புரிமைச் சட்டப்படி தடை செய்யப்பட்டதாகும். புத்தக விமர்சனத்துக்கு மட்டும் இந்தப் புத்தகத்திலிருந்து மேற்கோள் காட்ட அனுமதிக்கப்படுகிறது.

மருதம் மலரட்டும்

இந்தியாவின் விவசாய வரலாறு பல்லாயிரம் ஆண்டுகளுக்கு முற்பட்டது. வேறு நிலங்களில் மனிதர்கள் ஆதிவாசியாய் வாழ்ந்த காலத்திலேயே மண்ணைத் தோண்டி பொன்னாய் விளைவித்து, நாகரிகம் கண்டவர்கள் நாம். இந்தியாவில் மட்டும் இரண்டு லட்சத்துக்கும் அதிகமான பாரம்பரிய நெல்ரகங்கள் இருந்தன என்கிறார்கள். இந்தியாவின் புகழ்பெற்ற நெல்லியல் அறிஞர் ஆர்.எச். ரிச்சாரியா, 'அதிக மகசூல் தரும் இந்திய குட்டை ரகங்கள் பாரம்பரியமாகவே நம்மிடம் உள்ளன' என்கிறார். அவர் மட்டுமே தனியே பல்லாயிரம் பாரம்பரிய நெல் ரகங்களைச் சேர்த்துவைத்திருந்தார். ஒவ்வொரு இருபது கிலோ மீட்டருக்கும் நிலத்தின் தன்மை மாறுபடும் இயல்புகொண்ட தமிழகத்தில் மட்டும் ஆயிரக்கணக்கான பாரம்பரிய நெல் ரகங்கள் இருந்தன. பசுமைப் புரட்சி இந்தியாவில் நுழைந்த பின் நாம் முதலில் இழந்தது இந்தப் பாரம்பரிய நெல் ரகங்களைத் தான். சமீப ஆண்டுகளில் இயற்கை வேளாண்மைக்கு ஏற்பட்டுள்ள வரவேற்பால் இன்று பல பாரம்பரிய நெல் ரகங்களை மீட்க முடிந்திருக்கிறது. இந்தத் திருப்பணியில் தமிழக வேளாண் விஞ்ஞானி நம்மாழ்வார் மற்றும் நெல் ஜெயராமன் இருவரின் பங்களிப்பும் மகத்தானது. இன்று குறிப்பிட்டுச் சொல்லும்படியாகப் பாரம்பரிய விவசாயிகள் மற்றும் இயற்கை வேளாண் ஆர்வலர்கள் உருவாகியிருப்பது இந்திய விவசாயத்தின் எதிர்காலம் குறித்து பெரும் நம்பிக்கை தருவதாக உள்ளது. இந்நிலையில் காலம் அறிந்து 'மருதம் மீட்போம்' தொடரை தினகரன் - வசந்தம் இணைப்பிதழ் வெளியிட்டது. ஒவ்வொரு வாரமும் பல லட்சம் வாசகர்கள் விரும்பிப் படித்த இக்கட்டுரைகளை நூலாகத் தருவதில் சூரியன் பதிப்பகம் மகிழ்ச்சிகொள்கிறது. வாசகர்கள் இந்நூலைப் படித்து பயன்பெறுங்கள். மருதம் மலரட்டும். வேளாண்மை செழிக்கட்டும்!

அன்புடன்
பதிப்பாசிரியர்

நிலம் எனும் நல்லாள் செழிப்பாளாக...

அப்போது எனக்கு இருபத்தைந்து வயது இருக்கும். மசானபு ஃபுகோகாவின் 'ஒற்றை வைக்கோல் புரட்சி' என்ற புகழ்பெற்ற நூல் இடதுசாரி தோழர் ஒருவர் மூலம் என்னை வந்து சேர்ந்தது. அந்நூல்தான் விவசாயம் சார்ந்து நான் வாசித்த முதல் நூல் என்று சொல்ல வேண்டும். அதற்கு முன்பே சிறுசிறு கட்டுரைகளாக பி.டி பருத்தி, மரபணு மாற்றப்பட்ட விதைகள், பசுமைப்புரட்சி பற்றி எல்லாம் ஆங்காங்கே வாசித்திருந்தாலும் அந்நூல்தான் விவசாயம் என்ற துறையை நாம் கூர்ந்து கவனிக்க வேண்டும் என்ற புரிதலை எனக்கு ஏற்படுத்தியது. மேலும், மனிதனுக்கும் இயற்கைக்குமான உறவு எத்தகையது என்பதைப் புரியவைத்ததிலும் இயற்கை சார்ந்த என் சிந்தனையை மாற்றியதிலும் அந்நூலுக்கு முக்கியப் பங்கு உண்டு.

அந்நூலை வாசித்துவிட்டுப் போய் உற்சாகமாய் கோவை ஞானியிடம் பேசிக்கொண்டிருந்தேன். அவர் எனக்கு இயற்கை வேளாண் விஞ்ஞானி நம்மாழ்வாரைக் கைகாட்டினார். நம்மாழ்வாரை முன்பே நான் கேள்விப் பட்டிருந்தேன் என்றாலும் ஞானியுடனான அந்தப் பேச்சுக்குப் பிறகுதான் அவரின் முழுப் பரிமாணத்தையும் உணர்ந்தேன். நல்வாய்ப்பாக அம்மா தமே நம்மாழ்வார் கோவைக்கு வந்திருந்தார். ஓடிப் போய் சந்தித்தேன். நிஜத்தில் எனக்கு என்ன பேசுவது என்று தெரியவில்லை. புகோகாவின் நூலைப்பற்றியும் பசுமைப்புரட்சி பற்றியும் ஆர்வமாய் ஏதோ பேசினேன். ஆனால், மனிதர்களிடம் பழகுவதில் எனக்கு இருந்த இயல்பான மனத் தடை ஏனோ தொடர்ந்து அவரோடு தொடர்பில் இருப்பதிலிருந்து விலக்கி வைத்திருந்தது. மேலும், என் மனம் முழுக்க நான் ஓர் இலக்கியவாதி; காவியகர்த்தா என்ற எண்ணம்தான் ஓங்கியிருந்தது. அதனால், இலக்கி யத்துக்கு வெளியே இருந்தவர்களிடம் கொஞ்சம் அளவாகவே பழகினேன். இப்போது யோசித்தால் நம்மாழ்வார் போன்ற பெரியவர்களிடம் இன்னமும் கொஞ்சம் நெருங்கிப் பழகியிருக்கலாம் என்று தோன்றுகிறது.

ஆனால், ஏதோ ஒருவகையில் நம்மாழ்வார் பேசிய பேச்சுக்கள் என் காதில் விழுந்துகொண்டேயிருந்தன. மேலும், காந்தியைப்பற்றிய வாசிப்பு காந்தியப் பொருளாதாரம், இயற்கை விவசாயம், சுற்றுச்சூழல் தொடர்பான விவகாரங்களில் என் கருத்தைப் பாதித்திருந்தது. அதனால்,

பசுமைப்புரட்சி பற்றிய நூல்களை, விவசாயம் மற்றும் உணவு வரலாறு தொடர்பான நூல்களைத் தேடித்தேடிப் படித்துக்கொண்டிருந்தேன். விவசாயத்தோடு எவ்வகையிலும் தொடர்பில்லாத குடும்பத்தில் பிறந்திருந்தாலும் என் வாசிப்பின் வழியாக ஆர்வமூட்டும் துறைகளில் ஒன்றாக விவசாயம் எப்போதும் இருந்துவந்திருக்கிறது.

விவசாயம் தொடர்பான தொடர் ஒன்றை தினகரன்-வசந்தம் இணைப்பிதழில் தொடங்க வேண்டும் என்று எடிட்டர் யுவகிருஷ்ணா சொன்னபோது எனக்கு மிகவும் திகைப்பாய் இருந்தது. எனக்கு அதைப்பற்றி சொற்ப அறிவு மட்டுமே இருந்தது. அதுவும் ஏட்டுக் கல்வி. பத்திரிகைப் பணிக்கு வந்த பிறகு நெல் ஜெயராமன் போன்றவர்களின் தொடர்பு இருந்தாலும் ஒரு தொடர் எழுதும் அளவுக்கு என் அறிவோ, அனுபவமோ விஸ்தீரணமானது அல்ல என்று தயங்கினேன். ஆனால், யுவகிருஷ்ணா உங்களால் முடியும் செய்யுங்கள் என்று ஊக்கப்படுத்தினார். அவருடன் அண்ணன் கே.என்.சிவராமனும் அதையே சொன்னார்.

என்ன எழுதலாம் என்று யோசித்தபோது நமது பாரம்பரிய நெல் ரகங்கள் ஒவ்வொன்றைப் பற்றியும் ஒவ்வொரு வாரம் எழுதலாம் என்று முடிவு செய்தோம். இதை மறைந்த இயற்கை வேளாண் நிபுணர் நெல் ஜெயராமன் அவர்களிடம் சொன்னபோது அவர் மிகுந்த உற்சாகமடைந்தார். புற்றுநோயால் போராடிக்கொண்டு தன் வாழ்வின் அந்திமத்தில் இருந்த நிலையிலும் இந்தத் தொடருக்காக அவர் காட்டிய ஆர்வம் என்னை பிரமிக்கச்செய்தது. இதுபோன்ற அர்ப்பணிப்புமிக்க மனிதர்களுக்காகவாவது இந்த உருப்படியான காரியத்தை நாம் செய்தாக வேண்டும் என்று முடிவு செய்தேன்.

ஒவ்வொரு வாரமும் ஒவ்வொரு பாரம்பரிய நெல் என்ற முடிவில் ஒரு சிக்கல் இருந்தது. நெல் ரகம் என்னவோ வெவ்வேறுதான். ஆனால், பெரும்பாலான நெல்லுக்கான சாகுபடி முறைகள் கிட்டத்தட்ட ஒன்றேதான். எனவே, ஒவ்வொரு வாரமும் எழுதிய விஷயங்களையே திரும்பத் திரும்ப எழுத வேண்டுமா என்ற கேள்வி விஸ்வரூபம் எடுத்தது. எனவே, ஒவ்வொரு அத்தியாயத்தையும் இரண்டு பகுதிகளாகப் பிரித்துக்கொண்டேன். முதல் பகுதியில் பண்டைக்காலம் தொட்டு இன்றுவரையான விவசாய வரலாற்றை எழுதுவது என்றும் இரண்டாம் பகுதியில் ஒரு பாரம்பரிய நெல்ரகம் பற்றிய அறிமுகத்தை எழுதுவது என்றும் முடிவு செய்துகொண்டேன்.

பாரம்பரிய நெல்ரகங்கள் பற்றிய தகவல்கள் இன்று இணையத்திலே கூட கிடைக்கின்றன. மேலும் அதைப்பற்றிப் பேச இன்று இயற்கை வேளாண் ஆர்வலர்களும், நிபுணர்களும் கணிசமாக இருக்கிறார்கள். அதனால், அதை எழுதுவதில் பெரிய சவால்கள் ஏதும் நேரவில்லை என்றே சொல்ல வேண்டும். ஆனால், முதல் பகுதியான இந்திய-தமிழக விவசாய வரலாறு எழுதத்தான் கடும் உழைப்பு தேவைப்பட்டது. இந்தியாவின் சமூக-

அரசியல்-பொருளாதார-பண்பாட்டு வரலாற்றையும் உலக அளவிலான நெல் வரலாற்றையும் பேசும் மிக விரிவான தளமாக இது இருந்தது. மேலும், இது தொடர்பான நூல்களும் பல நூறாய் இருந்தன. இவற்றிலிருந்து தேடி ஒரு தொடருக்குத் தேவையான சுவாரஸ்யமான விஷயங்களைத் தருவது என்பது கடும் சவாலாய் இருந்தது.

தமிழ்நாடு ஆவணக் காப்பகம், ரோஜா முத்தையா நூலகம், கன்னிமாரா நூலகம், கோவை மாவட்ட மைய நூலகம் உட்பட பல்வேறு நூலகங்கள் என்னுடைய இந்தப் பணிக்கு பெரிதும் உதவின. இணையதளத்தை எவ்வளவு பயன்படுத்த இயலுமோ அவ்வளவு பயன்படுத்திக்கொண்டேன். இத்தொடர் எழுதும் காலங்களில் கிட்டத்தட்ட இதுவே ஒரு நாளின் கணிசமான நேரத்தை விழுங்கியது. ஒரு தகவலை இணையத்தில் படித்தால் அதை உறுதி செய்வதற்காக மேலும் அதிகமாகப் படிக்க வேண்டியிருந்தது. குறித்த காலத்துக்குள் கட்டுரையைத் தர வேண்டும் என்ற சவாலோடு இந்தப் பணியை என்னால் இயன்ற அளவுக்குச் சிறப்பாக செய்திருக்கிறேன்.

தொடராக வெளிவந்த காலத்திலேயே பெரும் வரவேற்பைப் பெற்ற கட்டுரைகள் இவை. ஒவ்வொரு வாரமும் வாசகர்களிடமிருந்து உற்சாகமான வரவேற்பு வரும். மருத்துவர்கள், நீதியரசர்கள், அரசு உயர் அதிகாரிகள், மென்பொருள் பொறியாளர்கள் என நம்பமுடியாத வாசக வட்டம் ஒன்று இந்த விவசாயக் கட்டுரைகளுக்கு இருப்பதை இப்போதும் ஆச்சரியமாய்ப் பார்க்கிறேன்.

தற்போது இந்தக் கட்டுரைகள் சூரியன் பதிப்பகம் மூலம் நூலாக்கம் பெறுவது மகிழ்ச்சியாய் உள்ளது. இப்படி ஒரு தொடரை எழுதுவதற்கு ஆலோசனை கொடுத்து முழுமையான சுதந்திரமும் கொடுத்த எங்கள் நிர்வாக இயக்குநர் ஆர்.எம்.ஆர். ரமேஷ் அவர்களுக்கும் கட்டுரைகளை நெறிப்படுத்திய என் எடிட்டர் யுவகிருஷ்ணா அவர்களுக்கும் உறுதுணையாய் இருந்த குங்குமம் இதழின் ஆசிரியர் அண்ணன் கே.என்.சிவராமன் அவர்களுக்கும் அற்புதமான வடிவமைப்பில் இதனை கொண்டுவந்திருக்கும் தலைமை வடிவமைப்பாளர் வேதா அவர்களுக்கும் அவரது அணியினருக்கும் மெய்ப்பு பார்த்துக் கொடுத்த ரத்தினம் அவர்களுக்கும் என் நெஞ்சார்ந்த நன்றியை இத் தருணத்தில் தெரிவித்துக்கொள்கிறேன்.

இந்நூலை நம்மாழ்வார் அய்யாவுக்கும் நெல் ஜெயராமன் அவர்களுக்கும் சமர்ப்பிக்கிறேன். இம்மண்ணின் விவசாயம் காக்க வந்த அம்மாமனிதர்களுக்கு இதைச் சமர்ப்பிப்பதன் மூலம் என் எழுத்துக்குப் பெருமை தேடிக்கொள்கிறேன். நிலம் எனும் நல்லாள் செழிக்க வாசியுங்கள்... உரையாடுவோம்.

அன்புடன்
இளங்கோ கிருஷ்ணன்
19.07.2019

சமர்ப்பணம்

அய்யா நம்மாழ்வார்
நெல் ஜெயராமன்

‘காலா’ன்னா என்ன?

கவுதம புத்தருக்கு போதிமரத்தின் அடியில் ஞானம் கிடைத்தது என்பது தெரியும். இளவரசனான அவர் எல்லாவற்றையும் துறந்து ஞானத்தை அடைவதற்காகத் துறவியானார் என்பதெல்லாம் அறிவோம். அவர் சாப்பிட்ட உணவு என்னவென்பதை அறிவோமா?

‘காலா நமக்’ என்று சொல்லப்பட்ட நெல்ரகத்திலிருந்து உருவான அரிசியைதான் கவுதம புத்தர் உண்டார் என்று வரலாற்றில் குறிப்புகள் காணக்கிடைக்கின்றன. குறுவை, சம்பா மாதிரி ரகங்களைதான் தற்போது நாம் அறிகிறோம்.

இதுபோல இந்தியாவில் மட்டுமே சுமார் இரண்டு லட்சம் பாரம்பரிய நெல் ரகங்கள் இருந்ததாக ஓர் ஆய்வுக் குறிப்பு சொல்கிறது. தமிழகத்தில் மட்டுமே ஐம்பதாயிரம் நெல்ரகங்கள் ஒரு காலத்தில் இருந்தனவாம். வேளாண்மையும், வேளாண்மை சார்ந்த தொழில் சமூகமுமாகவே இந்தியா ஒரு காலத்தில் இருந்திருக்கிறது.

‘உணவே மருந்து, மருந்தே உணவு’ என்றுதான் நம் முன்னோர் வாழ்ந்திருக்கிறார்கள். இந்த சூழலில் நம் உடலுக்கு எது ஒத்துக்கொள்ளுமோ அதை மட்டுமேதான் உண்டிருக்கின்றனர். அவரவர் வசிக்கும் பிரதேசங்களில் என்னென்ன விளைகிறதோ, அதுவேதான் அவரவருக்கான உணவும், மருந்துமாக இருக்க முடியும் என்பது ஓர் அடிப்படை அறிவியல் உண்மை.

அன்று இப்படிதான் உடல் வளர்த்து உயிர் காத்தனர். இன்றோ நமக்கான உணவு எங்கிருந்து வருகிறது, யார் தயாரிக்கிறார்கள் என்பதெல்லாம் நாம் அறியக்கூடிய விஷயங்களா என்ன?

உயர்ரத்த அழுத்தம், சர்க்கரைநோய், இதய நோய்கள், புற்று நோய் உள்ளிட்ட நவீன நோய்வகைகளால் நம் உடல் எனும் கூடு நோய்க்காடாகிவிட்டது. நோயில் விழுந்து பாயில் படுத்தபின் இப்போதுதான் நம் சமூகத்தில் பாரம்பரிய அரிசி பற்றிய விழிப் புணர்வு மெல்ல அதிகரித்துவருகிறது.

ஒரு காலத்தில் பசுமைப் புரட்சி நம்முடைய உயிர்களைக் காத்தது. மறுப்பதற்கில்லை. பசுமைப்புரட்சி ஏற்பட்டிருக்கா விட்டால் பல லட்சம் உயிர்கள் பட்டினியால் மடிந்திருக்கும். அதே நேரம் பசுமைப்புரட்சியின் விளைவாக ஏற்பட்ட நவீன வேளாண்மை முறையும், அதைத் தொடர்ந்து ஏற்பட்ட வணிகச் சந்தைகளும் ஆயிரம் ஆயிரம் காலமாக நாம் நம்முடைய நிலத் தில் பயின்ற நம் ஒட்டுமொத்த விவசாயமுறையை முற்றிலுமாக மாற்றியமைத்து விட்டன. இதன் காரணமாக பல்லாயிரக்கணக் கான நெல்ரகங்களை இழந்து நிற்கிறோம்.

இயற்கை வேளாண் விஞ்ஞானி நம்மாழ்வார் போன்றோர் நிபுணர்கள், விவசாயிகள் உதவியோடு அழிந்துபோன சுமார் 200 வகை பாரம்பரிய நெல்ரகங்களைப் பட்டியலிட்டுள்ளார்கள். அதில் பலவும் மீட்கப் பட்டு தற்போது தமிழகம் முழுவதும் ஆங்காங்கே இயற்கைவேளாண் முறையில் பயிரிடப் படுகிறது.

9

நம் பாட்டனும், முப்பாட்டனும், ஏழேழு தலைமுறையும் என்னென்ன சாப்பிட்டார்கள் என்பதை தெரிந்துகொள்வது நம்முடைய கடமையும்கூட. நாம் மறந்துவிட்ட நம்முடைய மரபான நெல்ரகங்களை பற்றி அறிந்துகொள்வதே இந்நூலின் நோக்கம். சில பழைய நெல்ரகங்களை புதியதாக அறிந்துகொள்வோம் வாருங்கள்.

முதலில், புத்தர் சாப்பிட்ட ‘காலாநமக்’ அரிசியிலிருந்தே தொடங்குவோம். கங்கைச் சமவெளிப் பகுதிகளில் தோன்றி, பிற்பாடு இந்தியா முழுக்க பரவிய நெல்ரகம் இது. வேத காலத்தின் பிற் பகுதியிலிருந்தே பயிரிடப்படும் இந்த அரிசி, அதிக நேரம் பசி தாங்கும் என்பதால் புத்தரைப் போன்ற துறவிகள் உண்டிருக்க வாய்ப்பு உள்ளது. மேலும், தற்போதைய புத்த பிக்குகள்கூட இந்த காலாநமக் அரிசியைதான் விரும்பி உண்கிறார்கள்.

‘காலா’ என்றால் கறுப்பு என்று பொருள். நமக் என்றால் உப்பு. ‘காலாநமக்’ என்றால் கறுப்பு உப்பு என்ற பொருள் வரும். இந்த அரிசி மேலே கறுப்பு நிறத்திலும் உட்புறம் வெண்மையாகவும் இருக்கும். உப்புச்சுவை இதில் அதிகமாக இருக்கும் என்பதால் கறுப்பு உப்பு என்று சொல்லப்படுகிறது. உப்பரிசி என்றும் நம் ஊரில் சொல்வார்கள்.

கார்போஹைட்ரேட் நிறைந்துள்ள இந்த அரிசியில் நம் உடலுக்குத் தேவையான 72 வகையான தாது உப்புக்களில் சுமார் 40 வகை உள்ளன. உண்ணும் உணவில் உள்ள குளுக்கோஸ் ரத்தத்தில் கலக்கும் விகிதத்தை கிளைசெமிக் என்பார்கள். காலாநமக்கில் உப்புத்தன்மை அதிகம் உள்ளதால் இதில் உள்ள குளுக்கோஸ் ரத்தத்தில் மிக மெதுவாகக் கரைகிறது. ஆகவே, இதன் கிளைசெமிக் விகிதம் குறைவு. எனவே, சர்க்கரை நோயாளிகளுக்கு ஏற்றது. தாது உப்புகள் நிறைந்துள்ளதால் நோய் எதிர்ப்புச் சக்தியை மேம்படுத்தும். டயாலிசிஸ் செய்துகொள்பவர்கள், புற்று நோய் சிகிச்சை

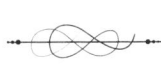 **இளங்கோ கிருஷ்ணன்**

ஏன் பாரம்பரிய அரிசி?

நம் செரிமான மண்டலத்தில் கோடிக்கணக்கான பாக்டீரியா உள்ளிட்ட நுண்ணுயிர்கள் உள்ளன. இவை தலைமுறை தலைமுறையாக நமக்குக் கடத்தப்படுபவை. நம் உடல்வாகு என்பது நம் முன்னோரின் ஜீன்களால் ஆனது. நம் முன்னோர் உண்ட உணவை நாமும் உண்ணும்போது அந்த நுண்ணுயிர்களுக்குப் பழக்கமான உணவையே நாம் தருகிறோம். இதனால் செரிமானம் சீராகிறது. உடல் வலுவாகிறது. பாரம்பரிய அரிசியில் ஐயானிக் அளவிலான நுண்ணூட்டச் சத்துக்கள் (Micro nutrients) நிறைந்துள்ளன. இவை செரிமானத்தை மேம்படுத்தி உடலில் நல்ல பாக்டீரியாவின் எண்ணிக்கையைப் பெருக்குகின்றன. நோய் எதிர்ப்புச் சக்தியை மேம்படுத்துகின்றன.

பெறுபவர்கள், சிறுநீரகம் செயல் இழந்தவர்கள் காலாநமக் அரிசியைச் சாப்பிட உடலுக்குத் தேவையான உற்சாகம் கிடைக்கும். தோல் நோய்களைக் கட்டுப்படுத்தும். நரம்புப் பிரச்சனைகளை சீராக்கும். மூளையை வலுவாக்கும். உடலில் சாத்வீகக் குணத்தை மேம்படுத்தும்.

வறட்சியான நிலப்பகுதியிலும் வளரக்கூடிய போர்க்குணம் மிக்க தாவரம் இது. முறையாகப் பராமரித்தால் 120 நாட்களில் அறுவடைக்குத் தயாராகும். பூச்சி பாதிப்புக்கு எதிராகப் போராடும் இயல்பும் இதற்கு உள்ளது. ஆடி முதல் கார்த்திகை வரை சாகுபடி செய்யலாம். சாதாரண, பாரம்பரியமான நடவுமுறையில் ஏக்கருக்கு 25 கிலோ வரை விதைநெல் தேவைப்படும். நவீனமுறை நடவு என்றால் 10 கிலோ விதை நெல்லும் ஒற்றை நாற்றுமுறை என்றால் ஐந்து கிலோ விதை நெல்லும் தேவைப்படும்.

ஒரு ஏக்கர் நாற்றுகளை உற்பத்தி செய்வதற்கு ஐந்து செண்ட் நிலத்தில் நாற்றங்கால் அமைக்க வேண்டும். 40-50 கிலோ வரை தொழுவுரத்தைப்போட்டு இரண்டு சால் சேற்று உழவில் நிலத்தை சமப்படுத்திக்கொள்ள வேண்டும். 100 லிட்டர் தண்ணீருக்கு ஐந்து லிட்டர் வரை அமுதக்கரைசல் கலந்து அதில் விதை நெல்லை சணல் சாக்கில் போட்டுக் கட்ட வேண்டும். அரை நாளுக்குப் பின் தண்ணீரை வடித்து மீண்டும் அரை நாள் இருட்டறையில் வைத்திருக்க வேண்டும். பிறகு நான்கு அங்குல உயரத்துக்கு நாற்றங்கால் அமைத்து தண்ணீர் பாய்ச்சி விதைக்க வேண்டும்.

அடுத்த அரை நாளில் நாற்றங்காலில் உள்ள தண்ணீரை வடித்து விட வேண்டும். இப்படி நான்கைந்து நாட்கள் செய்தால் விதைநெல் முளைப்பெடுக்கும். பத்தாம் நாள், பத்து லிட்டர்

 மருதம் மீட்போம்

பாலிஷ் அரிசியை பயன்படுத்த வேண்டாமே!

தற்போது பலரும் வெள்ளைவெளேர் என்று இருக்கும் பட்டைதீட்டப் பட்ட பாலிஷ் அரிசியைத்தான் உண்கின்றனர். அரிசி வெள்ளையாக இருந்தால்தான் தரமானது என்ற எண்ணம் மிகவும் தவறானது. அரிசியை பாலிஷ் செய்யும்போது அதன் நுண்ணூட்டச்சத்துக்கள் நீங்கிவிடுகின்றன. அரிசி பொதுவாக சற்றே மங்கலாக பால்வெண்மை நிறத்தில் இருப்பதுதான் நல்லது.

தண்ணீருக்கு ஒரு லிட்டர் வடிகட்டிய மாட்டுச் சிறுநீரைக் கலந்து தெளித்தால், பூச்சிநோய் தாக்குதல் இருக்காது. நாற்றும் நன்றாக வளரும். ஒரு மாதத்துக்குள் நடவுக்குத் தயாராகிவிடும்.

நாற்று தயாராகும் சமயத்திலேயே நடவு வயலையும், தயார் செய்வது நல்லது. இரண்டு சால் சேற்று உழவு செய்து சமப்படுத்தி, ஏக்கருக்கு இருநூறு கிலோ தொழுவுரமிட்டு சாதாரணமுறையில் அரையடி இடைவெளியில் குத்துக்கு, இரண்டு மூன்று நாற்றுக்களாக நடவுசெய்வது நல்லது. நடவு முடிந்த இருபதாம் நாளில் தொழு உரமிட வேண்டும். இருபத்தைந்தாம் நாளில் களை எடுக்க வேண்டும்.

தொண்ணூறாம் நாளில் கதிர் பிடிக்கத் தொடங்கும்போது பத்து லிட்டர் தண்ணீருக்கு, ஒரு லிட்டர் மோர் (ஏழு நாட்கள் புளிக்கவைத்தது) என்ற விகிதத்தில் கலந்து ஏக்கருக்கு பத்து டேங்க் அளவுக்கு தெளித்தால் சாறு உறிஞ்சும் பூச்சிகள் கட்டுப்படும். நூற்றி ஐந்தாம் நாளுக்கு மேல் கதிர் முற்றத் துவங்கும். நூற்றிப் பத்தாம் நாள் தண்ணீர் கட்டுவதை நிறுத்தி, நூற்றி இருபதாம் நாளில் அறுவடை செய்யலாம். ஆக, 'காலாநமக்கை தயாரிக்க நமக்கு தேவைப்படுவது முழுமையாக நான்கு மாதங்கள்.

இது
மாப்பிள்ளை அரிசி!

'இளவட்டக்கல்' என்றால் இப்போதிருக்கும் இளவட்டங்களில் எவருக்குமே தெரியாது. நகரத்து இளைஞர்களை விடுங்கள். கிராமத்து இளைஞர்களுக்கேகூட நம்முடைய மரபின் தொடர்ச்சி முன்பு போல சரிவர கடத்தப்படுவதில்லை.

'முதல் மரியாதை' படத்தில் ராதாவிடம் சவால்விட்டு நடிகர் திலகம் தூக்குவாரே அதுதான் இளவட்டக்கல். அந்தக் காலத்தில் ஜாதகம் பார்த்து, சம்பாத்தியம் பார்த்து பெண் கொடுப்பதை விடவும் ஆண்மகனின் வீரத்தையும் பலத்தையும் பார்த்துப் பெண் கொடுக்கும் வழக்கம்தான் அதிகமாக இருந்தது. காளையை அடக்கினால் பெண் கொடுப்பது, கல்லைத் தூக்கினால் பெண் கொடுப்பது போன்ற சடங்குகள் எல்லாம் மணமகனின் பலத்தை சோதிப்பவையே.

ஒரு பெண்ணுக்கு நான்கைந்து முறைப்பையன்கள் இருப் பார்கள். ஒவ்வொருவருமே அந்தப் பெண் நமக்குத்தான் என அடிமனதில் ஆசை வளர்த்திருப்பார்கள். ஆழமான பெண் மனமோ அவர்களில் ஒருவனை மட்டும் தன் மணாளனாக வரித்துக் கொண்டு கனவு வளர்த்திருக்கும். அப்படி அத்தை மகள் ஆசை கொண்ட ஆடவன் அழகனாய் மட்டும் இருந்தால் போதாதே? காலகாலமாய் அவளை வைத்துக் காப்பாற்ற திராணியுள்ளவனாக வும் இருக்க வேண்டும் அல்லவா? அதற்குத்தான் இளவட்டக்கல் பரிசோதனை. ஒருவேளை மணப்பெண் ஆசைப்பட்டவன் அந்தக் கல்லைத் தூக்க முடியாமல் போனால் அவளின் கனவு எல்லாம் பாழாகுமே அதற்குத்தான் 'மாப்பிள்ளை சம்பா' அரிசி.

மருதம் மீட்போம்

Unsung Green Hero!

ஆர்.ஹெச்.ரிச்சாரியா. நாடு சுதந்திரம் பெற்ற காலக்கட்டத்தில் கட்டாக் நகரில் அமைந்திருக்கும் Central Rice Research Institute அமைப்பின் இயக்குநராக இருந்தவர். பசுமைப்புரட்சி கட்டாயத்துக்கு அரசாங்கம் தள்ளப்பட்டபோது, 'அயல்நாட்டுப் பயிர்கள் வேண்டாம்' என்று அலாரம் அடித்தவர்.

"இந்திய பாரம்பரிய நெல்வகைகள் அதிக விளைச்சல் தருபவை. பயிர்களை தாக்கும் பூச்சிகளுக்கு எதிரான திறனை இயற்கையாகவே கொண்டவை. தனிப்பட்ட மணங்களும் சுவைகளும் கொண்டவை. இவற்றில் ஆராய்ச்சி மேற்கொண்டு இவற்றின் மூலமே இந்தியா உணவுத் தன்னிறைவு பெற வேண்டும்" என ரிச்சாரியா வலியுறுத்தினார். இறக்குமதி செய்யப்படும் அதிக விளைச்சல் தரும் நெல் வகைகள் நீடித்த நன்மையை விவசாயத்துக்கு அளிக்காது என்பதை ஆணித்தரமாகப் பேசினார்.

மத்திய நெல் ஆராய்ச்சி மையத்தை உலகின் மிக முக்கியமான நெல் ஆய்வு மையமாக வளர்த்தெடுக்க ரிச்சாரியா முயன்றார். ஆனால், ராக்பெல்லர் மையம் உள்ளிட்ட அமெரிக்கா மற்றும் ஐரோப்பிய நிறுவனங்கள் பிலிப்பைன்ஸில் உள்ள சர்வதேச நெல் ஆராய்ச்சி மையத்தையே முன்னிறுத்த விரும்பினார்கள். இந்திய அரசும் சில சூழ்நிலைகளால் இதற்கு உடன்பட நேர்ந்தது. எனவே, CRRI மையத்தின் நெல்வகை சேகரிப்புகள் IRRI மையத்திடம் அளிக்கப்பட வேண்டும் என்று வற்புறுத்தப்பட்டது.

இந்த முடிவை ரிச்சாரியா கடுமையாக எதிர்த்தார். 1966ல் அவர் பதவி விலக மத்திய அரசின் இந்திய விவசாய ஆராய்ச்சிக் கழகம் (ICAR) உத்தரவிட்டது. ரிச்சாரியா நீதிமன்றத்தை நாடினார். 'இவர் ஓர் அறிவியலாளரே அல்ல' என்று மனசாட்சியின்றி வாதிட்டார்கள்.

வழக்கில் வெற்றி பெற்றாலும் மனம் நொந்த ரிச்சாரியா CRRI லிருந்து வெளியேறினார். அதன் பின்னர் மத்திய பிரதேச நெல் ஆராய்ச்சி நிறுவனத்தில் இணைந்தார். அங்கு அவர் பணியாற்றிய 1971 முதல் 1977 காலக்கட்டத்துக்குள் பதினேழாயிரத்துக்கும் மேற்பட்ட நெல்வகைகளைச் சேகரித்தார். 1996ல் ரிச்சாரியா வறுமையில் வாடி காலமானார். ராய்ப்பூர் மாவட்டத்தில் உள்ள இந்திரா காந்தி விவசாய பல்கலைக்கழகத்தின் ஜெர்ம்பிளாசம் வங்கியில் உள்ள 22,500 நெல்வகைகள் ரிச்சாரியாவின் வாழ்நாள் போராட்டத்தின் சாட்சிகளாக இன்றும் இருக்கின்றன.

இளங்கோ கருஷ்ணன்

இள வட்டக்கல்லைத் தூக்குவதற்கு நாள் குறித்ததுமே மணமகனுக்கு சத்தான உணவுகள் வழங்கத் தொடங்கிவிடுவார்கள். ஒரு மண்டலத்துக்கு அதாவது 48 நாட்களுக்கு சத்தும் சுவையும் மிக்க சம்பா அரிசியில் சோறாக்கிப்போட்டு மாப்பிள்ளையின் உடலை வலுவாக்குவார்கள்.

மாப்பிள்ளைக்கு சமைத்துப்போடும் அரிசி என்பதாலேயே இதற்கு 'மாப்பிள்ளைச் சம்பா' என்று பெயர் வைத்தார்கள். 'மாப்பிள்ளைச் சம்பாவைத் தொடர்ந்து உண்டால் நோஞ்சானும் வீரனாவான்; கிழவனும் குமரனாவான்' என்பார்கள். அவ்வளவு சத்தும் சுவையும் மிக்க அரிசி இது.

மாப்பிள்ளைச் சம்பா, சிவப்புநிறத்தில் இருக்கும் அரிசி. எல்லா அரிசிகளையும் போலவே இதிலும் கார்போஹைட்ரேட் எனும்

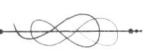

சத்தான கஞ்சி குடிக்கணுமா?

மாப்பிள்ளைச் சம்பா கஞ்சியுடன் மிளகுத்தூள், உப்பு கலந்து குடித்துவர செரிமானப் பிரச்சனைகள் நீங்கும். சோற்றை முற்றிலும் வடித்துவிட்டு கஞ்சியை மட்டும் எடுத்துக்கொண்டு உப்பு, மிளகு சேர்த்து குடித்தால் சத்தும் சுவையும் மிக்க அற்புதமான சூப் இது.

மாவுச்சத்து அதிகம். அதனுடன் நார்ச்சத்து, மைக்ரோநியூட்ரியன்ட்ஸ் எனும் நுண்ணூட்டச்சத்துக்கள் நிறைந்துள்ளன. இதில் உள்ள நார்ச்சத்து செரிமானத்தை சுலபமாக்கும். இதில் உள்ள வைட்டமின் பி1எனும் தயமின் உள்ளுறுப்புகளில் உள்ள புண்களை ஆற்றும். உடலின் வளர்சிதை மாற்றத்தைச் சீராக வைத்திருக்கும்.

இதில் உள்ள தாதுஉப்புக்கள் உடலுக்குத் தேவையான ஆற்றலைத் தருவதோடு உடலை வலுவாக்கவும் செய்கின்றன. இதன் குளுக்கோஸ் ரத்தத்தில் கலக்கும் விகிதம் குறுவை அரிசியைவிடக் குறைவு என்பதால் சர்க்கரை நோயாளிகளுக்கு மிகவும் ஏற்ற உணவு இது. நரம்புகளை முறுக்கேற்றும். பக்கவாதம் உள்ளிட்ட நரம்புப்பிரச்சனைகளைச் சீராக்கும். ஆண்மையை அதிகரிக்கச்செய்யும்.

நன்கு உயரமாக வளரும் பயிர் இது. தண்ணீரே இல்லாமல் சுமார் ஒரு மாதம் வரை வளரும். பூச்சித் தாக்குதல்களையும் சமாளிக்கும் என்பதால் இதை போர்க்குணம் மிக்க பயிர் எனலாம். போதுமான நீர்வளம் இருந்தால் ஏக்கருக்கு குறைந்தபட்சம் பதினைந்து மூட்டை முதல் இருபது மூட்டை வரை நெல் விளையக்கூடும். நானூறிலிருந்து ஐநூறு கட்டு வரை வைக்கோலும் கிடைக்கும்.

மாப்பிள்ளைச் சம்பா, நூற்றி அறுபது நாள் பயிர். ஏக்கருக்கு மூன்று கிலோ விதைநெல் தேவைப்படும். வடிகால் வசதி செய்து இரண்டு சென்ட் நிலத்தில் மேட்டுப்பாத்தி உருவாக்கி, 25 கி.கி சலித்த மண்புழு உரத்தைத் தூவியபின் தண்ணீர்விட வேண்டும். தண்ணீர் சுண்டிய பிறகு, விதைநெல்லைத் தூவ வேண்டும். களைகள் முளைத்துவரும்போது அகற்றி ஒன்பதாம் நாளில், பத்து லிட்டர் தண்ணீரில், ஐநூறு மில்லி பஞ்சகவ்யா கரைசலைக் கலந்து தெளிக்க வேண்டும். பஞ்சகவ்யா நாற்றுகளுக்கு நோய் எதிர்ப்பு ஆற்றலைக் கொடுக்கவல்லது. சரியாக, பதினாறாம் நாளில் நாற்றுகளை நடவு செய்யலாம். நாற்றங்காலில் இருந்து நாற்றுக்களைப் பறித்த அரை மணி நேரத்துக்குள் சேற்று வயலில் நடவு செய்துவிட வேண்டும் என்பது முக்கியம்.

பசுந்தாள் உரம் விதைத்து மடக்கி உழவு செய்யப்பட்ட நடவு வயலில், பத்து லோடு தொழுவுரமிட்டு சேற்று வயலை சமன்

படுத்த வேண்டும். பிறகு, ஒரு நாற்றுக்கும் இன்னொரு நாற்றுக்கும் இடையில் இருபத்தைந்து செ.மீ இடைவெளி விட்டு நடவு செய்ய வேண்டும். சிலர், ஐம்பது செ.மீ இடைவெளிவிட்டு நடவு செய்வார்கள். அப்படியும் செய்யலாம்.

வாரம் ஒருமுறை அல்லது பத்து நாட்களுக்கு ஒருமுறை கோனோ வீடர் மூலமாக களைகளை அழுத்திவிட வேண்டும். முப்பதாம் நாளிலிருந்து மாதத்துக்கு ஒருமுறை பாசனநீரில் இரு நூறு லிட்டர் ஜீவாமிர்தத்தை கலக்க வேண்டும். ஜீவாமிர்தம் பயிர்கள் பச்சைக்கட்டி வளர உதவும்.

வேர் அழுகல் நோயும் பூஞ்சணத் தொற்றும் முக்கியமான பிரச்சனைகள். இயற்கை விவசாயத்தில் வேம்புத்தூள் கரைசலும் சுக்குநீர் கரைசலும் இவற்றுக்கு மிகச் சிறந்த தீர்வாக உள்ளன.

பத்து கிலோ காய்ந்த வேப்பங்கொட்டையைப் பொடியாக்கி சுத்தமான கோணிப்பையில் இட்டு, மூட்டையாகக் கட்டி, நீர் மடைவாசலில் அது மூழ்கும்படி வைத்துவிட வேண்டும். மூட்டைக்குள் இருக்கும் துகள்கள், வயலுக்குள் செல்லும் பாசன நீருடன் கலந்து செல்வதால் வேர் அழுகல் நோயும் தண்ணீர் வழியே பரவும் பூச்சிப் பரவலும் தடுக்கப்படும்.

அதேபோல், இளங்கதிர் பருவத்தில் பயிர்களைத் தாக்கும் இன்னொரு நோய் மோசமான நோய் பூஞ்சணத் தொற்று. இதைக் கட்டுப்படுத்த இருநூறு கிராம் சுக்குத்தூளை இரண்டு லிட்டர் தண்ணீரில் கலக்கி காய்ச்சி ஆறிய பிறகு, ஐந்து லிட்டர் பசும்பாலை அதனுடன் கலந்து, தாமிரம் அல்லாத வேறு பாத்திரத்தில் ஊற்றி வைத்துக்கொள்ள வேண்டும். இந்தக் கரைசலை இருநூறு லிட்டர்

தண்ணீரில் கலந்து காலை, மாலை வேளைகளில் தெளித்தால் பூஞ்சணத் தொற்று அண்டாது. மற்ற பூச்சிகளும் கட்டுப்படும்.

கதிர் நாவாய்ப்பூச்சியைக் கட்டுப்படுத்தவும் இயற்கை விவசாயத்தில் மருந்து உள்ளது. வேம்பு எண்ணெய் 45%, புங்கன் எண்ணெய் 45%, காதி சோப் கரைசல் 10% என கலந்து வைத்துக்கொண்டு, பத்து லிட்டர் தண்ணீருக்கு முன்னூறு மில்லி கரைசல் வீதம் கலந்து தெளிக்கலாம்.

முறையாக நீர்விட்டு இயற்கை உரங்கள், இயற்கையான பூச்சிக்கொல்லிகளைப் பயன்படுத்தி பயிரைக் காத்துவந்தால் சுமார் நூற்றி ஐம்பது நாட்களில் கதிர் முற்றி அறுவடைக்குத் தயாராகும். சமீபமாக இயற்கை வேளாண் பொருட்களுக்கான சந்தைகள் அதிகரித்து வருவதால் மாப்பிள்ளைச் சம்பாவுக்குச் சந்தையில் நல்ல வரவேற்பு உள்ளது.

மாப்பிள்ளைச் சம்பா மாப்பிள்ளைகளுக்கு மட்டும் இல்லை மகசூல் பார்க்க விரும்பும் விவசாயிகளுக்கும் நன்மை செய்யும் நன்செய் பயிராகும்.

 இளங்கோ கிருஷ்ணன்

புதுசா கல்யாணம் ஆனவங்களுக்கு புத்துணர்வு தரும் அரிசி!

தமிழர்கள் தங்கள் வாழ்க்கைமுறைக்கும் தேவைக்கும் ஏற்ற உணவையே காலங்காலமாய் உண்டு வந்தனர் என்பதற்கு நம் பண்பாட்டு அசைவுகளில் எத்தனையோ சாட்சி உண்டு. அதில் ஒன்றுதான் சென்ற அத்தியாயத்தில் நாம் பார்த்த மாப்பிள்ளைச் சம்பா.

முறைப்பெண்ணை மணக்கஇளவட்டக்கல்லைதூக்கினானே ஒரு ஆணழகன்? அவனைத் தொடர்வோம் வாருங்கள்.

மாப்பிள்ளைச் சம்பா சாப்பிட்டு உடல் வலுவான ஆண் மகன், சவாலை ஏற்று இளவட்டக்கல்லைத்தூக்கினால் அடுத்து என்ன கெட்டி மேளம்தானே?

நாள் பார்த்து கோள் பார்த்து நிச்சயித்த நன்னாளில் மத்தள மேளம் முரசொலிக்க; ஊர்கூடி நிற்க; உறவுகள் சூழ்ந்திருக்க ஆசை கொண்ட நாயகிக்கு அழகுத்தாலி சூட்டுவான் தலைவன். இரு மனங்கள் இணையும் திருமண வாழ்வில்

மருதம் மீட்போம்

இல்லறம் என்பது நல்லறமாக தாம்பத்தியம்தானே அச்சாரம். அந்த தாம்பத்தியம் சிறக்க, புதுமணத் தம்பதிகள் வாழ்வு நலம் பெற, தேகம் வலுவடைய தோதான ஆகாரம் வேண்டுமல்லவா? அதற்காக தமிழர்கள் கண்டதுதான் கவுனி அரிசி.

கவுனி அரிசி புதுமணத் தம்பதிகளுக்கு ஏற்றது. இப்போதும் செட்டிநாட்டுத் திருமணங்களில் கவுனி அரிசியாலான பலகாரம் ஒன்று கட்டாயம் இடம்பெறும். கவுனியில் கறுப்புக் கவுனி, சிவப்புக் கவுனி என இருவகை உள்ளன. இந்த இருவகை அரிசிகளுமே ஆயிர மாயிரம் ஆண்டுகளாக இந்த நிலத்தில் பயிரிடப்படுபவைதான். குறிப்பாக, செட்டிநாட்டுப் பகுதியில் இது அதிகமாகப் பயிரிடப் படுகிறது. இதில், சிவப்புக் கவுனி பற்றி பார்ப்போம்.

சிவப்புக் கவுனி ஓர் அற்புதமான உணவு. சிவப்பு அரிசியின் அற்புதங்களை பல நூற்றாண்டுகளுக்கு முன்பே உணர்ந்திருந் தவர்கள் நம் முன்னோர்கள். சரஹர் எனும் மருத்துவக் குரு கி.மு ஏழாம் நூற்றாண்டைச் சேர்ந்தவர். இவர் தனது 'சரஹ சம்ஹிதை' எனும் ஆயுர்வேத மருத்துவ நூலில் சிவப்பு அரிசி யின் மருத்துவ முக்கியத்துவம் பற்றிக் குறிப்பிட்டுள்ளார். அது போலவே கி.மு நான்காம் நூற்றாண்டைச் சேர்ந்த சுஸ்ருதர் எனும் புகழ்பெற்ற ஆயுர்வேத நிபுணரும் சிவப்பு அரிசியைப் போற்றியுள்ளார். சிவப்பு அரிசி வாதம், பித்தம், கபம் எனும் மூன்று அடிப்படை நாடிகளையும் அவற்றின் தோஷங்கள் நீக்கி சிறப்பாக இயங்கவைக்கிறது என்பது இம்முன்னோடிகளின் பரிந்துரை.

செந்நெல் வகையைச் சேர்ந்த சிவப்புக்கவுனி சுமார் மூன்றாயிரம் ஆண்டுகளுக்கு மேலாக ஆசியப் பகுதி முழுதும் பயிரிடப் பட்டுள்ளது. சீனா, ஜப்பான், கொரியா, பிலிப்பைன்ஸ், இலங்கை உள்ளிட்ட ஆசியப் பகுதிகளிலும் ஆப்பிரிக்காவிலும்கூட இது இயற்கையாக விளையக்கூடியது. ஆமாம், மானுட முயற்சியின்றி தானாகவே காடுகளிலும் மலைகளிலும் விளையக்கூடிய அற்புத அரிசி வகை இவை.

நெல்லில் உமி (Husk), தவிடு (Barn), கருப்பொருள் (Embryo), மாவுப்பொருள் (Starch) என நான்கு பகுதிகள் இருக்கும். பொது வாக, உமியிலும் தவிட்டிலும் இரும்புச்சத்து, சுண்ணாம்புச்சத்து உட்பட பல்வேறு தாதுஉப்புக்களும், வைட்டமின்களும் நிறைந் துள்ளன. ஆனால், இவற்றின் அடர்த்தி நம் செரிமானத்துக்குத் தாங்காது என்பதால் நாம் உமியையும் தவிட்டையும் மாடுகளுக்குத் தருகிறோம். அரிசியில் உள்ள ஸ்டார்ச் எனும் மாவுச்சத்து மட்டுமே நமக்கு செரிமானத்துக்கு சௌகர்யமானது.

சிவப்பு அரிசியைப்பொருத்தவரை இந்த அனைத்துச் சத்துகளும் உமியிலும் தவிட்டிலும் மட்டும் அல்லாது அதன் கருப்பகுதியிலும்

மாவுப் பகுதியிலும்கூட ஊடுருவி உள்ளது. இதனால், மற்ற அரிசிகளில் கிடைக்காத பலன்கள் சிவப்பு அரிசியில் கிடைக்கும்.

வைட்டமின்கள் பி-1, பி-3, பி-6 ஆகியவையும் இரும்புச்சத்து, மாங்கனீஸ், பொட்டாசியம், செலினியம், துத்தநாகம் உள்ளிட்ட தாதுஉப்புகளும் எல்லா சிவப்பு அரிசிகளிலும் நிறைந்துள்ளன. இதில் உள்ள ஆன்டிஆக்ஸிடென்ட்கள் உடலின் நோய் எதிர்ப்புச் சக்தியை அதிகரிக்க உதவுகின்றன. ஆன்த்தோசயனின், பாலிஃபீனால் போன்ற நூண்ணூட்டச்சத்துக்களும் நிறைந்துள்ளன.

இவை எல்லாவற்றையும்விட முக்கியமானது சிவப்பு அரிசியில் மானோகோலின் - கே *(Monacolin K)* என்ற அற்புத வேதிப் பொருள் உள்ளது. இது ரத்தத்தில் உள்ள கொழுப்பைக் குறைப்பதற்கு அருமருந்து. இதில் இருந்துதான் லோவாஸ்டேட்டின் *(Lovastatin)* என்ற ரத்தக் கொழுப்புக்கான மருந்து தயாரிக்கப்படுகிறது. கார்டியோவாஸ்குலர் பிரச்சனைகளைத் தடுப்பதில் இந்த

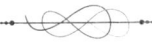

வைக்கோல் வீரர்!

இயற்கை வேளாண்மை அல்லது பாரம்பரிய வேளாண்மை பேசும் யாரும் தவிர்க்க முடியாத ஒரு பெயர் மசானோபு ஃபுகோகா. ஜப்பானைச் சேர்ந்த மசானோபு இயற்கை வேளாண்மை சார்ந்த தன் சிந்தனைகளை கடந்த நூற்றாண்டின் எழுபதுகளின் பிற்பகுதியில் முன்வைத்தபோது பலரும் புருவம் உயர்த்தினார்கள். 'உழத் தேவையில்லை; உரமிடத் தேவையில்லை; பூச்சிக்கொல்லிகள் தேவையில்லை' என்று ஒரு புரட்சிகரமான விவசாயத் திட்டத்தை முன்வைத்தார். அதற்கு இவர் சூட்டிய பெயர் 'ஒன்றும் செய்யாமல் வேளாண்மை'.

நம்முடைய பாரம்பரிய விவசாயமுறைக்கும் நவீன விவசாய முறைக்கும் உள்ள வேறுபாடுகளில் முக்கியமானது செயற்கையான சிந்தடிக் உரங்கள், நவீன கருவிகள் பயன்பாடு, நீர்ப் பாசனமுறைகளில் சில மாற்றங்கள், நடும் முறையில் சில மாற்றங்கள் போன்றவைதான். பயிரிடும் முன் நிலத்தைப் உழுவது, பண்படுத்துவது, பயிரிட்ட பின் களை எடுப்பது, பூச்சிக் கொல்லிகள் தெளிப்பது போன்றவை இந்த இரண்டு முறைகளுக்கும் பொதுவான அம்சங்கள்.

ஆனால் –

ஃபுகோகா 'உழத் தேவையில்லை; உரமிடத் தேவையில்லை' என்றபோது அது விவசாயத்துறையில் பெரும் அதிர்வலைகளை ஏற்படுத்தியது.

உலகம் முழுதுமிருந்து ஏராளமான வேளாண்மை நிபுணர்கள், விவசாயிகள், மாணவர்கள் அவரது பண்ணைக்குப் படையெடுத்தார்கள். ஃபுகோகா வெறும் வாய்ச்சொல் வீரரோ வேளாண்மை பற்றி ஏதும் அறியாதவரோ அல்ல. நவீன வேளாண்மைக்கான படிப்பில் அப்போது அறிமுகமாகியிருந்த பூச்சியியல் துறையில் ஆய்வுப் பட்டம் பெற்றவர். ஜப்பானிய அரசின் வேளாண்மைத்துறையில் ஆய்வாளராகப் பணியாற்றியவர். பின்னர், நவீன அறிவியலின் வேளாண்மை சார்ந்த ஆய்வுகள் மீது ஐயம் கொண்டு அந்தப் பணியிலிருந்து விலகி தன்னுடைய பண்ணையில் விவசாயம் சார்ந்த சோதனை முயற்சிகள் செய்து அதில் வெற்றி கண்டவர்.

விவசாயத்தைப் புரிந்துகொள்வது என்பது மண்ணின் இயல்பு, நீர் வளம், தாவரங்களின் இயல்பு, பூச்சிகள், புழுக்கள் உள்ளிட்ட பல்லுயிர்களின்

 இளங்கோ கிருஷ்ணன்

இயல்பு மற்றும் அதன் உயிர் சார்பு வலை உட்பட எண்ணற்ற துறைகளின் ஒருங்கிணைந்த செயல்பாட்டால் மட்டுமே சாத்தியம். ஆனால், நவீன அறிவியலோ இயற்கையைப் புரிந்துகொள் வதற்கு அதைத் தனித்தனி துறையாகப் பிரித்துக்கொண்டு இயங்கு கிறது. ஒற்றைப் பெரும் இயற்கை மட்டுமே இங்குள்ளது. அதைத் துறை துறையாகப் பிரித்துக்கொள்ளும்போது நாம் முழுமையான அறிவை இழந்தவர்களாகிறோம்.

மேலும், விவசாயம், பயிர் வளர்ப்பு என்பது இயற்கையின் வேலை. மனிதர்களாகிய நாம் அதைப் புரிந்துகொண்டு இயற்கைக்கு ஒத்து ழைப்பு மட்டுமே வழங்க வேண்டும். ஏனெனில், இயற்கை என்பது நாம் அறிந்தது மட்டுமே அல்ல, நாம் அறியாததும் இணைந்ததே... என்ப தைப் போன்ற மசானோபுவின் சிந்தனைகள் உலகம் முழுதும் உள்ள இயற்கை வேளாண்மை ஆர்வலர்களிடையே பெரும் வரவேற்பைப் பெற்றது. தமிழகத்தில் நம்மாழ்வார் போன்ற இயற்கை வேளாண் விஞ்ஞானிகள் மசானோபு ஃபுகோகாவின் சிந்தனைகளிலிருந்தே உருவாகிவந்தார்கள்.

இவரது 'ஒற்றை வைக்கோல் புரட்சி' என்ற நூல் உலக அரங்கில் மிகவும் புகழ் பெற்றது. வெறும் வைக்கோலை விளைநிலங்களில் தூவுவதன் மூலம் எப்படி களைகள் வளர்வது தடுக்கப்படுகின்றன. பூச்சிக்கொல்லிகள் தேவையில்லாத விவசாயமுறையைச் செய்வது எப்படி என்பது உட்பட மசானோபுவின் வாழ்க்கை சார்ந்த சிந்தனைகள் கொண்ட முக்கியமான நூல் இது.

மருந்துக்கு முக்கியப் பங்கு உள்ளது.

செந்நெல்லின் மீது வளரும் ஒருவகை பூஞ்சைதான் இந்த மருந்துப் பொருளை உருவாக்குகிறது. சீனா, ஜப்பான் உள்ளிட்ட நாடுகளில் செந்நெல் மீது இந்தப் பூஞ்சையை செயற்கையாக வளர்க்கிறார்கள். இப்படி வளர்க்கப்படும் அரிசியை 'சிவப்புப் பூஞ்சை அரிசி' (Red yeast rice) என்கிறார்கள். அதிலிருந்துதான் லோவோஸ்டேட்டின் மருந்து உருவாக்கப்படுகிறது.

இதைத் தவிர பித்தப்பைக் கற்கள், சர்க்கரைநோய் உட்பட பல்வேறு நோய்களைக் கட்டுப்படுத்தும் தன்மை சிவப்புக் கவுனிக்கு உண்டு. சிவப்புக் கவுனி, கறுப்புக் கவுனி இரண்டின் பயிரிடும் முறையும் ஒன்று. அடுத்த அத்தியாயத்தில் இதன் சாகுபடி முறையைப் பற்றி விரிவாகப் பார்ப்போம்.

மருதம் மீட்போம்

அரசர்களின் அரிசியை சாப்பிடுவோமா? அதிர்ஷ்டத்தையும் கொண்டு வருமாம்!

பாரம்பரிய அரிசிகளில் கவுனி அரிசிக்கு என்று சில தனிச் சிறப்புகள் உள்ளன. சிவப்புக் கவுனி, கறுப்புக் கவுனி இரண்டுமே திருமணமான இளம் தம்பதிகளுக்கும் கருவுற்ற பெண்களுக்கும் ஏற்றது. ஒரு காலத்தில் வெள்ளையர்களால்

 **இளங்கோ கிருஷ்ணன்**

இந்திய விவசாய சிறப்பை உலகமறியச் செய்தவர்!

"மண், தாவரம், விலங்குகள் மற்றும் மனிதன் அனைவரின் ஆரோக்கியமும் ஒன்றுதான். இவற்றை ஒன்றிலிருந்து இன்னொன்றைப் பிரித்துப் பார்க்க இயலாது. பிரித்தால் அனைத்தின் ஆரோக்கியமும் கெடுவதைத் தவிர்க்க முடியாது" என்று சொன்ன சர் ஆல்பர்ட் ஹோவார்ட், மேற்குலகில் 'நவீன இயற்கை வேளாண் மையின் தந்தை' எனப்போற்றப்படுகிறார்.

1873ல் இங்கிலாந்தின் ஒரு விவசாயக் குடும்பத்தில் பிறந்த ஹோவார்ட் கேம்ப்ரிட்ஜ் பல்கலைக்கழகத்தின் இயற்கை விஞ்ஞானப் படிப்பில் பட்டம் பெற்றவர். தொடர்ந்து வேளாண்மையில் டிப்ளமோ முடித்தவர் இங்கிலாந்தின் ஹாரிசன் கல்லூரியில் விரிவுரையாளராகப் பணியாற்றினார். பிறகு, மேற்கிந்தியத் தீவுகளில் பூசணவியல் (Mycology) துறையில் ஆய்வறிஞராகப் பணியாற்றினார். ஹோவார்ட்டின் முக்கியத்துவம் இந்தப் பணிகளால் மட்டும் ஆனது அல்ல. ஒருவேளை அங்கேயே இருந்திருந்தால் ஹோவார்ட் இன்று நாம் கொண்டாடும் நாயகனாக இருந்திருக்க மாட்டார்.

1905ம் ஆண்டு கடுமையான பஞ்சங்களுக்குப் பிறகு இந்தியாவின் விவசாயத்தை மேம்படுத்தவும் இந்தியர்களுக்கு விவசாயம் சார்ந்த அறிவைக் கற்றுத் தரவும் ஆங்கில அரசால் இந்தியாவுக்கு அழைத்து வரப்பட்டார் ஹோவார்ட்.

ஆனால் –

ஹோவார்ட்டின் ஆணவமற்ற கற்றுக்கொள்ளும் சுபாவம் இந்தியாவின் பாரம்பரிய விவசாய அறிவின் மகிமையைக் கண்டுகொண்டது. "இந்தியர்களுக்கு விவசாயம் சார்ந்து அதன் நவீன உத்திகள் சார்ந்து கற்றுக்கொடுப்பது ஒருபுறம் இருக்கட்டும். உண்மையில், நாம்தான் இந்திய விவசாயிகளிடம் மண்ணின் வளத்தைக் கெடுக்காமல் சாகுபடி செய்வது எப்படி என்பதைக் கற்றுக்கொள்ள வேண்டும்" என்று அடிக்கடி தன்னுடைய சகாக்களிடம் சொல்வார்.

இந்திய வனங்களும் இந்திய விவசாயமுறையும் தாவரங்கள் மற்றும் இயற்கை பற்றிய பல ரகசியங்களை ஹோவார்ட்டுக்கு போதித்தன. லாபத்தை மட்டுமே இலக்காகக் கொண்ட நவீன விவசாயத்திலிருந்து விலகி ஒரு புதிய விவசாயமுறையை உருவாக்கினார்.

வனங்களில் தாவரங்கள் வளர்வதை அவதானித்தவர். வனம் வளர்வதைப் போன்ற இயற்கையான வேளாண்முறை ஒன்றை உரு

வாக்க முயன்றார். தம்முடைய புதிய விவசாயமுறையை 'இயற்கை விவசாயம்' என்று அழைத்தார். அவரது 'An Agricultural Testament' எனும் நூல் இயற்கை விவசாயம் சார்ந்த அவரின் ஆய்வுகளையும் கருத்துகளையும் கொண்ட முக்கியமான நூல்.

இந்தூரில் சொந்தமாக ஒரு ஆராய்ச்சி நிலையத்தை உருவாக்கினார். அங்கு இயற்கை விவசாயத்துக்கு எனப் பிரத்யேகமான சில சாகுபடி முறைகளை செய்துகாட்டினார். 'இந்தூர் முறை' என அது இந்தியா முழுதும் புகழ் பெற்றுள்ளது. இந்தியாவின் பல்வேறு பகுதிகளுக்கும் பயணம் செய்து இந்திய விவசாயிகளிடம் கற்றுக்கொண்ட விவசாய முறைகளை இங்கிலாந்து மற்றும் அமெரிக்காவில் பரப்பியதில் ஹோவார்ட்டுக்கு முக்கிய பங்கு உள்ளது. உலக அரங்கில் இந்தியாவின் பாரம்பரிய விவசாயத்துக்கு மரியாதை ஏற்படுத்திக்கொடுத்த முன்னோடிகளில் ஹோவார்ட் தனித்துவமானவர்.

வெறுக்கப்பட்ட இந்த அரிசி வகைகள் தற்போது அமெரிக்கா, ஐரோப்பா, ஆஸ்திரேலியா ஆகிய நாடுகளில் ஆரவாரமாய் வரவேற்கப்படுகின்றன.

என்ன காரணம்?

இதில் உள்ள சத்துக்கள்தான். கறுப்பு அரிசியின் நிறத்துக்குக் காரணம் ஆந்தோசியனின் என்ற சத்து. கத்தரிக்காய், நாவல் பழம், திராட்சை உட்பட கருநீல நிறத்திலும் ஊதா நிறத்திலும் இருக்கும் அனைத்துக் காய்கறிகளிலும் நிறைந்திருக்கும் இந்த அற்புதமான சத்துப்பொருள் அரிசிகளில் கறுப்பு அரிசியில் மட்டுமே உள்ளது.

நம் நாட்டைப் பொறுத்தவரை ஆயிரமாயிரம் ஆண்டுகளாக கறுப்புக் கவுனி பயன்படுத்தப்படுகிறது. சீனாவில் இந்த அரிசியை 'அதிர்ஷ்டத்தின் அரிசி' என்றும் 'அரசர்களின் அரிசி' என்றும் கொண்டாடுகிறார்கள். கி.பி ஆறாம் நூற்றாண்டு முதல் பத்தாம் நூற்றாண்டு வரை சீனாவை ஆட்சி செய்த டாங் மற்றும் சங் வம்சத்து அரசர்கள் இந்த அரிசியை சாதாரண மக்கள் பயன்படுத்துவதற்குத் தடை விதித்திருந்தார்கள். அதனால் இதை 'தடைசெய்யப்பட்ட அரிசி' என்றும் குறிப்பிடுகிறார்கள்.

இதன் மேன்மையைப் போற்றும் வகையில் அந்தக் காலங்களில் அரச குடும்பங்களின் உணவு மேசைகளில் மட்டுமே இது பரிமாறப்பட்டது. குறிப்பாக, அரச குடும்பத்தின் மூத்தோருக்கு அஞ்சலி செலுத்தும் நாட்களில் கறுப்பு அரிசி நிச்சயம் இடம்பெற்றது. வளம், ஆரோக்கியம், வம்ச விருத்தி ஆகியவற்றின் குறியீடாகப் பார்க்கப்பட்ட கறுப்புக் கவுனி பின்னாட்களில் சீனாவில் இளம் தம்பதியர், காதலர்கள் சாப்பிட வேண்டிய அரிசியாகவும் இருந்தது.

வெள்ளைநிற அரிசி, பழுப்புநிற அரிசியோடு ஒப்பிடுகையில்,

கவுனி சாகுபடி எப்படி?

ஆசைத்தம்பி,
இயற்கை விவசாயி.

கவுனி அரிசியை ஒற்றை நாற்று முறையில் நடவு செய்ய ஒரு ஏக்கருக்கு இரண்டு கிலோ விதை நெல்லும் சாதாரண நடவுமுறை என்றால் இருபத்தைந்து கிலோவும், இயந்திரம் மூலமாக நடவு செய்தால் பதினைந்து கிலோவும் தேவைப்படும். நேரடி விதைப்பு முறை எனப்படும் சேறடித்து விட்டு தெளிவு ஏர் ஓட்டிய பின் விதைக்கும் முறையில் ஏக்கருக்கு பதினைந்து கிலோ விதை தேவைப்படும்.

வயலைப் பண்படுத்த கோடை உழவு போல இரண்டு முறை நன்கு உழ வேண்டும். பிறகு, பசுந்தாள் உரம் அல்லது நன்கு மட்கிய தொழுவுரம் இட வேண்டும். பசுந்தாள் உரம் என்றால் தக்கப்பூண்டு, கொளஞ்சி, செனப்பு, சீமை அகத்தி ஆகியவற்றை ஒரு ஏக்கருக்கு பதினைந்து கிலோ என விதையைத் தூவிவிட்டு தண்ணீர் விட வேண்டும். இது சுமார் பதினைந்து முதல் இருபத்தைந்து நாட்களுக்குள் பூவெடுத்துவிடும். இதை நன்கு மடக்கி உழுத பிறகு தண்ணீர் கட்டிவிட்டால் சுமார் ஒரு வாரத்தில் நன்கு மட்கிவிடும். இதன் பிறகு, மறு உழவு ஓட்டி நடவு செய்யலாம். பசுந்தாள் உரம் இட முடியாவிடில் மட்கிய தொழுவுரம் ஒரு ஏக்கருக்கு இரண்டு டன் போட்டு உழுது சேறடித்து நாற்றங்கால் பராமரித்து நடவு செய்ய வேண்டும்.

நாற்றாங்கால் போடும் முன் விதையை மாலை நான்கு மணி வெயிலில் அரை மணி நேரம் காயவைக்க வேண்டும். பின் அந்த விதையை இரவில் நீரில் ஊறப்போட வேண்டும். விதை ஊறும் நீரில் ஒரு கிலோ நெல்லுக்கு ட்ரைக்கோடெர்மா விரிடீ நாலு கிராம் , சூடோமோனாஸ் பத்து கிராம் அசோஸ்பைரில்லம் மற்றும் பாஸ்டோ பாக்டீரியா தலா எட்டு கிராம் என்ற விகிதத்தில் கலந்து வைக்க வேண்டும். இந்த கரைசலில் விதை நெல் ஒரு நாள் ஊற வேண்டும். இதன் மூலம் விதையில் உள்ள நோய்த்தொற்று, பூச்சித் தொற்று நீங்கி விதை நேர்த்தியாகிவிடும். மறுநாள் இதைக் கோணிப்பையில் கட்டி நீர் வடித்து விதைக்கத் தயாராக்க வேண்டும்.

நாற்றங்கால் அமைக்க ஒரு ஏக்கர் விதை நெல்லுக்கு இருபது செண்ட் நாற்றங்கால் தயாராக்க வேண்டும். இதை தண்ணீர் விட்டு இரண்டு மூன்று உழவு ஓட்டி சமப்படுத்தி பரம்பு வைத்து விதைக்க வேண்டும். பிறகு இது நாற்றாக வளர்ந்து வந்த பின் அதை நடவுக்கு எடுக்கலாம்.

நேரடி விதைப்பு என்றால் விதையை நேர்த்தி செய்து, வயலைத் தேர்வு செய்த பின் விதையைத் தெளிக்க வேண்டும். முதல் நாள் மட்டும் தண்ணீர் கட்ட வேண்டும். இரண்டாம் நாள் தண்ணீர் கட்டி அந்த நீரை இரவே வடியவிட்டு இரவுக் காய்ச்சல் போட வேண்டும். இப்படி மூன்று நாட்கள் செய்தால் அந்த விதை நன்கு முளைப்புத் திறன் பெற்று மேலே வரும்.

இருபது முதல் இருபத்தைந்து நாட்களில் பஞ்சகவ்யா அமிர்தக்கரைசல் கொடுக்க வேண்டும். ஒரு ஏக்கர் நாற்றங் காலுக்கு இருபது கிலோ விதைக்கு அரை லிட்டர் அமிர்தக் கரைசல் போதுமானது.

நடும்போது ஏக்கருக்கு ஐம்பது கிலோ கடலைப் புண்ணாக்கு மற்றும் முப்பது கிலோ வேப்பம் புண்ணாக்கு இரண்டையும் கலந்து அடியுரமாக இட வேண்டும். நடவு செய்த பதினைந்து முதல் இருபத்தைந்தாவது நாட்களுக்குள் இரண்டாவது மேலுரம் போட வேண்டும். ஒரு ஏக்கருக்கு மண்புழு உரம் இரு நூறு கிலோ, சூடோமோனாஸ் ஐந்து கிலோ, அசோஸ்பைரிலம், பாஸ்டோ பாக்டீரியா தலா பத்து கிலோ ஆகியவற்றை ஒன்றாகக் கலந்து போட வேண்டும். இதே போல் முப்பது முதல் முப்பத்தைந்தாவது நாட்களுக்குள் ஒருமுறை மீண்டும் மேல் உரம் போட வேண்டும்.

பூச்சி, நோய் தாக்கங்கள் இருந்தால் நட்ட பதினைந்தாவது நாள் முதல் 'மஞ்சள் அட்டை' வைக்கலாம். ஒரு ஏக்கருக்கு பதினைந்து அட்டைகள் வைக்கலாம். தாய் அந்துப்பூச்சியைப் பிடிக்க நெல்லுக்கு என இனக் கவர்ச்சி பொறி உள்ளது. அதைப் பயன்படுத்தலாம்.

இதற்கு மேலும் பூச்சிகள் வந்தால் அதைக் கட்டுப்படுத்த இயற்கை யான பூச்சிகொல்லி முறை உள்ளது. ஆடு தின்னாத இலைகளான எருக்கை, நொச்சி, வேம்பு, பிரண்டை, சோற்றுக் கற்றாழை, பச்சை மிளகாய் இவற்றை ஒரு ஏக்கருக்குத் தலா ஒரு கிலோ என எடுத்துக் கொண்டு நன்கு இடிக்க வேண்டும். பிறகு இந்தக் கலவையை மாட்டு நீர் இரண்டு லிட்டரில் போட்டு ஒரு நாள் ஊறவைக்க வேண்டும். இந்தக் கலவை நன்கு நொதித்ததும் நீரை வடித்துவிட்டு நன்கு கலந்து தெளிக்க வேண்டும்.

நட்ட பதினைந்து நாள் ஒரு முறையும் முப்பத்தைந்தாவது நாள் ஒருமுறையும் களையெடுப்பு செய்யலாம். மண்ணுக்குத் தகுந்தது போல் நீர் பாய்ச்ச வேண்டியது அவசியம். பொதுவாக, காய்ச்சலும் பாய்ச்சலும் இருந்தாலே கவுனிக்குப் போதுமானது. சராசரியாக நூற்று முப்பதாவது நாள் கவுனி நன்கு விளைந்து அறுவடைக்குத் தயாராகிவிடும்.

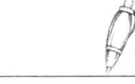

கவுனி அரிசி கொஞ்சம் குறைவான மாவுச்சத்தையும் அதிகமான புரதம், இரும்புச்சத்தையும் கொண்டுள்ளது. இதில் வைட்டமின் இ உள்ளதால் கண் மற்றும் சரும ஆரோக்கியத்துக்கு நல்லது. இதில் உள்ள ஆன்டி ஆக்ஸிடன்ட்ஸ் நோய் எதிர்ப்புச் சக்தியை மேம்படுத்துகிறது. உடலின் வளர்சிதை மாற்றத்தை சிறப்பாகப் பராமரிப்பதால் சர்க்கரைநோய், புற்றுநோய், இதயநோய் உள்ள வர்கள் இதைச் சாப்பிடலாம். இதில் நார்ச்சத்தும் உள்ளது. இது செரிமானத்தைக் காக்கிறது.

இதில் அடிப்படையாக உள்ள ஆந்தோசயானின் ரத்த நாளங் களில் படியும் கொலஸ்ட்ராலைக் கட்டுப்படுத்துகிறது. ரத்த நாளங்களைக் காக்கிறது. இதன் 'பைட்டோ நியூட்ரியன்ட்ஸ்' உடலுக்குத் தீங்கு விளைவிக்கும் நச்சுகள், கல்லீரல், ரத்த நாளங் கள், பெருங்குடல் ஆகியவற்றில் குவியாதவாறு தடுக்கிறது.

சுவையைப் பொறுத்தவரை கவுனிக்கும் மற்ற அரிசிக்கும் பெரிய வித்தியாசம் இல்லை. ஆனால், சாதாரண புழுங்கல் அரிசியைவிட சற்று அதிக நேரம் வேகவைக்க வேண்டும். ஒரு மணி நேரம் ஊற வைத்துச் சமைப்பதும் நல்லதே. கவுனி அரிசி யின் முழுப்பயன்களும் அதன் மேல்பகுதியில் ஒட்டியிருக்கும் தவிட்டில்தான் இருக்கின்றன. அதனால், பாலிஷ் செய்யப்பட்ட கவுனியைத் தவிர்ப்பதே நல்லது.

மருதம் மீட்போம்

கர்ப்பிணிகளை காக்கும் அரிசி!

இன்று நாகரிகத்தின் உச்சமாய் இருக்கும் சில நாடுகளில் மனிதனின் காலடி படுவதற்கு முன்பே, இந்நிலத்தில் விவசாயம் நடந்துகொண்டிருந்தது. தொழில் துறையில் வேண்டுமானால் மேலை நாடுகளிடம் நாம் கற்றுக்கொள்ள நிறைய இருக்கலாம். ஆனால், விவசாயத்தைப் பொறுத்தவரை அவர்கள்தான் நம்மிடம் கற்றுக்கொள்ள வேண்டும். அவ்வளவு பாரம்பரியமான விவசாய சமூகம் நாம்.

நீர் மேலாண்மை, விதை நேர்த்தி, வயலைத் தயார் செய்தல், களை எடுத்தல், பூச்சிக்கொல்லி பயன்படுத்துதல், உரமிடுதல், அறுவடை செய்தல் என விவசாயத்தின் ஒவ்வொரு கட்டத்தையும் மண்ணுக்கும் பயிருக்கும் வளத்துக்கும் ஏற்ப திட்டமிடுவதில் நம் முன்னோர்கள் எந்த விவசாய மரபுக்கும் சளைத்தவர்கள் அல்ல.

நவீன விஞ்ஞானம் பரிசோதனைக்கூடங்களில் நுண்ணோக்கிகளையும் ரசாயனங்களைக் கொண்டு பரிசோதித்துக் கண்டறிந்த விஷயங்கள் யாவையும் தங்கள் பட்டறிவாலும் உள்ளுணர்வாலும் உணர்ந்திருந்தவர்கள் நம் முன்னோர்கள்.

தூக்கணாங்குருவி எந்த மரத்தில் கூடு கட்டுகிறது, மற்ற பறவைகள் எவ்வளவு உயரத்தில் கூடமைக்கின்றன என்பதைக்கொண்டே அந்த ஆண்டு எவ்வளவு மழை வரும், எப்போது மழை வரும் என்பதைக் கணிக்கும் திறன் பெற்றிருந்தவர்கள் நம் விவசாயிகள்.

மண்ணை வாயில் இட்டு மென்று அதில் என்ன விளையும் என்று சொல்லக்கூடிய திறமைசாலிகள் பலர் இங்கிருந்திருக்கிறார்கள். இவர்களைத்தான் படிக்காதவர்கள்; விவரமற்றவர்கள்

என்று ஏளனம் செய்தது மேற்கின் நவீன அறிவியல் விவசாயம்.

இதோ இன்னோர் உதாரணம் பூங்கார் நெல். கார்போஹைட் ரேட் உடன் பல்வேறு நுண்ணூட்டச்சத்துக்கள் நிறைந்த இதனை ஆயிரமாயிரம் ஆண்டுகளாகக் கர்ப்பிணிகளுக்குக் கொடுத்து தம் குலம் காத்துவந்தனர் நம் முன்னோர். கருத்தரித்த காலம் முதலே கர்ப்பிணிகளுக்கு பூங்கார் அரிசியைப் பொங்கித் தருவார்கள். வயிற்றில் உள்ள கரு தாயை நம்பி இருக்கிறது என்றால் அந்த தாய்மை நம்பி இருந்தது பூங்கார் அரிசியைத்தான்.

பாரம்பரிய அரிசிகளின் தனித்துவமே அவற்றில் வெறும் மாவுச் சத்து மட்டுமே இருப்பது இல்லை என்பதுதான். பெரும்பாலான பாரம்பரிய அரிசிகளில் உடலுக்குத் தேவையான நுண்ணூட்டச் சத்துகள் பல உள்ளன.

பூங்கார் அரிசியில் மாவுச்சத்துதான் பிரதானம் என்றாலும் இதன் மேற்புறத் தவிட்டில் உள்ள நார்ச்சத்து செரிமானத்தை மேம்படுத்துகிறது. மேலும், இதில் அயானிக் அளவிலான சத்துக்

மருதம் மீட்போம்

வீட்டிலேயே விவசாயம் செய்யலாமா?

ஆர்கானிக் காய்கறிகள் சாப்பிட வேண்டும் என்ற ஆசை அனைவருக்குமே உள்ளது. ஆனால், அது எங்கு கிடைக்கும்? விலை அதிகமாக இருக்குமோ? என்று எல்லாம் ஏகப்பட்ட குழப்பங்கள் பலருக்கும் உள்ளன. வீட்டில் இடவசதி இருப்பவர்கள் தேவையான காய்கறிகளை இயற்கையானமுறையில் பயிரிடலாம். வீட்டிலேயே தோட்டம் அமைப்பது இயற்கையான சூழலை உருவாக்கும். ஓய்வு நேரத்தைப் பயனுள்ளதாக மாற்றும். மனதை உற்சாகமாக வைத்திருக்க உதவும். உடலையும் ஆரோக்கியமாக்கும். மேலும், கழிவறை நீர் போன்ற உபயோகமில்லாத நீர் தேங்குவதும் தடுக்கப்பட்டு சுற்றுச் சூழலும் மேம்படும்.

வீட்டின் பின்புறமோ முன்புறமோ இருக்கும் காலி இடத்தைத் தேர்வு செய்யலாம். சமையலறை அல்லது குளியலறை கழிவு நீரைப் பயன்படுத்தும் விதத்திலும் தோட்டத்துக்கான இடத்தை அமைக்கலாம். காலியாக இருக்கும் இடத்தைப் பொறுத்தும், எத்தனை நபருக்கு காய்கறி தேவைப்படும் என்பதை பொறுத்தும் காய்கறித் தோட்டத்தின் அளவு நிர்ணயம் செய்ய வேண்டும்.

காய்கறித் தோட்டத்தை முடிந்தவரை சதுர வடிவத்தைவிட செவ்வக வடிவில் அமைப்பது நல்லது. ஊடுபயிர் சாகுபடி மற்றும் தொடர் சாகுபடிமுறையை மேற்கொள்வது நல்லது. நான்கு அல்லது ஐந்து நபர்கள் உள்ள ஒரு சராசரி குடும்பத்துக்குத் தேவைப்படும் காய்கறியை உற்பத்தி செய்ய ஐந்து சென்ட் இடம் இருந்தால் போதுமானதாகும்.

நிலத்தை 30-40 செ.மீ. ஆழத்துக்கு மண்வெட்டி கொண்டு கிளற வேண்டும். பெரிய கற்கள், புதர்கள், களைகள் ஆகியவற்றை முற்றிலுமாக அகற்ற வேண்டும். சுமார் 100 கிலோ நன்கு மட்கிய தொழு உரம் அல்லது மண்புழு எருவை இட்டு நன்கு கலக்கிவிட வேண்டும். தேவைக்கு ஏற்ப 45, 60 செ.மீ. என்ற இடைவெளியில் பார்சால் அமைக்க வேண்டும். தேவைப்பட்டால் படுக்கைமுறையிலும் சாகுபடி செய்யலாம்.

வெண்டை, கொத்தவரை மற்றும் தட்டைப்பயறு போன்றவை நேரடி விதைப்புப் பயிர்கள். இவற்றை பாரின் ஒரு புறத்தில் 30 செ.மீ. இடைவெளியில் நடவு செய்ய வேண்டும். முழுச்செடியாக அறுவடை செய்யப்படும் தண்டுக்கீரை, சிறுகீரை ஆகியவற்றை 1 பகுதி விதை 20 பகுதி மணல் என்ற விகிதத்தில் கலந்து கை விதைப்பு செய்ய வேண்டும். சின்ன வெங்காயம், புதினா, கொத்தமல்லி போன்றவற்றை வரப்பின் ஓரத்தில் நடலாம்.

நாற்று நடவு செய்யும் பயிர்களான தக்காளி, கத்தரி, மிளகாய் போன்றவற்றை நாற்றங்கால் படுக்கைகளில் அல்லது தொட்டிகளில் ஒரு

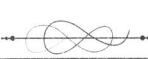

மாதத்திற்கு முன்பே விதைத்து முளைக்கச்செய்ய வேண்டும். விதைப்பு முடிந்ததுமே எறும்பு வருவதைத் தடுக்க வேப்பம் புண்ணாக்கைத் தூவலாம்.

விதைத்து 30 நாட்கள் கழித்துத் தக்காளியையும், 40–45 நாட்கள் கழித்து கத்தரி, மிளகாய், சிறுவெங்காயம் ஆகியவற்றையும் நாற்றங் களிலிருந்து எடுத்து, நிலத்தில் நடவு செய்ய வேண்டும். தக்காளி, கத்தரி, மிளகாய் ஆகியவற்றிற்கு 30–45 செ.மீ. என்ற இடைவெளி யில் பாரின் ஒரு பக்கத்திலும், சின்ன வெங்காயத்துக்கு 10 செ.மீ. இடைவெளியில் பாரின் இரு பக்கமும் நட வேண்டும்.

நடவு செய்தவுடன் முதல் தண்ணீரும் நட்ட மூன்றாம் நாள் மறு தண்ணீரும் பாய்ச்ச வேண்டும். நாற்றுகளுக்கு இளம் பருவங்களில் இரு நாட்களுக்கு ஒரு முறையும், பிற்பருவங்களில் நான்கு நாட்களுக்கு ஒரு முறையும் நீர் பாய்ச்ச வேண்டும்.

பல பருவத் தாவரங்களை மற்ற பயிர்களில் நிழல் படியாதவாறும், ஊட்டச்சத்துக்குப் போட்டி ஏற்படாதவாறும் தோட்டத்தின் மூலையில் நட வேண்டும். தோட்டத்தின் நடுவில் உள்ள நடைபாதையில் குறுகிய காலப் பயிர்களான கொத்தமல்லி, புதினா, பொன்னாங்கண்ணி, பாலக் போன்றவற்றை நடலாம். தண்டுக்கீரை, சிறுகீரை ஆகியவற்றை ஊடுபயிராகவும் நடலாம்.

முருங்கை, வாழை, பப்பாளி, கப்பக்கிழங்கு, கருவேப்பிலை போன்ற பல பருவத் தாவரங்களைத் தோட்டத்தின் ஓரத்திலோ வெளியிலோ நடலாம். மாமரம், தென்னை மரம், கொய்யாமரம் போன்றவற்றை தோட்டத்தில் நடாமல் வீட்டின் முன்புறம் நடலாம் அல்லது ஊட்டச் சத்து பாதிக்காத தூரத்தில் நடலாம்.

ஜப்பானிய மேதையைக் கவர்ந்த பூங்கார்!

எழுபதே நாளில் விளையும் பூங்கார் நெல்ரகம் பற்றிக் கேள்விப் பட்டு வியந்த ஜப்பானின் இயற்கை வேளாண் விஞ்ஞானி மசானோபு ஃபுகோகா, அந்த நெல்ரகத்தைப் பார்க்க வேண்டும் என்று விரும்பியிருக்கிறார். நமது ஊரில் இயற்கை வேளாண் விஞ்ஞானி நம்மாழ்வாரிடம் இதைப்பற்றிக் கேட்டிருக்கிறார். அப்போது இயற்கை வேளாண்மை சார்ந்த விழிப்புணர்வு போதிய அளவு இல்லாததாலும் போதிய தகவல் தொடர்பு சாதனங்கள் இல்லாததாலும் இதைக் கண்டறிய இயலவில்லை. இந்த பூங்கார் விதை நெல்லைக் கண்டு பிடித்த காலத்தில் அதைக் கொண்டுபோய் கொடுக்க ஃபுகோகா உயிரோடு இல்லை. ஐஆர் 8 போன்ற குட்டைரக நவீன நெற்களோடு போட்டியிடும் இந்த பழம்பெரும் குறுவைப் பயிரைப் பார்க்காமலேயே அந்த மேதை நம்மைவிட்டு நீங்கிவிட்டார்.

கள் இருப்பதால் ரத்த செல்களுக்கு வலுவை அளிக்கிறது. ரத்த உற்பத்தியை அதிகரிக்கிறது. நோய்எதிர்ப்பு மண்டலத்தை வலு வாக்குகிறது. பிரசவத்தை எளிதாக்குகிறது. தாய்ப்பால் சுரப்பை மேம்படுத்துகிறது.

பூங்கார் குறுகியகாலப் பயிராகும். ஆண்டின் எல்லா பருவங் களுக்கும் பயிர் செய்ய ஏற்றதான இவ்வகை, தமிழகத்தின் அனைத்து மாவட்டங்களிலும் உள்ள மண் வகையிலும், ஆண்டுக்கு மூன்று முதல் ஐந்து முறை சாகுபடி செய்யக்கூடிய அற்புதமான ரகமாகும். நாற்பது நாட்களுக்கு விதை உறக்கத்தில் இருந்து அதற்குப் பிறகே முளைக்கக்கூடிய திறன்கொண்டதாகும்.

இது நடுத்தரமான நெல்ரகம். நடவும் செய்யலாம் நேரடி விதைப்புக்கும் ஏற்றதாகும். சிவந்து காணப்படும் இந்த நெற்பயிரின் அரிசியும் சிவப்பாகவே உள்ளது. இது பெரும்பாலும் எழுபது நாட்களில் அறுவடைக்குத் தயாராகிவிடும். ஆனால், தமிழகத்தின் ஒருசில இடங்களில் நீர்வளம் மற்றும் மண்வளம் காரணமாக தொண்ணூறு நாட்கள் ஆகும்.

மற்ற நெல்ரகங்களை ஒப்பிடும்போது இதன் தாங்குதிறன் அசாதாரணமானது. 1952ல் தமிழகம் முழுதும் கொட்டித் தீர்த்த மழையில் ஏராளமான பயிர்கள் நாசமாகின. அப்போது பெரும் பாலான விவசாயிகளைக் காப்பற்றியது பூங்கார்தான்.

வானம் பார்த்த பூமியான தமிழக விவசாய நிலங்களுக்கு பருவ மழைதான் வரமும் சாபமும். அது ‘காய்ந்தும் கெடுக்கும்; பெய்தும் கெடுக்கும்’ என்பார்கள். மழையே இல்லாத வறட்சி என்றாலும் கொட்டித் தீர்த்த கனமழை என்றாலும் இரண்டையும் தாங்கி

வளரக்கூடிய அதிசயப் பயிர் பூங்கார்.

தமிழகம் முழுதும் நன்கு விளைந்தாலும் வறண்ட மாவட்டமான ராமநாதபுரத்தில் அதிகமாகப் பயிரிடப்படுகிறது. வரப்புக் குடைஞ்சான், குழியடித்தான் போன்ற பாரம்பரிய நெல் வகைகளைவிட, பெரும் வறட்சியைத் தாங்கும் தன்மைகொண்ட தாவரம் இது.

நிலத்தை உரமூட்ட கொளிஞ்சி, காவாழை, தஞ்சாவூர் பூண்டு ஆகியவற்றின் விதைகளை ஒன்றாகக் கலந்து ஏக்கருக்கு 20 கிலோ தெளிக்க வேண்டும். 30-ம் நாள் தழைத்திருக்கும் இவற்றை மடக்கி உழுது, ஒரு ஏக்கருக்கு வெறும் ஐந்து கிலோ பூங்கார் விதையைத் தெளித்தாலே போதும். 27-ம் நாளிலிருந்து வாரம் ஒருமுறை 100 லிட்டர் தண்ணீரில் மூன்று லிட்டர் பஞ்சகவ்யா கலந்த கரைசல் மற்றும் 100 லிட்டர் தண்ணீரில் ஒரு லிட்டர் மீன் அமிலம் கலந்த கரைசல் இது இரண்டையும் மாற்றி மாற்றித் தெளிக்க வேண்டும்.

மற்ற நெற்களைப் போல் இதற்கு வயலில் அதிகத் தண்ணீரும் வேண்டாம். பயிரின் அடிப்பகுதியைத் தொட்டுக்கொண்டு இருப்பது போல் நீர் இருந்தால் போதும். அதாவது மற்ற நெல்லுக்கு பாய்ச்சும் நீரில் நாற்பது சதவீதம் வரை குறைவாக இருந்தாலே போதுமானது.

சராசரியாக ஏக்கருக்கு 30 மூட்டை பூங்கார் ரகநெல் மகசூலாகக் கிடைக்க வாய்ப்புள்ளது. ஒரு மூட்டை 1,500 ரூபாய்க்கும் மேலாக விலை போகிறது. இதனால், இரண்டு ஏக்கர் பூங்கார் நெல் சாகுபடி மூலம் ஆண்டுக்கு ஒரு லட்ச ரூபாய்க்கு மேல் லாபம் கிடைக்க வாய்ப்புள்ளது.

மருதம் மீட்போம்

குடவாழை அரிசி உண்டால் தாய்ப்பால் சுரக்கும்!

தாய்மை. மனித குலத்தை வாழ வைக்கும் மகத்தான செயல் பாடு.

தன்னுடலில் உருவான கருவுக்கு உயிரூட்டி, உணர்வூட்டி பத்து திங்கள் பதமாய் காத்து, இடர் சகித்து, வலி பொறுத்து பூமிக்கு கொண்டு வருகிறாள் அன்னை.

ஒவ்வொரு குழந்தையும் தன் தாயின் உடலிலிருந்து சத்துக்களை எல்லாம் எடுத்துக்கொண்டு அவளைச் சக்கையாக்கிவிட்டுத்தான் இந்த பூமிக்கு வருகிறது.

ஆனாலும் -

அதை நோகாமல் மாரோடு அணைத்து சீராட்டி வளர்ப்பது தான் தாய்மை.

இதைதான் 'பெற்ற மனம் பித்து; பிள்ளை மனம் கல்லு' என்ற பழமொழியாகச் சொன்னார்கள் நம் முன்னோர்கள்.

இப்படி உடல் கரைத்து உயிரூட்டிய அன்னைக்கும், புதிதாய் பூமி வந்த பிள்ளைக்கும் ஆரோக்கியம் காக்க ஓர் அரிசி உண்டு. அதுதான் குடவாழை.

பேறுகாலத்தில் தாயின் உடல் தளர்ந்திருக்கும் சேயின் உடலோ பூமிக்கு வந்த புதிது என்பதால் நோய் எதிர்ப்பு சக்தி குறைந்திருக் கும். குடவாழை அரிசியைப் பொங்கிச் சாப்பிடும்போது அது அன்னையின் உடலில் நோய் எதிர்ப்புச் சக்தியை மேம்படுத்தும். தாய்ப்பாலைப் பெருகச்செய்யும். தாய்ப்பாலின் வழியே அத்தனை சத்துக்களும் குழந்தைக்குச் சேர்வதால் குழந்தையும் ஆரோக்கிய மாய் இருக்கும்.

இளங்கோ கிருஷ்ணன்

குடவாழை அரிசி சிவப்பு நிறத்தில் சற்று தடிமனாக மோட்டா ரகமாக இருக்கும். இதன் மேற்புறத் தவிட்டில் உள்ள நார்ச்சத்து, அயானிக் சத்துக்கள் செரிமான மண்டலத்தைச் சீராக்குகின்றன. ரத்தத்தைச் சுத்திகரித்து, அன்னையின் உடலில் உள்ள பிரசவ காலக் கசடுகளை நீக்குகின்றன. குடல் சுத்தமாவதோடு குடலில் உள்ள புண்களும் ஆறும். அல்சர் பிரச்சனை உள்ளவர்களுக்கு ஏற்ற அரிசி இது.

மலச்சிக்கலை அறவே போக்கும். குடவாழை அரிசியின் மாவுச் சத்து அடர்த்தி சிறப்பானது என்பதால் இது ரத்தத்தில் சர்க்கரையை (குளுக்கோஸ்) மெதுவாகவே கரைக்கிறது. இதனால் வெகு நேரம் பசி தாங்க முடியும். இதன் கிளைசெமிக் இண்டக்ஸ் குறைவு என்பதால் சர்க்கரை நோயாளிகளுக்கும் ஏற்றது.

குடவாழை அரிசியில் சோறும் வடிக்கலாம், பலகாரங்களும் செய்யலாம். அரிசியில் செய்யக்கூடிய எல்லாவகைப் பலகாரங்

37

 மருதம் மீட்போம்

மீன் அமிலம் தெளிக்கணும்!

சோமு இளங்கோ

குடவாழை நேரடி விதைப்புக்கு ஏற்ற நெல்ரகம். இதை வாரி இறைத்து விட்டாலே முழுக்க முழுக்க மழைநீரைக் கொண்டே வளரக்கூடியது. பயிரிடும் முன் நிலத்தில் ஆடு, மாடுகளைக்கொண்டு கிடை அமைத்து நிலத்தை வளப்படுத்துவது நல்லது. உரமிடுவது என்றால் சித்திரை, வைகாசி மாதங்களிலேயே நன்றாக உழுது ஆட்டுச் சாணம், மாட்டுச் சாணம் போன்ற தொழுவுரங்கள் இட வேண்டும். மாவிலைச் சருகுகள் போன்றவற்றை குழிதோண்டி இடுவதும் நல்லது. இப்படி மண்ணை வளமாக்கிய பின் ஆடியில் நன்றாக புழுதியடித்துவிட வேண்டும்.

ஆவணி கடந்து புரட்டாசி பத்து தேதிக்குள்ளாக விதையைத் தூவ வேண்டும். புரட்டாசி மழையில் மிகச் சிறப்பாக வளர்ந்து விடும். முளைப்புக் கட்டிய பதினைந்தாவது நாளில் ஏக்கருக்கு ஒரு லிட்டர் பஞ்சகவ்யாவை கைத் தெளிப்பானில் கொடுக்கலாம். இந்த பஞ்சகவ்யா கரைசலை இருபது நாட்களுக்கு ஒருமுறை கொடுப்பது நல்லது. கார்த்திகை மாதத்தில் களைகள் முளைத்திருக்கும். இதன் களைகளை பிடுங்க வேண்டிய அவசியம் இல்லை. அப்படியே கால்க ளால் நன்றாக மிதித்துவிட்டாலே போதுமானது.

நூற்று இருபதாவது நாளில் கதிர் எடுத்திருக்கும். தொண்டைக் கதிராக இருக்கும்போதே மீன் அமிலம் தெளிக்கலாம். மீனை வாங்கி அறுத்து சுத்தம் செய்து, கோமியம், நாட்டுச்சர்க்கரைக் கரைசலில் போட்டு 15 நாட்கள் ஊற வைப்பதுதான் மீன் அமிலம். ஒரு ஏக்கருக்குத் தேவையான மீன் அமிலம் தயாரிக்க இரண்டு லிட்டர் கோமியம், ஒரு கிலோ மீன், ஒரு கிலோ நாட்டுச் சர்க்கரை தேவை. மீன் அமிலம் கொடுப்பதால் அனைத்துக் கதிரும் பதர் இல்லாமல் கருக்காய் இல்லாமல் நெல்லாகும். மண்ணின் வளத் துக்கு ஏற்ப காய்ச்சலும் பாய்ச்சலுமாக நீர் மேலாண்மை செய்து வந்தால் 130 முதல் 150 நாட்களுக்குள் அறுவடைக்குத் தயாராகி விடும் குடவாழை. ஏக்கருக்கு 15 மூட்டை வரை நெல் கிடைக்க வாய்ப்புள்ளது.

களுக்கும் குடவாழை ஏற்றது. ருசியும் நன்றாக இருக்கும். பழைய சாதமாக, நீராகாரமாக இதைத் தொடர்ந்து உண்டுவந்தால் உடல் பலவீனமானவர்களும் தேறிவிடுவார்கள். இன்றும் விவசாயிகள்

பருவத்தே பயிர் செய்!

வீட்டுத் தோட்டம் அமைப்பது குறித்த மாதிரிப் பயிர் திட்டம் இது. நமது ஊரின் பொதுவான சூழ்நிலைக்கு ஏற்ப இது வடிவமைக் கப்பட்டுள்ளது. மலைப் பகுதியில் உள்ளவர்கள் தவிர மற்றவர்கள் இதைப் பயன்படுத்தலாம். இந்தத் திட்டமுறையில் சில பயிர்கள் வருடம் முழுவதுக்கும் ஒவ்வொரு பாத்தியிலும் தவறாமல் இடம் பெறுகின்றன. இயன்றவரை ஒவ்வொரு பாத்தியிலும் ஒரு நெடுங்காலப் பயிரும் குறுகிய காலப் பயிரும் இடம்பெறுமாறு வடிவமைக்கப்பட்டுள்ளது.

பாத்தி 1: தக்காளி, வெங்காயம், முள்ளங்கி, பீன்ஸ், வெண்டைக்காய். பிப்ரவரி, மார்ச், மே, ஜூன், செப்டம்பர், அக்டோபர், நவம்பர் மற்றும் டிசம்பர் மாதங்களில் பயிரிடலாம்.

பாத்தி 2: கத்தரி, பீன்ஸ், தக்காளி, தண்டுக்கீரை, சிறுகீரை. மே, ஜூன், செப்டம்பர், அக்டோபர், நவம்பர் மாதங்களில் பயிரிடலாம்.

பாத்தி 3: மிளகாய், முள்ளங்கி, தட்டவரை / காராமணி, பெல்லாரி வெங்காயம். பிப்ரவரி, மார்ச், மே, ஜூன், செப்டம்பர், டிசம்பர் மாதங்களில் பயிரிடலாம்.

பாத்தி 4: வெண்டைக்காய், முள்ளங்கி, முட்டைக்கோஸ், கொத்த வரங்காய். ஜனவரி, மார்ச், ஜூன், ஆகஸ்ட், செப்டம்பர், டிசம்பர் மாதங்களில் பயிரிடலாம்.

பாத்தி 5 : பெரிய வெங்காயம், பீட்ரூட், தக்காளி, வெங்காயம். மார்ச், ஏப்ரல், மே, ஜூன், ஆகஸ்ட், செப்டம்பர், நவம்பர், டிசம்பர் மாதங்களில் பயிரிடலாம்.

பாத்தி 6 : கொத்தவரங்காய், கத்தரி, பீட்ரூட். ஜனவரி, ஜூன், செப்டம்பர், அக்டோபர் மாதங்களில் பயிரிடலாம்.

பாத்தி 7: பெரிய வெங்காயம், கேரட், பூசணி. ஜனவரி, மார்ச், ஜூலை, ஆகஸ்ட், செப்டம்பர், டிசம்பர் மாதங்களில் பயிரிடலாம்.

பாத்தி 8: மொச்சை, அவரை, வெங்காயம், வெண்டைக்காய், கொத்தமல்லி. ஜனவரி, ஏப்ரல், மே, ஜூன், ஆகஸ்ட், செப்டம்பர், டிசம்பர் மாதங்களில் பயிரிடலாம்.

காலை, மதியம் இரண்டும் வேளைக்கும் சேர்த்து ஒரே வேளை உணவாகச் சாப்பிடுவது குடவாழை நீராகாரத்தைத்தான். அவ்வளவு சிறப்பாகப் பசி தாங்கிச் சோர்வு அளிக்காமல் வேலை செய்யும் தெம்பைத் தரக்கூடியது.

குடவாழை இயற்கைச் சீற்றங்களைத் தாங்கி வளரும் போர் குணம் மிக்க தாவரம். கடலோரப் பகுதிகளில் நன்றாக வளரும். கடல் நீர் உட்புகும் உவர் நிலங்களிலும் இது பயிராகும் என்பது தான் இதன் சிறப்பே.

தமிழகத்தைப் பொறுத்தவரை நாகப் பட்டினம் மாவட்டத்தின் வேதாரண்யம் பகுதியில் இது காலங்காலமாக பயிரிடப்பட்டு வருகிறது. உவர் நிலங்களைத் தவிர மற்ற மானாவாரிப் பகுதிகளிலும் வளரச் சாத்திய மான நெல்ரகம்தான் இது. நூற்று முப்பது முதல் நூற்றி ஐம்பது நாட்களுக்குள் அறுவடைக்குத் தயாராகும் அடிப்புறம் குடம் போல் பருத்து கதிர்கள் வாழைபோல் விரிவதால் குடவாழை எனப்பட்டது.

குடவாழை அரிசியை மிகச்சிலரே பயிரிடுவதால் இதற்கு இன்று தேவை மிக அதிகமாக உள்ளது. இயற்கைமுறையில் பாரம்பரிய நெல் பயிரிடு பவர்களேகூட குடவாழையை குறைவாகவே பயிரிடுகிறார்கள். உண்மையில், மழையை மட்டுமே நம்பி கிடைக்கும் சொற்ப நீரிலும் வளர்ந்து விடும் தாவரம் இது. இதை இயற்கை வேளாண்மை ஆர்வலர்களும் அரசும் இன்னும் பரவலாகக்கொண்டுசெல்ல வேண்டும்.

குழந்தைக்கு ஊட்டவேண்டிய முதல் சோறு!

தாய்ப்பால்தான் பிறந்த குழந்தையின் உயிர் காக்கும் அமுதம். அதை இரண்டு வருடங்களேனும் ஒரு குழந்தை பருக வேண்டியது அவசியம். அதே சமயம் குழந்தை வளர வளர அதன் நோய் எதிர்க்கும் திறனின் தேவையும் அதிகரிக்கிறது அல்லவா? அதனால்தான் ஆறு மாதங்களுக்குப் பிறகு அரிசிச் சோறும் தரப்படுகிறது.

ஒரு குழந்தை தாய்ப்பாலிலிருந்து அரிசிக்கு மாறும்போது முதலில் தரவேண்டிய அரிசி வாடன் சம்பாதான். காலங்காலமாக நம் முன்னோர்கள் வாடன் சம்பாவைத்தான் முதன் முதலாகக் குழந்தைகளுக்குத் தந்துள்ளார்கள். 'வாடன் சம்பாவுக்கு வாடிய உடலும் தேறும்' என்று ஒரு சொல்வழக்கு உண்டு. வாடன் சம்பாவின் மகத்துவத்தைச் சொல்லும் அனுபவ வாக்கு இது.

இந்த அரிசி வாரன் சம்பா என்றும் சில பகுதிகளில் குறிப்பிடப் படுகிறது. சன்னரகமான அரிசியான வாடன் சம்பாவில் உள்ள கார்போஹைட்ரேட் எனும் மாவுச்சத்து மிக எளிதில் ஜீரண மாகக்கூடியது. வெளிர் மஞ்சள் அல்லது சற்றே பழுப்பு நிறம் கொண்ட இந்த அரிசியின் மேற்புறத் தவிட்டில் நார்ச்சத்து நிறைந் துள்ளது. இதனால் செரிமானம் எளிதாகிறது. இதன் அயானிக் அளவிலான நுண்ணூட்டச்சத்துக்கள் நோய் எதிர்ப்புச் சக்தியை மேம்படுத்துகின்றன.

எளிதில் ஜீரணமாகக்கூடிய அரிசி என்பதால் குழந்தைகளுக்குக் கொடுக்கும்போது அதன் செரிமான மண்டலம் சீராக செயல்படும். மேலும், குழந்தையின் வயிற்றில் உள்ள மரபார்ந்த நுண்ணுயிர்

இயற்கை உரம்

தாவரங்கள், பறவைகள், விலங்குகளின் கழிவுகளிலிருந்து உரம் தயாரிப்பதை இயற்கை உரம் என்கிறோம். இவற்றின் கழிவுகள் மட்கும்போது அதன் சிதைவுறுதல்களிலிருந்து மண்ணில் உள்ள நுண்ணுயிர்களுக்குத் தேவையான ஊட்டச்சத்துகள் தயாராகின்றன. இந்த ஊட்டச்சத்துக்களை எடுத்துக்கொண்ட நுண்ணுயிர்கள் அதை பயிர்களின் உடலில் சேர்க்கின்றன.

இயற்கை உரம் என்ற வழக்கம் பல நூறு ஆண்டுகளாக நம் மரபில் இருந்துவரும் உரமிடுதல் முறைதான்.

இயற்கை உரங்களை பருமனானவை, அடர்த்தியானவை என அதன் ஊட்டச்சத்து திறனின் அடிப்படையில் இருவகையாகப் பிரிக்க லாம். பருமனான இயற்கை உரங்கள் குறைவான ஊட்டச்சத்துக்கள் கொண்டவை என்பதால் இவற்றை அதிகமாக இட வேண்டியது இருக்கும். பண்ணை உரங்கள், மட்கிய உரங்கள், பசுந்தாள் உரங் கள் போன்றவை இதற்கு ஆதாரமாக இருப்பவை. இவற்றைப் பயன் படுத்துவதால் தாவரத்துக்குத் தேவையான ஊட்டச்சத்துகளோடு நுண்ணூட்டச்சத்துகளும் இணைந்து கிடைக்கின்றன.

மண்ணின் அமைப்பு மற்றும் அதன் நீர்ப்பிடிப்பு கொள்ளளவு போன்ற இயற்கையான விஷயங்கள் மாறுபடாமல் பயிருக்குக் கிடைப்பதால் பயிர் வளரும் சூழல் மேம்படுகிறது. இவ்வகை உரங்கள் சிதைவு றுதலின்போது கார்பன் டை ஆக்ஸைடு எனும் கரியமில வாயுவை வெளிப்படுத்துவதால் அந்தச் சத்தும் நிலத்துக்கும் பயிர்களுக்கும் கிடைக்கிறது. பயிர்களின் ஒட்டுண்ணிகளான நூல் புழுக்கள் மற்றும் பூஞ்சாணங்கள் ஆகியவற்றைக் கட்டுப்படுத்த உதவுகிறது.

களின் (Guts Microbes) சீரான வளர்சிக்கு வாரன் சம்பா மிகச்சிறந்த உணவு.

பேதியால் பாதிக்கப்பட்டவர்களுக்கு வாடன் சம்பாவில் கஞ்சி வைத்துக்கொடுக்கும் பழக்கம் இன்றும் கிராமங்களில் உள்ளது. மஞ்சள்காமாலை நோயால் பாதிக்கப் பட்டவர்களுக்கும் கல்லீரல் தொடர்பான மற்ற பிரச்சனை உள்ள வர்களுக்கும் வாடன் சம்பா ஏற்றது. எளிதில் செரிமானமாகும் என்பதால் கல்லீரலுக்கு இதமானது. புற்றுநோய், ஆஸ்துமா போன்ற நோய் பாதிப்பு உள்ளவர்களும் வாரன் சம்பாவை உணவில் சேர்த்துக்கொள்ளலாம்.

சன்ன ரகமான அரிசி என்பதால் இதைக்கொண்டு விதவிதமான பலகாரங்கள் செய்யலாம். வாடன் சம்பாவின் ருசியும் அமோக மாக இருக்கும். முறுக்கு, சீடை போன்ற எண்ணெயில் பொரிக்கப்

 இளங்கோ கிருஷ்ணன்

இயற்கை உரம் எதில் இருந்து கிடைக்கிறது?

- கால்நடைத் தொழுவத்தின் கழிவுகளான சாணம், சிறுநீர், சாண எரிவாயுக் கலத்தில் உள்ள சேற்றுக் குழம்பு.
- மனிதர்கள் வாழும் இடங்களில் இருந்து வரும் கழிவுகளான மலக்கழிவு, சிறுநீர், நகரக் கழிவுகள், கழிவு நீர், சாக்கடைக் கழிவு, கழிவுப் படிமம்.
- கோழிப்பண்ணையின் குப்பைகள்.
- இறைச்சி வெட்டுமிடத்தில் உள்ள கழிவுகளான எலும்பு, எரு, மாமிச எரு, ரத்த எரு, கொம்பு மற்றும் குளம்பு எரு, மீனின் கழிவுகள்.
- வேளாண் பொருட்களில் இருந்து கிடைக்கும் எண்ணெய் பிண்ணாக்கு, கரும்புச் சக்கை, சர்க்கரை ஆலைக் கழிவுகள், பழங்கள், காய்கறிகளின் கழிவுகள் பயிர் கழிவுகள், கரும்பின் சோகை, தென்னையின் உதிரிப் பொருட்கள், பயிர் தூர்கள், வெங்காயத் தாமரை, களைகள், நீர்த் தொட்டிப் படிவுகள், பசுந்தாள் உரப் பயிர்கள் மற்றும் பசுந்தழை உரப் பொருட்கள்.

படும் பலகாரங்களை வாடன் சம்பாவில் செய்தால் நன்கு மொறு மொறுப்பாக இருக்கும்.

வாடன் சம்பா வறட்சியான சூழ்நிலைகளிலும் வளரக்கூடியது. வறட்சியைத் தாங்கி மழை பொழியும்போது தழைத்துக்கொள்ளும் போராட்ட குணம் நிறைந்தது. மானாவாரி நிலப்பகுதிகளிலும் விளையக்கூடியது. சுமார் நான்கு அடிகள் வரை வளரக்கூடிய இது சராசரியாக நூற்று நாற்பது நாட்களில் அறுவடைக்குத் தயாராகும்.

தமிழ் நாட்டின் அனைத்து மாவட்டங்களிலும் ஆகஸ்ட், செப்டம்பர் சம்பா பட்டத்தின்போது இதை சாகுபடி செய்யலாம். நேரடி விதைப்பு மற்றும் நாற்றங்கால் வைத்து நடவு செய் தல் என இருமு றைக்குமே ஏற்றது.

பயிரிடுவதற்கு முன்பு நிலத்தைப் வளப்படுத்த வேண் டும். கோடை உழவு போல இரண்டு முறை நிலத்தை

பயிர்களுக்கு உயிர் தரும் பிண்ணாக்கு!

எண்ணெய் வித்துகளிலிருந்து எண்ணெய் எடுக்கப்பட்ட பிறகு மீதம் உள்ள சக்கையைக் காயவைத்தால் கிடைப்பது எண்ணெய் பிண்ணாக்கு. இது ஒரு மிகச்சிறந்த உரம். எண்ணெய்ப் பிண்ணாக்கில் உண்ணத்தகுந்தவை, உண்ணத் தகாதவை என இருவகை உள்ளன. உண்ணத் தகுந்த எண்ணெய்ப் பிண்ணாக்குகளை கால்நடைகளுக்கு உணவாகக் கொடுக்கலாம். உதாரணம், கடலைப்பிண்ணாக்கு மற்றும் தேங்காய்க் கட்டி போன்றவை.

உண்ணத்தகாத எண்ணெய்ப் பிண்ணாக்குகளும் உள்ளன. உதாரணமாக, ஆமணக்குக்கட்டி, வேப்பங்கட்டி, இலுப்பைக்கட்டி போன்றவற்றைச் சொல்லலாம். இந்த இருவகை எண்ணெய்ப் பிண்ணாக்குகளையுமே தோட்டப் பயிர்களுக்கு எருவாகப் பயன்படுத்தலாம்.

எண்ணெய்ப் பிண்ணாக்கில் இருக்கக்கூடிய ஊட்டச்சத்துக்கள் தாது ஏற்றம் நிகழ்ந்த 7 முதல் 10 நாட்களுக்குள் பயிர்களுக்கு கிடைக்கும். பிண்ணாக்குகளைப் பயிர்களுக்கு அளிக்கும்போது பொடி செய்து அளிக்க வேண்டும். இதனால் ஊட்டச்சத்துக்கள் எளிதாகச் சிதைவுறுவதோடு சமமாகப் பரவவும் செய்யும்.

நன்கு உழுதுகொண்டு பசுந்தாள் உரம் அல்லது நன்கு மட்கிய தொழுவுரம் இட வேண்டும். சுமார் பதினைந்து நாட்களில் பசுந்தாள் தளிர்கள் பூவெடுத்தபிறகு நன்கு மடக்கு உழ வேண்டும். பிறகு இதில் நீர் பாய்ச்சினால் நான்கைந்து நாட்களில் மட்கிப்போகும். இதன் பிறகு ஒருமுறை உழவு ஓட்டி நடவு செய்யலாம்.

வாடன் சம்பாவுக்கு காய்ச்சலும் பாய்ச்சலுமான பாசன வசதியே போதுமானது. பயிர் நன்கு வளர்ந்து வரும்போது ஒரே ஒருமுறை மூலிகைப் பூச்சி விரட்டி வைக்கலாம். பிறகு

இளங்கோ கருஷ்ணன்

எண்ணெய்ப் பிண்ணாக்கில் உள்ள ஊட்டச்சத்துக்களின் சராசரி அளவு (சதவீதத்தில்)

பிண்ணாக்குகள்	தழைச்சத்து	மணிச்சத்து	சாம்பல்சத்து
உண்ணத் தகுதியற்ற பிண்ணாக்குகள்	4.3	1.8	1.3
பருத்தி விதைக்கட்டி (தோலுரிக்காதது)	3.9	1.8	1.6
புங்கக் கட்டி	3.9	0.9	1.2
இலுப்பைக்கட்டி	2.5	0.8	1.2
செந்தூரக் கட்டி (தோலுரிக்காதது)	4.9	1.4	1.2
உண்ணத் தகுதியுள்ள பிண்ணாக்குகள் தேங்காய்க்கட்டி	3.0	1.9	1.8
பருத்தி விதைக்கட்டி (தோலுரித்தது)	6.4	2.9	2.2
நிலக்கடலைக்கட்டி	7.3	1.5	1.3
ஆளி விதைக்கட்டி	4.9	1.4	1.3
போயள் கட்டி	4.7	1.8	1.3
கடுகு விதைக் கட்டி	5.2	1.8	1.2
செந்தூரகக்கட்டி (தோலுரித்தது)	7.9	2.2	1.9
எள்கட்டி	6.2	2.0	1.2

ஒருமுறை பஞ்சகவ்யம் கொடுத்தால் விளைச்சல் மிகச் சிறப்பாக இருக்கும்.

வாடன் சம்பாவின் நெல்மணிகள் கொட்டும் தன்மை கொண்டவை என்பதால் இவற்றை பத்து நாட்களுக்கு முன்பாகவே அறுவடை செய்ய வேண்டியது அவசியம். சிறப்பான முறையில் வயலை சமன்படுத்தி, வளமாக்கி, களை நீக்கி, பஞ்சகவ்யம், மூலிகைப் பூச்சிவிரட்டி ஆகியவற்றை பயன்படுத்தி பயிர் காத்துவந்தால் வாடன் சம்பா ஏக்கருக்கு இருபத்தைந்து மூட்டைகள் வரை விளையும். வாடன் சம்பாவுக்கு தற்போது சந்தை மதிப்பு மெல்ல அதிகரித்துவருகிறது. குழந்தைகளின் வயிற்றை நிறைத்து; விவசாயிகளின் மனதை நிறைக்கும் அற்புத உணவு வாடன் சம்பா.

யானைக்கும் இந்த நெல்லுக்கும் என்ன சம்பந்தம்?

எப்போது நடந்தது என்று கேட்காதீர்கள். சுமார் இரண்டாயிரம் ஆண்டுகளுக்கு முன்பு என்று வைத்துக்கொள்ளுங்களேன்.

குறிஞ்சித் திணையில் நடந்த சம்பவம் இது. அதாவது மலையும் மலையைச் சார்ந்த இடத்திலும் நடந்தது.

இரண்டு மலைகள் ஒன்றுசேரும் இடங்களில் உருவாகும் சம தளங்களிலும் மலைகளுக்கு இடைப்பட்ட பள்ளத்தாக்குகளிலும் மலைச்சரிவுகளிலும் காடு திருத்தி கழனி சமைத்து விவசாயம் செய்துவந்தனர் நம் பூர்வகுடிகள்.

குறிஞ்சிநில மக்களை வேட்டுவர், கானவர் எனப் பல்வேறு பெயர்களில் அழைப்பார்கள்.

ஒருநாள் தன் கழனியைக் காவல் காக்க விடிந்ததும் வருகிறான் வேட்டுவன்.

முந்தைய இரவு சாப்பிட்ட கள்ளின் போதை இன்னமும் கண்ணில் மிச்சமிருக்கிறது.

ஓங்குதாங்காக எட்டடி உயரம் வளர்ந்திருக்கும் நெற்பயிர்களுக்குள்ளே சலசலப்பு. பச்சைப்பசேல் என இருக்கும் பயிர்களுக்கு இடையே ஆங்காங்கே அசையும் கறுப்பும் பழுப்புமான வண்ணங்கள். திடீர் என திசை அதிர, குலை நடுங்க ஒரு பிளிறல். உள்ளே ஒரு யானைக்கூட்டம். சத்தமில்லாமல் நுழைந்து விளைந்து நிற்கும் நெற்பயிர்களை கபளீகரம் செய்துகொண்டிருக்கிறது.

கோபத்தில் முகம் சிவந்த வேட்டுவன் தன் மீசை துடிக்க கூக்குரலிட்டும் அம்பைச் செலுத்தியும் முழவை முழக்கியும் யானைக்கூட்டத்தை விரட்டியடிக்கிறான். இப்படி ஒரு சித்திரிப்பு

நம்முடைய சங்க இலக்கியத்தில் உள்ளது.

யானையை மறைக்கும் உயரத்துக்கு நெற்பயிர்கள் விளையுமா? விளையும். அதன் பெயர்தான் காட்டுயானம்.

காட்டு யானையையே மறைக்கும் உயரத்துக்கு வளர்வதால் தான் இந்தப் பெயர் வந்தது. பாரம்பரிய நெல் ரகங்களில் காட்டு யானம் தனித்துவமானது. இந்த நெல்ரகம் காட்டுப் பகுதிகளில் மானுட முயற்சியே இல்லாமல்கூட வளரக்கூடியது. பெரிதாக, தடிமனாக, மோட்டா ரகமாக சிவப்பு வண்ணத்தில் இருக்கும். நன்கு வளர்ந்த ஒரு நபர் மரத்தில் கனி பறிப்பதைப் போல்தான் இதன் கதிரைத் தொடமுடியும். 'காட்டுயானம் விளைந்த காட்டில் யானை நின்றாலும் தெரியாது' என்ற சொல் வழக்கே உண்டு. காட்டு யானை போன்ற மிகப்பெரிய உயிர்களுக்கே தேவையான ஊட்டச் சத்துக்களைக்கூட கொண்டிருக்கும் அற்புத அரிசி இது என்பது இதன் மூலம் தெரிகிறது.

சிவப்பு வண்ண அரிசிகளின் மருத்துவக் குணம் மற்ற அரிசி களைவிடவும் மிகச்சிறப்பானது. காட்டுயானத்தின் மேற்புற உமி யில் இரும்புச்சத்து நிறைந்துள்ளது. இது ரத்தத்தைப் பெருகச்செய்து, நோய் எதிர்ப்புச் சக்தியை அதிகரிக்கிறது. ரத்தசோகையைத் தடுக் கிறது. இந்த அரிசியின் உட்புறத்தில் மாவுச்சத்தோடு நார்ச்சத்தும்

கோடையிலும் பயிரிடலாம்!

கார்த்திக், இயற்கை விவசாயி

காட்டுயானம் வறண்ட நிலத்திலும் நீரே இல்லாத சூழ்நிலையிலும் வளரக்கூடிய தாவரம். இதன் தண்டு தடிமனாகவும் பயிர் சற்று அகலமாகவும் வளரும் என்பதால் இதை சராசரியாக ஒரு அடி இடைவெளியில் நட வேண்டியது அவசியம். எனவே, நேரடி விதைப்பைவிடவும் நாற்றங்கால் அமைத்து முளைக்கச் செய்தபின் நடவு செய்வதுதான் மிகச்சிறந்த முறையாகும்.

ஒரு ஏக்கர் காட்டுயானம் பயிரிட சராசரியாக ஆறு கிலோ வரை விதை நெல் தேவைப்படும். நெல்லை விதைநேர்த்தி செய்தபின் பிளாஸ்டிக் பையில் சுமார் பத்து முதல் இருபதடி அகலத்துக்கு நாற்றங்கால் அமைக்க வேண்டும். அதாவது பிளாஸ்டிக் பையில் மண்ணைத் தூவி அதன் மேற்புறம் நன்கு மட்கிய தொழு உரம் இட வேண்டும். அதன் மீது மீண்டும் மண்ணைத் தூவி நீர் பாய்ச்சி விதையைத் தூவ வேண்டும். ஈரப்பதம் தங்கியிருக்க அதன் மீது வைக்கோல் தூவ வேண்டும். காட்டுயானம் சாதாரணமாக தூவினாலே நன்கு முளைத்துவந்து விடும். இப்படி முறையாகப் பராமரித்தால் இன்னும் சிறப்பாக வளரும். நாற்றாங்காலில் சுமாராக தண்ணீர் தெளித்தாலே போதுமானது நன்கு சொதசொதவென இருக்க வேண்டியது இல்லை. இப்படி பராமரித்து வந்தால் பன்னிரண்டு முதல் பதினெட்டு நாட்களுக்குள் முளைப்புத் திறன் பெற்று வளர்ந்துவிடும்.

பிறகு அதனை எடுத்து பண்படுத்திய வயலில் நடவு செய்யலாம். நடவு செய்யும் முன்பு வயலை நன்றாக இரண்டு முறை கோடை உழவு போல் உழுதுவிட்டு பசுந்தாள் உரமிட்டு அவை நன்கு வளர்ந்தபின் மடக்கி உழ வேண்டும். பிற சில நாட்கள் நீர் பாய்ச்சினால் அவை மட்கிவிடும். பிறகு, மீண்டும் ஒரு முறை உழுதுவிட்டு ஒரு நெல் ஒரு நாற்று முறையில் நடவு செய்யலாம். நடவு செய்யும்போது விதைப்பு நேராக இருப்பதற்காக கயிறு பிடித்து நேர்செய்து நடுவது நல்லது.

நடவு முடிந்தபிறகு ஒரு பத்து நாட்களுக்கு பரவலாக தண்ணீர் கட்டிநிற்கும்படியாக நீர் பாய்ச்ச வேண்டும். இதனால், தேவையற்ற களைகள் அழுகிவிடும். அதன் பிறகு அவ்வளவு தண்ணீர் தேவை இல்லை. பொதுவாக, காய்ச்சலும் பாய்ச்சலுமாக பராமரித்தாலே போதுமானது. இதன் பயிர் வேகமாக வளரும். மற்ற பயிர்கள் மூன்றரை மாதத்தில் எட்டும் உயரத்தை இது ஒரே மாதத்தில் எட்டிவிடும்.

பயிரிட்ட இருபத்தைந்தாவது நாள் வேப்பம் புண்ணாக்கு, கடலைப்

புண்ணாக்கு, எள்ளுப் புண்ணாக்கு, புங்கம் புண்ணாக்கு போன்றவை கலந்த கலப்புப் புண்ணாக்கு மட்டும் கொடுத்தேன். அதன் பிறகு பத்து லிட்டர் கோமியம், ஐந்து கிலோ சாணம், இரண்டு கிலோ வெல்லம் ஆகியவற்றை பத்து லிட்டர் நீரில் கலந்து ஜீவாமிர்தம் தயாரித்து அதை நீரில் கரைத்து காலை மாலை தெளித்தேன். இருபதாவது நாள் ஒரே ஒரு முறை களை எடுத்தால் போதுமானது.

காட்டுயானத்துக்கு அளவுக்கு அதிகமாக உரமிட்டால் கதிர்கள் நன்கு தடிமனாகும்போது பாரம் தாங்காமல் படுத்துவிடும் சாத்தியம் இருக்கிறது என்பதால் நில வளத்துக்கு ஏற்ப ஊட்டம் தர வேண்டியது அவசியம். சராசரியாக இது நூற்று அறுபது நாளிலிருந்து நூற்று எண்பது நாட்களுக்குள் அறுவடைக்குத் தயாராகி விடும். காட்டுயானத்திலிருந்து நன்கு அடர்த்தியான ஊட்டச்சத்து மிகுந்த வைக்கோல் கிடைக்கும். இது மாடுகளுக்கும் உரமான உணவு.

நாங்கள் காட்டுயானம் பயிரிட்டபோது 40 செண்டில் 560 கிலோ நெல் கிடைத்தது. இதை அரிசியாக்கியபோது 336 கிலோ கிடைத்தது. தற்போது, இது ஒரு கிலோ 100 ரூபாய்க்கு மேல் விற்பனையாகிறது. குறைவான நீர்வளம், நிலவளம் உள்ள பகுதிகளில் அதிகப் பராமரிப்பின்றி பயிரிட காட்டுயானம் மிகச் சிறந்த பயிர். கோடை காலத்திலும் பயிரிட ஏற்றது.

நுண்ணூட்டச்சத்துகளும் சேர்ந்திருப்பதால் செரிமானமும் மேம்படுகிறது. உடலின் வளர்சிதை மாற்றத்தையும் சிறப்பாக்குகிறது.

காட்டுயானத்தின் ஊட்டச்சத்துக்கள் எலும்பு மஜ்ஜைகளை வலுவாக்குகின்றன. வளரும் குழந்தைகளுக்குத் தேவையான சத்துக்களைக்கொண்டிருக்கின்றன. மேலும், ரத்தத்தில் இது குளுக்கோஸை சேர்க்கும் விகிதம் மற்ற அரிசிகளைவிடவும் குறைவு என்பதால் இதன் கிளைசெமிக் இண்டெக்ஸ் குறைவாக இருக்கிறது. இதனால், சர்க்கரை நோயாளிகளுக்கு அதிகப் பலனளிக்கும் அரிசியாக இருக்கிறது. இதில் உள்ள சிறப்பான நார்ச்சத்து செரிமானத்தை மேம்படுத்துவதோடு வயிற்றில் உள்ள புண்களை ஆற்றுகிறது. மேலும், புற்றுசெல்களின் வளர்ச்சியைக் கட்டுப்படுத்துகிறது. குறிப்பாக, மலக்குடல் புற்றுநோய் உள்ளவர்களுக்கு காட்டுயானம் மிகச்சிறந்த அரிசி.

இந்த அரிசியை மண்பானையில் சமைத்து தண்ணீரில் ஊற்றி வைத்து நீராகாரமாக்கி தொடர்ந்து ஒரு மண்டலத்துக்கு அதாவது 48 நாட்கள் சாப்பிட்டுவந்தால் சர்க்கரை நோய் கட்டுக்குள் வரும். மேலும், காட்டுயானத்தின் பச்சரிசிக் கஞ்சியுடன் கறிவேம்பு

பண்ணை உரம்

பண்ணை விலங்குகளின் சாணம், சிறுநீர், பண்ணைக் குப்பை மற்றும் கால்நடைத் தீவனக் குப்பைகளின் சிதைக்கப்பட்ட கலவைதான் பண்ணை உரமாகும். சிதைக்கப்பட்ட பண்ணை எருவில் தழைச்சத்து 0.5 சதவீதம், மணிச்சத்து 0.2 சதவீதம், சாம்பல் சத்து 0.5 சதவீதம் இருக்கும்.

சிறுநீரில் 1 சதவீதம் தழைச்சத்தும் 1.35 சதவீதம் சாம்பல் சத்தும் உள்ளன. சிறுநீரில் இருக்கக்கூடிய நைட்ரஜன் யூரியா படிவத்தில் இருக்கும். இதுவும் ஆவியாதல் மூலம் இழப்பை ஏற்படுத்தும். சேமிப்பின்போதுகூட ஊட்டச்சத்துக்கள் அரிப்பு மற்றும் ஆவியாதல் மூலம் இழக்கப்படுகின்றன. எனவே, எப்படி இருந்தாலும் இழப்பைத் தவிர்ப்பது நடைமுறையில் முடியாத ஒன்றாகும். ஆனால், பண்ணை உரத்தைத் தயாரிக்கும் முறையை மேம்படுத்துவதால் இந்த இழப்பைக் குறைக்கலாம். குழிகளின் நீளம் 6 முதல் 7.5 மீட்டரும் அகலம் 1.5 – 2 மீட்டரும் இருக்க வேண்டும். குழி ஒரு மீட்டர் ஆழம் இருக்கலாம்.

குப்பை மற்றும் கூளங்களை மண்ணுடன் கலந்து சிறுநீரை உறிஞ்சிக்கொள்வதற்காக தொழுவத்தில் பரப்பிவைக்க வேண்டும். மறுநாள் காலையில் சிறுநீரில் ஊறிய குப்பைக் கூளங்களை சாணத்துடன் சேர்த்து, குழிகளில் இட வேண்டும். தினமும் இப்படி செய்வதற்கு குழியின் ஏதேனும் ஒரு பகுதியை எடுத்துக்கொள்ளலாம். குழியின் ஒரு பகுதி தரைமட்டத்துக்கு மேல் 45 –60 செ.மீ அளவு வரும் வரை நிறைக்க வேண்டும்.

குவியலின் மேற்பகுதி கோபுரம் போல் ஆகும் வரை நிறைக்க வேண்டும். பின், சேற்று மண்குழம்பு சாணத்துடன் குவியலைப் பூச வேண்டும், தொடர்ந்து இதே மாதிரி செய்யலாம். முதல் குழி முழுவதுமாக நிறையும்போது இரண்டாவது குழியைத் தயார் செய்ய வேண்டும்.

காரைப் பூச்சுக்குப் பிறகு நான்கு முதல் ஐந்து மாதங்களில் எரு தயார் நிலைக்கு வரும். இந்தப் படுக்கையின்மீது சிறுநீரைச் சேர்க்காவிட்டால் மாட்டுத் தொழுவத்தில் உள்ள சிமெண்ட் குழியில் சேர்த்துவைத்த சிறுநீரைப் பின்னர் சேர்க்கலாம்.

பகுதியாக மட்கிய பண்ணை உரம் விதைப்பதற்கு முன்பு மூன்றிலிருந்து நான்கு வாரங்களுக்குள் இடப்படுகிறது. நன்றாக மட்கிய உரத்தை விதைப்பதற்கு முன்பு உடனே இடுதல் வேண்டும். பொதுவாக ஒரு ஹெக்டேருக்கு 10 – 20 டன் அளவு தீவனப் புற்கள் மற்றும் காய்கறிகளுக்கு அளிக்கப்படுகிறது. இந்த நிலையில் பண்ணை உரம் 15 நாட்களுக்கு முன்னரே இடவேண்டும். இதனால் நைட்ரஜன் மண்ணில் கரையாமல் ஓர் இடத்திலேயே இருப்பதை தவிர்க்கலாம். எருவை சிறிய

குவியலாக, பரவலாக வயலில் நெடுநாள் வைத்திருக்கும் முறையில் ஊட்டச்சத்துக்களின் இழப்பு ஏற்படும். எருவை பரவலாக போடுவதாலும், மண்ணில் இட்டவுடனேயே உழவு செய்து கலப்பதாலும் இந்த இழப்புகளைக் குறைக்கலாம்.

உருளைக்கிழங்கு, தக்காளி, சர்க்கரைவள்ளிக் கிழங்கு, கேரட், முள்ளங்கி, வெங்காயம், கரும்பு, நெல், நேப்பியர் புல், ஆரஞ்சு, வாழை, மா ஆகியவை பண்ணை உரம் தயாரிக்க ஏற்றவை. பண்ணை உரத்தில் உள்ள முழு ஊட்டச்சத்தும் உடனடியாகக் கிடைக்காது. 30 சதவீதம் தழைச்சத்து, 60 – 70 சதவீதம் மணிச்சத்து, 70 சதவீதம் சாம்பல் சத்து ஆகியவை கிடைக்கும்.

இலையை கொத்தாகப் போட்டு மூடிவைத்து மறுநாள் காலை உணவுக்கு முன் தொடர்ந்து சாப்பிட்டுவந்தால் புற்றுநோயால் உட்புறம் ஏற்படும் அழற்சியும் புண்களும் குணமாகும்.

மருதம் மீட்போம்

அல்சரா? கிச்சலிச் சம்பா சோறு சாப்பிடுங்க!

நெல் நமக்கு ஆயிரம் ஆண்டுகாலப் பயிர். பொதுவாக, நெல் போன்ற நன்செய் பயிர்களை நீர்வளம் நிறைந்த மருதத் திணையில் மட்டுமே விளைவிக்க முடியும் என்ற நம்பிக்கை உள்ளது. ஆனால், நீர்வளம் மிகுந்த மருதத்திணையில் மட்டும் அல்லாது குறிஞ்சி போன்ற மலை சார்ந்த பகுதிகளிலும் விளைவிக் கக்கூடிய நெல்ரகங்கள் நம்மிடையே நிறைய இருந்தன. அவற்றில் தனிச் சிறப்பு வாய்ந்தது கிச்சலிச் சம்பா. இது தமிழகம் முழுதும் அனைத்து இடங்களிலும் விளையக்கூடிய நெல்ரகம்.

கிச்சலிச் சம்பா சன்னரகமான அரிசி. தற்போது புழக்கத்தில் உள்ள குறுவைப்பயிர் ரகங்கள் போலவே சிறிதாக இருக்கும். பொன்னி போன்ற நவீனரக அரிசிப் பயன்பாட்டிலிருந்து பாரம் பரிய அரிசிப் பழக்கத்துக்கு மாற விரும்புபவர்கள் கிச்சலிச் சம்பாவிலிருந்து தொடங்கலாம். அளவும் நிறமும் சுவையும் அதேபோன்று இருக்கும்.

இதன் மேற்புறத் தவிட்டில் நிறைந்துள்ள நார்ச்சத்து செரிமா னத்தை எளிதாக்குகிறது. இதனால் சிறு குழந்தைகள், முதியவர்கள், நோயாளிகள், செரிமானக் குறைபாடு உடையவர்களுக்கு மிகவும் ஏற்றது. தற்போது பல தனியார் மருத்துவமனைகளில் நோயாளி களுக்கு கிச்சலிச் சம்பா கஞ்சிதான் உணவாகத் தரப்படுகிறது. நோய் எதிர்ப்புச் சக்தியை மேம்படுத்துவதிலும் கிச்சலிச் சம்பா மிகச் சிறப்பானது. வயிற்றின் உட்புறம் உள்ள புண்களை ஆற்றும் தன்மை உடையது.

அல்சர் பிரச்சனை உடையவர்களுக்கு மிகச்சிறந்த உணவு.

மேலும், ரத்தத்தில் குளுக்கோஸ் சேரும் கிளைசெமிக் இண்டக்ஸ் இதில் குறைவு என்பதால் சர்க்கரைநோயாளிகளுக்கும் ஏற்றது. புற்றுநோய், இதயநோய்கள், மஞ்சள்காமாலை, கல்லீரல் குறை பாடு போன்ற தீவிரமான நோய்களால் பாதிக்கப்பட்டு தளர்ந் திருப்பவர்களுக்கு ஏற்றது. மேலும், கிச்சலிச் சம்பா காலங்காலமாக அனைவரும் விரும்பிச் சாப்பிடப்படும் அரிசியாக இருந்திருக்கிறது. எனவே, பரவலாக இது உண்ணப்பட்டிருக்கிறது. இதன் மாவில் பலகாரங்கள் செய்தால் சுவையாக மொறுமொறுவென இருக்கும்.

கிச்சலி சராசரியாக 135 நாளில் அறுவடைக்குத் தயாராகும். ஆடி மாத விதைப்புக்கு ஏற்ற பாரம்பரிய நெல் ரகங்களில் இதுவும் ஒன்று. சுமாராக நாலரை அடி உயரம் வரை வளரும் இதன் அரிசி

கோழிப்பண்ணை உரம்

பறவைகளின் எச்சக்கழிவுகள் விரைவாகச் சிதைவுறும். திறந்த நிலையில் இந்தக் கழிவுகளை வைத்திருந்தால் 30 நாட்களுக்குள் 50 சதவீத தழைச்சத்து இழப்பு ஏற்படும். கோழிப் பண்ணை உரத் தில் தழைச்சத்து மற்றும் மணிச்சத்து, மற்ற எருக்களைக் காட்டிலும் அதிகளவு இருக்கிறது. கோழிப்பண்ணை உரத்தில் உள்ள சராசரியான ஊட்ட அளவு - 3.03 சதவீதம் சாம்பல் சத்து.

செறிவூட்டப்பட்ட இயற்கை உரங்கள்

ரத்தக் குருதி எருவை காயவைத்து, பொடிசெய்து செறிவூட்டப்பட்ட இயற்கை உரமாகப் பயன்படுத்தலாம். மேலும், இறந்த விலங்குகளின் இறைச்சி காய வைக்கப்பட்டு மாமிச உரமாக மாற்றலாம். இது தழைச்சத்தின் நல்ல ஆதார மாக விளங்குகிறது. விலங்குகளிலிருந்து கிடைக்கக்கூடிய செறிவூட்டப்பட்ட இயற்கை உரங்களின் சராசரி ஊட்டச்சத்து அளவு இங்கே...

இயற்கை உரங்கள் ஊட்டச்சத்துக்களின் அளவு (சதவீதத்தில்)

பிண்ணாக்குகள்	தழைச்சத்து	மணிச்சத்து	சாம்பல்சத்து
ரத்தக்குருதி உரம்	10 – 12	1 – 2	1.0
மாமிச உரம்	10.5	2.5	0.5
மீன் உரம்	4 – 10	3 – 9	0.3 – 1.5
கொம்பு மற்றும் குளம்பு உரம்	13	–	–
பண்படாத எலும்பு உரம்	3 – 4	20 – 25	–
வெந்த எலும்பு உரம்	1 – 2	25 – 30	–

வெள்ளை நிறத்தில் இருக்கும். கதிர் முற்றியநிலையில் பெருங் காற்று வீசினாலும் சாயாது நிற்கும் இயல்புடையது. ஆனால், மழை வெள்ளத்தில் ஓரளவே தாக்குப் பிடிக்கும். சாய்ந்தாலும் இதன் நெற்கதிர்களுக்கு பாதிப்பு ஏற்படாது. அறுவடையும் குறையாது. இதன் வைக்கோல் மாடுகளுக்கு ஊட்டச்சத்து மிக்க தீவனம். 'அடி காட்டுக்கு, நடு மாட்டுக்கு, நுனி வீட்டுக்கு' என்ற வேளாண் முதுமொழிக்கு ஏற்ப இது உரமாகவும் உணவாகவும் பயன்படக்கூடியது.

ஒரு ஏக்கர் நிலத்தில் கிச்சலிச் சம்பா விதைக்க 10 சென்ட் பரப் பில் மேட்டுப்பாத்தி முறையில் நாற்றங்கால் அமைக்க வேண்டும். பாத்தி முழுவதும் விழுமாறு ஆட்டு எரு, மாட்டு எரு மற்றும் வேப்பம் பிண்ணாக்கு ஆகியவற்றை சம அளவில் கலந்து தூவிவிட வேண்டும். விதை நேர்த்தி செய்ய மூன்று கிலோ விதை நெல்லுடன் அரை கிலோ அசோஸ்பைரில்லத்தைக் கலந்து மூன்று நாட்கள் வைத்திருக்க வேண்டும். பிறகு, அதை நாற்றங்காலில் தூவிவிட வேண்டும். தினமும் தண்ணீர் தெளிப்பது நல்லது.

விதைத்த மூன்றாம் நாளிலிருந்து 10 லிட்டர் தண்ணீரில் ஒரு லிட்டர் ஜீவாமிர்தக் கரைசலைக் கலந்து தொடர்ந்து தெளிக்க

இளங்கோ கிருஷ்ணன்

வேண்டும். ஒரு ஏக்கருக்குத் தேவையான ஜீவாமிர்தம் தயாரிக்க, பசுஞ்சாணம் 10 கிலோ, மாட்டுச் சிறுநீர் 10 லிட்டர், வெல்லம் 2 கிலோ, பயறு மாவு (உளுந்து, துவரை ஏதாவது ஒன்று) இரண்டு கிலோ, தண்ணீர் இருநூறு லிட்டர் ஆகியவற்றுடன் ஒரு கைப்பிடி விளைநிலத்தின் மண் சேர்த்து பிளாஸ்டிக் கேனில் 48 மணி நேரம் வைத்திருக்க வேண்டும். பிளாஸ்டிக் கேனை மரநிழலில் வைத்திருக்க வேண்டியது முக்கியம். காலை, மதியம், மாலை என்று மூன்று முறை குச்சி கொண்டு கலக்கிவிட்டு வந்தால் ஜீவாமிர்தம் தயார். இந்தப் பயிர் வளர்ச்சி ஊக்கியை பாசன நீரிலேயே கலந்து விடலாம். இதனால் முளைப்புத்திறன் அதிகரிக்கும். முளைத்து வந்தவுடன் 22-ம் நாள் அல்லது அதற்கு அடுத்த நாட்களில் எடுத்து வயலில் நடவு செய்ய வேண்டும்.

நாற்றங்காலில் நாற்று தயாராகும்போதே நடவு வயலையும் தயார் செய்துவிட வேண்டும். நடவுக்குத் தேர்வு செய்த ஒரு ஏக்கர் நிலத்தை நன்கு உழுது சமப்படுத்த வேண்டும். பிறகு, அதில் ஒரு டன் தொழுவுரத்தைக் கொட்டி பரப்ப வேண்டும். நிலத்தை சேறாக்கி 25 செ.மீ இடைவெளியில் ஒற்றை நாற்று நடவுமுறையில் நடவு செய்ய வேண்டும். நிலத்தின் ஈரப்பதத்தைப் பொறுத்து பாய்ச்சலும் காய்ச்சலுமாகத் தண்ணீர் பாய்ச்சிவர வேண்டும்.

நாற்று நடவுசெய்த 10, 25, 40, 55-ம் நாட்களில் 200 லிட்டர் ஜீவாமிர்தக் கரைசலை பாசனநீரில் கலந்துவிட வேண்டும். களைகளை நீக்குவதற்கு 25-ம் நாள் கோனோவீடர் மூலம் களைகளை அழுத்திவிட வேண்டும். 30-ம் நாளில் எஞ்சியுள்ள களைகளை

மருதம் மீட்போம்

ஆட்கள் மூலம் அகற்றலாம். தேவைப்பட்டால் இயற்கைப் பயிர் வளர்ச்சி ஊக்கிகளை கொடுக்கலாம். ஜீவாமிர்தத்தை இலைவழித் தெளிப்பாகவும் கொடுக்கலாம்.

நெற்கதிர், பால் பிடிக்கும் சமயத்தில் மூலிகைப் பூச்சிவிரட்டி தெளிப்பது நல்லது. மூலிகைப் பூச்சிவிரட்டி தயாரிக்க காட்டாமணக்கு, நொச்சி, ஆடாதொடை, வேம்பு போன்ற இலை, தழைகளை ஐந்து கிலோ அளவுக்கு எடுத்துக்கொண்டு அதை ஒரு பிளாஸ்டிக் வாளியில் போட்டு, 10 லிட்டர் மாட்டுச் சிறுநீர் கலந்து ஏழு நாட்களுக்கு ஊறவைக்க வேண்டும். அதன் பிறகு, வடிகட்டி பயிர்களுக்குத் தெளிக்கலாம்.

மாட்டுச்சிறுநீர் என்பது அருமையான கிருமிநாசினி. இதைக் கலப்பதால் புழு, பூச்சிகள் விரைவாகக் கட்டுப்படும். மாட்டுச் சிறுநீர் கிடைக்காவிட்டால், தண்ணீர் சேர்த்தும் தயாரிக்கலாம். பத்து லிட்டர் நீருடன் ஒரு லிட்டர் பூச்சிவிரட்டியைக் கலந்து பயிர்களுக்குத் தெளிக்கலாம். ஏழு நாட்களுக்கு மேல் ஊறவைத்தால், இது பயிர் வளர்ச்சி ஊக்கியாக மாறிவிடும். இதையும் வீணடிக்காமல் பயிருக்குத் தெளிக்கலாம்.

சுமார், 135-ம் நாளுக்கு மேல் கதிர் முற்றத் தொடங்கும். போதுமான அளவு முற்றிய பிறகு, நிலத்தைக் காயவிட்டு அறுவடை செய்யலாம். இதில் சராசரியாக ஏக்கருக்கு 30 மூட்டை வரை கிடைக்க வாய்ப்பு உள்ளது. இரண்டாயிரத்து நானூறு கிலோ நெல்லை அரைத்தால் ஆயிரத்து நானூறு கிலோ அரிசி கிடைக்கும். கிச்சலிச் சம்பா அரிசி தற்போது கிலோ எண்பது ரூபாய் முதல் நூறு ரூபாய் வரை விற்பனையாகிறது. கிச்சலிச் சம்பாவின் தேவை நாளுக்கு நாள் அதிகரித்துவருகிறது என்பதால் விவசாயிகள் இதை நம்பிப் பயிரடலாம்.

கொழுப்பைக் குறைக்குது கொட்டாரம் சம்பா!

'சோழ நாடு சோறுடைத்து' என்ற சொல் வழக்குக்கு ஏற்ப தஞ்சாவூரைத்தான் தமிழகத்தின் நெற்களஞ்சியம் என்று சொல்வது வழக்கம்.

ஆனால் -

தஞ்சாவூருக்கு இணையாக நீர்வளம் நிறைந்திருந்த பகுதி ஒன்று தமிழகத்தில் இருந்தது. அதுதான் நாஞ்சில் நாடு.

தென் தமிழகத்தில் கன்னியாகுமரி மாவட்டத்தில் பழையாற்றின் கரையில் அமைந்துள்ள வளமான நிலப்பகுதி இது. புறநானூற்றின் பாடல் ஒன்றில் நாஞ்சில் நாட்டு அரசனின் கொடைத்திறம் வழியே அந்நிலத்தின் வளம் சொல்லப்பட்டுள்ளது. அதில், 'கொஞ்சம் நெல் கொடு' என்று கேட்டு வந்த புலவர்களுக்கு போரடிக்கும் யானையையே கொடுத்துள்ளான் அரசன்.

அப்படிப்பட்ட அரசகுடும்பத்தைச் சேர்ந்தவர்களுக்கு என விளைவிக்கப்பட்ட நெல்தான் கொட்டாரம் சம்பா. கொட்டாரம் என்றால் அரண்மனை என்று பொருள். கன்னியாகுமரி மாவட்டத்துக்கே உரிய தனித்துவமான நெல்ரகம் இது. நாஞ்சில் பகுதிகளில் இது ஆயிரம் ஆண்டு காலமாக விளைவிக்கப்பட்டுவந்துள்ளது.

ஒருகாலத்தில் கன்னியாகுமரி மாவட்டம்தான் கேரளத்தின் நெற்களஞ்சியமாக இருந்துள்ளது. கேரளாவின் புகழ்பெற்ற மோட்டா ரக அரிசிகளில் பலவும் இந்தப் பகுதியில் விளைந்தவையே. தமிழர்களைப் போலவே மலையாளிகளுக்கும் சன்னமான வெளுத்த அரிசியின் மேல் மோகம் அதிகரிக்க அதிகரிக்க கொட்டாரம் சம்பா உள்ளிட்ட பாரம்பரிய நெல் ரகங்களின் தேவை குறைந்ததால்

நாஞ்சில் நிலம் நெற்களஞ்சியம் என்ற அந்தஸ்தை இழந்து ரப்பர் தோட்டங்களாகவும் பணப் பயிர்களாகவும் மாறி நிற்கிறது இன்று. தற்போது கொட்டாரம் சம்பா மிகக் குறைவானவர்களாலேயே பயிரிடப்படுகிறது.

நன்கு தடிமனாக மஞ்சள் வண்ண நெல்லில் சிவப்பு அரிசியாக விளையும் கொட்டாரம் சம்பா பாரம்பரிய நெல் ரகங்களிலேயே மாவுச்சத்து எனும் கார்போஹைட்ரேட் குறைவாகக் கொண்டது. மேலும், ரத்தத்தில் குளுக்கோஸ் கலக்கும் கிளைசெமிக் விகிதம் இதில் மிகக் குறைவு என்பதால் சர்க்கரை நோயாளிகள் சாப்பிட லாம். இதில் உள்ள அயானிக் அளவிலான நுண்ணூட்டச்சத்துக் கள் செரிமானத்துக்கு மிகவும் ஏற்றவை.

மேலும், மூளையின் செயல்பாட்டைத் தூண்டி நோய் எதிர்ப்புச் சக்தியை அதிகரிக்கும். உடலின் வளர்சிதை மாற்றத்தை சிறப் பாக்கும். வளரும் குழந்தைகளுக்கு கொட்டாரம் சம்பா மிகவும் ஏற்றது. பேறுகாலப் பெண்களுக்கு இந்த அரிசியில் பத்தியக் கஞ்சி வைத்துக் கொடுத்தால், தாய்ப்பால் அதிகம் சுரக்கும். மேலும், பருவமடைந்த பெண்கள் தொடர்ந்து இந்த அரிசியைச் சோறாக்கி சாப்பிட்டுவந்தால் உடல் வலிமை கூடும். அதேபோல, கன்று போட்ட மாடுகளுக்கும் கொடுக்கலாம். கார்போஹைட்ரேட் விகிதம் சிறப்பாக உள்ளதால் எடை குறைய விரும்புபவர்களுக்கு ஏற்ற டயட் உணவு இது. உடலில் உள்ள தேவையற்ற கொழுப் பைக் குறைத்து சிக்கென்ற உடல்வாகைத் தரும்.

கஞ்சியாக வைத்துக் குடிக்கவும் சாதமாகப் பொங்கிச் சாப்பிட வும் ஏற்றது. குறிப்பாக, கேரளத்தின் புகழ் பெற்ற புட்டு கடலைக் கறி உணவு சமைக்க கொட்டாரம் சம்பா மிகச் சிறந்த தேர்வு. சம்பா வகை அரிசிகளுக்கே உண்டான இனிப்புச்சுவை இதில் சற்று அதிகமாகவே இருக்கும் என்பதால் இந்த அரிசியுடன் தேங்காய்த் துருவல் சேர்த்துச் சாப்பிட மிகுந்த ருசியாக இருக்கும்.

கொட்டாரம் சம்பா 150 நாட்கள் வரை வளரும் பயிராகும். அக்டோபர், நவம்பர் மாதங்களில் பருவ மழைக்காலங்களில் விதைக்க ஏற்றது. பொதுவாக, கொட்டாரம் சம்பா ஓரளவு வறட்சியைத் தாங்கி வளரக்கூடிய தாவரம்தான் என்றாலும் பாய்ச்சலும் காய்ச்சலுமாக நீராதாரமும் இதற்குத் தேவை.

நேரடி விதைப்பு முறையைவிடவும் நடவு முறைக்கே ஏற்ற ரகம் இது. ஒரு ஏக்கர் நிலத்தில் பயிரிட சுமார் 40 கிலோ வரை விதை நெல் தேவைப்படும். பூச்சித் தாக்குதலைத் தடுக்க விதைக்கும் முன் விதை நேர்த்தி செய்ய வேண்டியது அவசியம். ஒரு ஏக்கர் நாற்றுகளை உற்பத்தி செய்ய ஐந்து செண்ட் நிலத்தில் நாற்றங்கால் அமைக்க வேண்டும். 50 கிலோ தொழுவுரத்தைபோட்டு இரண்டு சால் சேற்று உழவில் நிலத்தைச் சமப்படுத்திக்கொள்ள வேண்டும்.

100 லிட்டர் தண்ணீருக்கு ஐந்து லிட்டர் வரை அமுதக்கரைசல் கலந்து அதில் விதைநெல்லை சணல் சாக்கில் போட்டுக் கட்ட வேண்டும். அரை நாளுக்குப் பின் தண்ணீரை வடித்து மீண்டும் அரை நாள் இருட்டறையில் வைத்திருக்க வேண்டும். பிறகு நான்கு அங்குல உயரத்துக்கு நாற்றங்கால் அமைத்து தண்ணீர் பாய்ச்சி விதைக்க வேண்டும்.

அடுத்த அரை நாளில் நாற்றங்காலில் உள்ள தண்ணீரை வடித்துவிட வேண்டும். இப்படி நான்கைந்து நாட்கள் செய்தால் விதைநெல் முளைத்து வரும். பத்தாம் நாள், பத்து லிட்டர் தண்ணீருக்கு ஒரு லிட்டர் வடிகட்டிய மாட்டுச் சிறுநீரைக் கலந்து தெளித்தால், பூச்சி-நோய் தாக்குதல் இருக்காது. நாற்றும் நன்றாக வளரும். ஒரே மாதத்துக்குள் நடவுக்குத் தயாராகி விடும்.

நாற்றுத் தயாராகும் சமயத்திலேயே நடவு வயலையும், தயார் செய்வது நல்லது. இரண்டு சால் சேற்று உழவு செய்து அதைச் சமப்படுத்தி, ஒரு ஏக்கருக்கு இரு நூறு கிலோ தொழுவுரம் இட்டு சாதாரண முறையில் அரையடி இடைவெளியில் குத்துக்கு, இரண்டு மூன்று நாற்றுக்களாக நடவு செய்வது நல்லது. நடவு முடிந்த பதினைந்தாம் நாளில் தொழுவுரமிட வேண்டும். களை எடுக்க வேண்டும். அமிர்தக் கரைசல், மூலிகைப் பூச்சி விரட்டி ஆகியவற்றைக் கொடுப்பதன் மூலம் பூச்சிப் பெருக்கத்தைக்

59

வெள்ளைக்கார நம்மாழ்வார்!

இருளை எதிர்த்துப் பேசிக்கொண்டிருப்பதைவிட ஒரு தீக்குச்சி கிழிப்பது சிறந்த செயல் என்பார்கள். அதைத்தான் பில் மொல்லிசன் செய்தார். உலகம் முழுதும் நவீன வேளாண்மை என்ற ராட்சசன் 'உற்பத்தி, தன்னிறைவு, உபரி, லாபம்' என்ற முழக்கத்தோடு வேகமாகப் பரவிக்கொண்டிருந்தபோது சிந்தடிக் உரங்களும், வேதி மருந்துகளும் நிலத்தை மலடாக்கி, சுற்றுச் சூழலை பொத்தலாக்கி, உடலை நோய்க் காடாக்கிக் கொண்டிருப்பதை உலகம் முழுதும் உள்ள பல்வேறு இயற்கை ஆர்வலர்களும் வேளாண் விஞ்ஞானிகளும் கண்டித்துக்கொண்டிருந்தார்கள். ஆனால், மொல்லிசன் வெறுமனே எதிர்ப்பதை விட்டுவிட்டு இதற்கு மாற்றாக ஆக்கப்பூர்வமாக என்ன செய்யலாம் என்று யோசித்தார். அதன் விளைவாக அவரே ஓர் ஆரோக்கியமான விவசாய முறையை உருவாக்கினார். அதன் பெயர் "முழுமையான வேளாண்மை". அதாவது, Permanent Agriculture என்பதன் சுருக்கம் Permaculture.

பில் மொல்லிசன் ஆஸ்திரேலியாவில் உள்ள தஸ்மானியா பகுதியில் 1928ல் பிறந்தார். அவரது தந்தையின் பேக்கரியில் சிறு வயதிலிருந்தே வேலை செய்துகொண்டிருந்த மொல்லிசன் இளமைப் பருவத்திலேயே பல்வேறு வேலைகள் பார்த்தவர். மீனவர், காட்டுயிர் பாதுகாவலர், மில் தொழிலாளி ட்ராக்டர் ஓட்டுநர், இயற்கை ஆர்வலர் எனப் பல்வேறு வேலைகள் செய்த மொல்லிசனை சிறுவயதிலிருந்தே வசீகரித்த விஷயம் இயற்கை.

இளவயதில் வன விலங்குகள் கணக்கெடுப்பாளராக ஆஸ்திரேலியக் காடுகளில் சுற்றித்திரிந்த நாட்களில் இயற்கை அவரில் நிறைந்தது. பிரமாண்டமான இயற்கையின் உயிர்சார்பு மண்டலம், அது இயங்கும் முறை ஆகியவற்றை நன்கு புரிந்துகொண்டார். மீன் வளர்ச்சித்துறையில் பணியாற்றிக்கொண்டிருந்தவர், தஸ்மானியா பல்கலைக் கழகத்தில் உயிர்–புவியியல் துறையில் பட்டப்படிப்பு படித்த பிறகு அங்கு சுற்றுச்சூழல் உளவியல் துறைப் பேராசிரியராகப் பணியாற்றினார். அப்போதுதான் உருவாகியிருந்த அந்தத் துறை அவரால் சிறப்படைந்தது.

பிறகு, பல்கலைக் கழகத்திலிருந்து ஓய்வு பெற்றவர். தன் வாழ்நாளின் முக்கியமான பணியைத் தொடங்கினார். நவீன விவசாயத்துக்கு மாற்றாக இயற்கையை, உயிர் சார்பு வளையத்தை நன்கு

புரிந்துகொண்டு மண்ணைக் காத்து மக்களையும் காக்கும் ஒரு புதிய இயற்கை விவசாய முறையை உருவாக்கினார். பெர்மகல்ச்சர் என்ற அவரது நூல் மிகவும் புகழ் பெற்றது. முழுமையான விவசாயம் என்றால் என்ன? இயற்கையின் அமைப்பு எப்படி உள்ளது? இயல்பான முறையில் இயற்கையோடு ஒத்திசைந்து விவசாயம் செய்வது எப்படி என தன் கோட்பாடுகளை அதில் மிகச் சிறப்பாக விவரித்திருக்கிறார்.

தஸ்மானியாவில் பெர்மகல்ச்சர் எனும் விவசாய முறையைக் கற்றுக்கொடுப்பதற்கான பயிற்சிக்கூடத்தை மொல்லிசன் தொடங்கியபோது உலகம் முழுதுமிருந்து பல்வேறு நாடுகளைச் சேர்ந்த விவசாய ஆர்வலர்கள், மாணவர்கள் ஆஸ்திரேலியா சென்றார்கள். இன்று சுமார், மூன்று லட்சத்துக்கும் மேற்பட்டவர்களை அந்த பயிற்சிக்கூடம் உருவாக்கியுள்ளது. அவர்கள் உலகம் முழுதும் பெர்மகல்ச்சர் எனப்படும் இயற்கை வேளாண்முறையை பின்பற்றுவதோடு பலருக்கும் கற்றுக்கொடுத்துக்கொண்டும் உள்ளார்கள். தமிழகத்தின் புகழ்பெற்ற வேளாண் விஞ்ஞானியான நம்மாழ்வார் பில் மொல்லிசன் மீது மிகுந்த மதிப்பும் மரியாதையும் கொண்டிருந்தார். அவரைத் தன் முன்னோடிகளில் ஒருவர் என்று வர்ணித்துள்ளார். நிறைவாழ்வு வாழ்ந்த மொல்லிசன் தனது 88 வயதில் கடந்த 2016ம் ஆண்டு இயற்கை எய்தினார். நோபல் பரிசுக்கு இணையான விருது எனப்படும், 'Right livelihood Award'' என்ற விருதைப் பெற்று அந்த விருதுக்கு கௌரவம் கொடுத்துள்ள மொல்லிசன் இயற்கை விவசாயிகள் மத்தியில் போற்றப்படும் பேராசான்.

கட்டுப்படுத்தலாம். கதிர் நன்றாக முற்றத் தொடங்கும்போது நீர் பாய்ச்சுவதை நிறுத்திவிட்டு அறுவடையை மேற்கொள்ளலாம்.

காலராவை ஒழித்த கருங்குறுவை அரிசி!

முதலாம் உலகப்போர் நிகழ்ந்துகொண்டிருந்த காலம் அது. வெள்ளையர் உருவாக்கிய செயற்கைப் பஞ்சங்கள் ஆங்காங்கே தோன்றி மக்களைக் காவு வாங்கிக்கொண்டிருந்தன. இன்னொருபுறம் வேறொரு அரக்கன் நர வேட்டையாடிக்கொண்டிருந்தான். அவன் பெயர் காலரா. அந்தக் காலத்தில் மருத்துவமனைகளும் சிகிச்சைமுறைகளும் குறைவு. ஆனால், ஒரே ஒரு மருத்துவரும் செவிலியரும் கொண்ட சிறிய மருத்துவமனைகளில்கூட ஆயிரக்கணக்கானவர்கள் வரிசையில் காத்திருந்தார்கள். எங்கும் மக்கள் வெள்ளம். அழுகுரல்கள். மரண ஓலங்கள். 1900 முதல் 1920 வரையான காலகட்டத்தில் மட்டும் சுமார் 80 லட்சம் மக்களை காவு வாங்கி ருத்ரதாண்டவமாடியது காலரா என்கிறார்கள். அவ்வளவு கொடிய காலராவுக்கு எதிராக கம்பீரமாக போராடிய அரிசி ஒன்று நம்மிடம் இருந்தது. அதுதான் கருங்குறுவை.

மாமருந்து என்று சித்த மருத்துவம் கொண்டாடும் அரிசி கருங்குறுவை மட்டும்தான். மூவா இளமையும் சாகாதேகமும் தரும் காயகல்பம் என்று குறிப்பிடப்படுகிறது. கருங்குறுவை அரிசி ஒரு பங்கும், தண்ணீர் மூன்று பங்கும் சேர்த்து மண்பானையில் ஆறு மாதங்கள் வைத்திருந்தால் அது பால்போல் மாறிவிடும். இதை 'அன்னக்காடி' என்பார்கள். இதைத் தொடர்ச்சியாக உண்டு தான் காலராவைக் கட்டுப்படுத்தியிருக்கிறார்கள். வாந்தி, பேதி, வயிற்றுப்போக்கு, செரிமானக் கோளாறுகள் ஆகிய அனைத்துக்கும் கருங்குறுவை மிகச் சிறந்த தீர்வு.

காலரா மட்டும் அல்ல யானைக்கால் நோய் எனப்படும் பிரச்

சனைக்கும் கருங்குறுவை நல்ல தீர்வு. கருங்குறுவை அரிசிச் சோறு, கள்ளிப் பால் மற்றும் தேன் ஆகிய கலவையைக் கொண்டு களிம்பு *(lehyam)* தயாரித்து, அதை பாதிக்கப்பட்ட காலில் பூசிவந்தால் கிருமிகள் மட்டுப்படும்.

சரும வியாதிகளைப் போக்குவதிலும் கருங்குறுவை மருத்துவக் குணம் மிக்கது. குறிப்பாக, குஷ்டம் எனப்படும் வெண்புள்ளிகள், விஷக்கடியால் ஏற்படும் தோல் தடிப்புகள், பக்கவிளைவுகள் ஆகியவற்றைப் போக்கும் சக்தி கருங்குறுவைக்கு உண்டு. தமிழகம் மற்றும் கேரளத்தில் ஆயிரமாயிரம் ஆண்டுகளாகப் பயிரிடப் படும் கருங்குறுவையின் மருத்துவக் குணங்கள்பற்றி பல்வேறு சித்த மருத்துவ நூல்கள் புகழ்கின்றன.

“மணக்கத்தை வாலன் கருங்குறுவை மூன்றும்
பிணகுட்டைச் சில்விடத்தைப் போக்கும் இணக்கமுற
ஆக்கியுண்டாற் கரப்பான் ஆகுமென் பார்கள்சிலர்
பார்க்குள் இதயெண்ணிப் பார்”

- என்று அகத்தியர் குணபாடம் எனும் சித்த மருத்துவ நூல் குறிப்பிடுவதே இதற்கு சாட்சி. மணக்கத்தை அரிசி, வாலன் அரிசி, கருங்குறுவை அரிசி இம்மூன்றும் பிணக்குட்டை என்ற நோயையும் சிறுவிஷக் கடிகளையும் கரப்பு உள்ளிட்ட சொறி, சிரங்கு, வெண் குஷ்டம் ஆகிய தோல் வியாதிகளையும் போக்கும் என்பது இதன் பொருள்.

கருங்குறுவை மிகச் சிறந்த நோய் எதிர்ப்பு சக்தி மிகுந்த அரிசி. நாம் தற்போது உண்டு வரும் சாதாரண வெள்ளைப் பொன்னி

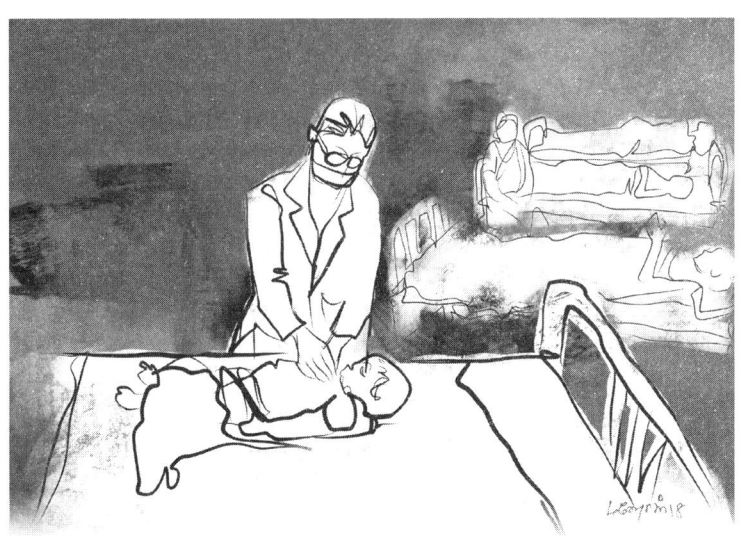

உணவுப் பொருளில் உள்ள குளுக்கோஸ் ரத்தத்தில் கலக்கும் விகிதத்தை கிளைசெமிக் என்ற அளவால் குறிப்பார்கள். பொதுவாக, பாரம்பரிய அரிசி ரகங்கள் அனைத்துக்குமே நாம் தற்போது பயன்படுத்தி வரும் பொன்னி அரிசியைவிடவும் கிளை செமிக் விகிதம் குறைவு. எனவே, சர்க்கரை நோயாளிகள் இதைத் தாராளமாகப் பயன்படுத்தலாம். நாம் அன்றாடம் பயன்படுத்தும் ஐம்பது கிராம் வெள்ளைப் பொன்னி அரிசியின் கிளைசெமிக் இண்டெக்ஸ் 100 ஆக உள்ளது. பாரம்பரிய அரிசிகளில் எவ்வளவு என்று பாருங்கள்...

யோடு ஒப்பிடும்போது இதில் நான்கு மடங்கு அதிகமான இரும் புச்சத்து உள்ளது. இரும்புச்சத்துதான் உடலின் நோய் எதிர்பு மண்டலத்தை வலிமையாக்கி ரத்த சிவப்பு அணுக்களைப் பெருகச் செய்து உடலுக்கு வலுவூட்டுகிறது என்பது குறிப்பிடத்தக்கது. எனவே, கருங்குறுவையைத் தொடர்ச்சியாக உண்டு வரும்போது உடலின் வளர்சிதை மாற்றம் சிறப்பாகச் செயல்படத் தொடங்கு கிறது. எனவே, உடலில் வலுக் குறைந்தவர்கள், அடிக்கடி நோய் வாய்ப்படும் பலவீனர்கள், புற்றுநோய், இதயநோய்கள், சர்க்கரை நோய் போன்ற நீண்டகால நோய்களால் பாதிக்கப்பட்டவர்கள் இதைத் தொடர்ச்சியாக உண்ணலாம். கருங்குறுவை அரிசிக் கஞ்சி எளிதில் ஜீரணமாகக்கூடியது. குழந்தைகள் முதல் பெரியவர்கள் வரை அனைவருக்கும் ஏற்றது. நோயுற்ற காலங்களில் கருங்குறுவை மாமருந்தாகச் செயல்படும்.

கருங்குறுவையின் தானிய மணிகள் கறுப்பாகவும் அரிசி கருஞ் சிவப்பாகவும் இருக்கும். சிவப்பு அரிசிகளுக்கு உரிய அத்தனை சத்திக் கட்டுமானங்களும் சுவையும்கொண்ட அரிசி இது. கஞ்சி, இட்லி, தோசை, சாதம் மட்டும் அல்லாமல் பக்குவமாகச் செய் தால் இதன் பலகாரங்களும் மிகுந்த ருசியாக இருக்கும்.

கருங்குறுவை நூற்று இருபது முதல் நூற்று இருபத்தைந்து நாட் களுக்குள் அறுவடைக்குத் தயாராகிவிடும். தமிழகம், கேரளம் ஆகிய மாநிலங்களில் அனைத்து இடங்களிலும் வளரக்கூடிய இந்தப் பயிர் டிசம்பர் 15 - மார்ச் 14, மற்றும் ஜூன் 1 - ஆகஸ்ட் 31 வரையான காலங்களில் சாகுபடிக்கு ஏற்றது. அதாவது, டிசம்பர் - ஜனவரி யில் தொடங்கும் நவரைப் பருவத்திலும், ஜூன் - ஜூலையில் தொடங்கும் குறுவைப் பருவத்திலும் நடவு செய்ய ஏற்றது.

கருங்குறுவையை ஒற்றை நாற்றுமுறையிலும் நடவு செய்ய லாம். இப்படி செய்துவது என்றால் ஒரு ஏக்கருக்கு இரண்டு கிலோ விதை நெல் தேவைப்படும். சாதாரண நடவுமுறை என்றால்

இருபத்தைந்து கிலோ தேவைப்படும். நேரடி விதைப்பு முறைக்கு பதினைந்து கிலோ விதை தேவைப்படும்.

ஒற்றை நாற்று முறைக்கு முதலில் வயலைப் பண்படுத்த கோடை உழவு போல இரண்டு முறை நன்கு உழ வேண்டும். பிறகு, பசுந்தாள் உரம் அல்லது நன்கு மட்கிய தொழுஉரம் இடலாம். பசுந்தாள் உரமிட தக்கைப்பூண்டு, கொளஞ்சி, செனப்பு, சீமை அகத்தி ஆகிய வற்றை ஒரு ஏக்கருக்கு பதினைந்து கிலோ வரை விதையாகத் தூவி தண்ணீர் விட வேண்டும். இவை இருபத்தைந்து நாட்களுக்குள் பூத்துவிடும். பிறகு, இதை நன்கு மடக்கி உழுதுவிட்டு தண்ணீர் கட்டினால் ஒரு வாரத்தில் நன்கு மட்கிவிடும். இதன் பிறகு, மறு உழவு ஓட்டிவிட்டு நடவுப் பணி செய்யலாம்.

நாற்றங்கால் அமைக்கும் முன் விதையை மாலை வெயிலில் ஒரு மணிநேரம் காயவைக்க வேண்டும். பிறகு, அந்த விதையை நீரில் ஊறவிட வேண்டும். விதை ஊறும் நீரில் ஒரு கிலோ நெல்லுக்கு ட்ரைக்கோடெர்மா விரிடீ நாலு கிராம், சூடோமோனாஸ் பத்து கிராம் அசோஸ்பைரில்லம் மற்றும் பாஸ்டோ பாக்டீரியா தலா எட்டு கிராம் என்ற விகிதத்தில் கலந்து வைக்க வேண்டும். இந்த கரைசலில் விதைநெல் ஒரு நாள் ஊறுவது நல்லது. இதனால், விதையில் உள்ள நோய்த்தொற்றுக்கள் நீங்கிவிடும். இதை 'விதை நேர்த்தி செய்தல்' என்பார்கள். மறுநாள் விதையைக் கோணிப் பையில் கட்டி நீரை வடித்துவிட்டால் விதைக்கத் தயாராகிவிடும்.

நாற்றங்கால் அமைப்பது எனில் ஒரு ஏக்கர் விதை நெல்லுக்கு இருபது செண்ட் என அமைக்கலாம். இதை, தண்ணீர் விட்டு

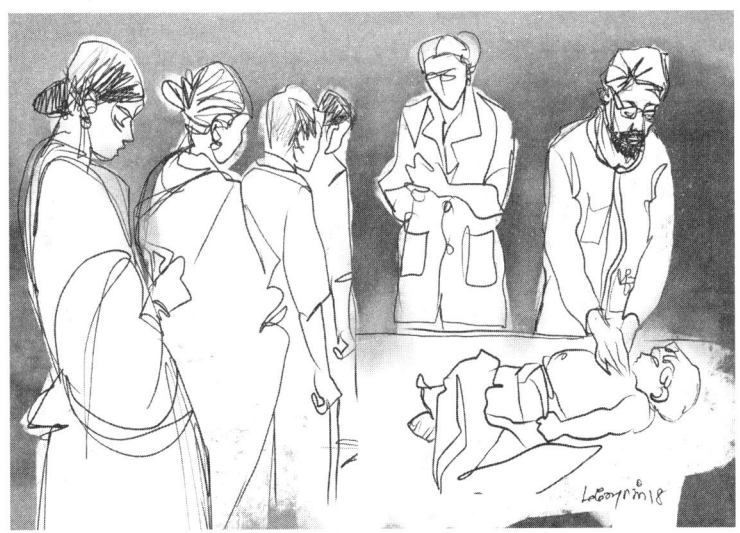

அரிசி ரகம்	கிளைசெமிக் இண்டெக்ஸ்
கருங்குறுவை	50 - 55
காட்டுயானம்	50 - 55
காலாநமக்	50 - 55
கிச்சிலிச் சம்பா	60 - 70
குடவாழை	66 - 69
கொட்டாரம் சம்பா	55 - 60
சிவப்புக் கவுனி	50 - 55
பூங்கார்	50 - 55
வாடன் சம்பா	60 - 65
நீலச் சம்பா	50 - 55

இரண்டு மூன்று உழவு ஓட்டி சமப்படுத்தி, பரம்புவைத்த பின் விதைக்கவேண்டும். நாற்று நன்றாக வளர்ந்து வந்த பின் அதை நடவுக்கு எடுக்கலாம்.

நேரடி விதைப்பு என்றால் விதையை நேர்த்தி செய்து, வயலைத் தேர்வு செய்த பின் விதையைத் தெளிக்கவேண்டும். முதல் நாள் மட்டும் தண்ணீர் கட்ட வேண்டும். இரண்டாம் நாள் தண்ணீர் கட்டி அந்த நீரை இரவே வடியவிட்டு இரவுக் காய்ச்சல் போட வேண்டும். இப்படி மூன்று நாட்கள் செய்தால் அந்த விதை நன்கு முளைப்புத் திறன் பெற்று மேலே வரும். இருபது முதல் இருபத்தைந்து நாட்களில் பஞ்சகவ்யா அமிர்தக்கரைசல் கொடுப்பது நல்லது. ஒரு ஏக்கர் நாற்றங்காலுக்கு இருபது கிலோ விதைக்கு அரை லிட்டர் அமிர்தக் கரைசல் போதுமானதாக இருக்கும்.

நடும்போது ஏக்கருக்கு ஐம்பது கிலோ கடலைப் புண்ணாக்கு மற்றும் முப்பது கிலோ வேப்பம் புண்ணாக்கு இரண்டையும் கலந்து அடியுரமாக இட வேண்டும். இதே போல் நடவு செய்த பதினைந்து முதல் இருபத்தைந்தாவது நாட்களுக்குள் இரண்டாவது மேலுரம் போட வேண்டும். ஒரு ஏக்கருக்கு மண்புழு உரம் இரு நூறு கிலோ, சூடோமோனாஸ் ஐந்து கிலோ, அசோஸ்பைரில்லம், பாஸ்டோ பாக்டீரியா தலா பத்து கிலோ ஆகியவற்றை ஒன்றாகக் கலந்து போட வேண்டும். இவ்வாறு முப்பதாவது நாளில் மீண்டும் மேலுரம் போடலாம்.

பூச்சி, நோய்த் தாக்கங்களிலிருந்து தப்பிக்க நடவுசெய்த பதினைந்தாவது நாளில் 'மஞ்சள் அட்டை' வைக்கலாம். ஒரு ஏக்கருக்கு பதினைந்து அட்டைகள் தேவைப்படும். இயற்கையான முறையில் பூச்சிகொல்லி தயாரிக்க ஆடு தீண்டாத இலைகளான எருக்கை, நொச்சி, வேம்பு, பிரண்டை, சோற்றுக் கற்றாழை,

 **இளங்கோ கிருஷ்ணன்**

பச்சை மிளகாய் ஆகியவற்றை ஒரு ஏக்கருக்குத் தலா ஒரு கிலோ என எடுத்துக்கொண்டு நன்கு இடிக்க வேண்டும். பிறகு, இந்தக் கலவையை இரண்டு லிட்டர் மாட்டு நீரில் போட்டு ஒரு நாள் ஊறவைக்க வேண்டும். கலவை நன்கு நொதித்ததும் நீரை வடித் துவிட்டு கலந்து தெளிக்கலாம். நட்ட பதினைந்து நாள் ஒரு முறையும் முப்பத்தைந்தாவது நாள் ஒருமுறையும் களையெடுப்பு செய்யலாம். மண்ணுக்குத் தகுந்தது போல் காய்ச்சலும் பாய்ச்ச லுமாக நீர் பாய்ச்ச வேண்டும். கருங்குறுவைக்கு அற்புதமான மருத்துவக் குணங்கள் உண்டு என்பதால் தற்போது அதற்கான சந்தைத் தேவை மெல்ல அதிகரித்து வருகிறது. மாற்று மருத்துவங் களை நாடுவோரும் நாட்பட்ட நோய்களால் அவதிப்படுவோரும் கருங்குறுவை உண்ணத் தொடங்கியிருப்பது ஆரோக்கியமான மாற்றம். தற்போது ஒரு கிலோ கருங்குறுவை அரிசி நூற்று இருபது முதல் நூற்று ஐம்பது வரை விற்பனையாகிவருவதே பெருகிவரும் இதன் தேவைக்குச் சாட்சி.

மைசூர் மல்லி!
பூ அல்ல... புவ்வா!

மைசூருக்கு இரண்டாயிரம் ஆண்டுகளுக்கு மேற்பட்ட வரலாறு உண்டு. கி.மு மூன்றாம் நூற்றாண்டைச் சேர்ந்த நமது சங்க இலக்கியங்களில் மைசூர் பற்றிய குறிப்புகள் உள்ளன. நமது மிகப்பெரிய குறிஞ்சித் திணையான மேற்குத் தொடர்ச்சி மலையின் பின்புறம் அமைந்துள்ளது இவ்வூர். இதன் பழைய தமிழ்ப் பெயர் எருமையூர். சமஸ்கிருதத்தில் மகிஷம் என்றால் எருமை. மகிஷன் என்ற எருமைத்தலை அரக்கனை அழித்த ஊர் அதனால் மகிஷூர் எனப்பட்டது. அதுவே பின்னாளில் திரிந்து மைசூர் ஆகிற்று.

அப்படிப்பட்ட மைசூர் என்ற தொன் நிலத்திலிருந்து நமது ஊருக்கு வந்த பாரம்பரிய அரிசிதான் மைசூர் மல்லி. பார்ப்பதற்கு மல்லிகைப் பூப்போல தூய வெண்நிறத்தில் இருக்கும் அரிசி என்பதால் மைசூர் மல்லி என்ற பெயர் வந்தது. முன்னாட்களில் இந்த அரிசிக்கு வேறு பெயர் இருந்திருக்க வேண்டும்.

கர்நாடக மாநிலம் முழுதும் புகழ்பெற்ற மைசூர் மல்லி அங்கிருந்த அரசர்களாலும் விரும்பி உண்ணப்பட்டது. மைசூர் மகாராஜாவின் உணவு மேசையில் தவறாமல் இடம்பெற்றிருந்த மைசூர் மல்லி அரிசி குழந்தைகளுக்கு மிகவும் ஏற்றது. அதனால், இன்றளவும் குழந்தைகளுக்கு முதலில் தரும் உணவுகளில் ஒன்றாக மைசூர் மல்லி இருக்கிறது. இதன் கார்போஹைட்ரேட்டில் உள்ள அயானிக் அளவிலான நுண்ணூட்டச்சத்துக்கள் செரிமானத்தை எளிதாக்குகின்றன. இதனால், ஜீரண மண்டலக் கோளாறுகள் இருந்தால் அவை முற்றிலுமாகக் குணமாகும். மேலும், நாட்பட்ட

நோய்கள் உடையவர்களுக்கும் ஏற்றது.

இதன் மாவுச்சத்தில் உள்ள குளுக்கோஸ் ரத்தத்தில் கரையும் கிளைசெமிக் விகிதம் வெள்ளை பொன்னி அரிசியின் விகிதத்துக்கு இணையானது என்பதால் சர்க்கரை நோயாளிகள் அளவாகச் சாப்பிடலாம். இதன் குளுக்கோஸ் உடனடியாக ரத்தத்தில் கரையும் என்பதால் உடலுக்கு உடனடி ஆற்றல் கிடைக்க இதை உண்ணலாம். மைசூர் மல்லி அரிசியில் கஞ்சிவைத்துச் சாப்பிட நோய் எதிர்ப்பு சக்தி மேம்படும். மேலும், இதன் சோற்றை ஊறவைத்து பழங் கஞ்சியாக்கி கரைத்துக்குடித்துவந்தால் உடல் உஷ்ணம் நீங்கும். சருமப் பிரச்சனைகள் கட்டுப்படும். உடலுக்கு மிகுந்த வலுவை அளிக்கும்.

கர்நாடகத்தில் மட்டும் அல்ல தென் இந்தியா முழுதுமே தன் அன்னக்கொடியைப் பறக்க விட்டிருந்த அரிசி இது. ஆறு கடலில் சேரும் கழிமுகப் பகுதிகளில் இது மிகுதியாகப் பயிரிடப் பட்டது. காவிரி ஆற்றங்கரையோரக் கிராமங்களில் இது இரட்டிப்பு மகசூல் தரும் அரிசியாக கருதப்படுகிறது. காவிரியாற்றின் கழிமுகப்

இயற்கை வேளாண்மைக்கு உலகளாவிய அமைப்பு!

சர்வதேச இயற்கை வேளாண்மை இயக்கங்களின் கூட்டமைப்பு (International Federation of Organic Agriculture Movements IFOAM) 1972ல் தொடங்கப்பட்டது. இயற்கை வேளாண்மைதான் உலகத்தின் ஆதி வேளாண்மை முறை. மேலும், அதுவே பூமிக்குப் பாதுகாப்பான வேளாண்மை முறை என்ற புரிதலுடன் தொடங்கப்பட்ட இந்த அமைப்பு பிரான்சின் புகழ்பெற்ற இயற்கை ஆர்வலர் ரோலண்ட் செவ்ரியாட் முன்னெடுப்பில் உருவாக்கப்பட்டது.

உலகின் செல்வாக்கு மிக்க என்.ஜி.ஓ என்று வர்ணிக்கப்படும் இந்த அமைப்பு ஐ.நா சபையுடன் இணைந்து இயற்கை வேளாண்மை சார்ந்த விஷயங்களில் செயல்பட்டுவருகிறது. ஐ.நாவின் உணவு மற்றும் வேளாண்மை நிறுவனம், தொழில் வளர்ச்சி நிறுவனம், உலக சுகாதார மையம், தொழிலாளர் மையம் உட்பட பத்துக்கும் மேற்பட்ட கிளை அமைப்புகளோடு இணைந்து செயல்படுகிறது. உலகம் முழுதும் செயல்படும் 800க்கும் மேற்பட்ட இயற்கை வேளாண்மை இயக்கங்கள் இதில் உறுப்பினர்களாக உள்ளன. தற்போது 117 நாடுகளில் செயல்பட்டுவருகிறது.

ஒவ்வொரு மூன்று ஆண்டுகளுக்கு ஒருமுறையும் இதன் நிர்வாக உறுப்பினர்கள் தேர்ந்தெடுக்கப்படுகிறார்கள். உலகம் முழுதும் செயல்பட்டு வரும் பல்வேறு வகையான இயற்கை வேளாண்முறைகளை கவனித்து தரப்படுத்துவது. ஆலோசனைகள் சொல்வது, இயற்கை வேளாண்மை முறைகளைக் கற்றுக்கொடுப்பது, பல்கலைக் கழகங்களுடன் இணைந்து செமினார்கள் நடத்துவது ஆகியவை இதன் செயல்பாடுகள். மேலும், இயற்கை வேளண்மை சார்ந்த பரிந்துரைகளை அரசுக்குச் சொல்வது, அதை வலியுறுத்துவது ஆகிய முக்கியமான பணிகளையும் செய்துவருகிறது.

கடந்த நூற்றாண்டின் பிற்பகுதியில் உருவான இயற்கை வேளாண்மை சார்ந்த விழிப்புணர்வு சமீபத்தில் அதிகரித்துவருவது ஆரோக்கியமான விஷயம். 1990களுக்குப் பிறகு வேகம் எடுத்த இயற்கை வேளாண்மை பொருட்களின் விற்பனை கடந்த 2012ல் நான்கு லட்சம் கோடி ரூபாயைக் கடந்துவிட்டது. 2001 முதல் 2011 வரையான இயற்கை வேளாண்மைப் பொருட்களுக்கான விற்பனை சராசரியாக ஆண்டுக்கு 8.9 சதவீதம் அதிகரித்துள்ளது. தற்போது உலகம் முழுதும் சுமார் ஒன்பது கோடி ஏக்கர் நிலப்பரப்பில் இயற்கை வேளாண்மை நிகழ்ந்துவருகிறது.

இது உலகில் நிகழும் மொத்த வேளாண்மையில் வெறும் பத்து சதவீதம் மட்டுமே என்கிறது ஒரு புள்ளிவிவரம். இது பண்ணை நிலங்கள் பற்றிய கணக்கீடுதான் என்றாலும் உதிரிகளாக இயற்கை

வேளாண்மை செய்பவர்களைச் சேர்த்தால் மேலும் ஒன்றிரண்டு சத வீதம் அதிகரிக்கக்கூடும். மற்றபடி, இன்னமும் பெரும்பான்மையான விவசாய சமூகம் நவீன வேளாண்மை முறைக்குள்தான் உள்ளது. இயற்கை வேளாண்மை பற்றிய விழிப்புணர்வு மற்றும் அதற்கான பிரசாரம் என்பது செல்ல வேண்டிய தூரம் அதிகம் என்பதையே இந்த புள்ளிவிவரங்கள் காட்டுகின்றன.

பகுதிகளில் மட்டும் அல்லாமல் கோதாவரி, கிருஷ்ணா போன்ற தென்னிந்திய நதிகளின் கழிமுகங்களிலும் இது பயிரிடப்பட்டது. மேலும், தமிழகத்தில் சேலம், தர்மபுரி மாவட்டங்களில் பல நூறு ஆண்டுகளாகப் பயிரிடப்பட்டுவருகிறது.

களிமண், வண்டல் மண், செம்மண் நிலங்களிலும் ஒன்றுக்கும் மேற்பட்ட மண்ரகங்கள் நிறைந்த கலப்புமண் நிலங்களிலும் மணல் பாங்கான நிலங்களிலும்கூட வளரக்கூடிய மிகச் சிறந்த நெல் இது. 120 முதல் 130 நாட்களில் அறுவடைக்குத் தயாராகும் இதற்கு ஓரளவு நீர்வளம் இருந்தாலும் போதும். பொதுவாக, காய்ச்சலும் பாய்ச்சலுமாக நீர் பாய்ச்சி வந்தாலேகூட சிறப்பாக வளரும். களி மண் நிலங்களில் சிறிது நீர்விட்டாலே அந்த நீரைக்கூட தேக்கிவைத்துக்கொண்டு வளரும் இயல்புடையது.

ஆடிப்பட்டத்துக்கும் தைப்பட்டத்துக்கும் ஏற்றது. ஒற்றை நாற்று முறையில் இதை நடவு செய்யலாம். இதற்கு ஒரு ஏக்கருக்கு இரண்டு கிலோ வரை விதை நெல் தேவைப்படும்.

நடவு செய்வதற்கான வயலைத் தேர்வு செய்வதையும் சமன் படுத்துவதையும் நாற்றங்கால் அமைப்பதையும் ஒரே காலத்தில் செய்ய வேண்டும். நாற்றங்கால் அமைப்பதற்கு முன்பு விதை நேர்த்தி செய்ய வேண்டியது அவசியம். விதையை மாலையில் ஒரு மணி நேரம் காயவைத்த பிறகு ஒரு கிலோ நெல்லுக்கு ட்ரைக்கோடெர்மா விரிடீ நாலு கிராம், சூடோமோனாஸ் பத்து கிராம் அசோஸ் பைரில்லம் மற்றும் பாஸ்டோ பாக்டீரியா தலா எட்டு கிராம் என்ற விகிதத்தில் நீரில் கலந்து ஊறவைக்க வேண்டும். இந்தக் கரைசலில் விதைநெல் ஒரு நாள் ஊறிய பிறகு விதையைக் கோணிப்பையில் கட்டி நீரை வடித்து விதைக்க வேண்டும்.

ஒரு ஏக்கர் விதை நெல்லுக்கு இருபது செண்ட் நாற்றங்கால் அமைக்கலாம். நன்கு தண்ணீர் விட்டு இரண்டு உழவு ஓட்டி சமப்படுத்திய பிறகு விதைக்க வேண்டும். நாற்று வளர்ந்துவந்த பிறகு நடவு செய்யலாம்.

ஒற்றை நாற்றுமுறைக்கு வயலைப் பண்படுத்த கோடை உழவு போல இரண்டு முறை நன்கு உழ வேண்டியது அவசியம். பிறகு, பசுந்தாள் உரம் அல்லது நன்கு மட்கிய தொழு உரம்

போட வேண்டும்.

பசுந்தாள் உரத்துக்கு தக்கைப்பூண்டு, கொளஞ்சி, செனப்பு, அகத்தி ஆகியவற்றை ஏக்கருக்கு பதினைந்து கிலோ விதை தூவிய பிறகு தண்ணீர் விட வேண்டும். இது, இருபத்தைந்து நாட்களுக்குள் பூத்துவிடும். பிறகு நன்கு மடக்கி உழுதால் பசுந்தாள் உரம் மட்கிவிடும். பிறகு, நடும் முன்பு மறு உழவு ஒருமுறை ஓட்டிவிட்டு நடவு செய்ய வேண்டும்.

நடும்போது ஏக்கருக்கு ஐம்பது கிலோ கடலைப்பிண்ணாக்கு மற்றும் முப்பது கிலோ வேப்பம்பிண்ணாக்கு ஆகியவற்றைக் கலந்து அடியுரம் இட வேண்டும். நடவு செய்த பதினைந்து நாளில் இரண்டாவது மேலுரம் போட வேண்டும். ஒரு ஏக்கருக்கு மண்புழு உரம் இருநூறு கிலோ, சூடோமோனஸ் ஐந்து கிலோ, அசோஸ்பைரிலம், பாஸ்டோ பாக்டீரியா தலா பத்து கிலோ ஆகியவற்றை ஒன்றாகக் கலந்து போட வேண்டும். இதேபோல இவ்வாறு, முப்பதாவது நாளிலும் மேலும் போட வேண்டும். நடவு செய்த இருபத்தைந்தாம் நாள் முதல் ஒவ்வொரு பதினைந்து நாட்களுக்கு ஒருமுறையும் ஜீவாமிர்தத்தையும் பஞ்சகவ்யாவையும் மாற்றி மாற்றிக் கொடுக்கலாம்.

ஆடு தீண்டாத இலைகளான எருக்கை, நொச்சி, வேம்பு, பிரண்டை, சோற்றுக் கற்றாழை, பச்சை மிளகாய் ஆகியவற்றை ஒரு ஏக்கருக்குத் தலா ஒரு கிலோ என எடுத்துக்கொண்டு நன்கு இடித்த பிறகு, இந்தக் கலவையை இரண்டு லிட்டர் மாட்டு நீரில் போட்டு ஒரு நாள் ஊறவைக்க வேண்டும். இந்தக் கலவை நன்கு நொதித்ததும் நீரை வடிகட்டினால் இயற்கையான பூச்சிக்கொல்லி தயார். இதை நீரில் கலந்து தெளிக்கலாம்.

நாற்று நட்ட பதினைந்து நாள் ஒரு முறையும் முப்பத்தைந்தாவது நாள் ஒருமுறையும் களையெடுப்பு செய்வது நல்லது.

மைசூர் மல்லியின் இனிப்புச்சுவை மிகுந்த வைக்கோலை மாடுகள் மிகவும் விரும்பிச் சாப்பிடும். மேலும், இதன் வைக்கோல் கால்நடைகளுக்குத் தேவையான ஊட்டச்சத்துக்களையும் வாரி வழங்குவது என்பதால் தாராளமாகக் கொடுக்கலாம். மைசூர் மல்லி தற்போது சேலம், தர்மபுரி மாவட்டங்களில் மட்டும் அல்லாது திருவள்ளூர் மாவட்டத்திலும் அதிகமாகப் பயிரிடப் படுகிறது. ராஜாக்கள் விரும்பி உண்ட ராஜபோகம் என்பதால் மைசூர் மல்லிக்கு எப்போதுமே மவுசு உண்டு.

இளங்கோ கிருஷ்ணன்

இனிக்குது
இலுப்பைப்பூச் சம்பா!

விவசாயம் மண்ணோடு போராடும் மல்யுத்தம் அல்ல. விண்ணோடும் மண்ணோடும் உறவாடி இயற்கையைப் புரிந்து, இயற்கையுடன் கலந்து மண்ணைக் காத்து தன்னையும் காத்துக் கொள்ளும் அழகான வாழ்க்கைமுறை. நவீன வேளாண் இயந்திரங்களும் சிந்தடிக் உரங்களும் செயற்கையான பூச்சிக்கொல்லிகளும் மண்ணைச் சிதைத்து மனித உடலையும் சிதைத்துவிட்டன. இன்று விவசாயம் என்பதே கண்ணுக்குத் தெரியாத எதிரியுடன் மோதும் போராட்டமாகிப்போனது.

இயற்கையோடு இணைந்து வேளாண்மை செய்த காலம் ஒன்று இருந்தது. அப்போது அறுவடைக் காலங்களில் வயல்வெளியைத் தேடிவரும் குருவிகளை விரட்டுவதே பெரும்பாடாய் இருந்தது. இயற்கையான முறையில் வேளாண்மை செய்யும்போது மண் வளமாக இருக்கும். மண் வளமாக இருந்தால் மண் புழுக்கள் நுண்ணுயிர்கள் நிறைந்திருக்கும் அவற்றை உண்ணவும் விளைந்து நிற்கும் நெற்கதிர்களைக் கொத்தவும் குருவிகளும் கிளிகளும் மைனாக்களும் செம்போத்துகளும் இன்னும் பெயர் தெரியா பறவையினங்களும் வயல் தேடி வரும்.

வரப்பை வேலிவைத்து அடைத்த நம் முன்னோர் அந்தக் கம்பங்களில் பானையைக் கவிழ்த்துவைத்து ஆந்தைகளுக்கு சிம்மாசனம் அமைத்துக்கொடுத்தனர். இரவுகளில் வந்தமரும் ஆந்தை, கதிர்களை நாசம் செய்யும் எலிகளை வேட்டையாடும். இது எல்லாம் அந்தக் காலம். இப்போது வயல் என்பதே வேதிப் பொருட்களின் கிடங்கு என்றாகிவிட்டது. விளைந்து நிற்கும் கதிர்

மருதம் மீட்போம்

கால் கிலோ விதை நெல்லில் ஒரு ஏக்கர் வெள்ளாமை!

'**வி**தைப்போம் அறுப்போம்' என்ற மின் நூல் ஒன்று கண்ணில் பட்டது. திருத்துறைப்பூண்டி ச.கரிகாலன் என்பவர் எழுதியிருக்கிறார். இயற்கை வேளாண்மை சார்ந்த பல முக்கியமான தகவல்களை எளிய நடையில் சொல்லியிருக்கும் பயனுள்ள நூல். கரிகாலன் ஒரு நாடகக் கலைஞர். பல்வேறு புராதன நாடகங்களை எழுதி, இயக்கியிருக்கிறார். தற்போது, இயற்கை வேளாண்மையின் பக்கம் கவனம் திரும்பவே தன்னுடைய வயலில் இயற்கை வேளாண்மை சார்ந்த ஆய்வுகளை ஆர்வமுடன் செய்துவருகிறார். இயற்கை வேளாண்மை செய்வதோடு அல்லாமல் தான் அறிந்த தகவல்களை எல்லோரிடமும் பகிர்ந்துகொள்ள வேண்டும் என்ற எண்ணத்தில் இயற்கை வேளாண்மை சார்ந்த நூல்களும் எழுதிவருகிறார். இதில் கரிகாலன் சொல்லியிருக்கும் சில தகவல்கள் அதிரடி ரகமாயிருக்கின்றன. இதோ ஒரு சாம்பிள்...

இன்று ஒரு விதைநெல் அதிகபட்சம் 120 தூர் வெடிக்கும் என்று கண்டறிந்துள்ளார்கள். 120 தூர்களில் கால் கிலோ நெல்மணிகள் கிடைக்கும். கால் கிலோ விதை நெல்லைக்கொண்டு இரண்டடிக்கு ஒரு நாற்றுவீதம் நட்டு ஒரு ஏக்கருக்கு நடவு செய்யலாம். ஆக ஒரு ஏக்கருக்குக் கால் கிலோ விதைநெல் போதுமானது. ஒரு அடிக்கு ஒரு அடி இடைவெளி விட்டு ஒற்றை நாற்றுமுறையில் நடும்போது ஏக்கருக்கு ஒரு கிலோ 600 கிராம் விதைநெல் போதுமானது. இதை ஏற்பதற்கு தன்னம்பிக்கை வேண்டும்.

ஒரு தாய்நாற்று பத்தாவது நாள் இன்னொரு நாற்றை ஈனுகிறது. அடுத்து அந்தத் தாய் ஒவ்வொரு ஐந்து நாட்களுக்கு ஒருமுறையும் ஒரு நாற்றைக் கொடுக்கிறது. அதேபோல் அந்தக் குட்டி நாற்று பத்தாவது நாள் இன்னொரு குட்டி நாற்றை ஈனுவதோடு ஐந்தாவது நாள் முதல் அடுத்தடுத்து பெருகச்செய்கிறது. இப்படிக் கிளைக்கும் தூர்களின் எண்ணிக்கை நூற்று இருபது வரை வருவதாகக் கணக்கிடுகிறார்கள்.

என் அனுபவத்தில் குறைந்தது ஐந்து தூர்கள் அதிகபட்சம் எழுபது தூர்கள் வரை பார்த்துவிட்டேன். அதேபோல் நல்ல விளைச்சல் என்றால் கதிருக்கு 300 நெல்மணிகள் என்று சொல்வார்கள். என் வயலில் சுமார் 110 நெல்மணிகளை எண்ணியிருக்கிறேன். நீண்ட காலப் பயிர்களில் குறைந்தது 150 நெல் மணிகள் முதல் அதிகபட்சம் 240 நெல் மணிகள் வரை எண்ணியிருக்கிறேன். ஆக, ஒரு ஏக்கர் நடவு செய்ய 1,600 விதை நெல் போதும் என்ற நிலையில் நாம் நாற்பது கிலோ விதைநெல்லை வாங்கி நட்டுக்கொண்டிருக்கிறோம்.' என்

கிறார். 'இது எப்படி சாத்தியம்?' என்று கேட்டோம். 'இன்றைய மழை பொய்த்துப்போகும் காலகட்டங்களில் இதற்கு வாய்ப்பு குறைவுதான். ஆனால், மிக நிச்சயமாக இயற்கை வேளாண்மை முறையில் கால் கிலோ நெல்கொண்டு ஒரு ஏக்கர் பயிரிடுவது சாத்தியமே' என்றார்.

களில்கூட ரசாயன வாசம். மண்ணே மலடாகிப்போனதால் நுண்ணுயிர்களும் அழிந்துபட்டன. குருவிகள் மட்டும் அல்ல; எந்த பறவையினமும் வயலில் இறங்குவதே இல்லை. இரை கிடைக்காமல் சிட்டுக் குருவி முதல் ஒவ்வொரு இனமாய் அழிந்துகொண்டிருக்கின்றன.

இதோ நம் வயிற்றை வளர்க்கவும் உயிர்களைக் காக்கவும் இயற்கை நம்மிடம் ஒரு நெல்லைக் கொடுத்திருக்கிறது. அதுதான் இலுப்பைப்பூ சம்பா. இலுப்பைப்பூ சம்பா விளைந்து நிற்கும் வயலைப் பார்த்தால் அசந்துபோவீர்கள். பச்சைப் பசேல் வயலில் பயிரின் உச்சியில் நாவல் பழங்கள் கொத்துக்கொத்தாய் காய்த்தது போன்று கன்னங்கரேல் எனக் கதிர்கள் அசைந்துகொண்டிருக்கும். காற்றில் அசையும் நெற்கதிர்கள் ஒன்றுடன் ஒன்று உரசும் போது இனிய நறுமணம் வெளிப்படும். வயலில் இறங்கி நடந்தாலே மனதை மயக்கும் வாசம் ஒன்று ஆளைத் தூக்கும். அந்த இனிமையான வாசத்துக்கு குருவிகள் கூட்டம் கூட்டமாய் வந்து சேரும்.

பயப்பட வேண்டாம் குருவிகள் தரையிறங்குவது நிலத்தில் இருக்கும் பூச்சிகளைப் பிடித்து உண்ணத்தான். குருவிகள் மட்டும் அல்லாமல் தவிட்டு நிறத் தட்டான்களும் தாளப் பறந்து

வட்டமிடும். வயல்வெளி எங்கும் நிறைந்திருக்கும் பூச்சிகளின் முட்டைகள்தான் அவற்றின் உணவு.

‘ஆலை இல்லாத ஊருக்கு இலுப்பைபூ சர்க்கரை’ என்று ஒரு பழமொழி உண்டு. இலுப்பைப்பூவின் இனிப்புப் பண்பை சொல்லும் வாழ்வியல் வழக்காறு அது. இலுப்பைப் பூவைப் போல இந்த சம்பாவின் அரிசியும் இனிப்புச் சுவை மிகுந்திருப்பதால் இதை இலுப்பைப்பூச் சம்பா என்கிறார்கள்.

இலுப்பைப்பூச் சம்பாவில் இனிப்புச் சுவை மிகுந்திருப்பதால் இதன் குளுக்கோஸ் உடனடியாக ரத்தத்தில் கரையும் இயல்புடையது. எனவே, இதன் கிளைசெமிக் விகிதம் அதிகம். உடலுக்கு உடனடியாக ஆற்றலைச் சேர்க்கும். சர்க்கரை நோயாளிகள் அளவாக உண்ணலாம். இதற்கு இனிப்புச் சுவை அதிகம் என்பதால் குழந்தைகள் விரும்பி உண்பார்கள். இனிப்பான பலகாரங்கள் செய்ய மிகவும் ஏற்றது. இதன் தவிட்டில் உள்ள அயானிக் சத்துக்கள் செரிமான மண்டலத்தைச்சிறப்பாக வைத்திருக்க உதவுகின்றன.

நாவல் வண்ண உணவுப் பொருட்களில் அந்தோசயானின் என்ற முக்கியமான ஆன்டிஆக்ஸிடன்ட் உள்ளது. இது நோய் எதிர்ப்புச் சக்தியை மேம்படுத்துகிறது. உடலின் வளர்சிதை மாற்றத்தைத் சீராக வைத்திருக்கிறது. வயதான தோற்றம் ஏற்படுவதைத் தடுக்கிறது. வாளிப்பான, பொலிவான தோற்றத்தைத் தருகிறது.

மேலும், அந்தோசயானின் இதய நலத்துக்கு ஏற்றது. கொழுப்பைக் கரைக்கும் பண்புடையது. எனவே, உடல் எடையைக் குறைக்க விரும்புவர்கள், புற்றுநோய் போன்ற தீவிரமான நோய்களால் பாதிக்கப்பட்டவர்கள் இலுப்பைப்பூச் சம்பாவை உண்ணலாம்.

இலுப்பைப் பூச் சம்பா சராசரியாக நான்கடி உயரம் வரை வளரும். நூற்று முப்பத்தைந்து நாட்களில் அறுவடைக்குத் தயாராகிவிடும். கடுமையான வறட்சியையும் தாங்கி வளரும் இயல்புடையது. பூச்சித் தாக்குதலையும் சமாளித்து வளர்ந்துவிடும்.

இதை ஒற்றை நாற்று முறையில் நடவு செய்யலாம். ஏக்கருக்கு நாற்பது கிலோ வரை விதைநெல் தேவைப்படும். நாற்றங்கால் அமைக்கும் முன்பு விதைநேர்த்தி செய்ய வேண்டியது முக்கியம்.

சராசரியாக ஒரு ஏக்கர் நாற்றுகளை உற்பத்திசெய்ய ஐந்து சென்ட் நிலத்தில் நாற்றங்கால் அமைப்பது நல்லது. 50 கிலோ தொழுவுரத்தையிட்டு இரண்டு சால் சேற்று உழவில் நிலத்தைச் சமப்படுத்திக்கொள்ள வேண்டும்.

100 லிட்டர் தண்ணீருக்கு ஐந்து லிட்டர் வரை அமுதக்கரைசல் கலந்து அதில் விதைநெல்லை சணல் சாக்கில் போட்டுக்கட்ட வேண்டும். பன்னிரண்டு மணி நேரத்துக்குப் பிறகு தண்ணீரை வடித்து மீண்டும் பன்னிரண்டு மணிநேரம் இருட்டறையில் வைத்திருக்க வேண்டும். அதன் பிறகு, நான்கு அங்குல உயரத்துக்கு

நாற்றங்கால் அமைக்கலாம்.

அடுத்த அரைநாளில் நாற்றங்காலில் உள்ள தண்ணீரை நன்றாக வடித்துவிட வேண்டும். இப்படி தொடர்ந்து நான்கைந்து நாட்கள் செய்துவந்தால் விதைநெல் நன்கு முளைத்து வரும். பத்தாவது நாள், பத்து லிட்டர் தண்ணீருக்கு ஒரு லிட்டர் வடிகட்டிய மாட்டுச் சிறுநீரைக் கலந்து தெளித்தால், பூச்சி, நோய் தாக்குதல் இருக்காது. நாற்றும் நன்றாக வளரும். இந்த நாற்றைப் பதினைந்தாவது நாளிலேயே நடவுக்கு எடுத்துக்கொள்ளலாம்.

நாற்று தயாராகும் சமயத்திலேயே நடவு வயலையும் தயார் செய்வதுதான் சிறந்தது. இரண்டு சால் சேற்று உழவு ஓட்டி நிலத்தைச் சமப்படுத்தி, ஒரு ஏக்கருக்கு இரு நூறு கிலோ தொழு வுரம் இட்டு சாதாரண முறையில் அரையடி இடைவெளியில் குத்துக்கு, இரண்டு மூன்று நாற்றுக்களாக நடவு செய்யலாம்.

நடவு முடிந்த பதினைந்தாம் நாளில் தொழுவுரமிட வேண்டும். களை எடுக்க வேண்டும். பூக்கும் பருவத்திலும் காய் பிடிக்கும் பருவத்திலும் தேமோர் கரைசல் கொடுப்பதன் மூலம் நோய் தாக்குதல் ஏற்படாமல் தடுக்கலாம். தேமோர் கரைசல் தயாரிக்க, கலப்படம் இல்லாத தேங்காய்ப்பால் நன்றாகப் புளித்த மோர் இரண்டையும் சமஅளவில் ஒரு பானையில் ஊற்றி துணியைப் போட்டுக் கட்டி மூடிவைக்க வேண்டும். பத்தே நாட்களில் தேமோர் கரைசல் தயாராகிவிடும். இதன் ஒரு லிட்டருக்கு பத்து லிட்டர் எனத் தண்ணீர் கலந்து தெளிக்க வேண்டும்.

பூச்சிப் பெருக்கம் இருந்தால் அதைக் கட்டுப்படுத்த அமிர்தக் கரைசல் கொடுக்கலாம். பயிர்கள் நன்றாக வளர்வதற்கு ஊக்கியாக மீன் அமிலம் கொடுக்கலாம். மீன் அமிலத்தை வடமொழியில் குணபசலம் என்பார்கள். குணபம் என்றால் இறந்த உடல். மீன் களைத் துண்டுகளாக வெட்டி சமஅளவு வெல்லம் கலந்து ஒரு பிளாஸ்டிக் பையில் போட்டுக் கட்டிவைக்க வேண்டும். இந்த இரண்டும் ஒன்றோடு ஒன்று வேதி வினைபுரிந்து தேன்போல மாறிவிடும். இதைப் பத்து லிட்டர் நீருக்கு அரை லிட்டர் எனக்

மருதம் மீட்போம்

கலந்து கொடுக்கலாம். மீன் அமிலம் தெளித்தால் பயிரில் பச்சையம் கூடும். பூச்சிகள் நெருங்காது. ஆடு, மாடுகள்கூட வாய் வைக்காது. நல்ல விளைச்சலுக்கு இந்த மீன் அமிலம் மட்டுமேகூட போதும் என்பார்கள் சிலர்.

இலுப்பைப்பூச் சம்பாவில் ஏக்கருக்கு முப்பது மூட்டை வரை நெல் கிடைக்க வாய்ப்புள்ளது. தற்போது இலுப்பைப்பூச் சம்பா ஒருசிலரால் மட்டுமே பயிரிடப்படும் பாரம்பரிய நெல்ரகமாக இருக்கிறது. அந்தோசயனின் நிறைந்த இந்த அரிசியின் பலன்கள் பற்றி மக்களுக்கு விழிப்புணர்வு ஏற்பட்டால் இந்த நிலை மாறி இன்னும் பலர் இதைப் பயிரிட முன்வருவார்கள். மண்ணைக் காத்து, மைனா, குருவி எனப் புல்லினங்களைக் காத்து நம்மையும் காக்கும் இலுப்பைப்பூச் சம்பா எங்கும் பரவட்டும்.

 இளங்கோ க்ருஷ்ணன்

மாவீரன் அலெக்சாண்டரையே பிரமிக்கவைத்த இந்திய விவசாயிகள்!

'புலியைப் பார்த்து பூனை சூடு போட்டது' எல்லாருக்கும் தெரிந்த பழமொழிதான்.

ஆனால் -

பூனையைப் பார்த்து புலி சூடு பட்ட கதைதான் நமது நவீன விவசாய வரலாறு. சுமார் இரண்டாயிரம் வருடங்களுக்கு முன்பு ஐரோப்பியர்கள் விவசாயத்துக்குக் கத்துக்குட்டிகள். அப்போதே நாம் நீர் மேலாண்மை, பயிர் வளர்ப்பு, தானியங்கள் பாதுகாப்பது என சகலத்திலும் நன்கு தேர்ந்தவர்களாக இருந்தோம்.

அலெக்சாண்டரின் படையினர் இந்தியாவுக்குள் நுழைந்த போது நமது விவசாய நிலங்களைப் பார்த்துதான் அசந்துபோனார்கள். முழங்கால் உயர தண்ணீரில் நின்றுகொண்டிருக்கும் கோதுமையும், நெல்லும் அவர்களுக்கு ஆச்சர்யமாய் இருந்தன. யானையைப் பார்த்து அஞ்சிய கிரேக்க வீரர்கள் அதைவிட உயரமான தென்னை மரங்களைக் கண்டு வியந்தார்கள். அதன் தலையில் தொங்கும் தேங்காய்கள் அவர்களைப் பரவசப்படுத்தின. பல்லாயிரக்கணக்கான ஆடுகளையும் மாடுகளையும் ஒரு சாதாரண செல்வந்தர் அலெக்சாண்டருக்குப் பரிசாகக் கொடுத்தபோது இந்த நிலத்தின் வளத்தை எண்ணி அந்த மாவீரன் திகைத்தார். தன்னுடன் வந்த கிரேக்க அறிஞர்களை அழைத்து இந்த நிலம் பற்றிய குறிப்புகளை எடுத்துக்கொள்ள ஆணையிட்டார்.

மெகஸ்தனிஸ் தன்னுடைய குறிப்புகளில் திரும்ப திரும்ப இந்திய விவசாயமுறை பற்றி ஆச்சர்யமாய் குறிப்பிடுகிறார். ஒரே நிலத்தில் ஒரே ஆண்டில் இருவேறு பயிர்கள் பயிரிடப்படுவது;

 மருதம் மீட்போம்

மாடித் தோட்டமும் மண் வளமும்

மாடித் தோட்டம் என்பது இன்று நகரங்களில் மட்டும் இல்லாமல் கிராமங்களிலும் புகழ்பெற்று வரும் ஒரு சுயசார்பு விவசாய முறையாக இருக்கிறது. நம் அன்றாடத் தேவைக்குப் பயன்படும் கீரைகள், காய்கறிகள், பழங்கள் போன்றவற்றை நாமே உற்பத்தி செய்துகொள்வதன் மூலம் செயற்கை உரம், பூச்சிக்கொல்லிகள் போன்றவற்றின் பாதிப்பு இல்லாத சுத்தமான உணவை உண்ண முடிகிறது. மேலும், மாடித்தோட்டம் என்பது மிகச்சிறந்த ஆரோக்கியமான பொழுதுபோக்கு என்பதால் பலரும் இதில் ஆர்வமுடன் ஈடுபடுகிறார்கள்.

மாடித்தோட்டத்தில் தொடக்க நிலையில் ஈடுபடுபவர்களில் பலரும் ஓர் அனுபவத்தைச் சந்தித்திருப்பார்கள். தொட்டியில் நட்டுவைக்கும் போது மிகச்சிறப்பாக வளர்ந்துவரும் புடலை மற்றும் பாகல் கொடிகள் திடீரென சோர்ந்து வளர்ச்சி இழந்து வாடிவிடும். என்னதான் மணலையும் செம்மண்ணையும் கலந்து, உரமிட்டு, இலை மக்கு போட்டு, நீர் பாய்ச்சினாலும் அவை காய்ந்துபோவதைத் தடுக்க முடிவது இல்லை. இதற்குப் பிரதான காரணம் மண் இறுகிப்போவதுதான். ரோஜா பூ போன்ற வறண்ட நிலத் தாவரங்கள் இம்மாதிரியான சூழலில் வாழப் பழகியவை என்பதால் அவை பட்டுப்போவது இல்லை. கொடிகள் மித வெப்பமண்டலத் தாவரங்கள் என்பதால் மண் இறுக்கத்துக்குத் தாங்காது.

இந்தப் பிரச்சனைக்கு மிகச்சிறந்த தீர்வு தேங்காய்நார்த் தூள்

தான். ஆங்கிலத்தில் இதை Coir pith என்பார்கள். தேங்காய்நாரின் மேற்புறம் ஒட்டியிருக்கும் நார்த்துகள்கள் இவை. கயிறு திரிக்கும் நிறுவனங்களில் தேங்காய் நாரிலிருந்து உதிரிப் பொருளாக எஞ்சு கிறது. இதை கம்ப்ரெஸ் செய்து ஐந்து கிலோ, பத்து கிலோ கட்டிகளாக ஏற்றுமதி செய்கிறார்கள்.

பொள்ளாச்சி பகுதிகளில் தேங்காய்நார் துகள் நிறுவனங்கள் நிறைய உள்ளன. இவற்றைத் தற்போது வெளிநாடுகளில் விவசாயத் துக்குப் பயன்படுத்துகிறார்கள். நம் நாட்டில் இது குறித்த போதுமான விழிப்புணர்வு இன்னமும் ஏற்படவில்லை. இந்த தேங்காய்நார்த் துகளை மொட்டை மாடித் தோட்டங்களுக்குப் பயன்படுத்துவதன் மூலம் மிகச் சிறந்த விளைச்சலைக் காணலாம்.

இந்த நாரில் சிறப்பான சத்துகள் என்று ஏதும் இல்லை. வழக்கமான தேங்காய் நாரில் காணப்படும் சிற்சில நுண்ணுயிர்களே உள்ளன. மிகச்சிறப்பான தாவர வளர்ச்சிக்கு நிச்சயம் இது போதாதுதான். ஆனால், ஈரப்பதத்தைத் தக்கவைக்கும் பண்பும், வேர்களை சுலபமாக உள்ளே நுழைய அனுமதிக்கும் பண்பும் இதற்கு அதிகம். இதனால் செடிகள் நேரடியாகத் தொட்டியில் நட்டு வளர்க்கும்போது வளர்வதை விடவும் சிறப்பாக வளர்கின்றன.

தேங்காய்நார்த் துகள் கட்டிகளை வாங்கி வந்து உடைத்து, அவற்றை தண்ணீரில் நன்றாக ஊற வைக்க வேண்டும். பிறகு, இந்த துகளுடன் ஏதாவது இயற்கை உரம் மற்றும் செம்மண் கலந்து தயாரிக்கலாம். தேங்காய் நார்த் துகள், இயற்கை உரம், செம்மண் ஆகியவற்றை 2:2:1 என்ற விகிதத்தில் கலக்கலாம்.

மொட்டைமாடித் தோட்டத்துக்கு என்றே தற்போது நிறைய Grow Bags வந்துவிட்டன. முதலில் இந்தப் பையில் சில தேங்காய் மட்டை களை ஒரு அடுக்காகக் கொட்ட வேண்டும். பிறகு அதன் மேல் இந்த தேங்காய் நார்த் துகள் கலவையைக் கொட்டிவிட்டு விதை போட லாம். கீரை போன்ற விதைகள் என்றால் மேல் அடுக்கில் லேசாகத் தூவிய பிறகு அதன்மேல் மேலும் ஒரு அடுக்கு தேங்காய்த் துகள் கலவையைக் கொட்டலாம்.

ஒரே நிலத்தில் ஒரே சமயத்தில் இருவேறு பயிர்கள் ஊடுபயிராகப் பயிரிடப்படுவது; சில பகுதிகளில் களையெடுப்பே செய்யாமல் இருப்பது போன்ற விவசாயமுறைகள் அவர்கள் கேள்விப்படாதது. இப்படி இரண்டாயிரம் வருடங்களுக்கு முன்பே விவசாயத்தில் உலகுக்கே முன்னணியில் இருந்த நம்மை ஒன்றுமே தெரியாதவர் கள் என்றார்கள் போன நூற்றாண்டின் ஐரோப்பியர்கள். நாமும் அதை நம்பிக்கொண்டோம். அதன் விளைவுதான் பசுமைப் புரட்சி. அதன் விளைவுதான் செயற்கை உரங்கள். அதன் விளைவுதான்

விதவிதமான நோய்கள்.

நெல்லை ஊடுபயிராகப் போட முடியுமா? என்று சிலர் கேட்கிறார்கள். நம்முடைய பாரம்பரிய நெல்ரகங்களில் பலதும் ஊடுபயிராகப் போட மிகச் சிறந்தவை. நெல்லை ஊடுபயிராகப் போடும்போது மண்ணின் உயிர்ச்சூழல் மேம்படுகிறது. களைகள் கட்டுப்படுகின்றன. முக்கியப் பயிரும் ஊடுபயிரான நெல்லும் பரஸ்பரம் ஒன்றை ஒன்று ஊட்டமூட்டிக்கொள்கின்றன. இதனால் இரண்டு பயிர்களுமே அமோக விளைச்சலைக் கொடுக்கின்றன. இப்படி, ஊடுபயிராக விளங்கும் நெல்களில் காட்டுப்பொன்னி முக்கியமானது.

காட்டுப்பொன்னி என்ற பெயரே அதன் தனித்துவத்தையும் சிறப்பையும் சொல்லக்கூடியது. பொன்னி என்ற சொல்லுக்குத் தமிழில் பல மங்கல அர்த்தங்கள் இருக்கின்றன. காவிரியைப் பொன்னி நதி என்பார்கள். செல்வத்தின் அதிபதியான லட்சுமியை பொன்னி என்பார்கள். உணவு லட்சுமி கடாட்சமானது. மேலும், நெல் காவிரிக்கரையில் செழிப்பாக வளரக்கூடியது என்பதால் நெல்லுக்குப் பொன்னி என்ற பெயர் வந்திருக்கக்கூடும். அதிலும் எல்லா ரகங்களும் பொன்னி அல்ல. நடவு செய்தால் மகசூலை அள்ளிக்கொடுப்பதும்; அள்ளி உண்டால் உண்பவரின் நலனைக் காப்பதுமே பொன்னி ரகங்கள்.

காட்டுப்பொன்னியின் மேற்புறத் தவிட்டில் உள்ள அடர்த்தியான நார்ச்சத்து *(Crude fiber)* செரிமானத்துக்கு மிகவும் நல்லது. செரிமானக் கோளாறு உள்ளவர்கள், கர்ப்பிணிகள், பைல்ஸ் பிரச்சனை உள்ளவர்கள், முதியவர்கள் இதை உண்ணலாம். காட்டுப்பொன்னியில் புரோட்டின் எனும் புரதச்சத்தும் நிறைந்துள்ளது. பொதுவாக, புரதச்சத்து அரிசி ரகங்களில் காணப்படாது. எனவே, சிறு குழந்தைகளும் எடை அதிகரிக்க வேண்டும் என விரும்புபவர்களும் இதை உண்ணலாம். காட்டுப்பொன்னியின் கார்போஹைட்ரேட் சத்து ரத்தத்தில் சர்க்கரையை மெதுவாகவே கரைக்கிறது. எனவே, சர்க்கரை நோயாளிகளுக்கும் ஏற்றது. காட்டுப்பொன்னியில் கால்சியம் எனும் சுண்ணாம்புச்சத்தும் நிறைந்துள்ளது. எலும்புகள், பற்கள் வலுவாக இருக்க கால்சியம்சத்து அவசியம். வயதானவர்கள், மூட்டுவலி, இடுப்புவலி உள்ளவர்கள் காட்டுப்பொன்னியில் கஞ்சி வைத்துப் பருகிவர கால்சியம் சத்து உடலில் சேரும்.

காட்டுப்பொன்னியின் வைக்கோலிலும் மிகச்சிறந்த சத்துக்கள் உள்ளன. கால்நடைகள் மிகவும் விரும்பி உண்ணும் இதில் ஏராளமான நுண்ணூட்டச்சத்துக்கள் உள்ளதால் கால்நடைகளின் நோய் எதிர்ப்புச் சக்தி மேம்படும். பொன்னி என்று பெயர் இருந்தாலும் காட்டுப்பொன்னி மானாவாரி, மேட்டுப்பகுதிகளிலும், நீர்வளம்

மிகக் குறைந்த பகுதிகளிலும் பயிரிட மிகச்சிறந்தது. தென்னை, வாழை, சப்போட்டா போன்றவை சாகுபடி செய்யும் நிலங்களில் காட்டுப்பொன்னியை ஊடுபயிராக இடலாம். சராசரியாக, ஒரு மாதம் வரையிலும்கூட தண்ணீர் தேவை இல்லாமல் வறட்சியைத் தாங்கி வளரக்கூடிய அற்புதமான போர்க்குணமிக்க தாவரம் இது. அதிகம் செலவில்லாமல் பயிரிட காட்டுப்பொன்னி மிகச் சிறந்த தேர்வு. காட்டுப்பொன்னியின் அரிசி சிவப்பு நிறத்தில், மோட்டா ரகமாக, தடிமனாக இருக்கும். 140 நாட்களில் பயிராகும் நீண்ட காலப்பயிர் இது. நோய் தாக்குதலைத் தாங்கியும் வளரக்கூடிய தன்மை உடையது.

காட்டுப்பொன்னியை ஊடுபயிராக மட்டும் இன்றி மானாவாரி நிலங்களில் சாதாரணமாகவும் வெள்ளாமை செய்யலாம். கடுமையான சூழலிலும் வளரக்கூடிய பயிர் என்பதால் அடியுரம் போடுதல் பூச்சிகொல்லிகள் பயன்படுத்துதல் போன்ற பராமரிப்புகள் ஏதும் இல்லாமலேகூட நன்றாக வளரக்கூடியது.

ஒற்றை நாற்று முறையில் நடுவது என்றால் விதைகளை மிகச் சிறப்பாக விதைநேர்த்தி செய்த பிறகு, பாத்தி அமைத்து நட்டு பயிர்கள் துளிர்த்து வந்ததும் எடுத்து நடவு செய்யலாம். பாத்தி அமைக்கும்போதே விதைக்கும் வயலையும் தேர்வு செய்து பண்படுத்துவது நல்லது. கோடை உழவு ஓட்டி தழைச் சத்து கொடுத்த பிறகு ஓருழவு ஓட்டி நடவு செய்யலாம். உரமிடுவது என்றால்

மருதம் மீட்போம்

அடியுரம் இட்ட பதினைந்து அல்லது இருபது நாட்களில் மேலுர மிட்டுப் பராமரிக்கலாம். நடவு செய்த பதினைந்தாவது நாளில் களை எடுக்க வேண்டியது அவசியம்.

பஞ்சகவ்யா, அமிர்தக் கரைசல், மீன் அமிலம் போன்ற வற்றைப் பயன்படுத்துவதன் மூலம் பயிர்களுக்கு நோய்த் தாக்குதல் ஏற்படாது. அவசியம் எனில் பூச்சிகளைக் கட்டுப்படுத்த மூலிகை அட்டை வைக்கலாம். ஊடுபயிராகப் பயிரிடுவது என்றால் விதைநேர்த்தி மட்டும் செய்தாலே போது மானது. எந்தவிதமான பராமரிப்பு இன்றியும் மிகச் சிறப்பாக வளரக் கூடியது. காட்டுப்பொன்னிக்கு நீர்வளம் அதிகம் தேவை இல்லை என்பதால் ஓரளவு காய்ச்சலும் பாய்ச்சலுமான நீரே போதுமானது. காட்டுப்பொன்னி சராசரியாக ஏக்கருக்கு 20 மூட்டை வரை மகசூல் கொடுக்கக்கூடியது. அறுவடைக்குப் பின் இதன் வைக்கோலை நிலத்தில் மூடாக்காகப் பயன்படுத்துவதன் மூலம் மண்வளம் கூடி, நுண்ணுயிரின் வளம் பெருகுவதாகவும், மேலும் மண்புழு எண்ணிக்கை அதிகரித்து மகசூல் பெருக்குவதாகவும் கூறப்படுகிறது.

பெண்களுக்கேற்ற பிசினி அரிசி!

இந்தியாவுக்கு சுதந்திரம் கிடைத்த புதிதில் தமிழகத்தில் நெல் பயிரிடப்பட்ட நிலத்தின் அளவு எழுபத்தாறு லட்சம் ஏக்கர். தற்போது, இது ஐம்பது லட்சத்துக்கும் குறைவான ஏக்கராக குறைந்து விட்டது. எதனால் இப்படியானது? தமிழகத்தில் நெல் அதிகமாகப் பயிரிடப்பட்ட காவிரி டெல்டா விவசாயம் சீர் குலைந்ததுதான் காரணமா? நெஞ்சறிய சொல்வது என்றால் அதற்கான உண்மையான பதில் நவீன வேளாண்மையும்தான்.

நாம் எந்தப் பசுமைப்புரட்சியைத் தலையில் வைத்துக்கொண் டாடினோமோ அதுவும் நமது மரபான விவசாயத்தைக் கபளிகரம் செய்ததில் முக்கியப் பங்கு வகிக்கிறது. பசுமைப் புரட்சியின் அசுர வளர்ச்சிக்குக் காரணம் உயர் விளைச்சல் என்ற கருத்தாக்கம். இந்தக் கருத்தாக்கம் ஐரோப்பிய வணிகச் சூழலால் உருவாக்கப் பட்டு, உலகம் எங்கும் உள்ள எல்லா விவசாயிகள் மத்தியிலும் ஒரு மதப் பிரசாரம் போல முன்னெடுக்கப்பட்டது. உண்மையில், உயர் விளைச்சல் என்பது நவீன வேளாண்மையாலும் சாத்தியமே. இதை, அந்தக் காலம் தொட்டே ரிச்சாரியா போன்ற வேளாண் நிபுணர்கள் திரும்பத் திரும்ப சொல்லிக்கொண்டிருந்தார்கள். ஆனால், பல்வேறு காரணங்களால் இந்திய அரசின் அதிகார செவிகளுக்கு அந்தக் குரல்கள் கேட்காமலேயே போயின.

இதோ...

அதன் துயரமான விளைவுகளை இப்போது அனுபவித்துவருகி றோம். ரசாயன உபயோகம் மண்ணை மலடாக்கிவிட்டது. சுற்றுச் சூழல் சீரழிந்துவிட்டது. அரிசி முதல் காய்கறிகள் வரை ரசாயன

மருதம் மீட்போம்

மொட்டை மாடித் தோட்டம் கான்க்ரீட்டை பாதிக்குமா?

மொட்டை மாடித்தோட்டம் கான்க்ரீட்டை பாதிக்குமா என்ற கேள்வி எழலாம். பொதுவாக, பெரிய பாதிப்புகள் இருக் காது. கான்க்ரீட் பாதிக்கும் என்ற அச்சம் இருந்தால் மொட்டை மாடி யில் பயிரிடப்படும் நிலப்பரப்பில் ரப்பர் கோட் பெயின்ட் அடிக்கலாம். அதிகம் கனம் இல்லாத ஜாடிகள், பிளாஸ்டிக் கப்புகள், க்ரோ பேக்ஸ், டெரகோட்டா மண் தொட்டிகள், ப்ளாஸ்டிக் மண் தொட்டிகள் பயன் படுத்துவதன் மூலம் அதிக சுமை தவிர்க்கப்படும். மேலும், மொட்டை மாடித்தோட்டத்துக்கு வெறும் மண்ணை விடவும் தேங்காய் நார்த்துகள் மிக்ஸ் பெஸ்ட். இதைப் பயன்படுத்துவதால் பயிர்கள் நன்றாக வளர் வதோடு மண்ணின் பாரமும் குறையும்.

வாடை இல்லாத உணவுப்பொருளே இல்லை என்றாகிப்போனது. நாற்பதை நெருங்கும் முன்பே மருத்துவச் செலவுகள் ரவுண்டுகட்டி யடிக்கின்றன. வயிற்றில் உள்ள கருவுக்குக்கூட புற்றுநோய்வருகிறது. பிஞ்சுக்குழந்தைகள்கூட கண்ணாடி அணிகிறார்கள்.

இந்தியா முழுதுமே சராசரியாக ஒவ்வொரு இருபது கிலோ மீட்டருக்குள்ளும் நிலத்தின் தன்மை மாறுபடும். இதைக் கருத்தில் கொண்டே அந்தக் காலத்தில் பல லட்சம் நெல்ரகங்களைப் பாதுகாத்துவந்தார்கள் நம் முன்னோர்கள். உவர் நிலத்துக்கு என ஒரு ரகம், மேட்டுப்பாங்கான நிலத்துக்கு ஒரு ரகம், வண்டலுக்கு ஒரு ரகம், செம்மண்ணுக்கு ஒரு ரகம், காற்றை எதிர்க்க ஒரு ரகம், பனியில் தளிர்க்க ஒரு ரகம், வாட்டும் வெயிலுக்கு ஒரு ரகம், கொட்டும் பேய் மழைக்கு ஒருரகம், உணவுக்கு ஒருரகம், மருந்துக்கு ஒரு ரகம், பதார்த்தத்துக்கு ஒரு ரகம் எனப் பார்த்து பார்த்து நிலமறிந்து, சூழல் அறிந்து, தேவை அறிந்து பயிரிட்டார்கள். எல் லாவற்றையும் நவீனக் கலப்பு ரகங்களையும் ரசாயன உரங்களை யும் நம்பி இழந்து நிற்கிறோம். ஆனால், சமீபகாலமாய் ஏற்பட்ட விழிப்புணர்வினால் சில நூறு தமிழகப் பாரம்பரிய நெல்ரகங்கள் மீட்கப்பட்டுள்ளன.

பிசினி என்று ஒரு அற்புதமான நெல்ரகம் நம்மிடம் உள்ளது. உணவே மருந்தாய் மருந்தே உணவாய் செயல்படும் அற்புதம் இது. பிசின் போல் ஒட்டும் தன்மைகொண்ட நெல்ரகம் என்பதால் பிசினி என்ற பெயர்.

அரிசிகளில் சிவப்பு அரிசி விஷேசமானது என்கிறார்கள் உணவியல் நிபுணர்கள். சாதாரண வெள்ளைப் பழுப்பு அரிசியில் உள்ளதைவிட அதிகமான தாதுப்பொருட்கள் இதில் நிறைந் துள்ளன. இரும்புச்சத்தும் மக்னீசியமும் சிறப்பான விகிதத்தில் இதில் இருக்கும். பொதுவாக, அரிசியைவிட உமியிலேயே அதிக சத்துக்கள்

இளங்கோ கிருஷ்ணன்

இயற்கை உரம் நாமே தயாரிக்கலாம்!

நீரை மறுசுழற்சி செய்வதுபோலவே பயன்படுத்திய உணவுப்பொருட்களையும் மறுசுழற்சி செய்து உரமாக மாற்றலாம். வீட்டில் மீதமாகும் சமையலறைக் கழிவு, தோட்டக் கழிவு, பழம், காய்கறிக் கழிவு போன்றவற்றை ஒரு தொட்டியில் சேமித்துக்கொண்டே வர வேண்டும். இதன்மீது அப்போதைக்கு அப்போது சாணப்பொடியை லேசாகத் தூவிவர வேண்டும். சில நாட்களில் இவை ஒன்றோடு ஒன்று மட்கி இதில் நுண்ணுயிர் பெருக்கம் நடக்கத்தொடங்கும். ஒரு கட்டத்தில் இதில் புழுக்கள் உருவாகத்தொடங்கும். இந்தப் புழுக்கள் இக்கழிவுகளை உண்டுநன்கு ஊட்டம் பெறும். நாளடைவில் மண்ணை வளமாக்கும் சிறந்த உரமாக மாறும். இந்த முறையைக்கொண்டு வீட்டுத்தோட்டம், மாடித்தோட்டம், பண்ணை என அனைத்துக்கும் தேவையான உரங்களை எளிதாகத் தயாரித்துக்கொள்ளமுடியும். இந்த முறையில் உரம் தயாரிக்கும்போது அதை வீட்டுக்கு வெளியில் சுகாதாரமான முறையில் வைத்திருக்க வேண்டும்.

இருக்கும். உமியில் உள்ள சத்துக் கட்டுமானத்துக்கு இணையாக சிவப்பு அரிசியில் சத்துக்கட்டுமானம் இருக்கும். அரிசியின் உட்புறம் உள்ள மாவுப்பொருள் வரை இந்த சத்துக்கள் ஊடுருவியிருக்கும் என்பதுதான் சிவப்பு அரிசியின் சிறப்பே. பிசினி நல்ல தடிமனான, மோட்ட ரகமான சிவப்பு அரிசி.

இதில் உள்ள கார்போஹைட்ரேட்டின் அயானிக் சத்துக்கள்

மருதம் மீட்போம்

புழங்கிய நீரே வீட்டுத் தோட்டத்துக்குப் போதும்

வீட்டில் உள்ள காலி இடத்தில் தோட்டம் வைக்கலாம் என்றதுமே பலரும் கேட்கும் கேள்விகளில் ஒன்று 'தண்ணீருக்கு எங்கே போக?' இங்கு குளிக்க, குடிக்க, சமைக்கவே தண்ணீர் பஞ்சம் என்பதுதான். உண்மையில் வீட்டுத்தோட்டம் அமைக்க நாம் அன்றாடம் பயன்படுத்திய பிறகு வெளியேறும் கழிவுநீரே போதுமானது. இந்த தண்ணீரையே தூய்மைப்படுத்தி மறுசுழற்சி முறையில் சிறப்பாகப் பயன்படுத்தலாம்.

குளியலறை, சமையலறையிலிருந்து வெளியேறும் நீரை ஒரு தொட்டியில் சேர்த்து அதை கல்வாழை, கிழங்குச் செடிகளைப் பயன்படுத்தினால் சுத்திகரிக்கப்படும். பின்பு அங்கிருந்து அதை மற்ற செடிகளுக்கு அனுப்பலாம். இது போலவே சில இடங்களில் செப்டிக்-டேங்கில் சேரும் கழிவுநீரையும் ஒருவகை பாக்டீரியாவைக் கொண்டு (ஈ.எம்.) சுத்தப்படுத்தி தோட்ட வேலைகளுக்குப் பயன்படுத்துகிறார்கள். ஆனால், இதற்கு முறையான பராமரிப்பு அவசியம்.

உடலை வலுவாக்குவதில் சிறப்பாகச் செயல்படும். நார்ச்சத்து செரிமானத்தை எளிதாக்கி வயிற்றைக் காக்கும். பிசினியில் உள்ள இரும்புச்சத்து பெண்களுக்கு மிகவும் ஏற்றது. குறிப்பாக, புதிதாகப் பூப்பெய்திய பெண்களுக்கும், மாதவிலக்கு கோளாறு உள்ளவர்களுக்கும் இது மிகவும் ஏற்றது. உளுந்துடன் பிசினி அரிசி கலந்து சாப்பிட பெண்களுக்கு ஏற்படும் மாத விலக்கு வலி நீங்கும். கர்ப்பிணிகள் பிசினி அரிசிக் கஞ்சி உண்டுவந்தால் பிரசவம் மிக எளிதாகும். கர்ப்பப்பையின் உற்ற தோழி என்றே பிசினியைச் சொல்லலாம். பிசினி அரிசியின் கிளைசெமிக் இண்டக்ஸ் விகிதம் குறைவு. ரத்தத்தில் மெதுவாகவே சர்க்கரையைச் சேர்க்கும் என்பதால் சர்க்கரை நோயாளிகளும் சாப்பிட ஏற்றது. உடலில் உள்ள தேவையற்ற கொழுப்பைக் குறைக்கும். எடைக் குறைப்புக்கு முயல்பவர்கள் பிசினி அரிசியில் கஞ்சிவைத்துச் சாப்பிட நல்ல பலன் கிடைக்கும். மேலும், பிசினி அரிசிக் கஞ்சியை உடல் பலவீனமானவர்கள், ரத்தசோகை பிரச்சனை உடையவர்கள் ஆகியோரும் சாப்பிடலாம்.

பிசினி நூற்றிஇருபது நாட்களில் அறுவடைக்குத் தயாராகும். எவ்வகை மண்ணையும் ஏற்று வளரக்கூடிய நெல்ரகம் இது. ஐந்தடி உயரம்வரை வளரும். கடும் வறட்சியையும் தாங்கும். அதுபோலவே, பெரும் வெள்ளத்தையும் எதிர்கொண்டு சிறப்பாக வளரும். ஒரு ஏக்கருக்கு சுமார் இருபத்தெட்டு மூட்டை *(75 கிலோ மூட்டை)* வரை மகசூல் கொடுக்கக்கூடியதாகும்.

பிசினி எல்லா வகையான மண் வளத்துக்கும் ஏற்றது என்பதால்

அந்தந்த நிலத்தின் இயல்புக்கு ஏற்ப நேரடி விதைப்பாகவோ, ஒற்றை நாற்று முறையிலோ இதை வளர்க்கலாம். ஒரு ஏக்கர் நிலத்தில் பயிரிடுவது என்றால் 40 கிலோ விதைநெல் தேவைப்படும். விதைக்கும் முன்பே விதைகளை விதைநேர்த்தி செய்ய வேண்டும். ஒரு ஏக்கர் நாற்றுகளை உற்பத்தி செய்ய ஐந்து செண்ட் நிலத்தில் நாற்றங்கால் அமைக்கலாம். ஐம்பது கிலோ தொழுவுரத்தைபோட்டு இரண்டு சால் சேற்று உழவில் நிலத்தைச் சமப்படுத்திக்கொள்ள வேண்டும்.

நூறு லிட்டர் தண்ணீருக்கு ஐந்து லிட்டர் அமுதக்கரைசல் கலந்து அதில் விதைநெல்லை சணல் சாக்கில் போட்டுக் கட்ட வேண்டும். 12 மணி நேரத்துக்குப் பிறகு தண்ணீரை நன்கு வடித்து மீண்டும் 12 மணி நேரம் இருட்டறையில் வைத்திருக்க வேண்டும். நான்கு அங்குல உயரத்துக்கு நாற்றங்கால் அமைத்தபின் நீர் பாய்ச்சி விதைக்க வேண்டும்.

அடுத்த 12 மணி நேரத்தில் நாற்றங்காலில் உள்ள தண்ணீரை வடித்துவிட வேண்டும். இப்படித் தொடர்ந்து நான்கைந்து நாட்கள் செய்தால் விதைநெல் முளைத்துவரும். பத்தாவது நாளின்போது, பத்து லிட்டர் தண்ணீருக்கு ஒரு லிட்டர் வடிகட்டிய மாட்டுச் சிறுநீரைக் கலந்து தெளித்தால், பூச்சி-நோய் தாக்குதல் இருக்காது. நாற்றும் நன்றாக வளரும். ஒரே மாதத்துக்குள் நடவுக்குத் தயாராகிவிடும்.

நாற்றங்கால் அமைக்கும் சமயத்திலேயே நடவு வயலையும், தயார் செய்ய வேண்டும். இரண்டு சால் சேற்று உழவு ஓட்டி நிலத்தைச் சமப்படுத்தி, ஒரு ஏக்கருக்கு இரு நூறு கிலோ தொழுவுரம் இட்டு சாதாரண முறையில் அரையடி இடைவெளியில் குத்துக்கு, இரண்டு மூன்று நாற்றுக்களாக நடவு செய்ய வேண்டும். நடவு முடிந்த பதினைந்தாம் நாளில் தொழுவுரமிட வேண்டும். இருபதாம் நாள் களை எடுக்க வேண்டும். அமிர்தக் கரைசல், மூலிகைப் பூச்சி விரட்டி ஆகியவற்றைக் கொடுப்பதன் மூலம் பூச்சிப் பெருக்கத்தைக் கட்டுப்படுத்தலாம். நன்கு போராட்ட குணம் மிக்க பயிர் இது என்பதால் காய்ச்சலும் பாய்ச்சலுமான நீர்வளமே போதுமானது. கதிர் நன்றாக முற்றத் தொடங்கும்போது நீர் பாய்ச்சுவதை நிறுத்திவிட்டு அறுவடையை மேற்கொள்ளலாம்.

வெயிலுக்கு ஜோரான அரிசி அன்னமழகி!

சோ.தர்மன் எழுதிய 'சூல்' நாவலில் ஊரே கூடி குளத்தைத் தூர் வாரும் சம்பவம் ஒன்று விரிவாக வரும். மழைக்காலம் தொடங்குவதற்கு முன்பு கோடையிலேயே மொத்தக் குளத்தையும் தூர் வாரி, குப்பை, கூளங்கள் அகற்றி மழைக் குத் தயாராக்கிவிடுவார்கள். பருவத்தே புவி தேடி வரும் மழை இதில் நிறைந்து பயிர் தழைக்கவும் ஊர் புழங்கவும் ஏதுவாகும். இதைக் குடிமராமத்து என்பார்கள். இந்தியா மித வெப்ப மண்டல நாடு. இங்கு ஆறுகள் பாயும் பகுதிகளின் கரையோர நிலங் களைத் தவிர பெரும்பாலான நிலங்கள் வானம் பார்த்த பூமிதான். பருவ மழையை நம்பித்தான் மொத்த விவ சாயமும் நடந்தது. தென்மேற்குப் பருவ மழைதான் நமது விவசாயத்துக்கான நீர் வளத்தில் 75 சதவீதத்தை தருகிறது என்கிறது ஒரு புள்ளிவிவரம். இப்படியான சூழலை மனதில் வைத்துதான் விவசாயம் செய்வதற்கான ஆண்டு முழுதுக்குமான நீர் தேவைகளுக் காக ஆங்காங்கே ஏரிகளும் குளங்களும் வெட்டி வைத்திருந்தார்கள் நம் முன்னோர்கள்.

காலங் காலமாக இப்படியான ஏரிகளையும் குளங்களையும் வெட்டும் பணியில் குடிகள்தான் ஈடுபட்டார்கள். அதுபோலவே, இதைப் பராமரிக்கும் வேலையையும் அவர்களே செய்துவந்தார் கள். இந்தக் குளங்களும் ஏரிகளும் இதில் மராமத்துப் பணியில் ஈடுபடும் குடிகளுக்கு உரிமையுடையதாய் இருந்தன. அவர்கள் இந்த நீரைத் தங்களது நெல்லுக்கும், கோதுமைக்கும் பருப்புக்கும் சிறு தானியங்களுக்கும் இன்னபிற உணவுப்பொருட்களுக்கும்

பயன்படுத்தினார்கள். இதனால் உணவு உற்பத்தி தன்னிறை வுடன் இருந்தது.

வெள்ளையர்கள் இங்கே ஆள வந்தபோது எல்லா விஷயங்களி லும் மூக்கைநுழைத்ததைப் போலவே இந்தக் குடி மராமத்து விவகா ரங்களிலும் நுழைத்தார்கள். இனிமேல், இப்படியான குளங்களை, ஏரிகளைத் தூர் வாரும் பணி என்பது அரசுக்கு சொந்தமானது என ஆணை பிறப்பித்தார்கள். இதனால், இந்த ஏரிகளும், குளங் களும் அரசுக்கு சொந்தமாயின. அதில் இருந்த நீரும் அரசுக்குச் சொந்தமானது. அதை, அவர்களின் தேவைக்காக வளர்த்த பணப்

காற்று மண்டலத்தைக் காக்கும் செடிகள்

உண்ணும் உணவும் சுவாசிக்கும் காற்றும் விஷமாகிப் போனது தான் நம் காலத்தின் மிகப் பெரிய கொடுமை. நகரங்களில் மட்டும் அல்ல; கிராமங்களிலும் காற்று மாசு என்பது மிக அதிகமாக இருக்கிறது. உலகில் காற்று மாசு நிறைந்த நாடுகள் பட்டியலில் நாம் மூன்றாம் இடம் இருக்கிறோம். கிராமங்களில் இன்னமும் வறட்டியை வைத்து அடுப்பு எரிக்கும் பழக்கம் இருப்பதால் காற்று மாசு இருந்து கொண்டேயிருக்கிறது.

நமது காற்று மண்டலம் என்பது பல வாயுக்களின் சங்கமம். இதில் எழுபது சதவீதம் நைட்ரஜன் இருக்கிறது. ஆக்சிஜன் எனும் உயிர்வளி இருபத்தொரு சதவீதம்தான் உள்ளது. மீதம் உள்ளவை ஆர்கான், கார்பன்டைஆக்ஸைடு, நியான், ஹீலியம், கிரிப்டான், சினான் போன்றவை. இது அனைத்தும் சேர்ந்ததுதான் வாயுமண்டலம்.

சமைக்கும்போது வெளிப்படும் விறகு அடுப்புப் புகை, வறட்டிப் புகை, வாகனப் புகை, தொழிற்சாலைப் புகை ஆகியவற்றாலும் ஏர் கூலர்கள், ஏர் கண்டிஷனர்கள், ஃப்ரிட்ஜ்கள், ஏ.சி மெஷின்கள் ஆகிய பயன்படுத்துவதால் வெளிப்படும் வாயுக்களாலும் காற்று மாசடைகிறது. இதன் மூலம் கார்பன் மோனாக்சைடு, கார்பன்–டை–ஆக்சைடு, நைட்ரஜன் டை ஆக்சைடு ட்ரை குளோரோ எத்திலீன், பார்மால்டிஹைடு, பென்சீன், அசிட்டோன், ரேடான், அம்மோனியா, சைலீன் என்று பல்வேறு மோசமான வாயுக்கள் வெளிப்படுகின்றன.

சிலவகைச் செடிகள் இந்தக் காற்று மாசைக் கட்டுப்படுத்தும் இயல்புடையவை என்று கண்டறியப்பட்டுள்ளது. இதைப் பயன்படுத்துவதன் மூலம் வீட்டிலும் அதனைச் சுற்றியுள்ள பகுதிகளிலும் சுகாதாரத்தை மேம்படுத்தலாம்.

துளசி: நாம் காலம் காலமாகப் பயன்படுத்தி வந்த செடிதான் இது. துளசிக்கு எண்ணற்ற மருத்துவக் குணங்கள் உள்ளன. சுவாச மண்டலத்தைச் சீராக்கி சளியைப் போக்கும் இது இயல்பிலேயே காற்றைச் சுத்திகரிக்கும் பண்புடையது. குறிப்பாக, வீட்டின் புழக்கடையின் குப்பைக்கூளங்களிலிருந்து வெளிப்படும் ஃபார்மால்டீஹைட், கழிப்பறையிலிருந்து வெளிப்படும் அமோனியா போன்றவற்றை சுத்திகரிக்கும் பண்புடையது.

சாமந்தி: சாமந்தியும் நாம் பல காலம் பயன்படுத்தும் பூச்செடிதான். இதன் தாவரவியல் பெயர் கிரிசாந்திமம் இண்டிகம். இதை கிரேக்க மொழியில் தங்க மலர் என்பார்கள். நிறத்தில் மட்டும் அல்ல குணத்திலும் தங்கம்தான் இது. நீலம் தவிர எல்லா நிறங்களிலும் பூக்கும் சாமந்தியின் முக்கியமான குணம் காற்றைச் சுத்தப்படுத்துவது. குப்பை மேடுகளின் அமோனியா, நைட்ரஸ் கழிவுகளையும் கிரகிக்கும்

சக்தி உடையது.

நொச்சி: இதன் வாசம் பட்டாலே கொசுவும், விஷப் பூச்சிகளும் ஓடிப்போகும். அது மட்டும் இல்லாது இது மிகச் சிறந்த காற்று சுத்திகரிப்பான். நகரங்களில் வாகன சந்தடி மிக்க சாலைகளின் நடுவில் இதை நடுகிறார்கள். மிக மோசமான கார்பன் மோனாக்ஸைடு கழிவுகளைக்கூட சுத்திகரிக்கும் அற்புதமான செடி இது.

கற்பூரவல்லி: கற்பூரவல்லியும் சித்த மருத்துவத்தால் மிகச் சிறப்பாகக் குறிக்கப்படும் தாவரம்தான். இதன் வாசத்துக்கு பாம்பு, தேள் போன்ற விஷ உயிர்கள் நெருங்காது என்பார்கள். காற்றைச் சுத்திகரிப்பதில் இதுவும் முக்கிய பங்கு வகிக்கிறது. வீட்டின் வாசலில் இதை வைக்கலாம்.

கற்றாழை: கற்றாழை ஓர் அற்புதமான தாவரம். தீப்புண்களை குணமாக்குவதிலும் உடலுக்கும் சருமத்துக்கும் குளிர்ச்சியைத் தருவதிலும் கற்றாழைக்கு நிகர் இல்லை. வளமான கூந்தலுக்கும் இதன் சோற்றைப் பயன்படுத்தலாம். கற்றாழையும் காற்று மண்டலத்தைச் சுத்தமாக்கும் நம் ஊர்ச் செடிகளில் முக்கியமானது. இதை வெறுமனே வீட்டுக் கூரையில் கட்டிவிட்டால்கூட மாதக் கணக்கில் வாடாமல் இருக்கும்.

பயிர்களுக்குப் பயன்படுத்தினார்கள். ஒருபுறம் இங்கு பஞ்சத்தில் கொத்துக் கொத்தாய் ஜனங்கள் இறந்துகொண்டிருக்க, மறுபுறம் அவுனிக்கும், ரப்பருக்கும், காபிக்கும், பருத்திக்கும், கரும்புக்கும் இன்னும் பல பணப் பயிர்களுக்கும் சென்றுகொண்டிருந்தது நம் நீர்வளம்.

நமது ஏரிகள், குளங்கள் மீதான ஏகபோகத்தை நாம் இழந்ததன் இன்னொரு மோசமான விளைவு என்னவென்றால், இந்தியா எங்கும் இருந்த லட்சக்கணக்கான குளங்களும் ஏரிகளும் முறையான பராமரிப்பு இன்றி அழிந்துபட்டன. ஆங்கில அதிகாரி வோல்கர் இங்கிலாந்து பாராளுமன்றத்துக்கு அனுப்பிய கடிதத்தில் இந்தியாவின் பாரம்பரிய ஏரிகளும் குளங்களும் எப்படி பராமரிப்பின்றி அழிகின்றன என்பதை வருத்தத்துடன் பதிவு செய்துள்ளார். ஆண்டு தோறும் இங்கிலாந்தின் தேம்ஸ் நதிப் பராமரிப்புக்குச் செலவிடும் தொகையில் எழுபது சதவீதம்கூட ஒட்டுமொத்த இந்திய ஏரிகளுக்குச் செலவிடப்படுவதில்லை என்பதை மிகுந்த வேதனையுடன் தெரிவிக்கிறார் அவர்.

இந்த நீர்நிலைகளைப் பராமரிப்பது குடிமக்களின் கடமை என்ற நிலை மாறியதால் மக்களும் இதைப் பராமரிப்பது குறித்த அறிவையும் ஆர்வத்தையும் மொத்தமாகவே இழந்துவிட்டனர். இப்படியாக நமது விவசாயத்துக்குத் தேவையான நீர்வளக் கட்டு

மானத்தில் கணிசமான பகுதியை மொத்தமாக இழந்து நிற்கிறோம்.

ஆனால், நீர்வளமே தேவைப்படாத எத்தனையோ பாரம்பரிய நெல் ரகங்கள் நம்மிடம் இருந்தன. அவற்றையும் நவீன நெல் ரகங்களின் பொருட்டு இழந்து நிற்கிறோம் என்பதுதான் கூடுதல் அவலம். கடுமையான சூழலையும் தாங்கி வளரக்கூடிய நெல்ரகங்களில் முக்கியமானது அன்னமழகி.

புல்வகையைச் சேர்ந்த தாவரங்களில் அன்னமழகி மிக சிறந்தது. மிகுந்த இனிப்புச் சுவையுடையது. அன்னமழகி விளைந்து நிற்கும் காட்டில் பறவைகள் கூட்டம் கூட்டமாய் தரையிறங்கும். இனிப்புச் சுவையுடைய நெல் என்பதால் இனிமையான வாசனை வயல் எங்கும் நிறைந்திருக்கும்.

அன்ன மழகியரி ஆரோக்கிய ங்கொடுக்குந்
தின்ன வெகுருசியாஞ் செப்பக்கேள் இந்நிலத்து
நோயனைத்துந் தூளாய் நொறுங்கத் தகர்த்துவிடுந்
தீயனலைப் போக்குந் தெளி

இது அன்னமழகியின் மருத்துவ குணம் பற்றி ‘அகத்தியர் குணபாடம்’ எனும் சித்த மருத்துவ நூல் சொல்லும் செய்தி. அன்னமழகி உண்டால் ஆரோக்கியம் கொடுக்கும். உண்பதற்கு ருசியானது. உடல் உஷ்ணத்தை நீக்கி, அனலைப் போக்கி இந்த பூமியில் தோன்றும் நோய் அனைத்தையும் போக்கிவிடும் என்று அந்த நூல் அன்னமழகியைக் கொண்டாடுகிறது.

வெயில் காலத்தில் உண்ண மிகத் தோதான அரிசி இது. இந்த அரிசிச் சோற்றுடன் மோர் சேர்த்து உண்டால் வெப்பத்தால் உண்டாகும் உடல்சூடு, வெக்கை, சரும எரிச்சல் ஆகியவற்றைப் போக்கும். வெயிலில் இருந்து சருமத்தைக் காத்து பொலிவைத் தரும். இதில் இனிப்புச் சுவை இருப்பதால் உடலுக்கு உடனடியான சக்தியைத் தரும். குழந்தைகள், வளரும் பருவத்தினர் அதிகம் சாப்பிடலாம். மெலிதான உடல்வாகு உடையவர்கள், எடை அதிகரிக்க விரும்புபவர்கள் உண்ணலாம். இதன் கிளைசெமிக் விகிதம் சற்று அதிகம் என்பதால் சர்க்கரை நோயாளிகள் அளவாக உண்ணலாம்.

இரவில் நீரூற்றிய சோற்றை பழையது என்பார்கள். அன்னமரிசியின் பழஞ்சாதம் உண்டால் உடலில் நோய் எதிர்ப்பு சக்தி கூடும். ஆண்மை அதிகரிக்கும். உடலுக்குத் தேவையான வலுவைக் கொடுக்கும். கடுமையான உடல் உழைப்பில் ஈடுபடுபவர்களுக்கு அன்னமரிசி ஏற்றது. வெயிலில் அலைந்து திருந்து வேலை செய்யும் விவசாயிகள், காவலர்கள், விற்பனைப் பிரிதிநிதிகள் ஆகியோருக்கு மிகவும் ஏற்றது. அவர்கள் உடலில் சூடு ஏறாமல் பார்த்துக் கொள்ளும். சித்தத்தைக் குளிச்சியாக்குவதால் மனப்பிரம்மை உள்ளிட்ட பிரச்சனைகளும் சரியாகும். அன்னமழகியைக் காலை

யிலும் மதியமும் உண்பதே நல்லது. இதனை மிகுதியாக உண்டு விட்டால் கண்ணைக் கட்டிக்கொண்டு உறக்கம் வரும் என்பதால் அளவாக உண்ணலாம். உறக்கமின்மையால் தவிப்பவர்கள் இரவுகளில் இதன் கஞ்சியைப் பருகலாம்.

இத்தனை நற்பலன்கள் கொண்ட அன்னமழகி இன்னமும் ஆவணமாகவில்லை என்பதுதான் மிகவும் துயரமான செய்தி. வட தமிழகத்தில் தொடர்ச்சியாகப் பயிரிடப்பட்டதாகத் தெரியவரும் இந்த அரிசி தற்போது தமிழகத்தில் எங்கும் பயிரிடப்படுவதாக போதுமான தகவல்கள் இல்லை. இதன் விதை நெல்லை பாரம்பரிய விதை நெல் சேகரிப்பாளர்கள் தீவிரமாகத் தேடிவருகிறார்கள். அன்னமழகியால் என்னென்ன பலன்கள் உள்ளன என்பதைத் தெளிவாகக் கூறும் ஆர்வலர்கள்கூட இதன் விதை நெல்லைப் பார்த்தது இல்லை என்கிறார்கள். கடந்த நூற்றாண்டின் இறுதிப் பகுதி வரை இது தமிழகத்தின் ஒருசில பகுதிகளில் பயிரிடப்பட்டதாகக் கூறப்படுகிறது. குறிப்பாக, அரியலூர் மாவட்டத்தின் செந்துறைப் பகுதிகளில் இது அதிகமாகப் பயிரிடப்பட்டதாகத் தெரியவருகிறது. அன்னமழகியைக் கண்டறிந்து அதை மீண்டும் புழக்கத்துக்குக் கொண்டுவர வேண்டியது நமது கடமைகளில் ஒன்றாகிறது. ஏனெனில், இதனால் பலன் பெறப் போவது நாம் மட்டும் அல்ல. வாழையடி வாழையாய் வரும் நமது சந்ததிகளும் தான்.

விவசாயிகளின் தங்கம் தேங்காய்ப்பூச் சம்பா!

நமது விவசாய வரலாறு வெள்ளையர் இங்கு நுழையும்வரை எந்தப் பிரச்சனையும் இல்லாமல் அதன் போக்கில் சென்று கொண்டுதானிருந்தது. விவசாயம் என்பது காசு கொழிக்கும் தொழில் என்ற மனப்பான்மை அப்போது நம்மிடையே இல்லை. உணவில் தன்னிறைவு அடைவதற்காக உற்பத்தியை செய்வது. உபரியை மையப்படுத்தப்பட்ட அரசிடம் ஒப்படைப்பது. இதுதான் பேரரசுகள் உருவான காலம்தொட்டு இருந்த நடைமுறையாய் இருந்தது.

ஆங்கிலேயர் காலத்தில் விவசாயம் வணிகமயமானது. ஆங்கிலேயர்கள் தங்கள் லாபத்தைப் பெருக்குவதற்காக பணப்பயிர்களை நிலத்தில் பயிரிடத் தொடங்கினர். ஒவ்வொரு பருவத்துக்கும் ஒவ்வொரு பயிர் என சுழற்சி முறையில் பயிரிட்டுக்கொண்டிருந்த காலத்தில் மண்ணின் வளம் அற்புதமாக இருந்தது. எல்லா காலத்திலும் ஒரு நிலத்தில் ஒரே பயிர்தான் என்ற வெள்ளையரின் வணிகத்தை அடிப்படையாகக்கொண்ட உற்பத்திக்கொள்கை மண்ணின் வளத்தைக் கெடுத்தது. தொடர்ந்து ஒரே வகையான பயிர்களை ஒரு நிலத்தில் பயிரிட்டுக்கொண்டிருந்ததால் நைட்ரஜன் உள்ளிட்ட சத்துக்களின் தன்மை மாறுபட்டது.

மேலும், இந்தியாவில் ஒவ்வொரு இடத்திலும் ஒவ்வொரு வகையான மண் அமைப்பும் நீர் வளமும் இருந்தன. இதனால், இருக்கும் வளங்களுக்கு ஏற்ப ஒவ்வொரு பகுதியில் உள்ள விவசாயிகளும் ஒவ்வொரு வகையான பயிர் வளர்ப்பு முறைகளை மேற்கொண்டிருந்தனர். இதை எல்லாம் புரியாத வெள்ளையர்கள் தரிசாய் கிடந்த நிலங்களிலும் பணப்பயிர்கள் விளைந்தால்

இளங்கோ கிருஷ்ணன்

லாபம் பல மடங்கு அதிகமாய் கிடைக்குமே என்று கணக்கிட்டு இந்தியாவின் பாரம்பரிய நீர்வளங்களை மாற்றி அமைக்கத் தொடங்கினர். இதனால், சில இடங்களில் உற்பத்தி பெருகியது என்றாலும் பல இடங்களில் நீர்வளத்தின் அமைப்பு மாறியதால் விவசாயம் பாதிக்கப்பட்டது.

மேலும், தரிசான நிலங்களில் நீர்வளத்தை மட்டுமே மேம்படுத்தி மேற்கொள்ளப்பட்ட உற்பத்திமுறை விவசாயிகளுக்கு கடும் சவாலாய் இருந்தன. ஆனால், வளமான நிலப்பகுதியில் விளையும் அதே அளவுக்கு விளைச்சலைக் கொடுக்கும்படி விவசாயிகள் அரசால் நெருக்கப்பட்டனர். இவ்வாறு எந்தவித நடைமுறை விவேகமும் இல்லாமல் லாபம் ஒன்றையே குறிக்கோளாகக் கொண்ட விவ

மண்வளம் எப்படி இருக்க வேண்டும்?

மேல் மண் 18 –23 செ.மீ. ஆழம் இருக்க வேண்டும். நெல் பயிரிடுவதற்கு முன்னர் அந்த மண்ணின் வகை, மண்ணின் தன்மை மற்றும் மண்ணில் உள்ள ஊட்டச்சத்துக்களைக் கண்டறிந்த பின் தேவையான ஊட்டச்சத்துக்களை இட வேண்டும். இந்த மண் மாதிரிகளை மண் பரிசோதனை ஆய்வகத்தில் கொடுத்து சோதனை செய்ய வேண்டும். மண்ணில் உள்ள தழைச்சத்து, மணிச்சத்து மற்றும் சாம்பல் சத்து கண்டறிந்து அதற்கேற்றாற். போல் எருக்களை இட வேண்டும். மண்ணின் அமில காரத்தன்மை (Acid and Alklaine) 5 மற்றும் 6.5 க்கு இடையில் இருந்தால் நெல் சாகுபடியில், அதிக மகசூல் பெற முடியும். மண்ணின் அமில, காரத்தன்மை 5க்கும் குறைந்தாலோ அல்லது 9க்கு அதிகரித்தாலோ குறைந்த மகசூல் மட்டுமே பெற முடியும். நெல் சாகுபடிக்கு, வண்டல் மண், மணல் சார்ந்த களிமண் அல்லது களிமண் ஏற்றது.

சாயக் கொள்கைகளால் நமது விவசாய நடைமுறை என்பதே மண்ணோடு போராடும் பொருளற்ற போராட்டமாகிப்போனது.

நெல் ரகங்களிலேயே சில ரகங்கள் பணப்பயிர்கள் போன்ற தன்மையுடையவை. அதில் ஒன்றுதான் தேங்காய்ப்பூச் சம்பா. பாரம்பரிய நெல்ரகங்களில் மிக வித்தியாசமான தன்மையுடையது என்றால் அது தேங்காய்ப்பூச் சம்பாதான். மேற்கு வங்க மாநிலத்தைப் பூர்வீகமாகக் கொண்ட இந்த ரகம் அங்கிருந்து இந்தியா எங்கும் பரவியது. குறிப்பாக, தற்போதைய பங்களாதேஷ் மற்றும் இந்தியாவைப் பிரிக்கும் இச்சா ஆற்றுப் பகுதிதான் இதன் பிறப்பிடம் எனலாம். இன்றும் இங்குதான் இது பெருமளவில் உற்பத்தி செய்யப்படுகிறது. தேங்காய்ப்பூச் சம்பா நெல்லிலிருந்து கிடைக்கும் முக்கியமான உணவுப்பொருள் பொரி. இந்தியாவில் அரிசிப்பொரி வழிபாட்டுக்கு உரிய பொருட்களில் ஒன்று. இந்தியா முழுதும் பல்வேறு பண்பாடுகளில் பல்வேறு வகையான சடங்குகளுக்காக அரிசிப் பொரி தயாரிக்கப்படுகிறது. அப்படித் தயாரிக்கப்படும் அரிசிப் பொரிகளில் தேங்காய்ப்பூ சம்பாவில் தயாராகும் அரிசிப் பொரிக்குத்தான் மவுசு அதிகம். தமிழகத்தின் கடலோர மாவட்டங்களில் இது அதிகமாகப் பயிரிடப்படுகிறது. பொதுவாக, நெல் மணிகள் இதழ் இதழாகத்தான் இருக்கும். ஆனால், இதன் நெல் மணிகள் கொத்துக்கொத்தாய் காய்க்கும் இயல்புடையவை.

தேங்காய்ப்பூச் சம்பாவில் இனிப்புச்சத்து ஓரளவு இருக்கும். இதனால் உடலுக்கு உடனடி எனர்ஜி தரும். கார்போஹைட்ரேட்சத்தில் அயானிக் அளவிலான நுண்ணூட்டச்சத்துகள் இருப்பதால்

உடலுக்கு வலுவைத் தரும். தேங்காய்ப்பூச் சம்பா தடித்த மோட்டா ரகமாக இருப்பதால் நன்கு பசி தாங்கும். செரிமானத்தை சீராக்கும். வயிற்றுக்கோளாறு இருப்பவர்கள் தேங்காய்ப்பூச் சம்பாவில் கஞ்சி வைத்துக் குடித்துவர குணமாகும். வயிற்றுப் புண்ணைக் குணமாக்கும் இயல்புடையது.

அதிகபட்சமாக நூற்று நாற்பது நாட்களில் அறுவடைக்குத் தயாராகும் தேங்காய்ப்பூச் சம்பா மஞ்சள்நிற நெல்லைத் தரும் வெள்ளை மோட்டா அரிசி ரகம். நான்கு அடி வரை வளரக்கூடியது. வளரும் காலத்தில் சற்றே சாயும்தன்மை கொண்டிருந்தாலும் விளைச்சல் பாதிக்கப்படாது. எனவே, நெற்பயிர் சாய்ந்திருந்தால் அதைக் கண்டு அஞ்ச வேண்டாம். பொதுவாக, ஒரு ஏக்கருக்கு இருபத்தைந்து கிலோ விதைநெல்லே போதுமானது. இது ஒற்றை நாற்று முறையில் நடவு செய்யவும் தெளிக்கவும் ஏற்றது. ஒரு ஏக்கருக்கு இருபத்தைந்து மூட்டை நெல்வரை விளையக்கூடியது.

வடிகால் வசதி செய்துகொண்டு இரண்டு சென்ட் நிலத்தில் மேட்டுப்பாத்தி அமைத்து, 25 கி.கி சலித்த மண்புழு உரத்தைத் தூவியபின் தண்ணீர்விட வேண்டும். தண்ணீர் சுண்டிய பிறகு, விதைநெல்லைத்தூவ வேண்டும். களைகள் முளைத்துவரும்போது அகற்றி ஒன்பதாவது நாளின்போது பத்து லிட்டர் தண்ணீரில், ஐநூறு மில்லி பஞ்சகவ்யா கரைசலைக் கலந்து தெளிக்க வேண்டும்.

பஞ்சகவ்யா கரைசல் நாற்றுகளுக்கு நோய் எதிர்ப்பு ஆற்றலைக் கொடுக்கவல்லது. சரியாக, பதினாறாம் நாளில் நாற்றுகளை நடவு செய்யலாம். நாற்றங்காலிலிருந்து நாற்றுக்களைப் பறித்த அரை மணி நேரத்துக்குள் சேற்றுவயலில் நடவு செய்துவிட வேண்டும் என்பது முக்கியம்.

பசுந்தாள் உரத்தை விதைத்து மடக்கி உழவு செய்யப்பட்ட நடவு வயலில், 10 லோடு தொழுவுரம் இட்டு சேற்று வயலைச் சமன் படுத்த வேண்டும். பிறகு, ஒரு நாற்றுக்கும் இன்னொரு நாற்றுக்கும் இடையில் 25 செ.மீ இடைவெளிவிட்டு நடவு செய்ய வேண்டியது அவசியம். சிலர், ஐம்பது செ.மீ இடைவெளிவிடுவார்கள். அப்படியும் செய்யலாம்.

பிறகு, பத்து நாட்களுக்கு ஒருமுறை கோனோ வீடர் மூலமாக களைகளை அமுத்திவிட வேண்டும். 30-ம் நாளிலிருந்து மாதத்துக்கு ஒருமுறை பாசனநீரில் 200 லிட்டர் ஜீவாமிர்தத்தைக் கலக்க வேண்டும். ஜீவாமிர்தம் பயிர்கள் பச்சைக்கட்டி வளர உதவும்.

வேர் அழுகல் நோயும் பூஞ்சணத் தொற்றும் முக்கியமான பிரச்சனைகள் இயற்கை விவசாயத்தில் வேம்புத்தூள் கரைசலும் சுக்குநீர்க் கரைசலும் இவற்றுக்கு மிகச் சிறந்த தீர்வாக உள்ளன.

10 கிலோ காய்ந்த வேப்பங்கொட்டையைப் பொடியாக்கி, சுத்தமான கோணிப்பையில் இட்டு, மூட்டையாகக் கட்டி, நீர் மடை

புரட்சிகர நெல்ரகங்கள்!

காட்டுச் சம்பா, சொர்ணாவரி, புழுதிக்கள், புழுதிசம்பா, மட்டாக்கார், வடன் சம்பா, குள்ளாககார், ஜில நெல் சம்பா, குழியடிச்சான் ஆகியவை வறட்சிக்கு எதிராகப் புரட்சி செய்து செழிக்கும் நெல்ரகங்கள்.

நீர்த்தேக்கத்தை எதிர்த்து வளரும் ரகங்கள்: நீலஞ் சம்பா, குதிரைவால் சம்பா, கல்யாண் சம்பா, சம்பா மொசானம், பெருங்கார், கோம்வாழை, குடை வாழை.

வறட்சி மற்றம் நீர்த்தேக்கத்தை எதிர்த்து வளரும் நெல் ரகங்கள்: காப்பக்சாரி, வைகுண்டா, பிச்சாவரி, குரங்குச் சம்பா

உவர்மண்ணில் வளரக்கூடிய நெல்ரகங்கள் : கறுப்பு நெல், சம்பா, குழியடிச்சான்

பூச்சி மற்றும் நோயை எதிர்த்து வளரும் நெல்ரகங்கள்

கப்பா, சம்பா, வாடன் சம்பா, குதிரைவால், கல்யாணச் சம்பா, குரங்குச் சம்பா, கிச்சிலி சம்பா, மட்டாக்கார், குள்ளாக்கண், சிவப்புக் குருவிக்கார், தூயமல்லி, செப்பாலை, கல்லிமடயான், பிட்சாவரி, சதாகர்

கதிர் நாவாய்ப்பூச்சியை எதிர்த்து வளரும் நெல்ரகங்கள் : நீலஞ் சம்பா கூண்டுப் புழுவை எதிர்த்து வளரும் நெல் ரகங்கள்: சிவப்புக் குருவிக்கார்களைகளை எதிர்த்து வளரும் நெல்ரகங்கள் : வைகுண்டா

வாசலில் அது மூழ்கும்படி வைத்துவிட வேண்டும். மூட்டைக்குள் இருக்கும் துகள்கள், வயலுக்குள் செல்லும் பாசனநீருடன் கலந்து செல்வதால் வேர் அழுகல் நோயும் தண்ணீர் வழியே பரவும் பூச்சிப் பரவலும் தடுக்கப்படும்.

அதேபோல், இளங்கதிர் பருவத்தில் பயிர்களைத் தாக்கும் இன்னொரு மோசமான நோய் பூஞ்சணத் தொற்று. இது கட்டுப் பட இரு நூறு கிராம் சுக்குத் தூளை இரண்டு லிட்டர் தண்ணீரில் கலக்கி காய்ச்சி ஆறிய பிறகு, ஐந்து லிட்டர் பசும்பாலை அதனுடன் கலந்து, தாமிரம் அல்லாத வேறு பாத்திரத்தில் ஊற்றி வைத்துக் கொள்ள வேண்டும். இந்தக் கரைசலை 200 லிட்டர் தண்ணீரில் கலந்து காலை, மாலை வேளைகளில் தெளித்தால் பூஞ்சணத் தொற்று அண்டாது. மற்ற பூச்சிகளும் கட்டுப்படும்.

கதிர் நாவாய்ப்பூச்சியைக் கட்டுப்படுத்தவும் இயற்கை விவசா யத்தில் மருந்து உள்ளது. வேம்பு எண்ணெய் 45 சதவீதம், புங்கன் எண்ணெய் 45 சதவீதம், காதி சோப் கரைசல் 10 சதவீதம் எனக் கலந்து வைத்துக்கொண்டு, 10 லிட்டர் தண்ணீருக்கு 300 மில்லி கரைசல் வீதம் கலந்து தெளிக்கலாம்.

தேங்காய்ப்பூச் சம்பாவும் நம் பாரம்பரிய நெல் ரகம்தான்.

வட இந்தியாவிலிருந்து வந்தாலும் நம் நிலத்தில் குறிப்பாக நமது கடலோர மாவட்டங்களில் கடலின் கழிமுகப் பகுதிகளில் மிகச் சிறப்பாக விளையக்கூடிய இயல்புடையது. தற்போது, தமிழகத்தில் பொரித் தேவைக்காக நவீன நெல்ரகங்களை அதிகமாகப் பயன் படுத்துகிறார்கள். உண்மையில் தேங்காய்ப்பூச் சம்பா பொரி வேறு எந்த ரக அரிசிப்பொரியைவிடவும் உருவத்தில் பெரிதாக இருக்கும். ருசியும் மிகச் சிறப்பாக இருக்கும். மேலும், இந்தியா முழுதும் இதற்கான சந்தை இருப்பதால் நம்பிப் பயிரிடலாம். விவசாயிகளை கைவிடாத பயிர் இது.

 மருதம் மீட்போம்

உப்புநிலத்தில் கூட குழியடிச்சான் செழித்து வளரும்!

இந்தியா விவசாயிகளின் சொர்க்க பூமியாக இருந்தபோது, விவசாயிகள் இந்தியாவை சொர்க்க பூமியாக வைத்திருந்தார்கள். ஒவ்வொரு காலகட்டத்தில் இம்மண்ணை ஆளவந்தவர்களும் ஒவ்வொருவிதமாக இந்த மண்ணையும் விவசாயத்தையும் கையாண்டதில் ஒட்டுமொத்த இந்திய விவசாயமுமே இப்போது கையறு நிலையில் இருக்கிறது. தொழில்துறைக்கும் நகரமயமாக்கலும் கொடுக்கும் முக்கியத்துவத்தில் சிறிதை விவசாயத்துக்கும் கிராமங்களுக்கும் கொடுத்தால் ஊரும் பசுமையாகும். நமது வாழ்க்கைத்தரமும் சிறப்பாக உயரும்.

உலகம் முழுதும் இன்று பல்வேறு நாடுகளில் உள்ள விவசாயிகள் மிக வேகமாக இயற்கை வேளாண்மைக்கு மாறிவருகிறார்கள். ஆனால், இந்தியாவில் மட்டும் விடாப்பிடியாக இந்திய விவசாயிகள் நவீன வேளாண்மையே செய்துவருகிறார்கள். நவீன சிந்தடிக் உரங்கள் நமது மண்ணின் உயிர்சூழல் மண்டலத்தையே கபளீகரம் செய்துகொண்டிருப்பதை உணராமல் இன்றைய தேவைக்கு என்று நாம் இந்த பாதகத்தில் வழியற்று விழுகிறோம். உண்மையில், இயற்கை வேளாண்மையாலும் அமோக விளைச்சலைக் கொடுக்க முடியும். நாம் இதை நம்ப வேண்டும்.

நவீன செயற்கை உரங்களில் நாம் நைட்ரஜன் கலந்த உரங்களையே அதிகம் பயன்படுத்துகிறோம். நைட்ரஜன் உரங்கள் மண்ணில் கலப்பதால் நைட்ரேட் என்ற வேதிப்பொருள் உருவாகி நிலத்தைக் கெடுக்கிறது. பிரசவ காலச் சிக்கல்கள் முதல் ப்ளூ பேபி எனப்படும் பிறக்கும்போதே நோயோடு பிறக்கும் குழந்தை பிறப்பு வரை பல்வேறு பிரச்சனைக்கும் இந்த நைட்ரேட் மாசுதான்

காரணம் என்பதை நாம் உணர வேண்டும்.

கண்மூடித்தனமாக ரசாயன உரங்கள், பூச்சிக்கொல்லி மருந்துகளை பயன்படுத்துவதாலும், தொடர்ந்து ஒரே பயிர்களை பயிர் செய்வதாலும், நமது விவசாயத்தின் அடிப்படையான சாணம், இயற்கை இலை, தழைகளை தவிர்த்து வருவதாலும் தமிழகத்தின் பல பகுதிகளில் மண்ணில் இயற்கையான சத்துக்கள் அழிந்து வருவதை, மாநில இயற்கை வேளாண்மைக் கொள்கை சாசனம் சுட்டிக்காட்டியுள்ளது.

மருதம் மீட்போம்

மண்ணில் உள்ள இயற்கை (உயிர்ம) சத்துக்கள் விவரம்	
வேலூர்	4.2%
ஈரோடு	4%
சேலம்	3.1%
ராமநாதபுரம்	2.5%
கிருஷ்ணகிரி	0.3%
புதுக்கோட்டை	0.3%
மதுரை	0.2%

பெரம்பலூரில் வயலுக்கு மருந்து தெளித்த போது மூன்று விவசாயிகள் இறந்த அதிர்ச்சி செய்தி நாளிதழ்களில் வெளியானது. என்ன மருந்து தெளிக்க வேண்டும், எவ்வளவு தெளிக்க வேண்டும். எந்த இடைவெளிகளில் தெளிக்க வேண்டும், என எந்தவித அளவு களும் இன்றி, போதிய பாதுகாப்பு இன்றி பூச்சி மருந்துகள் தெளிப்பதால் சமயங்களில் விவசாயிகளே பலியாகும் இதுபோன்ற விபத்துகளும் நேர்கின்றன. இதற்கு எல்லாம் நமது விவசாயிகளின் அறியாமையே காரணம். பூச்சிக்கொல்லிகள்தான் பயிரை வளர்க்கின்றன என்ற மயக்கத்தில் இன்னும் பல விவசாயிகள் இருக்கிறார்கள்.

கடந்த சில வருடங்களாக கேரள வேளாண் வணிகர்கள் தமிழ் நாட்டிலிருந்து வரும் காய்கறிகள், கீரைகளை வாங்க சுணக்கம் காட்டிவருகிறார்கள். இதற்குக் காரணம் இதில் தெளிக்கப்படும் பூச்சிக்கொல்லிகள்தான். இந்த விஷயத்தில் கேரள மக்களுக்கு இருக்கும் விழிப்புணர்வு நமக்கு இல்லை என்றுதான் சொல்ல வேண்டும். தமிழகம் முழுதும் கடந்த அறுபது ஆண்டுகளாக நவீன செயற்கை உரம் பயன்படுத்திவருவதால் நிலவளம் முற்றிலும் சீரழிந்துள்ளது.

1971ம் ஆண்டில் 1.2 சதவிகிதமாக இருந்த மண்ணின் இயற்கை (உயிர்ம) சத்துக்கள் 2002ல் 0.68 சதவிகிதமாக குறைந்துள்ளது என்கிறார்கள். பெரும்பான்மையான மாவட்டங்களில் இயற்கைச் சத்துக்கள் 0.5 சதவிகிதத்துக்கும் கீழே போய்விட்டன என்று கவலை தெரிவிக்கிறார்கள் வேளாண் வல்லுநர்கள். சில வருடங்களுக்கு முன்பு தமிழ்நாடு வேளாண் பல்கலைக்கழகத்தின் மண் அறிவியல் மற்றும் வேளாண் வேதியியல் துறை ஆய்வு ஒன்றை மேற்கொண்டது. பொதுவாக, செழிப்பான மண்ணில் இயற்கையான உயிர்ச் சத்துக்கள் 0.8லிருந்து 1.3 சதவிகிதம் இருக்க வேண்டும். ஆனால், தமிழகத்தின் பல பகுதிகளில் இதைவிடவும் மிகக் குறைவான உயிர்ச்சத்துக்களே உள்ளன என்று அந்த ஆய்வில் தெரியவந்தது.

சங்கம் வைத்துத் தமிழ் வளர்த்த மதுரைதான் இந்த சீரழிவில் முதல் இடத்தில் இருக்கிறது. அதாவது 0.23 சதவீதம். இதற்கு அடுத்த

நிலையில் கிருஷ்ணகிரி மாவட்டம் இருக்கிறது. இது 0.36 சதவீதம். ஈரோடு, வேலூர் மாவட்டங்களில் அளவுக்கு அதிகமான கார்பன் சத்துக்கள் உள்ளன. கார்பன் என்பது கரிமம். அதாவது எந்தப் பொருள் அதன் ஆயுள் முடிந்தால் கார்பன் நிலையை அடையும். விறகு சாம்பலாவது போலத்தான் இது. இந்த கார்பன் விகிதம் மண்ணில் அதிகமாகிறது என்பதன் பொருள் இந்த மண்ணே மெல்ல மரித்துக்கொண்டிருக்கிறது என்பதுதான். சராசரியாக இங்கு 4.2 முதல் 4.4 சதவீதம் கார்பன் சத்து உள்ளதாம்.

அதே போல காவிரி டெல்டா பகுதிகளில் மண்ணுக்கு ஓய்வே இல்லாமல் திரும்பத் திரும்ப விவசாயம் செய்யப்படுகிறது. இதனால், கார்பன் சத்துக்கள் புதுப்பித்துக்கொள்வதற்கான கால அவகாசம் கிடைக்காமல் போகிறது.

மண்ணுக்கு இயற்கையான சத்துக்கள் பொருட்கள் மக்குவதாலேயே கிடைக்கின்றன. அதாவது தாவர, விலங்குகளின் கழிவுகள் மூலம், பூச்சிகள், மண்புழுக்கள் மற்றும் நுண்ணுயிரிகள் உருவாகின்றன. இவை மண்ணை வளமாக்குகின்றன. வளமான மண்ணில் 25 சதவிகிதம் காற்று இருக்க வேண்டும். அதேபோல ஐந்து முதல் பத்து சதவீதம் நுண்ணுயிர்கள் இருக்க வேண்டும். இதோடு, மட்கிய தாவரக் கழிவுகள், விலங்குகள் கழிவுகள் இருந்தால் சிறப்பு.

நிலங்களில் பூச்சிக்கொல்லிகள் பயன்படுத்தும்போது இந்த இயற்கையான சத்துவீதம் குறைகிறது. மண் மலடாகத் தொடங்குகிறது. ரசாயன உரங்கள் உப்புத்தன்மை கொண்டவை. நிலத்தில் உப்பு சேரசேர அதன் உயிர்ச்சூழல் சீர்கேடு அடைகிறது.

மண் புழுக்கள் நிறைந்துள்ள நிலமே வளமான நிலம் என்பார்கள். ஆனால், எந்தவித வரம்பும் இல்லாமல் பூச்சிக்கொல்லி மருந்துகள், ரசாயன உரங்களைப் பயன்படுத்துவதால் பெரும்பான்மையான மாவட்டங்களில் இந்த நிலை இல்லை.

இயற்கை விவசாயத்தில் மண்ணின் வளத்தைச் சிறப்பாகப் பராமரிக்க முடியும். மேலும், எப்படி சீரழிந்த மண்ணாக இருந்தாலும் அதை இயற்கை விவசாயம் மூலம் ஒருசில ஆண்டுகளில் மீட்டுவிட முடியும். இயற்கை விவசாயம் செய்யும் நிலங்களில் கார்பன் சத்துக்கள் இயல்பாகப் புதுப்பிக்கப்படுவதை நாம் காணலாம்.

மண்ணுக்கு நைட்ரஜன் சத்து தொடர்ந்து கிடைக்க சுழற்சி முறையில் பயிரிட வேண்டியது அவசியம். தொடர்ந்து, ஒரே வகையான பயிரை ஒரு நிலத்தில் விதைத்துக்கொண்டிருந்தால் நைட்ரஜன் சத்து குறைகிறது. நைட்ரஜனுக்காக செயற்கை உரத்தை அதிகரிக்க அதிகரிக்க மண் மேலும் மேலும் சீரழிகிறது. இது ஒரு விஷ வட்டம். நம் விவசாயிகள் இதைப் புரிந்துகொள்ள வேண்டும்.

ஒருமுறை நெல் பயிரிட்ட நிலத்தில் அடுத்து காய்கறிகள், நிலக்கடலை என்று பயிரிட்டால் மண்ணில் நைட்ரஜன் சத்துக்கள் இயல்

பாகவே பெருகும். எனவே, செயற்கை உரம் என்பதே தேவைப்படாது.

அதுபோலவே, இன்று நவீன வேளாண்முறையில் கால்நடைப் பயன்பாடே இல்லை. கால்நடைகளில் சிறுநீர், சாணம் ஆகியவை இயற்கையான சத்தாக மண் வளத்தைக் காத்தன. இன்று, அனைவருமே ட்ராக்டருக்கு மாறிவிட்டதால் மண்ணின் இயல்பும் மாறிவிட்டது. இதைத்தான் ஒருமுறை காந்தியடிகள், 'மாடு சாணம் இடும். சிறுநீர் போகும்; ட்ராக்டர் அதைச் செய்யுமா?' என்று அர்த்தத்தோடு பகடியாகக் கேட்டார்.

எவ்வளவு கடுமையான வறட்சி என்றாலும் எவ்வளவு மோசமான நிலம் என்றாலும் போராடி வளரும் நெல்ரகங்கள் பாரம்பரியமாகவே நம்மிடம் இருக்கின்றன. அவற்றில் ஒன்றுதான் குழியடிச்சான். மழைநீர், ஆற்றுநீர், கிணற்றுநீர், ஆழ்குழாய்நீர் என எல்லாம் கைவிட்டாலும் குழியடிச்சான் நம்மைக் கைவிடாது என்பார்கள். உப்பு நிலத்தில்கூட நன்றாக வளரும். எனவே, கடலோரப் பகுதிகளில் அதிகம் விளைவிக்கப்படுகிறது. மானாவாரி நிலங்களைப் போலவே பாசனநிலங்களிலும் சாகுபடி செய்ய மிகவும் ஏற்றது.

ஐப்பசி மாதத்தில் நேரடியாக விதைக்க ஏற்றது. ஒரே ஒரு மழை பெய்து நெல் முளைத்துவிட்டால் போதும். அதன் பிறகு குறைந்த தண்ணீர் அல்லது ஈரப்பதம் இருந்தாலும் குழியில் கிடக்கும் நீரைக்கொண்டு துளிர்விட்டு தூர் வெடிப்பதால்தான் இதற்குக் குழியடிச்சான் என்ற பெயர் வந்தது. குளிகுளிச்சான் என்றும் இதைச் சொல்வார்கள்.

குழியடிச்சான் நூறு நாளில் அறுவடைக்குத் தயாராகும் தாவரம். ஐப்பசியில் விதைத்தால் தையில் அறுவடைக்குத் தயாராகிவிடும். பொன் நிறமான நெல்லுக்குள், சிவப்பான, நன்கு தடித்த மோட்ட ரக அரிசியாக இருக்கும். அரிசி அழகாக முட்டை வடிவத்தில் இருக்கும்.

ஒற்றை நாற்றுமுறையில் இதைப் பயிரிடலாம். பயிரிடும் முன் விதை நேர்த்தி செய்ய வேண்டியது அவசியம். இதனால், பூச்சித் தாக்குதல் இருக்காது. மேலும், பயிரும் ஆரோக்கியமாக வளரும். நாற்றாங்கால் அமைத்து விதைநெல்லை முளைக்கச் செய்த பின் நடவு வயலில் நடலாம். நாற்றங்கால் அமைக்கும்போதே நடவு வயலையும் தயாராக்குவது சிறந்தது.

முறையான பயிர் பராமரிப்பு முறைகள் செய்து, காவாலை, தக்கைப்பூண்டு, சஸ்பேனியா, டேஞ்சா போன்ற பசுந்தாள் உரமிட்டு நிலத்தை வளமாக்கி, காய்ச்சலும் பாய்ச்சலுமாக நீர் பாய்ச்சி வந்தால் பொன்னாய் விளையும். ஏக்கருக்குக் குறைந்தது இருபது மூட்டைகள் வரை மகசூல் கொடுக்கும். சாயும் தன்மை இதற்குக் கிடையாது. குழியடிச்சான் அரிசிக்கு ஆர்கானிக் சந்தைகளில் நல்ல

மதிப்பு உண்டு என்பதால் விவசாயிகள் இதை நம்பிப் பயிரிடலாம்.

குழியடிச்சான் சிவப்பு அரிசி வகையைச் சேர்ந்தது. அரிசிகளில் சிவப்பு அரிசி மிகச் சிறப்பானது. இதில், மற்ற அரிசிகளைவிடவும் சத்துக் கட்டுமானம் சிறப்பாக இருக்கும். வளரும் குழந்தைகளுக்கும் பாலூட்டும் தாய்மார்களுக்கும் மிகவும் ஏற்றது. இதில் அரிசியின் மாவுச்சத்துக் கட்டுமானம் வரை அயானிக் அளவிலான நுண்ணூட்டச்சத்துக்கள் உள்ளன. இதனால், உடலுக்கு இரும்புச்சத்து கிடைக்கும். நோய் எதிர்ப்பு சக்தியை அதிகரிக்கும். ரத்தத்தைப் பெருக்கும் என்பதால் ரத்தசோகைப் பிரச்சனை உள்ளவர்கள். வளரும் குழந்தைகள் சாப்பிடலாம். செரிமானத்தை சிறப்பாக்கும். நாட்பட்ட நோய்களால் அவதிப்படுபவர்கள் குழியடிச்சான் அரிசியில் கஞ்சிவைத்துக் குடிக்க உடல் நன்கு தேறும்.

மருதம் மீட்போம்

நீர் மேலாண்மையில் தலைசிறந்த பழந்தமிழர்!

நம் பழமொழிகளை கவனித்திருக்கிறீர்களா? விவசாயம் சார்ந்த பழமொழிகள் மட்டும் நூற்றுக்கணக்கில் இருக்கும்.

'எறும்பு முட்டை கொண்டு திட்டை ஏறின் மழை வரும்' என்று ஒரு சொல் வழக்கு உண்டு.

நம் முன்னோர் எறும்புகளைக்கூட கவனித்து மழையை அனுமானித்தனர் என்பதை சொல்லாமல் சொல்லும் வழக்காறு இது. நம் நிலத்துக்கு மழைதான் ஆதார நீர்வளம். தமிழகத்தின் அறுபது சதவீதத்துக்கும் அதிகமான நிலப்பகுதிகள் வானம் பார்த்த பூமிதான். எனவே, மழைக்காலத்தில் பெய்யும் வான்நீரை வாய்ப் பாக்கிக்கொண்டு பிழைத்தால்தான் உண்டு. அதனால்தான், நம் முன்னோர்கள் ஆங்காங்கே குளங்கள், ஏரிகள் அமைத்து நீர்வளம் காத்தனர்.

இன்று நேற்று அல்ல ஆயிரமாயிரம் ஆண்டுகளுக்கு முன்பே நம்மிடம் தடுப்பணைகள் கட்டும் பழக்கம் இருந்தது. 'வருசிறைப் புனலைக் கற்சிலை போல' என்று தொல்காப்பியத்தில் ஒருவரி வருகிறது. ஆறு, ஓடைகளில் பெருகிவரும் நீரை, கற்சிறை எனப் படும் தடுப்பணைகள் கொண்டு சிறைப்படுத்த வேண்டும் என்பது இதன் கருத்து.

இரண்டாயிரம் வருடங்களுக்கு மேற்பட்ட சங்ககாலக் கவிதை ஒன்று 'நிலன் மருங்கில் நீர் நிலை பெருக, காடு கொன்று நாடாக்கி, குளம் தொட்டு வளம் பெருக்கி' என்று நீர்நிலை பேணி நாட்டை வளமாக்குவதன் அவசியத்தைப் பேசுகிறது.

'வான் முகந்த நீர் மழை பொழியவும் மழை பொழிந்த நீர் கடல் பரப்பவும்' என்று பரிபாடல் சொல்கிறது. கடலில் இருந்த நீரை

வான் எடுத்துக்கொள்கிறது. மழை பொழிந்த நீர்தான் ஓடைகள், ஆறுகள் வழியாக கடலுக்கு வருகிறது என்ற இயற்கைச் சுழற்சியின் புரிதலைச் சொல்லும் பாடல் இது.

இப்படி சமவெளிக்கு வந்த நீரை வீணாக்காமல் ஊருணி, ஏரி, கயம், குளம், தடாகம் போன்றவற்றை ஏற்படுத்தினர். அப்படி சேமிக்கப்படும் நீரை மடை, சிறை, மதகு, சுருங்கை, நீர் ஏக்கி போன்ற பாசனத் தொழில் நுட்பங்கள் மூலம் முறையாகப் பயன்படுத்தினர்.

விவசாயம் புதிய கற்கால மனிதர்கள் உருவாக்கியது என்பார்கள். பெருங்கற்காலம் முதலே விவசாயம் தொடர்பான உயர்தரத் தொழில் நுட்பங்கள் தமிழகத்தில் இருந்தன என்பதற்குப் பல ஆதாரங்கள் உள்ளன. புதுக்கோட்டை மாவட்டத்தில் உள்ள தானியாப்பட்டி பகுதிகள் பெருங்கற்கால மனிதர்களின் அகழ்வுகள் கிடைத்துள்ளன. இங்கு இருந்த பெருங்கற்கால மக்கள் தங்களது வசிப்பிடம், இடுகாடு மற்றும் வாழ்விடங்களை ஏரிகளுக்கு உட்பகுதி மற்றும் அதனையொட்டிய வெளிப்புறங்களிலேயே அமைத்திருப்பது தெரியவந்துள்ளது. இதன் மூலம் சுமார் கி.மு ஐந்தாம் நூற்றாண்டுக்கு முன்பேயே நாம் நீர் மேலாண்மை தொழில்நுட்பத்தில் சிறந்திருந்தோம் என்பது விளங்குகிறது.

கல்லணை உலகின் மிகப் பழமையான அணைகளில் ஒன்று. இன்றும் பயன்பாட்டில் இருக்கும் இந்த அணை சுமார் 1800 ஆண்டுகளுக்கு முன்பு கரிகாலன் எனும் சோழ மன்னனால் கட்டப்

பூண்டுக் கரைசல் பூச்சிக்கு எமன்!

கருவண்டு, கதிர்நாவாய், செஞ்சூரை போன்ற பூச்சித் தாக்குதல்கள் சில பகுதிகளில் அதிகமாக இருக்கும். இதற்கு பூண்டுக் கரைசல் நல்ல பலன் தரும். இஞ்சி, பூண்டு, பச்சைமிளகாய் ஆகிய வற்றை தலா ஒரு கிலோ எடுத்துக்கொண்டு வசம்பு அரை கிலோ எடுத்துக்கொள்ள வேண்டும். இவற்றை தனித்தனியாக அரைத்துக் கொள்ளவேண்டும். பிறகு, அனைத்தையும் ஒன்றாகக் கலந்து, அரை லிட்டர் மண்ணெண்ணெய் இட்டு வைத்துவிட வேண்டும். இரண்டு நாட்கள் கழிந்தபின் நன்கு வடிகட்டி, ஒரு லிட்டர் சாறுக்கு, 100 லிட்டர் தண்ணீர் என்கிற விகிதத்தில் கலந்து, ஒரு ஏக்கருக்கு தெளிக்கலாம். கடுமையான அரிப்பைக் கொடுக்கும் இந்தக் கரைசலால் பூச்சிகள் தம்மைத்தாமே கடித்துக்கொண்டு, அழிந்துபோகும். இக்கரைசலைத் தெளிக்கும்போது, தெளிப்பவர் மீது பட்டால், எரிச்சல் உண்டாகும். எனவே, கவனமாகத் தெளிக்க வேண்டும்.

பட்டது. கர்னல் பேர்டு ஸ்மித் என்ற ஆங்கிலேய பொறியாளர் இந்த அணையை ஆய்வுசெய்து, இதன் கட்டுமானத் திறனை வியந்து வெள்ளை அரசுக்கு அறிக்கை அனுப்பினார்.

மன்னர்கள் ஒரு நாட்டின் மீது படையெடுத்து வெற்றி பெற்றதன் நினைவாக ஜெயஸ்தம்பம் எனும் வெற்றித் தூண்கள் நிறுவுவார்கள். ராஜேந்திர சோழன் தனது கங்கை படையெடுப்பின் வெற்றியைக் கொண்டாட தனது தலைநகரில் 'ஜலம் ஸ்தம்பம்' நிறுவினான். அதாவது, சோழகங்கம் எனும் மிகப் பெரிய ஏரி ஒன்றை வெட்டு வித்தான். இப்படி, தனது வெற்றியைப் பறைசாற்றும் பதிவுகளில் கூட ஊருக்குப் பயன்படும் நீராதாரத்தைப் பெருக்கியவர்களாக நம் மன்னர்கள் இருந்தார்கள். முக்கியமான வழித்தடங்களில் ஒன்றேகால் மைல் தொலைவுக்கு ஓரிடத்தில் கிணறு வெட்ட வேண்டும் என்று எழுதப்படாத விதி இங்கிருந்ததுவே நம் மன்னர் களின் நீர் மேலாண்மை திறனுக்குச் சான்று.

பவானி ஆறு காவிரியில் கலக்கும் இடத்துக்குச் சற்று மேலே கி.பி.13ம் நூற்றாண்டில் கட்டப்பட்ட பழைய அணைக்கட்டு உள்ளது. வீரபாண்டியன் காலத்தில் கொங்குநாட்டின் தலைவ னாக இருந்த காங்கராயனால் கட்டப்பட்ட அணை இது. இங் கிருந்து சுமார் 95 கி.மீ தொலைவுக்கு ஒரு கால்வாய் செல்கிறது. நொய்யலில் சென்று சேரும் இந்தக் கால்வாய் மூலம் சுமார், ஒரு லட்சத்து நாற்பதாயிரம் ஏக்கர் நிலங்கள் பாசனவசதி பெறுகின்றன. எழு நூறு ஆண்டுகளுக்கு முந்தைய இந்தக் கட்டுமானம் இன்றும் நல்ல நிலையில் உள்ளது. இது எல்லாம் நம் முன்னோரின் நீர்வள

மேலாண்மையின் சான்றுகள்.

நீர்வளம் எப்படி இருந்தாலும் கடும் வறட்சியிலும் போர்க் குணத்துடன் வளரக்கூடிய நெற்பயிர்களையும் தேடியறிந்து பயிரிட வும் நம் முன்னோர் தயங்கியது இல்லை. அப்படி நிலமறிந்து நாடிப் பயிரிட்ட நெல்தான் குருவிக்கார். இதில் சிவப்புக் குருவிக்கார் என்றோர் செந்நெல் ரகமும் உண்டு. கார் என்றால் கருமை என்று பொருள். தொடக்கத்தில் சற்றே கருமை நிறம் கொண்ட நெற்களை இப்படி அழைத்திருப்பார்கள். பிறகு, அதே போன்ற வடிவம் சாகு படித் திறம்கொண்ட பயிர்களையும் கார் எனப் பொருள் வரும் படி அழைத்திருப்பார்களாய் இருக்கும்.

குருவிக்கார் பாரம்பரிய நெல்ரகங்களில் அமோக மகசூல் தரக்கூடிய மிகச் சிறப்பான ரகம். பழுப்பு வண்ண அரிசியாக தடித்த மோட்ட ரகம் கொண்டது. 140 நாட்களில் அறுவடைக்குத் தயாராகும் குருவிக்கார் ஒற்றை நாற்று நடவுக்கு ஏற்றது. எந்த விதமான பூச்சித் தாக்குதலையும் சமாளித்து வளரக்கூடிய பயிர் இது. இதன் பயிரிலும் நெல்லிலும் சற்றே சொரசொரப்புத்தன்மை அதிகம் என்பதால் பூச்சிகள் இதனைப் பாதிக்காது. மேலும், இது விளையும் காட்டில் களையும் நன்றாகக் கட்டுப்படுகிறது.

உப்பு மண்ணிலும் நன்கு விளையும் என்பதால் கடலோர மாவட்டங்களில் இதை அதிகமாகப் பயிரிடுவார்கள். குறிப்பாக, நாகப்பட்டினம் மாவட்டம் வேதாரண்யம் பகுதியில் இது இன்றும் அதிகமாகப் பயிரிடப்படுகிறது. இயற்கை வேளாண்மையின் மீது விழத்தொடங்கியுள்ள சிறிய வெளிச்சம் காரணமாக இப்போது தமிழகத்தின் பிற பகுதிகளிலும் குருவிக்கார் பரவிவருகிறது. ஒரு ஏக்கருக்கு இருபத்தைந்து முதல் முப்பது மூட்டை வரையில் மகசூல் தரக்கூடியது.

குருவிக்கார் அரிசியில் நுண்ணூட்டச்சத்துக்கள் சிறப்பாக உள்ளன. செரிமானத்தை சீராக்கும் இதில் சிறிது இனிப்புச்சுவை இருப்பதால் உடலில் உடனடியாக ஆற்றலைச் சேர்க்கும். நீண்ட நேரம் பசி தாங்கும் பண்பு உடையது என்பதால் கடினமான உடல் உழைப்பு செய்யும் தொழிலாளர்கள் இதைச் சாப்பிடலாம். குறிப்பாக, குருவிக்கார் சாதம் வடித்து அதைப் பழையதாக்கி மறு நாள் சாப்பிட்டு வந்தால் உடல் நன்கு வலுவாகும். உடல் எடை கூட விரும்புவோர் சாப்பிடலாம். குருவிக்கார் ருசி மிகுந்த அரிசி என்பதால் இது பலகாரங்களுக்கு மிகவும் ஏற்றது. இட்லி, தோசை, இடியாப்பம், முறுக்கு உட்பட பல்வேறு வகையான பலகாரங்கள் செய்யலாம். குருவிக்கார் அரிசியை விருந்து அரிசி என்பார்கள். திருமணம் உள்ளிட்ட விசேஷ வீடுகளில் சாப்பிடுவதற்கு இதைப் பயன்படுத்துவார்கள். இன்றும் சில பகுதிகளில் விசேஷ வீட்டில் குருவிக்கார் செய்துபோட வேண்டும் என்பது ஒரு முக்கியமான

111

சடங்காகவே இருக்கிறது.

ஒரு ஏக்கர் நாற்றுகளை உற்பத்தி செய்ய ஐந்து செண்ட் நிலத்தில் நாற்றங்கால் அமைக்க வேண்டியது அவசியம். இதில், 40-50 கிலோ வரை தொழுவுரத்தைபோட்டு இரண்டு சால் சேற்று உழவு செய்து நிலத்தைச் சமப்படுத்திக்கொள்ள வேண்டும். 100 லிட்டர் தண்ணீருக்கு ஐந்து லிட்டர் வரை அமுதக்கரைசல் கலந்து அதில் விதை நெல்லை சணல் சாக்கில் போட்டுக் கட்ட வேண்டும். பன்னிரண்டு மணி நேரத்துக்குப் பிறகு தண்ணீரை வடித்து மீண்டும் பன்னிரண்டு மணி நேரம் இருட்டறையில் வைத்திருக்க வேண்டும். பிறகு, நான்கு அங்குல உயரத்துக்கு நாற்றங்கால் அமைத்து தண்ணீர் பாய்ச்சி விதைக்க வேண்டும்.

அடுத்த பன்னிரண்டு மணி நேரத்தில் நாற்றங்காலில் உள்ள தண்ணீரை வடித்துவிட வேண்டும். இப்படி நான்கைந்து நாட்கள் செய்தால் விதைநெல் முளைத்துவரும். 10-ம் நாள், 10 லிட்டர் தண்ணீருக்கு ஒரு லிட்டர் வடிகட்டிய மாட்டுச் சிறுநீரைக் கலந்து தெளித்தால், பூச்சி-நோய் தாக்குதல் இருக்காது. நாற்றும் நன்றாக வளரும். ஒரு மாதத்துக்குள் நடவுக்குத் தயாராகிவிடும்.

நாற்று தயாராகும் சமயத்திலேயே நடவு வயலையும் தயார் செய்வது நல்லது. இரண்டு சால் சேற்று உழவு ஓட்டி சமன்படுத்தி, ஏக்கருக்கு 200 கிலோ தொழுவுரமிட்டு சாதாரணமுறையில் அரையடி இடைவெளியில் குத்துக்கு, இரண்டு மூன்று நாற்றுக்களாக நடவு செய்வது நல்லது. நடவு முடிந்த 20-ம் நாளில் தொழுவுரமிட வேண்டும். 25-ம் நாளில் களை எடுக்க வேண்டும்.

90-ம் நாளில் கதிர் பிடிக்கத்தொடங்கும்போது 10 லிட்டர் தண்ணீருக்கு, ஒரு லிட்டர் மோர் (ஏழு நாட்கள் புளிக்கவைத்தது) என்ற விகிதத்தில் கலந்து ஏக்கருக்கு 10 டேங்க் தெளித்தால் சாறு உறிஞ்சும் பூச்சிகள் கட்டுப்படும். 120-ம் நாளுக்கு மேல் கதிர் முற்றத் துவங்கும். 140-ம் நாள் தண்ணீர் கட்டுவதை நிறுத்தி, அறுவடை செய்யலாம்.

குருவிக்காருக்கு தற்போது சந்தையில் நல்ல வரவேற்பு உள்ளது. குறைவான பாசனவசதியில் பூச்சித்தாக்குதலையும் சமாளித்து களையையும் கட்டுப்படுத்தி வளரும் பயிர் என்பதால் இதற்கு ஆகும் இடுபொருள் செலவுகள் குறைவாகவே இருக்கும். எனவே, விவசாயிகள் குருவிக்காரை நம்பிப் பயிரிடலாம்.

நஞ்சைகள் வாடும் தஞ்சை!

தமிழகத்தின் நெற்களஞ்சியம் எது என்று கேட்டால் தஞ்சாவூர் என்று குழந்தைகூட சொல்லும். இன்று நேற்று இல்லை காலங் காலமாகவே தஞ்சாவூர்தான் தமிழகத்துக்கு நெற்களஞ்சியம். அதாவது, வட வேங்கடம் முதல் தென்குமரி வரை இன்றைய ஆந்திரா, கர்நாடகா ஆகிய மாநிலங்களின் சில பகுதிகளுக் கும் ஒட்டுமொத்த தமிழ்நாடு, கேரளாவுக்குமே தஞ்சைதான் படியளக்கும் தாய்நிலம்.

நம் பழைய இலக்கியங்களைப் பார்த்தாலும் அவற்றில் நீக்கமற நிறைந்திருக்கிறது தஞ்சையின் பெருமை. அதில் முக்கிய வகிபா கம் காவிரிக்குத்தான். காவிரியைப் பாடாத கவிஞனே இல்லை எனும் அளவுக்கு கொண்டாடித் தீர்த்திருக்கிறார்கள். இளங்கோ அடிகள் சிலப்பதிகாரத்தில் வாய்ப்பு கிடைக்கும்போது எல்லாம் காவிரியைப் பாராட்டுகிறார். சூரியனை புகழும்போதும் காவிரி நாடன் திகிரி என்றே வர்ணிக்கிறார். இப்படி காவிரியால் செழித்த தஞ்சையில் நெல்ரகங்களுக்குப் பஞ்சமே இல்லை.

தஞ்சாவூரில் மட்டும் ஆயிரக்கணக்கான பாரம்பரிய நெல் ரகங்கள் புழக்கத்தில் இருந்தன. எந்தவிதமான புதிய ரகம் என்றாலும் அது தஞ்சாவூருக்கு வந்து சேரும். காவிரிக்கரை நெற்களின் அன்னை மடியாக இருந்தது. இரு விரல்கிடை தடிமன் கொண்ட நெல் ரகங்கள் எல்லாம் இருந்ததாகச் சொல்கிறார் கள். பாரம்பரிய நெல் ரகங்களைப் பயன்படுத்தியே ஆண்டுக்கு முப்போகம் அறுவடை செய்துவந்த பகுதிகள் எல்லாம் காவிரி டெல்டாவில் உண்டு. ஆனால், இது எல்லாம் ஒரு காலம்.

கூம்பாளை நெல் கேள்விப்பட்டிருக்கிறீர்களா?

தென்னம்பாளையைப் போன்றே நெற்கதிர்கள் இதில் வெளியாவதால் இதனை கூம்பாளை என்றார்கள். கூம்பாளை சிவப்பு அரிசி ரகத்தைச் சேர்ந்தது. இதன் நெல்லும்கூட சிவப்பு நிறத்திலேயே இருக்கும். சிவப்பு அரிசியின் பலன்கள் பற்றி ஏற்கெனவே சொல்லியுள்ளோம். என்றாலும் நல்லதைத் திரும்பத் திரும்பச் சொல்வதில் தவறு இல்லை என்று தோன்றுகிறது. மற்ற அரிசிகளில் அயானிக் அளவிலான நுண்ணூட்டச்சத்துக்கள் அரிசியில் மேற்புறத்தில் மட்டுமே இருக்கும். சிவப்பு அரிசிகளில் இதன் சத்துக்கட்டுமானம் அதன் மையப் பகுதியில் உள்ள மாவுப்பொருள் வரை ஊடுருவியிருக்கும். இதனால், சிவப்பு அரிசியின் உமியில் உள்ள சத்தின் அளவுக்கு அரிசியிலும் வளமான சத்திருக்கும். இது உடலுக்கு மிகுந்த வலுவைத் தரும். உடல் எடை கூட விரும்புவோர் வளரும் குழந்தைகள் ஆகியோருக்கு மிகவும் ஏற்றது. இரும்புச்சத்து கணிசமாக உள்ளதால் ரத்தசோகை நோயைக் கட்டுப்படுத்தும்.

மேலும், பண்டையக்கால நெல்வகைகள் ஒவ்வொன்றுக்கும் ஒவ்வொரு சிறப்பு மருத்துவக் குணம் இருந்தபோதிலும் கூம்பாளைக்கு மகத்தான மருத்துவக் குணம் உண்டு. நோய் எதிர்ப்புச் சக்தி அதீத அளவில் உள்ள இந்த நெல்லை, ஊறவைத்து ஆட்டுக்கல்லில் அரைத்து, பருத்தித் துணியில் வடிகட்டி, அந்த அரிசிப் பாலில் சிறிது தேன் அல்லது நாட்டுச் சர்க்கரை கலந்து தினசரிக் காலை உணவாக உண்டுவந்தால் அசதியைப் போக்கி, உடல் வலிமை பெறுவதாக கூறப்படுகிறது. மேலும் கர்ப்பிணிப் பெண்களுக்கு இந்த அரிசியின் சோறு, பிரசவக் காலத்தில் ஏற்படும் வலி வெகுவாக குறைவதாகவும் கருதப்படுகிறது. கூம்பாளை நெல் மணற்பாங்கான பகுதிகளிலும் செழித்து வளரக்கூடியதாகும். சம்பா பருவத்துக்கு மிகவும் ஏற்ற ரகம். நூற்று முப்பது நாட்களில் அறுவடைக்குத் தயாராகும் இந்த நெல் ஐந்து அடி உயரம் வரை ஓங்குதாங்காக வளரும் இயல்புடையது. ஏக்கருக்கு சுமார் 1350 கிலோ நெல் தானியமும், சுமார் 1800 கிலோ வைக்கோலும் தரக்கூடியது.

கூம்பாளையை ஒற்றை நாற்று முறையில் நடுவது நல்லது. நடவுக்கு முன்பு விதைகளை விதைநேர்த்தி செய்ய வேண்டியது அவசியம். பாத்தி அமைத்து நட்டு பிறகு, பயிர்கள் துளிர்த்து வந்ததும் எடுத்து நடவு செய்யலாம். பாத்தி அமைக்கும்போதே விதைக்கும் வயலையும் தேர்வு செய்து பண்டுபடுத்துவது நல்லது. ஒரு கோடை உழவு ஓட்டி தழைச் சத்து கொடுத்த பிறகு ஒருழவு ஓட்டி நடவு செய்ய வேண்டும். அடியுரம் இட்ட பதினைந்து அல்லது இருபது நாட்களில் மேலுரமிட்டுப் பராமரிக்க வேண்டும். நடவு செய்த பதினைந்தாவது நாளில் களை

 இளங்கோ கிருஷ்ணன்

எடுக்க வேண்டியது அவசியம்.

பஞ்சகவ்யா, அமிர்தக் கரைசல், மீன் அமிலம் போன்றவற்றைப் பயன்படுத்துவதன் மூலம் பயிர்களுக்கு நோய் தாக்குதல் ஏற்படாது. அவசியம் எனில் பூச்சிகளைக் கட்டுப்படுத்த மூலிகை அட்டை வைக்கலாம். ஊடுபயிராகப் பயிரிடுவது என்றால் விதைநேர்த்தி மட்டும் செய்தாலே போதுமானது. எந்தவிதமான பராமரிப்பு இன்றியும் மிகச் சிறப்பாக வளரக்கூடியது. கூம்பாளைக்கு நீர்வளம் அதிகம் தேவை இல்லை என்பதால் ஓரளவு காய்ச்சலும் பாய்ச்சலுமான நீரே போதுமானது.

காவிரி டெல்டா விவசாயம் இன்று மண்ணைக் கட்டி மாரடிக்கும் நிழல் யுத்தமாய் போனது. ஊருக்கு சோறிட்ட காவிரிக்கரை விவசாயிகள் எலிக்கறி சாப்பிடும் அவலநிலைக்குப் போயிருக்கிறார்கள். அரசின் விவசாயக் கொள்கைகள் தரும் நெருக்கடி, விவசாய இடுபொருட்களுக்கான விலையேற்றம், கூலிக்கு ஆள் கிடைக்காத அவலம், பருவ மழை பொய்த்துப் போதல், காவிரி நீர் வரத்து இல்லாமல் போனது, கடன் சுமை என எட்டுத்திசையிலும் சுற்றி அடிக்கும் வாழ்வின் நெருக்கடி

மருதம் மீட்போம்

தாளாமல் உயிரைப் போக்கிக்கொள்ளும் கொடுமையும் நிகழ்கின்றன. இதற்கு எல்லாம் என்ன காரணம்?

இதற்கு இரண்டு முக்கியக் காரணங்கள் உள்ளன. ஒன்று பசுமைப் புரட்சி என்ற பெயரில் பாரம்பரிய விவசாயமுறை, பாரம்பரிய நெல் என அனைத்தையும் அடியோடு கைவிட்டுவிட்டு நவீன விவசாயம் நோக்கிச் சென்றது. இரண்டாவது, காவிரி நதிநீர் பிரச்சனை. இந்த இரண்டுமே சுதந்திர இந்தியாவில்தான் வலுக்கொண்டன. காவிரி டெல்டா விவசாயத்தையே சிதைக்க வேண்டும் என்ற நோக்கோடு மத்திய அரசு செயல்படுகிறதோ என்ற ஐயம் எழும் வகையில் உள்ளது அதன் செயல்பாடுகள்.

இதோ கடந்த ஜூன் 12ம் தேதி குறுவை சாகுபடிக்கு காவிரியில் நீர் திறந்திருக்க வேண்டும். இப்போது வரை அதற்கான அறிகுறியே இல்லை. மேட்டூர் அணையில் போதிய நீராதாரம் இல்லை என்பதாலும் கர்நாடக காவிரிநீரைத் திறந்துவிடாததாலும் மேட்டூர் அணை திறக்க முடியவில்லை என்பதை சட்டமன்றத்திலேயே முதல்வர் அறிவிக்கும் அவலநிலை.

கடந்த சில மாதங்களுக்கு முன்பு நாளிதழில் ஒரு செய்தி வெளியானது. நாள்தோறும் நடக்கும் அரசியல் களேபரங்களுக்கு மத்தியில் அந்த செய்தி ஒளி பெறாமல் மறக்கப்பட்டும்போனது.

தஞ்சாவூர், நாகப்பட்டினம், திருவாரூர் உள்ளிட்ட மாவட்டங்களுக்கு ரேசன்கடை மூலம் விநியோகிக்கப்பட்ட 3600 டன் அரிசியும் சத்தீஸ்கர் மாநிலத்திலிருந்து இறக்குமதி செய்யப்பட்டது என்ற செய்திதான் அது.

'சோழநாடு சோறுடைத்து' என்று இலக்கியங்கள் கொண்டாடிய ஊருக்கு இதைவிட ஒரு சோகம் நிகழமுடியுமா? ஒருகாலத்தில் இந்தப் பகுதி முழுதும் ஒருங்கிணைந்த தஞ்சை மாவட்டமாக இருந்தது. ஆண்டு ஒன்றுக்கு முப்பது லட்சம் ஏக்கருக்கு மேல் நெல் சாகுபடி நடந்துகொண்டிருந்தது. ஒவ்வொரு ஏக்கரிலும் சுமார் மூன்று முதல் நான்காயிரம் கிலோ வரை நெல் விளைந்து குவிந்தது.

இந்தப் பகுதிகளிலிருந்து இந்தியா முழுதுக்கும் இன்னும் சொல்லப்போனால் அயல் நாடுகளுக்கும் நெல் ஏற்றுமதி நடந்தது. இப்படி, அட்சயபாத்திரமாக, அமுதசுரபியாக குன்றா வளத்தோடு கொழித்த தஞ்சைதான் இன்று நீரின்றி வாடி நிலையின்றித் தவித்துக்கொண்டிருக்கிறது.

எழுபதுகளுக்குப் பிறகு அன்றைய மைசூர் அரசுக்கும் சென்னை மாகாணத்துக்கும் இடையேயான ஒப்பந்தம் காலாவதியானதைத் தொடர்ந்து காவிரிநீர் கர்நாடகாவால் சிறைவைக்கப்பட்டது. அப்போது முதலே குறுவைப் பயிர் சாகுபடி என்பது கானலானது. குற்றுயிரும் குலை உயிருமாக ஊசலாடிக்கொண்டிருக்கும் சம்பா சாகுபடியும் கடந்த இருபது ஆண்டுகளில் படிப்படியாக

இளங்கோ க்ருஷ்ணன்

அழிந்துகொண்டிருக்கிறது.

சுமார் முப்பது ஆண்டுகளுக்கு முன்பு பதினெட்டு லட்சம் ஏக்கரில் நடைபெற்ற சம்பா சாகுபடி நீர்ப் பற்றாக்குறையின் காரணமாகப் படிப்படியாகக் குறைந்து பத்துலட்சம் ஏக்கராகச் சுருங்கிவிட்டது. கடந்த ஆண்டு நிலைமை இன்னும் மோசமானது. இந்த ஆண்டு தஞ்சை, நாகப்பட்டினம், திருவாரூர் ஆகிய மூன்று மாவட்டங்களிலும் சேர்த்து வெறும் மூன்று லட்சம் ஏக்கரில் மட்டுமே சம்பா சாகுபடி நடைபெற்றுள்ளது. சரி இதுதான் முழுமையாக வீடு வந்து சேர்ந்ததா என்றால் வறட்சியின் காரணமாக இதிலும் கணிசமான சதவீதம் கருகிப்போயின. இப்படித்தான் ஆண்டுதோறும் உலகுக்கே அன்னமிடும் விவசாயிகளின் உயிர்கள் வறட்சிக்குத் தாரைவார்க்கப்படுகின்றன.

நெல் சாகுபடி சிறப்பாக நடைபெற்றால் நெல் கொள்முதல் நிலையங்கள் மூலமாக டாஸ்மாக் எனும் தமிழ்நாடு நுகர்பொருள் வாணிபக் கழகம் நெல்லை வாங்கி இந்திய உணவுக் கழகத்துக்கு அரிசியாகக் கொடுக்கும். அவை, தமிழகத்தில் உள்ள டாஸ்மாக் குடோன்களிலேயே இருப்பு வைக்கப்பட்டிருக்கும். அதை தமிழக அரசு விலைகொடுத்து வாங்கி ரேசன் மூலமாக மக்களுக்கு வழங்கும்.

கடந்த ஆண்டு காவிரி டெல்டா மாவட்டங்களில் நெல் சாகுபடி முறையாக நடைபெறாததால், தமிழ்நாட்டில் உள்ள குடோன்களில் போதியளவு நெல் இருப்பு இல்லை. இதனால்தான் இந்திய உணவுக் கழகத்தின் மூலமாக சத்தீஸ்கர் மாநிலத்திலிருந்து 3600 டன் அரிசி இறக்குமதி செய்யப்பட்டுள்ளது. மத்திய அரசு தமிழகத்தை மற்ற மாநில நெல்களுக்கான சந்தையாகத்தான் பார்க்கிறதே தவிரவும் இதை ஒரு நெல் உற்பத்திக்கேந்திரமாக பார்க்கவில்லை என்று சில விவசாயிகள் குற்றம்சாட்டுகின்றனர். காவிரி விவகாரத்தில் உறுதியான, முறையான நிலைப்பாடு எடுக்காதது. மத்திய அரசின் நெல் வாணிகக் கொள்கைகள் ஆகியவற்றைப் பார்க்கும்போது அது மெய்தானோ என்ற ஐயம் நமக்கு வருகிறது.

தமிழகத்தின் பாரம்பரிய நெல் ரகங்களை மீட்பது. தமிழகத்துக்கு என தனியான விவசாயக் கொள்கைகளை வகுத்துக்கொள்வது நம் உற்பத்தியை நாமே நுகர்வது என்பதைப் போன்ற செயல் பாடுகள் மூலம் இந்த இடர்களை எதிர்கொண்டால் மட்டுமே காவிரி டெல்டா விவசாயிகள் வாழ்வில் விடியல் ஏற்படும் என்று தோன்றுகிறது. அதன் ஒரு பகுதியாக உள்ள பாரம்பரிய நெல் ரகங்கள் பற்றிய புரிதல் இன்று முக்கியத் தேவை.

117

நெல் வரலாறு!

ஓரிஸா சட்டீவா இதுதான் நெல்லின் தாவரவியல் பெயர். லத்தீன் மொழியில் ஓரிஸா என்றால் அரிசி. சட்டீவா என்றால் சாகுபடி. இயற்கையாக விளையாமல் மானுட முயற்சியால் சாகுபடி செய்யப்படும் அரிசி என்ற பொருள் வரும்படி தாவரவியல் பெயர் உள்ளது. அரிசியைக் குறிக்கும் ஓரிஸா என்ற லத்தீன் மொழிச் சொல்லுக்கு மூலத்தைத் தேடிப்போனால் பழைய ப்ரெஞ்ச் வழியாக கிரேக்க மொழியை அடைவோம். அரிசியைக் குறிக்கும் கிரேக்கத்தின் அருசா என்ற சொல் தமிழின் அரிசி என்பதில் பிறந்ததுதான். இவ்வாறு நெல்லுக்கு சொல் தந்தது நாம்தான் என்றாலும் இதன் பூர்வீகம் நம் நிலம் இல்லை. சீனம் என்கின்றன தரவுகள்.

சீன, ஆஸ்திரேலிய பகுதிகளில் தற்போதைய நெல்லின் பூர்வ வடிவமான காட்டுநெல்கள் இயற்கையாக விளைந்தன. இதை ஓரிஸா ரூஃபிபோகன் என்பார்கள். சுமார் பதினான்காயிரம் ஆண்டு களுக்கு முன்பு சீனாவின் முத்துநதித் தீரங்களில் தற்போதைய இரண்டு அடிப்படையான நெல்ரகங்கள் உருவாகின என்கிறார்கள். சிறிய பிசுபிசுப்புத் தன்மையுள்ள ஜப்போனிகா என்ற ரகமும்; பெரிதான பிசுபிசுப்பற்ற இண்டிகா என்ற ரகமும் அங்குதான் உருவாகின. அந்த இரு அடிப்படை ரகங்களிலிருந்தே பல்லாயிரம் ரகங்கள் உருவாகின என்கிறார்கள்.

சுமார் எட்டாயிரம் வருடங்களுக்கு முன்பு சீனாவின் யாங்ஷி மற்றும் ஹூவாய் நதிக்கரைகளில் இந்த இரு பூர்வ வடிவ நெல்களும் சாகுபடி செய்யப்பட்டிருக்கின்றன. அடுத்த இரண்டாயிரம் வருடங்களில் அது அங்கிருந்து கங்கைச் சமவெளிப் பகுதிக்கும்

பிற ஆசியப் பிராந்தியங்களுக்கும் பரவின என்று தற்போதைய அகழாய்வுகள் தெரிவிக்கின்றன. விவசாயத்துக்காக மண்ணைத் தயார் செய்வது, மேம்படுத்துவது ஆகிய தொழில்நுட்பங்களும் சுமார் பதினான்காயிரம் ஆண்டுகளுக்குள்தான் உருவாகியிருக்க வேண்டும்.

ஓரிஸா கிளேபரிமா எனும் ஆப்பிரிக்க நெல் இந்த இரண்டு பூர்வ வடிவங்கள் உருவான மிகப் பின்பே உருவாகியது. இது சுமார் மூன்றாயிரத்து ஐநூறு வருடங்களுக்கு முன்பு தற்போதைய நைஜீரியாவின் நைஜர்நதி டெல்டா பகுதிகளில் உருவானது. இதன் பூர்வீகமும் சீன, ஆஸ்திரேலிய காட்டு நெல்கள்தான் என்கிறார்கள்.

கடந்த 2003ம் ஆண்டு கொரிய விஞ்ஞானிகள் சுமார் பதினைந்தாயிரம் ஆண்டுகளுக்கு மேல் பழமையான நெல் மணிகளின் பாசில் தங்கள் நிலத்தில் காணப்படுவதாகத் தெரிவித்தனர். ஆனால், இந்த ஆய்வுகள் சந்தேகத்துக்கு உரியவை என்று வேறு சில விஞ்ஞானிகள் தரப்பால் விமர்சிக்கப்படுவதால் இப்போதைக்கு சாகுபடி நெல்லின் பூர்வீகம் சீனம் என்றுதான் நாம் நம்ப வேண்டியுள்ளது.

சுமார் நான்காயிரம் ஆண்டுகளுக்கு மேல் பழமைகொண்ட ஆதிச்சநல்லூர் மற்றும் கீழடி அகழ்வாய்வுகள் உலகின் வெளிச்சத்

மருதம் மீட்போம்

துக்கு வருமானால் நெல்லின் பூர்வ கதை குறித்த உரையாடல்களில் அழுத்தமான மாற்றங்கள் உருவாக வாய்ப்பிருக்கும் என்பதையும் இங்கு குறிப்பிட வேண்டும்.

சீனத்திலிருந்து தெற்கு ஆசியாவுக்கும் தென்கிழக்கு ஆசியாவுக்கும் நெல் பரவியதில் பௌத்த மதத்துக்கு ஒரு பங்கு உள்ளது என்கிறார்கள். பௌத்த துறவிகள் சைவ உணவுகளை உண்ணும் பழக்கம் உடையவர்கள் என்பதால் அவர்கள் செல்லும் இடம் எங்கும் நெல்லையும் கொண்டு சென்றிருக்கிறார்கள். 'அஞ்ஞான சுத்தம்' எனும் பௌத்த நூல், 'தம்மம் (பௌத்தம்) தழைக்கும் வரை நெல்லும் தழைக்கும்' என்று இரண்டின் தொடர்பையும் விளக்குகிறது. இந்தியாவுக்கு குறிப்பாக, கங்கைச் சமவெளிக்கு புத்தமதம் உருவாகும் முன்பே நெல் வந்துவிட்டது. புத்தரே காலா நமக் எனும் கறுப்பு அரிசியைத்தான் உண்டுவந்தார் என்பதற்கு பௌத்த நூல்களில் ஆதாரங்கள் உள்ளன. மேலும், இன்றும் இந்தியாவின் பௌத்த துறவிகள் காலா நமக் எனும் பாரம்பரிய நெல்லைத்தான் உண்கிறார்கள்.

உலகின் ஒட்டுமொத்த நெல் உற்பத்தியில் எண்பத்தேழு சதவீதம் ஆசியாவில்தான் உற்பத்தியாகின்றன. சீனா, இந்தியா, இலங்கை, பாகிஸ்தான், நேபாளம், பூடான், வட கொரியா, தென் கொரியா, ஜப்பான், பிலிப்பைன்ஸ் தீவுகள் ஆகிய தெற்கு மற்றும் தெற்காசிய நாடுகள்தான் நெல் உற்பத்தியிலும் நுகர்விலும் மிகப் பெரும் பங்குவகிக்கின்றன. இதைத் தவிர ஆப்பிரிக்க, ஐரோப்பிய, அமெரிக்க கண்டங்களில் உள்ள நாடுகளிலும் நெல் சாகுபடி கணிசமாக நடந்துகொண்டுள்ளது.

பிலிப்பைன்சுக்கு சுமார் இரண்டாயிரம் வருடங்களுக்கு முன்பே நெல் சாகுபடி சென்றுவிட்டது. இஃபுகாவோ மலையை இரண்டாயிரம் வருடங்களுக்கு முன்பே செதுக்கி சமப்படுத்தி நெல் சாகுபடி செய்தனர் அதன் பூர்வகுடிகள். பல்லாயிரம் ஹெக்டேர் மலைச் சரிவுகளில் பச்சைப் படிக்கட்டுகள் போல் தோன்றும் நெல் வயல்களை காண்பவர்கள் அதை எட்டாவது அதிசயம் என்றே வியக்கிறார்கள்.

தாய்லாந்தில் 3500க்கும் மேற்பட்ட பாரம்பரிய நெல் ரகங்கள் உள்ளன. தாய்லாந்தின் மல்லிகை அரிசி உலகப்புகழ்பெற்றது. இங்கும் சுமார் இரண்டாயிரம் வருடங்களாகவே நெல் சாகுபடி தழைத்துவருகிறது. இலங்கைக்கு சுமார் மூன்றாயிரம் வருடங்களுக்கு முன்பே நெல் சாகுபடி அறிமுகமாகிவிட்டது. தென் இந்தியாவுக்கு நெல் வந்தபோதே இலங்கைக்கும் சென்றிருக்க வேண்டும்.

முதல் நூற்றாண்டில் மத்திய கிழக்கு நாடுகளில் நெல் பரவத் தொடங்கியது. தெற்கு ஆசியப் பிராந்தியங்களில் பௌத்தம் நெல்லைச் சுமந்து சென்றது போல மத்திய கிழக்கில் இஸ்லாம்

நெல்லைச் சுமந்து சென்றது. தற்போதைய தெற்கு ஈராக்கைச் சேர்ந்த மெசபடோமியப் பகுதிகளில் அறிமுகமான நெல் சாகுபடி இஸ்லாத்தின் வளர்ச்சியோடு வடக்கு நிசிபினுக்கும் அங்கிருந்து காஸ்பியன் கடலின் தென் பிராந்தியங்களுக்கும் பரவியது.

ஒரு கட்டத்தில் இஸ்லாமிய உலகைக் கடந்து ஓல்கா பள்ளத் தாக்கு வரை நெல்லின் ஆதிக்கம் நீண்டது. எகிப்தைப் பொறுத்த வரை நைல்நதியின் டெல்டா பகுதிகளில்தான் அதிகமாகப் பயிரிடப்படுவதாக இன்றும் உள்ளது. பாலஸ்தீனத்தின் ஜோர் டான் பள்ளத்தாக்கு சவுதி அரேபியா, ஏமன் ஆகிய பகுதிகளிலும்

மிகப் பழங்காலம் தொட்டே நெல் சாகுபடி புழக்கத்தில் உள்ளது.

ஐரோப்பாவுக்கு நெல் கி.மு. நான்காம் நூற்றாண்டில் மகா அலெக்சாண்டரால் அறிமுகமானது. இந்தியாவுக்குள் நுழைந்த அலெக்சாண்டரின் படைகள் முழங்கால் உயர நீரில் தலைகனத்து நிற்கும் நெல்மணிகளை ஆர்வமுடன் தங்கள் ஊருக்குக் கொண்டு சென்றார்கள் என்கிறார் உணவியலாளர் கே.டி.அசயா.

மேலும், முதல் நூற்றாண்டில் மத்திய கிழக்கு நாடுகளுக்குள் நுழைந்த நெல்மணிகள் அங்கிருந்தும் ஐரோப்பாவுக்குள் அணி வகுத்தன. மூர்கள் பத்தாம் நூற்றாண்டில் இபேரியன் தீபகற் பத்துக்கு நெல்லைக் கொண்டுசென்றதுதான் ஐரோப்பிய நெல் பரவலின் உண்மையான தொடக்கம் எனலாம்.

இஸ்லாமியர்கள் ஒன்பதாம் நூற்றாண்டில் சிசிலித் தீவுக்கு நெல்லைக் கொண்டுசென்றார்கள். அப்போது முதல் இப்போது வரை நெல்தான் அதன் முக்கியமான உணவுப்பொருளாக இருக் கிறது. பதினைந்தாம் நூற்றாண்டுக்குப் பிறகு இத்தாலியிலும் பிரான்சிலும் நெல் பரவியது. ஐரோப்பியர்களின் நாடு பிடிக்கும் தேடல் தொடங்கிய பிறகு நெல் நீக்கமற ஐரோப்பிய நிலம் எங்கும் நிறைந்துவிட்டது.

அமெரிக்க கண்டத்தைப் பொறுத்தவரை மிகப் பின்பே நெல் விவசாயம் அங்கு சென்றது. ஸ்பானியர்கள் தங்கள் காலனிகளை அங்கு உருவாக்கத் தொடங்கியபோதுதான் லத்தீன் அமெரிக்க நாடுகளுக்கு நெல் சாகுபடி அறிமுகமானது என்று சிலர் சொல் கிறார்கள். ஆனால், சுமார் நான்காயிரம் ஆண்டுகளுக்கு முன்பே பிரேசில் விவசாய நிலங்களில் ஓரிஸா எஸ்பி எனும் தனித்துவ மான பாரம்பரிய நெல்ரகம் பயிரிடப்பட்டுள்ளது. இன்றும் லத்தீன் அமெரிக்க நாடுகளில் பல நூறு பாரம்பரிய நெல்ரகங்கள் புழக்கத்தில் உள்ளன.

இப்படி, பல்லாயிரம் ஆண்டுகளாக மெல்ல மெல்ல உலகம் முழுதும் புழக்கத்துக்கு வந்த பல லட்சக்கணக்கான நெல் ரகங் களும் கொத்துக்கொத்தாய் அழிந்துகொண்டிருக்கின்றன. அமோக விளைச்சல், அதிக லாபம் என்ற பேராசையைக் காட்டி நவீன விவசாயம் விவசாயிகளையும் நிலத்தையும் சூறையாடிக்கொண் டிருக்கிறது.

பாரம்பரியமான நெல்ரகங்களை மீட்பது, இயற்கை விவசாயத்துக்குத் திரும்புவது என்பதுதான் இதற்கான சரியான மாற்றாக இருக்க முடியும். நிலத்தையும் உடலையும் காக்கும் அப்ப டியான பாரம்பரிய நெல்ரகங்களில் ஒன்றுதான் குறுவைக் களஞ்சி யம். இதன் மகசூல் எப்படி இருக்கும் என்று இதன் பெயரே சொல்கி றது. குறுவைப் பயிர்களிலேயே மிக அதிகமாகப் பெருகுவதால்தான் இதற்கு குறுவைக் களஞ்சியம் என்ற பெயர் வந்திருக்க வேண்டும்.

ராமநாதபுரம் மாவட்டத்தில் மிகப் பிரதானமாக விளையும் அற்புதமான நெல்ரகம் இது. பொய்க்காத பருவமழைக் காலத்தில் ஒரு ஏக்கருக்கு இரண்டாயிரம் கிலோ மகசூல் கொடுக்கக் கூடியது. மேலும், இதிலிருந்து ஏக்கருக்கு ஒரு டன் வரை வைக்கோலும் கிடைக்கும்.

குறுகியகாலப் பயிரான குறுவைக் களஞ்சியம் நூற்றுப்பத்து நாட்களில் அறுவடைக்குத் தயாராகும். செப்டம்பர் மாதம் தொடங்கும் பின் சம்பாப் பருவத்தில் அதாவது ஆவணியில் விதைத்து சனவரியில் (தை மாதத்தில்) அறுவடை செய்யலாம். தமிழகம் முழுதுமே இந்தப் பருவத்தில் சாகுபடி செய்ய மிகவும் ஏற்ற ரகம் இது.

குறுவைக் களஞ்சியத்தை ஒற்றைநாற்று முறையிலும் நேரடி விதைப்பு முறையிலும் பயிரிடலாம். நேரடி விதைப்பு என்றால் ஏக்கருக்கு நாற்பது கிலோ வரை விதைநெல் தேவைப்படும். ஒற்றை நாற்று முறையில் விதை நேர்த்தி செய்து, பாத்தி அமைத்து, அதே காலத்தில் நடவு வயலைத் தேர்வு செய்து மேம்படுத்தி, உரிய காலத்தில் ஊட்டச்சத்து கொடுத்து இயற்கை உரங்களிட்டு, இயற்கையான பூச்சிக்கொல்லிகள் பயன்படுத்தி, களை எடுத்து காய்ச்சலும் பாய்ச்சலுமாய் நீர்வார்த்து வந்தால் பொன்னாய்ப் பெருகும் குறுவைப்பயிர் இது.

சொரசொரப்பான கடினமான நெல் வகையைச் சேர்ந்த இதன் நார்ச்சத்து செரிமானத்தைக் காக்கும். உடலுக்கு வலுவைத் தரும். சமைக்கப்பட்ட சோறு இரண்டு நாட்களுக்குப் பிறகும் மிகுந்த ருசியுடன் இருக்கும் என்பதால் இதில் பழையது வைத்துக் குடிக்கலாம். கடின உடல் உழைப்பில் ஈடுபடுபவர்களுக்கு மிகவும் ஏற்றது. நீர் தாகத்தைப் போக்கும். உடலுக்கு குளிர்ச்சியைக் கொடுக்கும். உடனடி ஆற்றலைக் கொடுப்பதால் வளரும் குழந்தைகளுக்கு மிகவும் ஏற்றது.

நெல்லிலே குள்ளம்!

நெல் அரிசிதான் உலகில் அதிகமாக உண்ணப்படும் உணவுப் பொருள். சர்வதேச நெல் ஆராய்ச்சி நிறுவனம் (IRRI) உலகின் மொத்த நெல் உற்பத்தியில் தொண்ணூறு சதவீதம்வரை ஆசிய நாடுகளே உற்பத்தி செய்வதாகச் சொல்லியுள்ளது. சீனா, இந்தியா, இந்தோனேஷியா, பங்களாதேஷ், வியட்நாம், தாய்லாந்து, மியான்மர், ஜப்பான், பிலிப்பைன்ஸ், பிரேசில் இவைதான் உலகின் டாப் டென் நெல் உற்பத்திக் கேந்திரங்கள் என்கிறார்கள். இதில் பிலிப்பைன்ஸ் கிழக்கிந்தியத் தீவுகளில் உள்ளது பிரேசில் தென் அமெரிக்க கண்டம். மற்ற அனைத்து நாடுகளுமே ஆசியப் பிராந்தியத்தைச் சேர்ந்தவைதான். உலகின் மிகப்பெரிய நெல் உற்பத்தி நாடு என்றால் அது சந்தேகமே இல்லாமல் சீனாதான். இங்கு மட்டும் ஆண்டுதோறும் சுமார் இருபதாயிரம் கோடி மெட்ரிக் டன் நெல் உற்பத்தியாகிறது. இது உலகின் ஒட்டுமொத்த உற்பத்தியில் சுமார் முப்பத்தைந்து சதவீதம் என்கிறார்கள். சீனாவின் நெல் உற்பத்தியும் பருவமழையை நம்பித்தான் உள்ளது. ஆனால், சீனர்கள் கடந்த ஐம்பது ஆண்டுகளாகக் கடைப்பிடித்து வரும் வனப் பாதுகாப்புச் சட்டங்கள் மற்றும் சுற்றுப்புறச்சூழல் சட்டங்களால் இங்கு வர வேண்டிய மழை பெரும்பாலும் வந்துவிடுகிறது. மேலும், இமயமலையின் பனி உருகி ஓடும் வற்றாத ஜீவநதிகள் சீனத்துக்குள் பாய்ந்து சீனாவை நெல் உற்பத்திக்கு ஏற்ற வளமான டெல்டா நிலமாக மாற்றியுள்ளன. சீனர்கள் இந்த ஆறுகளில் உற்பத்தியாகும் நீரை மிகச்சிறப்பாக அணைகள் கட்டித் தேக்கிப் பயன்படுத்துகிறார்கள். இதனால்தான் நெல் உற்பத்தியில் அவர்களால் இப்படி தன்னிகரற்று விளங்கமுடிகிறது.

 இளங்கோ கிருஷ்ணன்

சீனாவிலும் நவீன ரக ஹைபிரிட் நெல்தான் அதிகமாக விளைவிக்கப்படுகிறது. பாரம்பரிய நெல்ரகங்கள் பற்றிய போதுமான விழிப்புணர்வு இல்லாத நிலையில்தான் சீன விவசாயிகளும் இருந்துகொண்டிருக்கிறார்கள். சீனாவின் நவீன ரக நெல் உற்பத்தி 1970களின் இறுதியில் உச்சத்தை அடைந்தது. உற்பத்தியைப் பெருக்கும் நவீன ரகங்களின் தாய்மடி என்றே சீனாவை சொல்லலாம். இதற்கு சீனாவின் நீர் வளம் மட்டும் இன்றி இதன் நிலவளம், சீதோஷ்ணம் ஆகியவையும் காரணங்கள். சீனத்து நிலங்களில் பாரம்பரிய நெல் ரகங்களைவிட நவீன ஹைபிரிட் ரக நெல்கள் சுமார் 15-20 சதவீதம் அதிக விளைச்சலைக் கொடுக்கின்றன. ஆனால், மண்ணின் வளம் சீர் கெடுவதிலும் சீனாதான் மற்ற நாடுகளைவிட முன்னணியில் உள்ளது என்பதுதான் நவீன ரக நெல்லுக்கு இந்த தேசம் தரும் விலை.

இங்கு ஆண்டுதோறும் சராசரியாக மூன்று கோடி ஹெக்டேர் நிலப்பரப்பில் நெல் சாகுபடி நடைபெறுகிறது. இங்கு உற்பத்தியாகும் இருபதாயிரம் கோடி மெட்ரிக் டன் நெல்லில் பதிமூன்று லட்சம் மெட்ரிக் டன் நெல் ஏற்றுமதி செய்யப்படுகின்றன.

சீனாவுக்கு அடுத்த மிகப் பெரிய நெல் உற்பத்திக் கேந்திரமாக இந்தியாதான் உள்ளது. சீனாவைப் போலவே இந்தியாவும் உலகின்

மருதம் மீட்போம்

மிகப் பழைய நெல் உற்பத்தி நாடுகளில் ஒன்று.

இந்தியாவில் சுமார் நாற்பத்து நாலு மில்லியன் ஹெக்டேரில் நெல் உற்பத்தி நடைபெறுகிறது. நெல் சாகுபடியில் மிகப் பெரிய பரப்பளவு இதுதான். இந்திய மக்களில் சுமார் அறுபத்தைந்து சதவீதம் பேருக்கு நெல்லின் அரிசிதான் முக்கியமான உணவுப் பொருள். மேலும், இந்தியாவின் ஒட்டுமொத்த உணவுப் பொருட்கள் உற்பத்தியில் நெல்தான் நாற்பது சதவீதத்தை வகிக்கிறது. நெல் சாகுபடி மற்றும் அது சார்ந்த விவசாயத் தொழில்களால் மட்டும் நம் நாட்டில் ஐந்து கோடி குடும்பங்கள் பயனடைகிறார்கள் என்கிறது ஒரு புள்ளிவிவரம். இந்தியாவில் ஆண்டுதோறும் பதினைந்து கோடி மெட்ரிக் டன் நெல் உற்பத்தியாகிறது. இதில் இருபத்தைந்து லட்சம் மெட்ரிக் டன் நெல் உலகின் மற்ற நாடுகளுக்கு ஏற்றுமதி செய்யப்படுகிறது. இதில் தொண்ணூற்று ஒன்பது சதவீதம் நவீன ரக நெல் என்பதைச் சொல்ல வேண்டியது இல்லை.

இந்தியாவைப் பொறுத்தவரை பாரம்பரிய நெல் உற்பத்தி என்பதை கிட்டத்தட்ட எல்லா விவசாயிகளுமே கைவிட்டுவிட்டார்கள் என்றே சொல்ல வேண்டும். பிடிவாதமாய் பாரம்பரிய முறையில் உற்பத்தி செய்பவர்களும் பாரம்பரிய நெல் ரகங்களைப் பயிரிடு பவர்களும் மிகமிகக் குறைவாகவே இருக்கிறார்கள்.

இந்தியாவுக்கு அடுத்தபடியாக அதிகமான நெல் உற்பத்தி செய்யும் நாடாக இந்தோனேஷியா இருக்கிறது. இஸ்லாமியர்கள் அதிகம் வசிக்கும் நாடுகளில் இந்தோனேஷியாவும் ஒன்று. இஸ் லாம் நெல்லை ஹலால் உணவாகச் சொல்வதால் இஸ்லாமிய நாடுகளில் குறிப்பாக, இந்தோனேஷியாவில் நெல் உற்பத்தி மற்றும் நுகர்வு இரண்டுமே அதிக அளவில் உள்ளன. இந்தோனேஷியா வின் மொத்த உற்பத்தியில் நெல்லின் பங்கு மிகக் கணிசமானது. இதன் ஒட்டுமொத்த மூலதனத்தில் நெல்லே பிரதான இடம் வகிக்கிறது. அடுத்த கால் நூற்றாண்டில் இந்தோனேஷியாவின் நெல் தேவை மேலும் நாற்பது சதவீதம் அதிகரிக்கும் என்றும் ஓர் ஆய்வு சொல்கிறது.

இதற்குக் காரணம் நாள்தோறும் அதிகரித்துக்கொண்டிருக் கும் இந்த நாட்டின் மக்கள் தொகைப் பெருக்கம்தான். தற்போது ஹெக்டேருக்கு ஐந்து டன் நெல் சாகுபடி இங்கு நடைபெறுகிறது. எதிர்காலத்தில் இது ஏழு அல்லது எட்டு டன்னாக உயர வேண் டும் என்று சொல்கிறார்கள். இந்த உபரியான நெல் சாகுபடிக்கு இந்தோனேஷியா நவீனரக நெல்லையும் விவசாயத்தையுமே எதிர் பார்த்து உள்ளது என்பது இதில் கவனிக்க வேண்டிய விஷயம். இங்கு நெல் தேவை அதிகம் இருந்தாலும் பாரம்பரிய நெல் சாகு படி பற்றிய சிந்தனையே கிடையாது என்றே சொல்ல வேண்டும். இங்கு ஆண்டுதோறும் ஒரு கோடியே முப்பது லட்சம் ஹெக்டேரில்

ஆறரைக் கோடி மெட்ரிக் டன் நெல் சாகுபடி நடைபெறுகிறது. இந்தோனேஷியா நெல் ஏற்றுமதியில் அதிகம் கவனம் செலுத்துவது இல்லை. இங்கு உற்பத்தியாகும் நெல்லில் பெரும்பகுதி இந்த நாட்டிலேயே கொள்முதல் செய்யப்பட்டு நுகரப்படுகிறது. மேலும், எதிர்காலத்தில் நெல்லை இறக்குமதி செய்யவும் இந்த நாடு திட்டமிட்டுள்ளது.

இதற்கு அடுத்த நிலையில் உள்ள நாடு என்று பங்களாதேஷை சொல்லலாம். பங்களாதேஷ் இமயமலையிலிருந்து பாயும் வற்றாத ஆறுகளால் ஆசிர்வதிக்கப்பட்டிருக்கிறது. எனவே, இங்கு நெல் சாகுபடிக்கு ஏற்ற டெல்டா நிலங்களும் அதிகம். பங்களாதேஷில் கோதுமை முக்கிய உணவாக இருந்தாலும் நெல் சாகுபடி இங்கு அமோகமாக நடைபெறுகிறது. இங்கு உள்ள மக்கள்தொகையில் மூன்றில் இரண்டு பங்கு பேர் நெல் சாகுபடி விவசாயம் மற்றும் அது சார்ந்த தொழில்களிலேயே ஈடுபடுகிறார்கள். இங்கும் நவீன ரக நெல்லும் நவீன விவசாயமும்தான் கொடிகட்டிப் பறக்கிறது. இங்கு ஆண்டுதோறும் பதினொரு கோடியே முப்பது லட்சம் ஹெக்டேர் நிலத்தில் ஐந்துகோடி மெட்ரிக் டன் நெல் உற்பத்தியாகிறது.

உலகம் முழுதுமே தற்போது பாரம்பரிய நெல் மற்றும் பாரம்பரியமான இயற்கை விவசாயம் பற்றிய விழிப்புணர்வு மெல்லத்தான் உருவாகிவருகிறது என்றாலும் இந்த மாற்றம் குறிப்பிடத்தக்க அளவில் நிகழ்ந்துகொண்டுதானிருக்கிறது. பாரம்பரிய நெல்லை இயற்கைமுறையில் உற்பத்தி செய்யும்போது திட்டமிட்ட முறையில் செயல்பட்டால் மிகச் சிறந்த விளைச்சலை காணமுடியும்.

தமிழகத்தைப் பொறுத்தவரை ஆயிரம் ஆண்டுகளாகவே பாரம்பரிய நெல்ரகங்கள் பயன்படுத்தும் வழக்கம் உள்ளது. இடையில் இயற்கை விவசாயமும் பாரம்பரிய நெல் ரகங்களும் பெரிய அளவில் பின்னடைவைச் சந்தித்தாலும் தற்போது மீண்டும் எழுச்சியுடன் உயிர்பெற்றுவருகிறது.

தமிழகத்தின் பாரம்பரிய நெல் ரகங்களில் முக்கியமானது கட்டைச் சம்பா. இது மிகவும் குள்ளரக நெல்லாக இருப்பதால் இதனை கட்டைச் சம்பா என்கிறார்கள். இயற்கையாகவே கட்டைச் சம்பாவுக்கு நோய் எதிர்ப்புச் சக்தி அதிகம். கடுமையான பூச்சித் தாக்குதல், வறட்சி ஆகிய சூழலிலும் சிறப்பாக வளரக்கூடிய ரகம் இது. சராசரியாக ஏக்கருக்கு முப்பது மூட்டை வரை மகசூல் கிடைக்கும்.

பாரம்பரிய விவசாயத்துக்கே உரிய ஒற்றைநாற்று முறையிலும் இதை நடவு செய்யலாம். விதை நெல்லைத் தூவியும் பயிரிட்டு வளர்க்கலாம். ஒற்றை நாற்றுமுறையில் நடவு செய்யும் முன்பு

விதையை நன்கு விதைநேர்த்தி செய்துகொள்ள வேண்டும். விதை நேர்த்தி செய்ய இயற்கை மருந்துக் கரைசலில் இருபத்தி நான்கு மணி நேரம் ஊறியபிறகு, அதை நன்கு வடிகட்டி நாற்றங்காலுக்குப் பயன்படுத்தலாம். நாற்றங்கால் அமைக்க சுமார் நாற்பது கிலோ வரை விதைநெல் தேவைப்படும். மண்ணை நன்கு தயார் செய்து நடவு ஓட்டி, நீர் கட்டி நாற்றங்கால் அமைத்து நடவு செய்யலாம்.

நாற்றங்காலில் விதைநெல் நன்கு முளைத்து வந்ததும் சுமார் பதினைந்து நாளில் எடுத்து வயலில் நடவு செய்யலாம். விதை நெல்லை நேர்த்தி செய்யும்போதே நடவு வயலையும் தேர்வு செய்து தயார் செய்ய வேண்டியது மிகவும் முக்கியம்.

தழையுரமிட்டு நன்கு மடக்கி உழுது வயலை நடவுக்குத் தயார் செய்த பிறகு நெல்லை விதைக்கலாம். நெல் விதைத்த பதினைந்தாம் நாளில் அமிர்தக் கரைசல் கொடுக்கலாம். இருபதாம் நாளில் களை எடுக்கலாம். பூச்சித் தொந்தரவை தாங்கி வளரக்கூடிய குட்டை ரகம்தான் என்றாலும் அளவுக்கு அதிகமாகப் பூச்சித் தாக்குதல் இருந்தால் மூலிகைப் பூச்சிவிரட்டிகள் வைக்கலாம். மீன் அமிலம் தெளிக்கலாம். காய்ச்சலும் பாய்ச்சலுமாக நீர்பாய்ச்சி வந்தாலே போதுமானது கட்டைச் சம்பா பொன்னாய் விளையும். கட்டைச் சம்பா மிகவும் ருசியான அரிசி. நன்கு பசி தாங்கும் என்பதால் இதில் பழைய சாதம் செய்து சாப்பிடலாம். இதனால் செரிமானம் சீராகும். உடல் உஷ்ணம் குறையும். கட்டைச் சம்பாவில் நார்ச்சத்து மிகச் சிறப்பாக இருக்கும். அஜீரணக் கோளாறு உடையவர்கள் இதைத் தொடர்ந்து சாப்பிட்டுவந்தால் நல்ல பலன் கிடைக்கும்.

1966ம் ஆண்டு ஐம்பத்தெட்டு கிலோ எடைகொண்ட நான்கு மூட்டை நெல்லை விற்றால் ஒரு பவுன் தங்கம் வாங்கமுடியும். இன்று, ஒரு பவுன் தங்கம் வாங்க முப்பது மூட்டைகளுக்கு மேல் விற்க வேண்டும். தங்கத்தை நெல்லைக் கொண்டு மதிப்பிட்ட காலம் ஒன்றுண்டு. இன்று நெல்லை தங்கத்தைக் கொண்டு மதிப்பிட்டுக் கொண்டிருக்கிறோம். சகலமும் வணிகமயமாகிக்கொண்டிருக்கும் காலத்தில் விவசாயமும் வணிகமாகிப் போனதுதான் இதற்கு எல்லாம் காரணம். ஒருவகையில் பாரம்பரிய விவசாயத்தை மீட்பது என்பது நமது இழந்த பழங்காலத்தின் அற்புதத்தை மீட்பது தான்.

இந்த மல்லியை அப்படியே சாப்பிடலாம்!

சாகுபடி செய்யப்பட்ட நெல் படிமங்கள் பதினான்காயிரம் ஆண்டுகளுக்கு முன்பே சீனப்பகுதியில் கிடைத்திருந் தாலும் விவசாயம் என்பது பத்தாயிரம் ஆண்டுகாலத் தொழில் தான். அதாவது, இன்று நாம் விஞ்ஞானப்பூர்வமாக நடைமு றைப்படுத்தும் நிலத்தைப் பண்படுத்துதல், விதைநேர்த்தி செய்தல், விதைத்தல், களை நீக்குதல், பூச்சிகளைக் கட்டுப்படுத்துதல், நீர் பாய்ச்சுதல், அறுவடை செய்தல் என்ற திட்டமிட்ட நடைமுறை கள் உருவாகி பத்தாயிரம் ஆண்டுகளே ஆகியிருக்கின்றன.

இன்று உலகையே கட்டி ஆண்டுகொண்டிருக்கும் நிலைபெறு உணவுகளான (Staples) கோதுமையும் அரிசியும் கிட்டதட்ட ஒரே காலகட்டத்தில் சுமார் ஆறாயிரம் ஆண்டுகளுக்கு முன்பு விவசாயத்துக்குள் வந்தன. சிலர் கோதுமை அதற்கு ஆயிரம் வருடங்களுக்கு முன்பே வந்துவிட்டது என்றும் சொல்கிறார்கள். தமிழகத்துக்கு விவசாயம் நான்காயிரம் ஆண்டுகளுக்கு மேல் அறிமுகமான தொழில் என்று சொல்லலாம். சீதோஷ்ணத்தின் இயல்பு, நிலத்தின் அமைப்பு, மண்ணின் வளம், நீர் வளத்தின் அளவு, பணியாளர்களின் திறன் ஆகியவற்றுக்கு ஏற்ப விவசாய மும் மாறுபடும் இயல்புடையது. எனவே, இவற்றை விவசாயத்தை நிர்ணயிக்கும் காரணிகள் என்று கூறலாம்.

சீதோஷ்ணம் என்பது நாள்தோறும் மாறிக்கொண்டேயிருப்பது. தமிழகத்தைப் பொறுத்தவரை இளவேனில் காலம், முதுவேனில் காலம், கார்காலம், கூதிர்காலம், முன் பனிக்காலம், பின்பனிக் காலம் என ஆறுவகையான காலங்களை வகுத்திருக்கிறார்கள். இந்த பருவகால மாற்றங்கள் விளைச்சலைப் பாதிப்பதால் பயிர்களை

மருதம் மீட்போம்

அதற்கு ஏற்ப பயிரிட வேண்டியுள்ளது. மேலும், இயற்கையான நிகழ்வாகவும் மனிதர்களின் செயல்பாட்டாலும் குளோபல் வார்மிங் போன்ற செயல்பாடுகளாலும் சீதோஷ்ண மாறுபாடுகள் நிகழ்கின்றன. இதுவும் விவசாயத்தைப் பாதிக்கும் முக்கியமான காரணியாக இன்று இருக்கின்றன. மண்ணில் உள்ள உயிர்மச் சத்துகள் நவீன விவசாயத்தாலும் தொழில்துறையின் பகாசுர வளர்ச்சியாலும் தொடர்ந்து பாதிக்கப்படுகின்றன. இதனால், கரியமில வாயு எனப்படும் கார்பன் டை ஆக்சைடின் அளவு அதிகரித்து நில வளம் கெடுகிறது. மேலும் நெற்பயிர் நிலங்களில் உயிர்மப் பொருட்கள் சிதைவடைவதால் காற்று மண்டலத்தில் மீத்தேன் சேர்வதும் அதிகரிக்கிறது. ஈரமான நிலங்கள் நைட்ரஜன் குறைவால் பசுமை இல்லாத வாயுவான நைட்ரிக் ஆக்சைடை வெளியிடுகின்றன. இதனாலும், சீதோஷ்ணம் பாதிக்கிறது. இது விவசாயத்தையும் பாதிக்கிறது.

பொதுவாக, 6 டிகிரி சென்டிகிரேடுக்கும் குறைவாக வெப்ப நிலை நிலவினால் மண் உறைந்துபோகும். மண்ணில் உள்ள நுண் ணுயிர்கள் அழிந்துபடும். எனவே, அளவுக்கு அதிகமாக சூரிய ஒளி குறைந்து பனி இருந்தாலும் விவசாயத்துக்குக் கேடுதான். அதனால்தான் வெவ்வேறு காலநிலைகளில் வெவ்வேறு வட்டாரங் களில் வெவ்வேறு வகையான பயிர்கள் விளைவிக்கப்படுகின்றன. சான்றாக, நெல் என்பது வெப்ப மண்டலத்தில் விளைவிக்கப்படும் முதன்மைப் பயிராகும். ஏனெனில் அதிக வெப்பமும், அதிகளவு நீரும் நெற்பயிர் வளரத் தேவைப்படுகிறது. கோதுமை ஒரு மித வெப்பமண்டலப் பயிராகும். கோதுமை வளர ஓரளவு குளிர்ந்த காலநிலை தேவைப்படுகிறது.

கடல் மட்டத்திலிருந்து நிலங்களின் உயரம் மாறுபடுவதால் உயரத்திற்கேற்ப வெப்பநிலையும் மாறுபாடுடையதாக உள்ளது. வேளாண்மையைப் பாதிக்கும் காரணிகளில் இதுவும் பிரதான மானது. வெப்ப மண்டலத்தில் உள்ள உயர்பகுதிகளில் மிதவெப்ப மண்டலப் பயிராகிய கேரட் போன்ற பயிர்களை விளைவிக்கலாம். பயிருக்குப் பயிர் வளர்ச்சிக் காலம் மாறுபடும். பருத்தி போன்ற பயிர்கள் முழுமையான வளர்ச்சிபெற 200 பனி பொழிவற்ற நாட்கள் தேவைப்படுவதால் குறைந்த வெப்பம் நிலவும் பருவ காலங்களில் விளைவிக்கப்படுகிறது.

விவசாயத்தை பாதிக்கும் காரணிகளில் முக்கியமானது காற்றி லுள்ள ஈரப்பதம். இது ஒரு குறிப்பிட்ட பகுதியில் விளையும் பயிர் வகை, அது வளர்வதற்கு ஏற்ற காலம் போன்றவற்றை நிர்ணயிக் கிறது. பருவகால மழைப்பொழிவு மிகவும் முக்கியமான ஒன்றா கும். மழைப்பொழிவு தகுந்த காலங்களில் அமையவில்லை எனில் அது பயிர் வளர்ச்சியினை வெவ்வேறு வகைகளில் பாதிக்கிறது.

ஒவ்வொரு பயிருக்கும் அதன் வளர்ச்சியின் வெவ்வேறு கட்டங்களில் ஒவ்வொருவகையான நீரின் அளவு தேவைப்படு கிறது. அதனால்தான் பருவநிலைக்கு ஏற்ற மழைப்பொழிவு முக்கிய மானது. எடுத்துக்காட்டாக, காப்பிக்கு அறுவடையின்போதும், அறுவடைக்கு முன்பும் வறண்ட வானிலை தேவை. அதே பருவத் தில் சோளப்பயிர் விளைய நீர் மிகுதியும் தேவையாய் உள்ளது. ஒரு பகுதியில் விளையும் பயிரை அங்கு பெய்யும் மழையின் அளவே தீர்மானிக்கிறது.

நெற்பயிர் அதிகமான மழைபொழியும் இடங்களிலும், தினை வகைகள் வறண்ட பகுதிகளிலும் விளைவிக்கப்படுகின்றன. மழை யளவு குறைவாகப் பொழியும் இடங்கள் அல்லது மழை பொய்க்கும் இடங்களில் வேளாண் தொழில் செய்ய நீர்ப்பாசனம் தேவைப்படு கிறது. கால்வாய்ப்பாசனம், தெளிப்பான் பாசனம், மையசுழற்சிப் பாசனம், சொட்டுநீர்ப்பாசனம் ஆகிய பாசனமுறைகள் இங்கு கையாளப்படுகின்றன.

விவசாயத்தைப் பாதிக்கும் காரணிகளில் இன்னொரு முக்கிய மான விஷயம் நில அமைப்பு. சமமான நிலப்பரப்புடன் கூடிய வண்டல் மண் நிறைந்த சமவெளி வேளாண் தொழில் செய்ய மிகவும் ஏற்றதாகும். உலகில் உள்ள சமவெளிப்பகுதிகள்தான் மிக அதிக அளவில் பயிர் விளைவிக்கும் நிலங்களாகத் திகழ்கின்றன. எடுத்துக்காட்டாக இந்தியாவின் வடஇந்தியச் சமவெளி. இந்தச் சமவெளி வேளாண் தொழில் செய்ய உகந்த நிலப்பரப்பாகும். மலைப் பகுதிகளில் சமப்பரப்புப் பகுதிகள் மிகக் குறைவாக இருப் பதால் வேளாண்தொழில் அங்கு குறைவாகக் காணப்படுகிறது. ஆனால் மலைச் சரிவுகள், காப்பி மற்றும் தேயிலைப் பயிர்கள்

வளர உகந்த இடமாக உள்ளன. இப்பயிர் வளர நீர்வழிந்தோடும், நீர்தங்காத மலைச்சரிவு தேவையாக உள்ளது.

தமிழர்கள் பல நூற்றாண்டுகளாக வேளாண் தொழிலில் ஈடுபட்டிருந்ததால் இலக்கியத்திலும் வழக்கிலும் நிலங்களின் தன்மை பற்றிய அறிவு உள்ளது. பொதுவாக நிலங்களின் நீர்ப் பிடிப்பைப் பொறுத்து நன்செய் நிலம், புன்செய் நிலம் என வகைப் படுத்துவர். தமிழகத்தில் செம்மண், கரிசல்மண், வண்டல்மண், களிமண் போன்ற மண்வகைகள் உள்ளன. பயிர்கள் வளர மண்வ ளம் ஒரு முக்கிய காரணியாகும். வெவ்வேறு பயிர் வளர்க்க வெவ்வேறு மண்வகைதேவைப்படுகிறது. ஆற்றுப்படுகைகளில் காணப் படும் வண்டல்மண் வளமிக்கது. ஆயிரம் ஆயிரம் ஆண்டுகளாக மலையிலிருந்து வடியும் ஆறுகள் தொடர்ந்து ஊட்டச்சத்துக்களைக் கொண்டுவந்து சேர்க்கும் வளம் இதில் நிறைந்துள்ளது. கரிசல் மண் மற்றும் புல்வெளிமண் போன்ற மண்வகைகள் வேளாண் மைக்குப் பரவலாகப் பயன்படும் வளமான மண் வகைகளாகும்.

தமிழர்கள் விவசாயத்தைப் பாதிக்கும் காரணிகள் பற்றிய மிகுந்த தெளிவுடையவர்கள். அதனால்தான் மருதம், முல்லை, குறிஞ்சி, நெய்தல், பாலை என நிலத்தை ஐவகையாகப் பிரித்தனர். ஆலி, சோனை, தூறல், சாரல், பெய்தல், அடைமழை என்று மழையின் வகைகளை வகுத்தனர். மித வெப்பம், வெப்பம், மாரி, கூதிர், முன்பனி, கடும் பனி என சீதோஷ்ணத்தை வரிசைப்படுத்தினர். தென்றல், வாடை, சூறை, புயல் எனக் காற்றுக்குப் பெயரிட்டனர். வானை எதிர்கொண்டு, மண்ணைத் திருத்தி சூழலோடு பொருத்தி பயிர் வளர்க்கும் கலையை பழுதறக் கற்றனர்.

ஆயிரமாயிரம் ஆண்டுகால நம் முன்னோர் உருவாக்கிய பயிர் தொழில்நுட்பங்கள் தலைமுறை தலைமுறையாக நமக்குக் கற்றுக் கொடுக்கப்பட்டுவந்தது. அத்தனையையும் நாம் கையிழந்தது சென்ற நூற்றாண்டில்தான். அப்படி தலைமுறை தலைமுறை யாகத் தொடரும் விஷயங்களில் ஒன்றுதான் தூயமல்லி என்ற பாரம்பரிய நெல்ரகம்.

சங்ககாலம் தொட்டே குறுநில மன்னர்கள், சிற்றரசர்கள் விரும்பி உண்ட அரிசி என்ற பெருமை தூயமல்லிக்கு உண்டு. பழந்தமிழ கத்தில் நெல் விளைச்சல் அதிகமாக இருந்தாலும் அதை எல்லோரும் எல்லா காலத்திலும் உண்ணவில்லை. ஒவ்வொரு இனக்குழுவும் ஒவ்வொரு வகையான உணவை உண்டனர். குறிப்பாக, பெரும் பாலான தமிழ்ச் சமூகம் சிறு தானியங்களையே உண்டது. அனைத்து வகையான நெல்லை நாம் உற்பத்தி செய்தாலும் நெல் என்பது இங்கு அரசியல் பண்டமாகவே *(Political commodity)* இருந்தது. அது தமிழகத்திலிருந்து மற்ற பகுதிகளுக்கு உமணர் வண்டிகள் செல்லும் வழித்தடங்களில் பயணித்தது. இதைப்பற்றிய சித்திரங்கள் பல

இளங்கோ கிருஷ்ணன்

சங்க இலக்கியத்திலேயே உள்ளன. இப்படியான சூழலில் அதிகாரம் மிக்க குறுநில மன்னர்கள் உண்ணும் ராஜபோக அரிசியாகவே தூயமல்லி இருந்திருக்கிறது. இந்த அரிசியை சாகுபடி செய்து அதிக மகசூல் கொண்டு வருபவர்களுக்கு பரிசுகள் வழங்கப்படும் என்ற வழக்கம்கூட சில பகுதிகளில் சமீபம் வரை இருந்திருக்கிறது.

காண்பதற்கு வெள்ளை கலந்த மஞ்சள் நிறத்தில் காணப்படுகிறது தூயமல்லி. கிட்டத்தட்ட மல்லிகைப்பூவின் நிறமேதான். ஆனால், மல்லிகைப்பூவை விட சன்னமானது. நூற்று நாற்பது நாட்கள் வரை வளரும் நெடுங்காலப் பயிர் இது. குறைவான நீர் வளத்திலும் வளரும் தன்மைகொண்டது. நோய் எதிப்புத்திறன் இதற்கு அதிகம் என்பதால் கடுமையான பூச்சி எதிர்ப்புத்திறன் கொண்டது.

எல்லா வகை நிலங்களிலும் வளரச் சாத்தியமான தூயமல்லியை நீர்வளம் குறைந்த பகுதிகளிலும் பயிரிடலாம். ஒற்றைநாற்று முறையில் நடவு செய்வதற்கு ஏற்றது. பயிரிடும் முன்பு விதைகளை முறையாக விதைநேர்த்தி செய்வது நல்லது. விதைநேர்த்தி செய்து இரவு முழுதும் ஊறிய பிறகு நன்கு வடிகட்டி நாற்றங்காலில் நடலாம். நாற்றங்கால் தயார் செய்யும்போதே விதைக்க வேண்டிய வயலையும் தேர்வுசெய்து பண்படுத்தி வைத்திருக்க வேண்டும். ஒற்றைநாற்று முறையில் குறிப்பிட்ட இடைவெளியில் நடவு செய்து, ஒரு நாள்விட்டு ஒருநாள் நீர் பாய்ச்சி காய்ச்சலும் பாய்ச்சலுமாய் பராமரிக்க வேண்டும். பதினைந்து முதல் இருபதாவது நாளில் களையெடுப்பு செய்வது அவசியம் எனில் பஞ்சகவ்யா கரைசல், மீன் அமிலம் போன்ற ஊட்டச்சத்துக்கள் கொடுக்கலாம். சரியாக 135 முதல் 140வது நாளில் பயிர்கள் முற்றும்போது அறுவடை செய்யலாம். ஏக்கருக்கு நாற்பது கிலோ வரை விதைநெல் தேவைப்படும். 25 மூட்டை வரை விளையும் தன்மையுடையது.

தூயமல்லியில் நார்ச்சத்து நிறைந்துள்ளது. இது செரிமானத்தை எளிதாக்குகிறது. தொடர்ந்து தூயமல்லியின் சாதம் வைத்துச் சாப்பிட்டுவந்தால் நோய் எதிர்ப்புச் சக்தி கூடும். உடல் வலுவாகும். தூயமல்லியில் பழங்கஞ்சி வைத்து குடித்துவந்தால் குடல்புண்கள் ஆறும். உடலுக்கு உடனடி ஆற்றல் கிடைக்கும்.

கட்டுச்சோற்றுக்கு ஏற்ற அரிசி!

இந்தியாவில் அதிகம் உற்பத்தியாகும் உணவுப்பொருள் எது என்று கேட்டால் சிலர் கோதுமை என்பார்கள். உண்மையில் கோதுமை வட இந்தியாவில் குறிப்பிட்ட சில பகுதிகளில் மட்டுமே அதிகம் விளைகிறது. வட இந்தியா முழுதும் கோதுமை சாப்பிட்டாலும் அது நமக்கு இரண்டாவது இடத்தில் உள்ள உற்பத்திப் பொருள்தான். அரிசிதான் இந்தியாவின் பெரும்பகுதிகளில் சாகுபடி செய்யப்படும் உணவுப் பொருள். இந்தியாவுக்கு நெல் வந்தது சுமார் ஐந்தாயிரம் ஆண்டுக்குள்தான். ஆனால், வந்தது முதலே அதுதான் மிக முக்கியமான சாகுபடியாய் இருக்கிறது. காரணம் இந்தியாவுக்கு நெல் என்பது உணவுப் பொருள் மட்டும் அல்ல காலங்காலமாகவே அது பொருளாதாரப் பண்டமும், பண்பாட்டுப் பண்டமும்தான். யஜுர் வேதத்திலும் உபநிஷத்துகளிலும் நெல் மிகச் சிறப்பாகக் குறிப்பிடப்பட்டிருக்கிறது. ஹோமங்களில் அவிர்பாகமாய் தர உகந்த புனிதமான பொருளாகவே அதில் சொல்லப்பட்டுள்ளது.

வட இந்தியச் சூழல் நெல் சாகுபடிக்கே அதிகமும் ஏற்றது. உபரி நெல்லை எதிர்காலத்துக்கு சேமித்துவைத்தது போக பிற நாடுகளுக்கு வணிகம் செய்யவும்இரண்டாயிரம் ஆண்டுகளுக்கு முன்பே பழகிவிட்டோம் நாம். ஒருவகையில் நெல் பொருளாதார அரசியல் பண்டமாய் இருந்ததால்தான் கங்கைச் சமவெளியைச் சேர்ந்த எளிய குடிகள் அதை உண்ணாமல் கோதுமையை உண்டார்கள் என்றும் சொல்லலாம். நம் ஊரில்கூட ஆயிரமாயிரம் ஆண்டுகளுக்கு முன்பே நெல் பயிரிடப்பட்டாலும் நம் முன்னோர்கள் சிறுதானியங்களைத்தான் உண்டுவந்தார்கள் என்பதை இங்கு

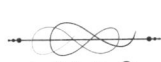

ஒப்பிட்டு நோக்கலாம்.

முதன் முதலில் இன்றைய வடகிழக்கு மாகாணங்களில்தான் நெல் நுழைந்தது. பிறகு அங்கிருந்து வங்காளத்துக்கும் மெல்ல நகர்ந்தது. வங்காளத்தில் இருந்து கங்கை டெல்டா பாசனங்களுக்கும் சமவெளிகளுக்கும் முழுமையாகப் பரவி அதே காலத்தில் கோதாவரி டெல்டாவுக்கும் காவிரி டெல்டாவுக்கும் நுழைந்தது. நெல் சாகுபடிக்கு நிறைய நீரும் பதமான வானிலையும் தேவை. நெல் விளைவதற்கு சராசரியாக 25 டிகிரி செல்சியஸ் வெப்பமும் நூறு சென்டிமீட்டர் வரையான மழைப்பொழிவும் முக்கியம். அது போலவே, நதிக்கரைகளின் வண்டல் படிவங்கள் நிறைந்த மண் அதற்கு மிகவும் ஏற்றது. ஆயிரமாயிரம் ஆண்டுகளாக மலைகளிலிருந்து உருண்டுவரும் நதிகள் சமவெளியைச் சேரும்போது அங்கு மண்ணின் எண்ணற்ற தாதுவளங்களையும் பிற உயிர்ச்சத்துகளையும் படிவங்களாகச் சேர்க்கின்றன. இப்படிச் சேரும் வளம் நெல் போன்ற பயிர் வளர ஏதுவான சூழலை உருவாக்குகிறது. அதேபோல், இந்த அளப்பரிய சத்துக்களை உண்டு வளரும் தாவரங்களின் கனிகளை, விதைகளை நாம் உண்ணும்போது அதன் ஆற்றல் நமக்கும் கிடைக்கிறது. இப்படித்தான் நெல்லை உண்டு நாம் நாகரிகம் கண்டோம்.

கங்கைச் சமவெளி நெல் சாகுபடிக்கு ஒரு வரப்பிரசாதம். மேற்கு வங்காளம், உத்தரப்பிரதேசம் இரண்டும் இந்திய அளவிலான

மருதம் மீட்போம்

மாநிலங்கள்	தர வரிசை	மொத்த உற்பத்தி	தேசிய பங்கு விகிதம்
மே.வங்கம்	1	14.68	13.9%
உத்தரப்பிரதேசம்	2	12.17	11.5%
பஞ்சாப்	3	11.11	10.5%
ஒடிஸா	4	8.30	7.9%
ஆந்திரா	5	7.23	6.9%
பிஹார்	6	6.36	6.0%
சட்டீஸ்கர்	7	6.32	6.0%
தமிழ்நாடு	8	5.73	5.4%
அசாம்	9	5.22	4.9%
தெலுங்கானா	10	4.44	4.2%
(இந்திய அளவில் மொத்தம்)		103.73	100.0%

நெல் உற்பத்தியில் முதலிரு இடங்களில் இருக்கும் மாநிலங்கள். இந்த இரு மாநிலங்களையுமே கங்கைநதியும் அதன் கிளைநதிகளும் வளமாக்குகின்றன. அதுபோலவே, ஆறாவது இடத்தில் இருக்கும் பீகாரும் கங்கையால்தான் வளம் பெறுகிறது. மூன்றாவது இடத்தில் உள்ள பஞ்சாப் மாநிலத்தை சிந்து நதியும் அதன் கிளைநதிகளும் செழிக்கச் செய்கின்றன. நான்காம் இடத்தில் உள்ள ஒடிசாவை மகாநதி உள்ளிட்ட பல நதிகள் செழிக்கச்செய்கின்றன. மகாநதியுடன் கோதாவரி சேர்ந்து வளமாக்கும் சட்டீஸ்கர் மாநிலம் ஏழாம் இடத்தில் உள்ளது. கோதாவரி மற்றும் கிருஷ்ணாநதியால் வளம்பெறும் ஆந்திரப்பிரதேசம் ஐந்தாம் இடத்திலும் தெலுங்கானா பத்தாம் இடத்திலும் உள்ளன. காவிரி, தென்பெண்ணை, பாலாறு, பொருநையுடன் தமிழ் கண்டதோர் வைகை எனப் பாடல் பெற்ற தமிழகம் நெல் உற்பத்தியில் இந்திய அளவில் எட்டாம் இடத்தில் உள்ளது.

உலக நெல் உற்பத்தியில் இந்தியாவில் மட்டும் இருபது சதவீதம் உற்பத்தியாகிறது. உலகிலேயே நெல் உற்பத்தியில் இரண்டாம் இடம் வகிக்கும் தேசம் நாம்தான். 1980களில் எழுபத்தைந்து மெட்ரிக் டன்னாக இருந்த நெல் உற்பத்தி தற்போது அதைவிட மூன்று மடங்குக்கு மேல் அதிகரித்துள்ளது. அதுபோலவே சுதந்திரம்

கிடைத்த புதிதில் ஒரு ஹெக்டேருக்கு விளைந்ததை விடவும் தற்போது இருநூற்று ஐம்பது மடங்கு அதிகமாக விளைகிறது. இதை வைத்து நவீன வேளாண்மையால்தான் இது சாத்தியமானது என்பதைப் போன்ற ஒரு சித்திரத்தை உருவாக்க முயற்சிக்கிறார்கள் சில வேளாண் துறையினர். உண்மையில் திட்டமிட்ட சாகுபடி முறை இருந்தால் இயற்கை வேளாண்மையிலும் இது சாத்தியமே.

மேற்கு வங்காளம், ஒரிஸா, அசாம் ஆகிய மாநிலங்களில் ஆண்டுக்கு இரண்டு பட்டங்கள் நெல் சாகுபடி நடைபெறுகிறது. இந்தியாவின் வடமேற்கு மாநிலங்களில் அதிகக் குளிர் என்பதால் அந்த பருவநிலை நெல்லுக்கு ஏற்றது அல்ல.

இந்தியாவின் கிழக்குப் பகுதியில் உள்ள மாநிலங்களிலும் கடலோரப் பகுதிகளிலும் நெல் நன்றாக விளையும். கோடை காலத்தின் கடுமையான வெயிலும் தகுந்த நேரத்தில் பொழியும் கோடை மழையுமே இதற்கான சூழலை ஏற்படுத்தித் தருகின்றன. பொதுவாக, இந்தியாவின் அனைத்துப் பகுதிகளுமே கோடை காலத்தில் நெல் விளைவதற்கு ஏற்றவை. குளிர் காலம் நீண்டகால நெற்பயிர்களுக்கும் வெயில்காலம் குறுவைப் பயிர்களுக்கும் ஏற்றவை. கிழக்கு மற்றும் தென்னிந்தியாவின் சில பகுதிகளில் ஒரு நீண்டகால நெற்பயிர் அறுவடையைத் தொடர்ந்து ஒரு குறுவைப் பயிர் சாகுபடியும் நடக்கிறது. குளிர்காலப் பயிர்கள் பருவ மழையைத் தேக்கி வைப்பதற்கு ஏதுவான தாழ்வான நிலங்களில் பயிரிடப்படுகின்றன. உத்தரப்பிரதேசம், மஹாராஷ்ட்ரா, ராஜஸ்தான், மத்தியப் பிரதேசம், பஞ்சாப் ஆகிய மாநிலங்களில் இலையுதிர் கால நெல் ரகங்கள் பயிரிடப்படுகின்றன. மேற்கு வங்காளம், ஆந்திரப்பிரதேசம், ஒடிஸா ஆகிய மாநிலங்களில் இலையுதிர், கோடை மற்றும் குளிர் காலப் பயிர்கள் பயிரிடப்படுகின்றன. ஆனால், இந்தியாவில் பருவ மழையை நம்பி விதைக்கப்படும் குளிர்காலப் பயிர்களே அதிகம் பயிரிடப்படுகின்றன.

தென்னிந்தியா முழுதும் புகழ்பெற்றிருந்த பாரம்பரிய நெல் ரகங்களில் திருப்பதிசாரம் முக்கியமானது. கோதாவரிக்கரை நாகரிகத்தில் தோன்றி கிருஷ்ணாநதி டெல்டா சாகுபடி வழியே காவிரிக்கரைக்குப் பயணமாக வந்த திருப்பதிசாரம் நிஜமாகவே பயணத்துக்கு மிகவும் ஏற்ற அரிசி. அந்தக் காலத்தில் கால்நடையாக பல மைல் தூரம் கடந்து செல்பவர்கள் திருப்பதிசாரம் அரிசியில் சமைத்துத்தான் கொண்டு செல்வார்கள். வண்டி மாடு கட்டிக்கொண்டு நாடு நாடுகளுக்குச் சென்ற வணிகர்கள், தூர தேசங்களில் உள்ள புண்ணிய தலங்களுக்குச் செல்லும் யாத்ரீகர்கள், வெளியூரில் வசிக்கும் தங்கள் உறவுகளை காணச்செல்பவர்கள் ஆகியோருக்கு திருப்பதிசாரம்தான் பயண போஜனம். திருப்பதிசாரத்தில் புளியோதரை சமைத்து வாழை இலையிலோ பாக்கு

மட்டையிலோ கட்டுச்சோறு கட்டிக்கொண்டு சென்றால் இரண்டு நாட்கள் வரை அந்த உணவு கெடாமல் தாங்கும்.

மஞ்சள் வண்ண நெல்லின் உள்ளே வெள்ளை வெளேர் என்றிருக்கும் அரிசியைக்கொண்ட திருப்பதிசாரம் எளிதில் வேகும் தன்மையுடையது என்பதால் இல்லத்தரசிகள் இதை விரும்பிச் சமைப்பார்கள். மேலும், இதன் ருசியும் அமோகம் இருக்கும். உடலுக்கு உடனடியாக ஆற்றலைத் தரும். எளிதில் செரிமானமாகும் என்பதால்தான் இதைப் பயண காலங்களில் கட்டிச் சென்றார்கள். இதில் உள்ள நார்ச்சத்து செரிமான மண்டலத்தை சீராக்கும். உடலில் நோய் எதிர்ப்புச் சக்தியை மேம்படுத்தும். புற்றுநோய், இதய நோய் போன்ற நாட்பட்ட நோய்களில் பாதிக்கப்பட்டவர்கள், செரிமானக் கோளாறு உள்ளவர்கள் திருப்பதிசாரம் அரிசியில் கஞ்சி வைத்துக் குடிக்கலாம். முதியவர்களுக்கு வெயில் காலத்தில் அதீத உஷ்ணத்தால் பசிக்காது. இவர்களுக்கு திருப்பதி சாரம் மிக ஏற்ற உணவு.

டெல்டா பாசனத்துக்கு ஏற்ற மிகச் சிறப்பான ரகம் இது. திருச்சி போன்ற சில பகுதிகளில் காணப்படும் மிதமான உவர் நிலத்திலும் சாகுபடி செய்ய ஏற்றது. சுமார் நான்கு அடி உயரம் வரை வளரும் தன்மைகொண்ட திருப்பதிசாரம் தோராயமாக 140 நாட்களில் அறுவடைக்குத் தயாராகக்கூடியது. ஒரு ஏக்கருக்கு பயிரிட நாற்பது மூட்டை விதை நெல் வரை தேவைப்படும். அறுவடையின் போது குறைந்தது ஏக்கருக்கு இருபத்தைந்து மூட்டை வரை மகசூல் கொடுக்கும்.நிலம் வளமான பகுதிகளில் அமோக விளைச்சலைக் கொடுக்கக்கூடிய பயிர் இது. ஒரு ஏக்கர் நாற்றுகளை உற்பத்தி செய்ய ஐந்து செண்ட் நிலத்தில் நாற்றங்கால் அமைக்க வேண்டும். விதைக்கும் முன் விதை நேர்த்தி செய்ய வேண்டியது அவசியம். அதுபோலவே, நாற்று தயாராகும் சமயத்திலேயே நடவு வயலையும் தயார் செய்வது நல்லது. இரண்டு சால் சேற்று உழவு ஓட்டி சமன்படுத்தி, ஏக்கருக்கு 200 கிலோ தொழுவுரமிட்டு சாதாரண முறையில் அரையடி இடைவெளியில் குத்துக்கு, இரண்டு மூன்று நாற்றுக்களாக நடவு செய்வது நல்லது. நடவு முடிந்த 20-ம் நாளில் தொழுவுரமிட வேண்டும். 25-ம் நாளில் களை எடுக்க வேண்டும்.

90-ம் நாளில் கதிர் பிடிக்கத் தொடங்கும்போது 10 லிட்டர் தண்ணீருக்கு, ஒரு லிட்டர் மோர் (ஏழு நாட்கள் புளிக்கவைத்தது) என்ற விகிதத்தில் கலந்த ஏக்கருக்கு 10 டேங்க் தெளித்தால் சாறு உறிஞ்சும் பூச்சிகள் கட்டுப்படும். 120-ம் நாளுக்கு மேல் கதிர் முற்றத் துவங்கும். 140-ம் நாள் தண்ணீர் கட்டுவதை நிறுத்தி, அறுவடை செய்யலாம்.

பொன்னாய் விளையுது சம்பா!

காட்டுவாசியாய் வேட்டையாடிக்கொண்டு இடம் விட்டு இடம் நகர்ந்துகொண்டேயிருந்த மனிதனை ஒரே இடத்தில் நிலையாகத் தங்க வைத்தது விவசாயம்தான். இன்று இரை கிடைக்குமா கிடைக்காதா என்ற உத்தரவாதமின்றி வசிப்பிடத்தைவிட்டுக் கிளம்பிப் போய் சூரியன் மறைவதற்குள் தன் கூடத்துக்குத் திரும்பும் நிச்சயமற்ற வாழ்வை மாற்றி நிரந்தரமாக அவனுக்கு உணவிட்டு ஆயுளை நீட்டித்துக் கொடுத்ததும் விவசாயம்தான். விவசாயத்தில் உற்பத்தி பெருகப் பெருக உபரியாக எஞ்சிய நேரத்தில்தான் தொழில்நுட்பத்தை மேம்படுத்தும் கருவிகள் செய்தும் கலைகள் வளர்த்தும் நாகரிகம் கொண்டான் மனிதன். விவசாயம் மனித குலத்தை வடிவமைத்த உயிர்த்தொழில். அதுபோலவே மானுட வாழ்வும் தரமும் மாற மாற மனிதன் தேடிய விவசாய உற்பத்திமுறைகளும் பல்வேறு மாற்றங்கள் கொண்டன. இன்று விவசாயம் எனப் பொதுவாகச் சொன்னாலும் அதில் பல வகைகள் உள்ளன. தன்னிறைவு வேளாண்மை, மாற்றிட வேளாண்மை, தீவிர வேளாண்மை, வணிக வேளாண்மை, பணப்பயிர் வேளாண்மை, கலப்பு வேளாண்மை என்று விவசாயத்தைப் பிரித்திருக்கிறார்கள். பல்வேறு விஷயங்களின் ஒருங்கிணைப்புத்தன்மை, பயிர் வளர்ப்பைக் கையாளும் முறைகள், விளையும் பயிர்களின் தன்மை ஆகியவற்றுக்கு ஏற்ப இவை பாகுபடுத்தப்படுகின்றன.

தன்னிறைவு வேளாண்மை என்பது பழைய வேளாண் முறைகளில் ஒன்று. குடும்பம் எனும் சிறு அலகுகளாகப் பிரிக்கப்பட்டி

ருக்கும் சமூகம் தங்களுக்கு தேவையானதை தங்கள் சொந்த நிலத்தில் பயிரிட்டு அதைத் தாங்களே முழுமையாக நுகர்வது தன்னிறைவு வேளாண்மை. ஒரு குறிப்பிட்ட பகுதியில் உள்ள மக்கள் அரிசி பயிரிட்டு வளர்ப்பார்கள். இன்னும் சிலர் வேறு உணவுப் பயிர்கள் பயிரிடுவார்கள். இவர்கள் தங்களுக்குள் பரிவர்த்தனை செய்துகொண்டு ஒருவரை ஒருவர் சார்ந்து தன்னிறைவாய் வாழ்வார்கள். மலைப்பகுதி வேளாண்மையை எளிய தன்னிறைவு வேளாண்மைக்கு உதாரணமாகச் சொல்லலாம்.

மாற்றிட வேளாண்மை என்பதை இடப்பெயர்வு வேளாண்மை என்றும் சொல்வார்கள். பொதுவாகக் காடுகளில் அல்லது மலைச் சரிவுகளில் இவ்வகையான விவசாயம் அதிகம் செய்யப்படுகிறது. தினை வகைகள் மற்றும் கிழங்குகள் போன்ற எளிய பயிர்கள்தான் இந்த வகை விவசாயத்துக்குச் சிறந்தது. ஒரு குறிப்பிட்ட இடத்தை விவசாயத்துக்காகத் தேர்ந்தெடுத்து அந்தப் பகுதியில் உள்ள மரம், செடி, கொடிகளை வெட்டி எறிவார்கள். தீ வைத்து அழிப்பார்கள். பிறகு அந்த இடத்தை விவசாயத்துக்கு ஏற்ப நன்கு பண்படுத்துவார்கள். சில வருடங்களுக்குப் பிறகு அந்த மண்ணின் உயிர்வளம் மாறும்போது அந்த இடத்தை அப்படியே தரிசாக விட்டுவிட்டு வேறு இடத்தைத் தேர்ந்தெடுத்து விவசாயம் செய்வார்கள்

சுமார் பத்து முதல் இருபது ஆண்டுகள் ஒரு நிலத்தைத் தரிசாகவே விட்டுவிட்டால் மீண்டும் அந்தப் பகுதி இயற்கையால் சீரமைக்கப்படும். அதன் பிறகு மீண்டும் பழைய இடத்தை உழவுக்குப் பயன்படுத்துவார்கள். மக்கள் தொகை அடர்த்தி இந்த விவசாயமுறையைக் கட்டுப்படுத்தும் காரணிகளில் ஒன்று. மேலும், ஊட்டச்சத்துகள் மற்றும் உரங்கள் அளிப்பது பூச்சிப் பெருக்கத்தை உருவாக்கிவிடும் அபாயமும் இதில் உண்டு. இந்தியாவில் மலைப் பகுதிகளில் இந்தவகை விவசாயம் அதிகம் நடைபெறுகிறது. உலகம் முழுதும் இந்த விவசாயமுறை இருந்தாலும் அமெரிக்கக் கண்டத்தில் பரவலாக உள்ளது.

தீவிர வேளாண்மை என்பது வேறு ஒன்றும் அல்ல. நாம் காலங்காலமாக மருத நிலப்பகுதிகளில் செய்துவரும் விவசாயம்தான். நெல் மற்றும் கோதுமை ஆகிய பயிர்களே தீவிர வேளாண்மை முறையில் அதிகம் உற்பத்தி செய்யப்படுகின்றன. விளைநிலம் எவ்வளவு பெரிதாக, சிறிதாக இருந்தாலும் விவசாயிகள் தொடர்ந்து அதில் விவசாயம் செய்துகொண்டேயிருப்பார்கள். நிலத்தை வளமாக்க உரங்கள், அமோக விளைச்சலுக்கு உயர் ரக விதைகள், பயிர்களுக்குத் தேவையான ஊட்டச்சத்துகள், பூச்சிக்கட்டுப்பாட்டுக்கான நடைமுறைகள், களை நீக்கம் ஆகிய அனைத்துவிதமான விவசாய நடைமுறைகளும் தீவிரமாய் நடைபெறும்.

வணிக வேளாண்மை முறையில் கோதுமை உள்ளிட்ட

இளங்கோ கிருஷ்ணன்

உணவுப் பொருட்கள் அதிகமாய் பயிரிடப்படுகின்றன. இந்த முறையில் இயந்திரங்கள் நன்றாகப் பயன்படுத்தப்படுகின்றன. இந்த முறையில் மகசூல் குறைவாகவே இருக்கும். அமெரிக்கக் கண்டத்தில் இம்முறை அதிகமாகக் காணப்படுகிறது.

பணப்பயிர் வேளாண்மை என்பது வெப்ப மண்டலப் பகுதிகளில் அதிகமாய் மேற்கொள்ளப்படும் விவசாய முறையாகும். தோட்டப் பயிர்களான காபி, டீ, ரப்பர் போன்றவை இதில் பயிரிடப்படு கின்றன. இந்த வேளாண்மை முறையில் ஒரு முறை விதைக்கப் படும் அல்லது நடப்படும் பயிர்கள் தொடர்ந்து பல வருடங்கள் வாழ்ந்து தொடர்ச்சியான பலன்களைத் தந்தபடியே இருக்கின்றன. தோட்டப் பயிர்களைப் போலவே தோப்பு மரங்களாக உள்ள மா, வாழை, தென்னை ஆகியவற்றையும் இந்த வகைமையில் சேர்க்கலாம். இந்தியா, இலங்கை, மலேசியா ஆகிய பகுதிகளில் இந்த முறை அதிகமாக நடைமுறையில் உள்ளது.

கலப்புப் பண்ணை வேளாண்மை என்பதும் அந்தக் கால விவசாய முறைதான். பயிர்களை விளைவிப்பதோடு கால்நடை களையும் வளர்த்தால் அதுவே கலப்புப் பண்ணை வேளாண்மை. இது உலகம் முழுதும் பல நாடுகளில் தொடக்கம் முதலே நடை முறையில் உள்ளது. தற்போது, மிகப்பெரிய தனியார் பண்ணை களாகவும் இவை வடிவ மாற்றம் பெற்றுள்ளன. ஐரோப்பாவில் இந்த பண்ணை முறை வெகு பிரபலமாய் உள்ளது. இதை ஒருங்கி ணைந்த பண்ணைமுறை என்றும் அழைக்கிறார்கள். மாடுகளை இயற்கையான தீவனங்கள் புல்கள் கொடுத்து வளர்ப்பது, அதன் கழிவை உரமாக வயலுக்குப் பயன்படுத்துவது ஆகியவற்றின்

141

மூலம் இயற்கையான வளங்களின் சுழற்சி சிறப்பாக நடைபெறும் முறை இது. பால், தயிர், முட்டை, இறைச்சி, பால் பொருட்கள் உட்பட பல்வேறு விவசாய உப பொருட்களும் இதில் உபரியாய்க் கிடைக்கின்றன என்பதுதான் இதன் சிறப்பு.

பல்வேறு விவசாயமுறைகளுக்கு ஏற்ப பயிர் விளைவிக்கும் முறைகளும் பலவகையாக உள்ளன. கிடைக்கக்கூடிய மூல வளங்கள், விவசாய நிலத்தில் புவியியல் சூழல், கால நிலை, அரசியல், பொருளாதார சூழல்கள், அரசின் கொள்கைமுடிவுகள், விவசாயம் செய்பவரின் பண்பாட்டுப் பழக்க வழக்கங்கள் ஆகிய பல்வேறு காரணங்கள் இந்த பயிர் விளைவிக்கும் முறையைப் பாதிக்கும் முக்கியக் காரணிகளாக உள்ளன.

ஒரு விளைநிலத்தில் ஒரேஒரு வகைப் பயிர் மட்டுமே தொடர்ந்து விளைவிக்கப்பட்டால் அது ஒரு பயிர் விளைவிக்கும் முறை எனப் படுகிறது. தற்போது இந்தியாவின் பல பகுதிகளில் இப்படியான ஒரு பயிர் விவசாய முறைதான் நடைமுறையில் உள்ளது. ஒரே பருவ காலத்தில்இரண்டு அல்லதுஇரண்டுக்கும்மேற்பட்ட பயிர்களை ஒரே விளை நிலத்தில் விளைவிப்பது பல பயிர் விளைவிப்பு முறை. கடந்த நூற்றாண்டு வரை இந்தியாவின் பல பகுதிகளில் இந்த நடைமுறை இருந்தது. தன்னிறைவு விவசாயத்துக்கு பலபயிர் விளைவிப்பு முறை மிகச்சிறந்த வடிவமாக இருந்தது. ஆங்கிலேய அரசின் அதிக உற்பத் திக்கான பொருளாதாரக் கொள்கைகளால் இந்த முறை இந்தியா வில் பரவலாகக் கைவிடப்பட்டது. தற்போதும், இமயமலைப் பகுதி யில் உள்ள கார்வால் பகுதியில் ஒரே நிலத்தில் ஒரே காலத்தில் பீன்ஸ், பருப்பு வகைகள் உட்பட 12க்கும் மேற்பட்ட பயிர்கள் பயிரிடப் பட்டுவருவதை இந்த முறைக்குச் சிறந்த உதாரணமாகக் கூறலாம். இவை ஒவ்வொன்றும் ஒவ்வொரு காலகட்டத்தில் அறுவடை செய்யப்படும். இந்தப் பயிர்கள் ஒன்றுக்கு ஒன்று பக்கபலமாய் வளர்ந்து களைகளை முழுமையாகக் கட்டுப்படுத்தும்.

சிலர், பல பயிர் விளைவிப்பு முறையை பயிர்சுழற்சி முறையோடு குழப்பிக்கொள்கிறார்கள். பயிர்சுழற்சி முறை என்பது ஒரு நிலத்தில் ஒரு குறிப்பிட்ட சாகுபடி முடிந்து அடுத்து வேறு ஒரு பயிரை விதைத்து வளர்ப்பதாகும். இந்தியா போன்ற வெப்ப மண்டலப் பகுதிகளில் இந்த விவசாய முறையும் மிகப் பழையதுதான். இது இன்றும் கைவிடப்படாமல் ஓரளவு பரவலாக இருக்கிறது. பயிர் சுழற்சி முறையில் பயிர் வளரும்போது மண்ணின் உயிர் சூழல் பிரமாதமாயிருக்கும். ஒரே வகைப் பயிர் தொடர்ந்து பயிரிடப்படும் போது இருக்கும் மண்ணின் வளத்தைவிடவும் சுழற்சிமுறை பயிர் வளர்ப்பில் மண் வளம் சிறப்பாக இருக்கும். மேலும், இதனால், களைகளும் நன்றாகக் கட்டுப்படுத்தப்படுகின்றன. முதல் பருவத் தில் நெல். அடுத்த பருவத்தில் உளுந்து. அதற்கடுத்த பருவத்தில்

மற்ற பயிர்கள் என வளர்க்கும்போது மகசூலும் அமோகமாய் இருக்கிறது.

இதைத் தவிர வறண்ட நிலங்களில் அதன் தட்பவெப்ப சூழ்நிலைக்கு ஏற்ப பயிர்வளர்ப்பு நடைபெறுகிறது. வேளாண் காடுகள் வளர்ப்புக்கு வறண்ட நிலங்கள் மிகவும் சிறந்தன. மண்ணின் வளத்தை மேம்படுத்துவதோடு, மண்ணை இறுக்கிப் பிடித்து மண் சரிவு மற்றும் மண் தளர்வைக் கட்டுப்படுத்துவதில் சுற்றுச் சூழலை மேம்படுத்துவதில் உயிர் சூழல் மண்டலத்தைச் சிறப்பாக வைத்திருப்பதில் வேளாண் காடுகளுக்கு முக்கிய இடம் உள்ளன.

தமிழகம் போன்ற வானம் பார்த்த பூமியாய் வாழும் நிலப் பிரதேசமும் ஒருவகையில் வறண்ட நிலம்தான். ஆறுகள் பாயும் கரையோரக் கிராமங்கள் தவிர தமிழகத்தின் பெரும்பாலான பகுதிகள் பருவமழையை நம்பியே உள்ளது. இப்படியான எல்லா சூழ்நிலைகளிலும் வளரும் நம் பாரம்பரிய நெல்களில் தங்கச் சம்பாவுக்குத் தனியிடம் உண்டு.

பயிர் நன்கு வளர்ந்து, கதிர் அறுத்துத் தூற்றும்போது சரியும் நெல்மணிகள் இளமாலை வெயிலில் தங்கம்போல் மின்னும் என்பதால் இதை தங்கச் சம்பா என்றார்கள். தங்க சம்பா பெயரில் மட்டும் தங்கம் அன்று குணத்திலும் தங்கம். சிவப்பு அரிசி குடும்பத்தைச் சேர்ந்த இதன் பலன்கள் ஏராளம். செரிமானம் மேம்படும். ரத்தத்தை அடர்த்தியாக்கும். இரும்புச்சத்தை அதிகரிக்கும். ரத்தத்தில் சர்க்கரையைக் கொஞ்சம் மெதுவாகச் சேர்க்கும் என்பதால் சர்க்கரை நோயாளிகளும் இதனை உண்ணலாம்.

ஆகஸ்ட் முதல் செப்டம்பர் வரையான சம்பா பட்டத்துக்கு ஏற்ற பயிரிது. சுமார், நூற்று நாற்பது நாட்கள் முதல் இரு நாட்களில் அறுவடைக்குத் தயாராகும். ஆடிப்பட்டத்தில் சாகுபடி செய்யலாம். இதன் பயிர் ஐந்தடி உயரம் வளரும். கடுமையான இயற்கைச் சீற்றங்களையும் பூச்சித் தாக்குதலையும் இயற்கையாகவே தாங்கி வளரும் தன்மையுடையது. ஏக்கருக்கு முப்பது மூட்டை வரை பொன்னாய் விளையும் அமுதம் இது.

பலே குழந்தைவேலு! கருடன் சம்பா மேஜிக்!!

பாரம்பரிய விவசாயம் என்றாலே இன்று நிறைய பேர் ஏதோ வேண்டாத வேலை என்பதைப் போல் நினைக்கிறார்கள். பாரம்பரிய விவசாயம் என்று பொதுவாகச் சொன்னாலும் அதிலுமேகூட பலவகையான விவசாய முறைகள் இருக்கின்றன. மண்ணின் வளத்துக்கும் பயிரிடும் பயிருக்கும் தட்ப வெப்பத்துக்கும் ஏற்றபடி ஒவ்வொரு பகுதியில் இந்த பாரம்பரிய விவசாய முறைகள் மாறின. நிலத்தைப் பண்படுத்த உயிர் உரங்களைப் பயன்படுத்துவது, பூச்சிக் கட்டுப்பாட்டுக்கு இயற்கையான பொருட்களைப் பயன்படுத்துவது, கால்நடைகளைப் பயன்படுத்தி உழுவது, ஏற்றம் இரைப்பது, போரடிப்பது போன்ற தொழில்நுட்பங்களைப் பாரம்பரிய விவசாயத்தின் இயல்புகள் எனலாம்.

இந்தியாவைப் பொறுத்தவரை சமவெளி நிலங்களில் ஒருங்கிணைந்த விவசாய முறை என்பது பரவலாக காணப்பட்டது. விவசாயத்தோடு சேர்ந்து கால்நடைகளான ஆடு, மாடுகளை வளர்ப்பதும் அதன் மூலம் வருவாய் ஈட்டுவதும்தாம் ஒருங்கிணைந்த விவசாயமுறை. இது பல நூறு ஆண்டுகளாகவே இந்தியாவின் பல்வேறு பகுதிகளிலும் வழக்கத்தில் இருந்ததை நாம் நன்கறிவோம்.

ஒவ்வொரு விவசாயியிடமும் வேளாண்மை செய்வதற்கான நிலமும், விதை நெல்லும், கிணறும் இருப்பதைப் போலவே நிலத்தை உழவும், கிணற்றில் ஏற்றம் இரைக்கவும், போரடிக்கவும் எருதுகள் இருந்தன. இதனோடு ஒவ்வொரு விவசாயியும் பசுக்களையும் வளர்த்து வந்தார்கள். பசுக்களுக்குத் தேவையான தீவனங்கள், இலைதழைகளை சுற்றுச்சூழலே தந்தன.

சுற்றுப்புறத்தில் இருக்கும் இலை, தழைகளையும், பிற தீவனங் களையும் உண்ணும் கால்நடைகள் இடும் சாணம் விவசாய நிலத்துக்கே உரமாகப் பயன்பட்டன. மேலும், பசுக்களிடமிருந்து கிடைக்கும் பால், வெண்ணெய், நெய் போன்ற பொருட்கள் உணவுக்காகப் பயன்பட்டதோடு, மாடுகளின் சிறுநீரான கோமி யத்தோடு சேர்ந்து பயிர்களில் பூச்சியைக் கட்டுப்படுத்தும் கலவை யாகவும் பயன்பட்டன. இது ஒரு முழுமையான சுழற்சிப் பயன் பாடு கொண்ட உற்பத்தி முறை. இம்முறையில் உழவன், நிலம், கால்நடைகள் என மூன்று உயிர்களுமே ஒன்றைஒன்று சார்ந்து ஜீவித்துவந்தனர்.

நவீன விவசாயம் இந்தியாவில் நுழைந்ததும் செய்த முதல் வேலை கால்நடைகளை விவசாயத்திலிருந்து பிரித்ததுதான். நிலத்தை உழுவதற்கு ட்ராக்டர்கள் வந்தன. போரடிப்பதற்கு பிரத்யேகமான கருவிகள் வந்தன. நிலத்துக்கு செயற்கையான சிந்தடிக் உரங்கள் கிடைத்தன. பூச்சிக் கட்டுப்பாட்டுக்கும் வித விதமான வேதிப் பொருட்கள் சந்தைக்கு வந்தன. இப்படியாக, விவசாயத்திலிருந்து கால்நடைகளின் பயன்பாடு முழுமையாகத் துண்டிக்கப்பட்டது. இந்திய விவசாயிகளிடம் இருந்த மாடுகள் அடிமாடுகளாக இறைச்சிக்காக வாங்கப்பட்டன. இன்று இந்தி யாவில் பாரம்பரிய மாடுகள் என்பதே வேகமாக அழிந்துவரும் இனமாக இருக்கின்றன. தமிழ்நாட்டில் மட்டும் பலவகையான

பாரம்பரிய மாடுகளின் ரகங்கள் இருந்தன. இன்று இவை அனைத்துமே கிட்டதட்ட அழிந்துவிட்டன.

கால்நடை வளர்ப்பு என்பது விவசாயத்தின் உப தொழில் என்ற நிலையிலிருந்து மெல்ல மெல்ல விலகத் தொடங்கியது. இன்று, ஆடு, மாடுகள் வளர்ப்பதற்கு என்று மிகப்பெரிய பண்ணைகள் தனியாக முளைத்திருக்கின்றன. பால்பொருட்களின் சந்தைக்காக உருவாக்கப்படும் இத்தகைய பண்ணைகளில் கால்நடைகள் இயந்திரங்கள் போல கையாளப்படுகின்றன. இத்தகைய பால் பொருட்களில் என்ன மாதிரியான சத்துக்கள் உள்ளன என்று பார்த்தால் அதிர்ச்சியாக உள்ளது. இந்த மாடுகள் அதிகமாகப் பால் சுரப்பதற்காக ஈஸ்ட்ரோஜன் ஹார்மோன் ஊசி உட்பட பல்வேறு இம்சைக்கு ஆளாகின்றன. இப்படி செயற்கையாகத் தூண்டப்பட்டு சுரக்கும் பாலை நாம் பருகும்போது அதன் முடிவற்ற தீமைகளும் நம் உடலைச் சேர்வதைத் தடுக்கமுடியாது.

இதுதான் நவீன விவசாயம் நம்மை கொண்டுவந்து நிறுத்தியிருக்கும் இடம். ஒருபுறம் கட்டுப்பாடற்ற வகையில் செயற்கை உரங்களையும், பூச்சி மருந்துகளையும் தெளித்து மண்ணை மலடாக்கியதோடு அல்லாமல் மனிதனை நம்பி வந்த கால்நடைகளையும் நிர்கதியாக்கி அவற்றைக் கொடூரமாக சுரண்டிக்கொண்டிருக்கிறோம்.

எந்தவிதமான செயற்கை உரங்களுமின்றி காட்டுத்தாவரம் போல் தானே வளரும் பாரம்பரிய நெல்ரகங்கள் எவ்வளவோ நம்மிடம் இருந்தன. அவற்றில் சில இப்போதும் உள்ளன. அப்படியான நெல் ரகங்களைத் தொடர்ந்து பயன்படுத்துவது ஒன்றே நம் மண்ணையும் மக்களையும் காக்கும் செயலாக இருக்கும்.

நம் பாரம்பரிய நெல்ரகங்களில் கடுமையான வறட்சியையும் மழை, வெள்ளம், புயல் போன்ற இயற்கைச் சீற்றங்களையும் தாங்கி வளர்வதில் கருடன் சம்பாவுக்குத் தனியிடம் உண்டு. கருடனுக்கு கழுத்தில் வெண்ணிறம் உள்ளதுபோல இந்த நெல்லின் நுனியில் வெண்ணிற வட்டம் காணப்படுவதால் இதற்கு கருடன் சம்பா என்று பெயர் வந்திருக்கலாம் என்கிறார்கள். நான்கடி உயரம் வரை வளரக்கூடிய இந்நெல் ரகம் ஒற்றை நாற்று முறையில் நடவு செய்ய மிகவும் ஏற்றது.

இந்த நெல்லைப்பற்றி ஒரு சுவாரஸ்யமான வரலாற்றுக் குறிப்பு உள்ளது. விழுப்புரம் மாவட்டத்தின் கள்ளக்குறிச்சி அருகே முடிகொண்டான் என்று ஒரு கிராமம் உள்ளது. இங்கு, குழந்தைவேல் உடையார் என்ற பண்ணையார் சென்ற நூற்றாண்டின் தொடக்கப் பகுதியில் வாழ்ந்திருக்கிறார்.

அவர் கருடன் சம்பா நெல்லைக் கண்டு எடுத்து அதை ஒற்றை நாற்று முறையில் பயிரிட்டு வளர்த்துவந்தாராம். அந்தக் காலக் கட்டத்தில் ஒற்றைநாற்று முறையில் நடவு செய்வது என்பது

கொஞ்சம் அரிதான பழக்கம். அதிலும் விழுப்புரம் பகுதி விவசாயிகள் அதைச் செய்யமாட்டார்கள்போல் தெரிகிறது. எனவே, குழந்தைவேலு அவர்களின் சாகுபடி முறையைக் கண்டு ஏளனம் செய்திருக்கிறார்கள்.

‘இப்படியுமா ஒரு மனிதனுக்குப் பைத்தியம் பிடிக்கும்?’ என்பதைப் போல் பார்த்தவர்கள் எல்லாம் சொல்லிச் சென்றிருக்கிறார்கள். நாட்கள் உருண்டன. பயிர் அறுவடைக்குத் தயாரானது. ஒவ்வொரு நாற்றிலும் நூற்றுக்கும் மேற்பட்ட தூர் வந்துள்ளதைக் கண்டு ஊர் அதிசயத்துப் போனது. சாலையில் போவோர் வருவோர் எல்லாம் குழந்தைவேலுவைச் சந்தித்து எப்படி இது சாத்தியமானது என மிரட்சியோடு கேட்டிருக்கிறார்கள். ஊர்க்காரர்களுக்கு அப்போதுதான் ஒற்றைநாற்று முறையின் அற்புதமும் கருடன் சம்பாவின் பெருமையும் புரிந்திருக்கிறது. சுமார், முப்பத்திரண்டு சென்டில் ஒவ்வொரு நாற்றாக, முக்கால் அடி சாலை சாலையாக நடவு செய்து ஒரு ஏக்கருக்கு 4,012 கிலோ மகசூல் எடுத்துள்ளார் அந்தப் பண்ணையார்.

இதுதான் கருடன் சம்பாவின் மேஜிக். எந்தவிதமான இயற்கை ரசாயனங்களும் இல்லாமலேயே ஒற்றை நெல்சாகுபடி முறையில் ஒரு ஏக்கருக்கு மூன்றாயிரத்து ஐநூறு கிலோ வரையில் சாகுபடி எடுத்துவருகிறார்கள் இதைப் பயிரிடும் விவசாயிகள்.

கருடன் சம்பா சமைப்பதற்கு எளிதானது. விரைவில் வேகும் தன்மையுடையது. உடலில் உடனடி ஆற்றலாக மாறும். இதன் அயானிக் அளவிலான நுண்ணூட்டச்சத்துகள் செரிமானத்தை மேம்படுத்துகிறது. நாட்பட்ட நோயாளிகள், முதியவர்கள், செரிமானக்கோளாறு உள்ளவர்கள் இதனைப் பயன்படுத்தலாம். மேலும், கருடன் சம்பா பலகாரங்கள் செய்வதற்கு மிக ஏற்ற அரிசி. நன்கு மென்மையாக இருக்கும் என்பதால் இதில் முறுக்கு, சீடை உள்ளிட்ட பலகாரங்கள் செய்யும்போது மொறுமொறுவென மிகவும் ருசியாக இருக்கும். அந்தக் காலத்தில் மணப்பாறை முறுக்கு செய்ய கருடன் சம்பாவைத்தான் பயன்படுத்தியிருக்கிறார்கள். இன்றும் சில கடைகளில் கருடன் சம்பா மணப்பாறை முறுக்கு என்று ஸ்பெஷலாகவே கிடைக்கிறது.

கருடன் சம்பாவை பயிரிட ஏக்கருக்கு மூன்று கிலோ விதைநெல் தேவைப்படும். வடிகால் வசதி செய்துவிட்டு இரண்டு சென்ட் நிலத்தில் மேட்டுப்பாத்தியை உருவாக்கி, இருபத்தைந்து கி.கி சலித்த மண்புழு உரத்தைத் தூவியபின் தண்ணீர்விட வேண்டும். தண்ணீர் சுண்டிய பிறகு, விதைநெல்லைத் தூவ வேண்டும். களைகள் முளைத்து வந்தால் அகற்றிவிட்டு பத்தாவது நாளில், பத்து லிட்டர் தண்ணீர் எடுத்துக்கொண்டு ஐநூறு மில்லி பஞ்சகவ்யா கரைசலைக் கலந்து தெளிக்க வேண்டும். பஞ்சகவ்யா

நாற்றுகளுக்கு நோய் எதிர்ப்பு ஆற்றலைக் கொடுக்கும். இரண்டு வாரங்கள் கழித்து நாற்றுகளை நடவு செய்யலாம்.

நாற்றங்கால் அமைக்கும்போதே நடவு வயலையும் தேர்வு செய்ய வேண்டியது அவசியம். பசுந்தாள் உரமிட்டு மடக்கி உழவு செய்யப்பட்ட நடவு வயலில், பத்து லோடு தொழுவுர மிட்டு சேற்று வயலை சமன்படுத்த வேண்டும். நடும்போது ஒரு நாற்றுக்கும் இன்னொரு நாற்றுக்கும் இடையில் இருபத்தைந்து செ.மீ இடைவெளிவிட்டு நடவு செய்ய வேண்டும். சிலர், ஐம்பது செ.மீ இடைவெளிவிட்டு நடவுசெய்வார்கள். அதுவும் சரியான நடவு முறைதான்.

பிறகு, வாரத்துக்கு ஒருமுறை கோனோ வீடர் மூலமாகக் களைகளை அழுத்திவிட வேண்டும். முப்பதாம் நாள் முதல் மாதம் ஒருமுறை பாசனநீரில் இருநூறு லிட்டர் ஜீவாமிர்தத்தைக் கலக்க வேண்டும்.

வேர் அழுகல் நோயையும் பூஞ்சணத் தொற்றையும்க் கட்டுப் படுத்த வேம்புத்தூள் கரைசலும் சுக்குநீர்க் கரைசலும் பயன் படுத்தலாம்.

10 கிலோ காய்ந்த வேப்பங்கொட்டைகளைப் பொடியாக்கி சுத்தமான கோணிப்பையில் இட்டு, மூட்டையாகக் கட்டி, நீர் மடைவாசலில் மூழ்கும்படியாக வைத்துவிட வேண்டும். மூட்டைக் குள் இருக்கும் துகள்கள், வயலுக்குள் செல்லும் பாசனநீருடன் கலந்து செல்வதால் வேர் அழுகல் நோயும் தண்ணீர் வழியே பரவும் பூச்சிப் பரவலும் முழுமையாகத் தடுக்கப்படும்.

பூஞ்சணத் தொற்றைக் கட்டுப்படுத்த இரண்டு கிராம் சுக்குத் தூளை இரண்டு லிட்டர் தண்ணீரில் கலக்கி காய்ச்சி ஆறிய பிறகு, ஐந்து லிட்டர் பசும்பாலைக் கலந்து ஒரு பாத்திரத்தில் ஊற்றி வைத்துக்கொள்ள வேண்டும். இந்தக் கரைசலை இரண்டு லிட்டர் தண்ணீரில் கலந்து காலை, மாலை வேளைகளில் தெளித்தால் பூஞ்சணத்தொற்று வரவே வராது. கதிர் நாவாய்ப்பூச்சிகளைக் கட்டுப்படுத்த வேம்பு எண்ணெய் நாற்பத்தைந்து சதவீதம், புங்கன் எண்ணெய் நாற்பத்தைந்து சதவீதம், காதிசோப் கரைசல் பத்து சதவீதம் கலந்து வைத்துக்கொண்டு, பத்து லிட்டர் தண்ணீருக்கு முந்நூறு மில்லி கரைசல் வீதம் கலந்து தெளிக்கலாம்.

காய்ச்சலும் பாய்ச்சலுமாக நீர்விட்டு இயற்கை உரங்கள், இயற் கையான பூச்சிகொல்லிகளைப் பயன்படுத்தி பயிரைக் காத்து சாகுபடி முறைகள் செய்துவந்தால் சுமார் நூற்று நாட்பது நாட் களில் கதிர் முற்றி அறுவடைக்குத் தயாராகும். கருடன் சம்பாவுக்கு தற்போது சந்தை அதிகரித்துவருகிறது என்பதால் விவசாயிகள் இதை நம்பிப் பயிரிடலாம்.

ரசாயன உரங்கள் வந்த கதை!

பாரம்பரிய வேளாண்மை அல்லது இயற்கை வேளாண்மை என்றாலே ஏதோ மூட நம்பிக்கையைப் பற்றி பேசுவதைப் போன்ற மனோபாவம் ஒன்று இன்று படித்தவர்களிடையே உருவாகியுள்ளது. இதற்குக் காரணம் நவீன விஞ்ஞானத்தின் அபரிமிதமான வளர்ச்சி. இன்று எந்த ஒரு துறையின் உண்மைத் தன்மையை நிரூபிக்கவும் அதுபற்றி அறிவியல் என்ன சொல்கிறது என்று பார்க்கும் எண்ணம் நம்மிடையே உருவாகியுள்ளது. மதக் கோட்பாடுகள் தொடங்கி வேளாண்மை, பாரம்பரிய மருத்துவம் வரை அனைத்து விஷயங்கள் பற்றியும் அறிவியல் முன்வைக்கும் கருத்தே இறுதியானது, சரியானது என்ற பார்வையை நாம் பெற்றுள்ளோம். உண்மையில், இது சிக்கலானது. அறிவியல் பூர்வமான கருத்து என்பது நிரூபணவாதத்தின் அடிப்படையில் அமைவது. மனித அறிவின் சாத்தியங்கள், நம் புலன்களின் சாத்தியங்கள் எல்லைக்குட்பட்டவை என்பதை நாம் கடந்த நூற்றாண்டிலேயே தெளிவாக உணர்ந்துவிட்டோம். நாம் அறிந்திருப்பதைவிடவும் அறியாமல் இருப்பது அதிகம்.

அதிலும் விவசாயம் போன்ற இயற்கையோடு தொடர்புடைய விவகாரங்களில் நமக்கு ஒரு குறிப்பிட்ட எல்லைக்கு மேல் அதிகமாகத் தெரியாது. ஒரு தாவரம் வளர்வது என்பது இயற்கையின் எண்ணற்ற மாயாஜாலங்களில் ஒன்று. நாம் இயற்கையோடு இயைந்து அதை செய்ய முடியுமே தவிரவும் நம்மால் இயற்கையை அதிகாரம் செய்ய முடியாது. ஆனால், நவீன விவசாயம் இயற்கையை வென்றுவிடலாம் என்று நம்புகிறது. இந்த எண்ணம்

உருவாக்கும் விபரீதம் கொஞ்ச நஞ்சமல்ல.

இன்று பயிர்கள் ஆரோக்கியமாக வளர நவீன விவசாயம் முன்வைக்கும் முக்கியமான தீர்வுகளில் ஒன்று செயற்கை உரங்கள். இன்று உலகம் முழுதும் உள்ள எல்லா வேளாண் விஞ்ஞானிகளும் மறு கேள்வியின்றி என்.பி.கே உரங்களை ஏற்றுக்கொள்கின்றனர். பல்கலைக்கழகங்களில் பட்டம் பெற்றுவிட்டு வயலுக்கு வரும் படித்த இளைஞர்கள் பயிர் பாதுகாப்புக்கு செயற்கை உரங்கள் தான் சிறந்தது என்பதை நம் விவசாயிகளிடம் திரும்பத் திரும்ப சொல்லிக்கொண்டிருக்கிறார்கள். இந்த செயற்கை உரங்களின் பயன்பாடு எப்படி வந்தது.

பத்தொன்பதாம் நூற்றாண்டின் தொடக்கத்தில் நவீன வேதியியல் துறை அசுரவேகத்தில் வளரத் தொடங்கியது. பிரபஞ்சத்தில் உள்ள எல்லாப் பொருட்களுமே வேதிக் கலவைகளின் கூட்டுதான். வேதிச் செயல்பாடுகளின் இயக்கமே பிரபஞ்சத்தின் இயக்கம் எனும் அளவுக்கு நவீன வேதியியலின் கருதுகோள்கள் தீவிரமாக இருந்தன. பருப்பொருட்கள் சார்ந்த அணுக்கொள்கை தொடர்பான விளக்கங்களை அறிவியல் உலகம் ஏற்றுக்கொண்டதால் இந்த வேதிக் கொள்கையையும் அது ஏற்றுக்கொண்டது. 1813ம் ஆண்டில் ஹம்ஃப்ரே டேவி எனும் அறிவியலாளர் இனி மண்ணின் வளத்தை எளிய அறிவியல் சோதனைகள் மூலம் கண்டுபிடித்துவிடலாம் என்று அறிவித்தார்.

அதைத் தொடர்ந்து ஜஸ்டஸ் வான் லீபிக் எனும் அறிவியலாளர் தாவரங்களின் உடலில் உள்ளதும் வேதிப்பொருட்கள்தான். அவை தங்களுக்குத் தேவையான கனிமங்களை மண்ணிலிருந்து எடுத்துக் கொள்கின்றன என்றார். இதை, தாவர ஊட்டச்சத்துக் கோட்பாடு என்பார்கள். ஒரு செடியை எரித்து அதன் சாம்பலைப் பரிசோதித்தபோது அதில் நைட்ரஜன் (N), பாஸ்பரஸ் (P), பொட்டாசியம் (K) ஆகியவை இருப்பதை அறிந்தார்கள். இதனால், மண்ணில் என்.பி.கே எனும் இந்த உரங்கள் இருந்தால் ஒரு தாவரம் நன்றாக வளர்ந்துவிடும் என்று முடிவுக்கு வந்தார்கள்.

உடனடியாகக் களமிறங்கியவர்கள் செயற்கையான பொட்டாஷ் (K) மற்றும் பாஸ்பேட் (P) உரங்களை உருவாக்கி பயன்படுத்தத் தொடங்கினார்கள். நைட்ரஜன் வாயு வடிவத்தில் மட்டுமே இருந்ததால் அதை தாவரங்கள் உட்கொள்வதற்கு ஏற்ற வடிவத்துக்கு மாற்றிக்கொடுக்கும் தொழில்நுட்பம் பத்தொன்பதாம் நூற்றாண்டில் ஏற்படவில்லை.

முதலாம் உலகப்போர் சமயத்தில் ஹேபர், பாஷ் என்ற இரு ஜெர்மன் அறிஞர்கள் வெடிமருந்துகள் உற்பத்தியில் ஈடுபட்டிருந்தபோது நைட்ரஜன் வாயுவைப் பொருத்தி அம்மோனியா தயாரிக்கும் முறையைக் கண்டறிந்தார்கள். அம்மோனியா வெடி

மருந்துகள் தயாரிப்புக்கு இது மிக முக்கியமான வேதிப்பொருள். ஜெர்மனியிலிருந்து இந்தத் தொழில்நுட்பம் விரைவில் உலகம் முழுதும் மற்ற ஐரோப்பிய நாடுகளுக்கும் அமெரிக்காவுக்கும் பரவியது. முதல் உலகப்போர் முடிந்த பிறகு சுமார் 1930களில் அமெரிக்கா காற்றிலிருந்து அம்மோனியா தயாரிப்பதற்கான முறையை வெற்றிகரமாகக் கண்டறிந்தது.

இப்படி காற்றிலிருந்து அம்மோனியா தயாரிக்க அதிகப்படியான மின் ஆற்றல் தேவைப்பட்டது. எனவே, பெரிய பெரிய அணைக்கட்டுகளை உருவாக்கி நீர் மின்நிலையங்களை அமைத்தார்கள்.

இரண்டாம் உலகப்போர் சமயத்தில் மேற்கு நாடுகளுக்கு டன் கணக்கில் அம்மோனியா தேவைப்படவே அம்மோனியா உற்பத்தி ஆலைகள் அதிகமாகப் பெருகின. போர் முடிந்த பிறகு இந்த ஆலைகளில் அம்மோனியா உற்பத்தி நிறுத்தப்பட்டது. இனி இத்தனை முதலீடுகளையும் என்ன செய்வது என மேற்கு நாடுகள் திகைத்திருந்த வேளையில்தான் என்.பி.கே. உரக்கோட்பாடு அவர்களுக்கு மின்னலடித்தது.

உடனடியாக, அந்த முதலீடுகள் என்.பி.கே. உர உற்பத்திக்குத் திருப்பிவிடப்பட்டன. அம்மோனியாவைக் கொண்டு பயிர்களுக்குத் தேவையான உரத்தைத் தயாரித்து விவசாய நிலங்களில் கொட்டச் செய்தார்கள். இது அவ்வளவு சுலபமான வேலையாக இருக்கவில்லை. அதிகார மையங்களில் லாபி செய்வது தொடங்கி மிரட்டல் வரை எண்ணற்ற உபாயங்கள் வழியாக இதை சாதித்தார்கள். என்.பி.கே.உரங்களுக்கு எதிரான சிறுசிறு முனகல்கள் சத்தமின்றி நசுக்கப்பட்டன. இதுதான் அறிவியல்பூர்வமான

சரியான தீர்வு என்பதற்கான ஆய்வுக் கட்டுரைகள் பல்கலைக் கழகங்களில் உருவாக்கப்பட்டு அறிவுத்துறை வட்டாரத்தில் பரப்பப்பட்டது. நம் நிலங்களில் பல பத்து ஆண்டுகளாய் ‘உப்பு உப்பு’ என்று நாம் கொட்டி வைத்திருக்கும் யூரியா உரங்கள் நம் நிலத்துக்கு வந்த கதை இதுதான்.

கிட்டதட்ட ஆயிரமாயிரம் ஆண்டுகளாக பயிர் பாதுகாப்புக்கு நாம் பின்பற்றி வந்த முறை என்பது வேலி அமைத்து கால்நடைகள், எலி போன்ற சேதம் விளைவிக்கும் உயிர்களிடமிருந்து பயிரைக் காப்பதும், பஞ்சகவ்யம், மீன் அமிலம் போன்ற இயற்கையான பயிர் வளர்ச்சி ஊக்கிகள், பூச்சிக்கட்டுப்பாட்டு முறைகளைப் பின்பற்றுவதும் மட்டுமே.

மேற்கத்திய நாடுகளில் பத்தொன்பதாம் நூற்றாண்டில் இருந்தே கந்தகம், பைரேத்ரம் போன்ற ரசாயனங்களை மண்ணில் போட்டு பயிர் பாதுகாக்கும் முறை நடைமுறைக்கு வந்துவிட்டது. அவை கொஞ்சம் பாதிப்புக் குறைவான ரசாயனங்கள் என்பதால் தொடக் கத்தில் அதற்கு பெரிய எதிர்ப்புகள் இல்லை. இதுவே, ரசாயன உர உற்பத்தியாளர்களுக்கு வசதியாகப் போக கடுமையான ரசாய னங்களை எல்லாம் எந்த யோசனையுமின்றி தயாரிக்கத் தொடங் கினார்கள். ஒரு கட்டத்தில் இவர்களுக்கு எதிராக எதிர்ப்புக்குரல் எழுப்ப எந்த சக்தியுமே இல்லை என்றாகிவிட்டது.

இந்தியாவில் சுதந்திரத்துக்கு முன்பாகவே அங்கொன்றும் இங்கொன்றுமாக ரசாயன உரங்கள் தலைகாட்டத் தொடங்கின. தற்போது, ரசாயனம் இல்லாமல் விவசாயமே இல்லை என்ற நிலையில் இந்திய விவசாயி அதிகரித்துவரும் உர விலையின் பின்

னும் ஓட முடியாமல் தாக்கும் பூச்சிகளிடமிருந்து பயிரையும் காக்க முடியாமல் அவதிப்பட்டுவருகிறார். இதுதான் நவீன விவசாயம் நம் இந்திய விவசாயியை கொண்டு வந்து நிறுத்தியிருக்கும் இடம்.

இயற்கை விவசாயத்தில் ரசாயன உரங்கள் தேவை இல்லை. மேலும், ரசாயன உரத்தால் எவ்வளவு மோசமாக மண்வளம் பாதிக்கப்பட்டிருந்தாலும் அதை நேர்செய்ய முடியும். இதனை நம்மாழ்வார் போன்ற இயற்கை வேளாண் விஞ்ஞானிகள் நடைமுறையில் நிரூபித்திருக்கிறார்கள்.

பாரம்பரிய நெல்ரகங்களில் சம்பா மோசனம் போன்ற நெல் ரகங்களைப் பயன்படுத்துவதன் மூலம் மண்வளம் பாதித்த நிலத்தைக்கூட ஆரோக்கியமாக மீட்டு எடுக்கலாம். பள்ளமான பகுதிகளில் பயிரிட ஏற்ற ரகமான சம்பா மோசனம் நூற்று அறுபது நாட்களில் அறுவடைக்குத் தயாராகும் பயிர். சேற்றுப்பாங்கான நிலப்பகுதிகளில் இது நன்றாக வளரும். அதிகமாகத் தண்ணீர் தேங்கும் பகுதிகளில் நீர் தேங்குவதற்கு முன்பே இதன் விதைகளைத் தெளித்துவிட்டால் எந்தவித பராமரிப்பும் செய்யாமலேயே மடமடவென்று வேர் பிடித்து முளைத்து எழும் போர்க்குணம் மிக்க தாவரம் இது. மழைத்தண்ணீர் தேங்கும் குறைவான நீர் வளத்திலே கூட முளைத்துவரும் இயல்புடையது.

தமிழகம் முழுதும் வறட்சியான ஏரிகள், குளங்கள் மற்றும் கண்மாய்களின் கரையோரங்களில் இந்நெல்லைப் பயிரிடலாம். மழை பெய்து தண்ணீரில் அளவு உயரும்போது நீருக்குள்ளேயே கதிர் வளர்ந்து முற்றி மகசூலுக்குத் தயாராகும் இயல்புடையது. வெயில், மழை என எல்லா தட்பவெப்பங்களையும் தாங்கிக்கொண்டு வளரும் தமிழ்நிலத்தின் இயல்புக்கேற்ற பயிர் இது. அயானிக் அளவிலான நுண்ணூட்டச்சத்துக்கள் அதிகம் உள்ளதால் கடினமான உடல் உழைப்பில் ஈடுபடும் தொழிலாளிகளும் சாப்பிடலாம்.

எந்தவிதமான உரமும் இன்றி இயற்கையாகவே வளர்வதால் சம்பா மோசனத்தில் எண்ணற்ற புரதச்சத்துகள், தாது உப்புகள் நிறைந்துள்ளன. மேலும், ஆறு, ஏரி, குளம் போன்ற வண்டல்தன்மை மிக்க மண்களில் வளர்வதால் அதில் உள்ள இயற்கையான கனிம வளங்கள் யாவும் இதில் நிறைந்திருக்கும்.

அதுபோலவே, சம்பாமோசனத்தை வறட்சியான நிலங்களிலும் பயிரிடலாம். பொதுவாக, சம்பா பட்டமான ஆகஸ்ட் மற்றும் செப்டம்பர் மாதங்களில் சாகுபடி செய்ய ஏற்ற நெல்ரகம் இது. ஒற்றை நாற்றுமுறையிலும் இதனை நடவுசெய்யலாம். பாத்தி அமைத்து நடும் முன்பு அமிர்தக் கரைசலில் விதைநேர்த்தி செய்ய வேண்டியது அவசியம். பிறகு, பாத்தியில் நட்டு பதினைந்து நாட்களில் நாற்றாக வளர்த்தெடுக்க வேண்டும். பாத்தி அமைக்கும்போதே நடவு செய்வதற்கான வயலையும் தேர்வு செய்து தழையுரமிட்டு

நன்கு மடக்கு உழ வேண்டும். ஓரிரு நாள் கழித்து மறு உழவு ஓட்டி ஒற்றை நாற்று முறையில் இடைவெளிவிட்டு நடவு செய்ய வேண்டும்.

பயிர் நடவு செய்த பதினைந்தாவது நாள் ஜீவாமிர்தக் கரைசல், பஞ்சகவ்யா ஆகியவற்றை பூச்சிக்கட்டுப்பாடுக்காகவும் பயிர் உரமாகவும் தரலாம். பூச்சிப் பெருக்கம் அதிகமாக இருந்தால் மீன் அமிலம் தெளிக்கலாம். முறையாகக் களை நீக்கி, காய்ச்சலும் பாய்ச்சலுமாக நீர்ப்பாய்ச்சி, பயிர் பாதுகாப்பு ஏற்பாடுகளைச் செய்துவந்தால் நூற்று அறுபதாவது நாளில் தங்கமாய் விளைந்து நிற்கும் அற்புதமான நெல் இது.

பாரம்பரிய விவசாயம் அறிவியலுக்கு விரோதமானதா?

'பாரம்பரிய விவசாயம் விஞ்ஞானப்பூர்வமானது அல்ல, பல்கலைக் கழகங்களில் படித்து முடித்துவிட்டு வருபவர்களுக்குத்தான் விவசாயம் தொடர்பாக அறிவியல்பூர்வமாகத் தெரியும்' என்றெல்லாம் படித்தவர்களேகூட கண்ணை மூடிக் கொண்டு நம்பும் நிலைதான் இங்கு இன்றுள்ளது.

உண்மையில் நமது விவசாயப் பல்கலைக் கழகங்களுக்கு மட்டுமேதான் அறிவியல்பூர்வமான பார்வை உள்ளதா?

நம் பாரம்பரிய விவசாயமுறைக்கு அது கிடையாதா என்றால் நிச்சயம் உண்டு என்பதுதான் பதில். விவசாயம் எப்போதுமே இயற்கையோடு மல்லுக்கட்டும் ஆட்டம். அதில் புத்திசாலித்தனமும் உள்ளுணர்வும் தொழிநுட்பத் தேர்ச்சியும் இல்லை என்றால் ஒன்றுமே செய்ய முடியாது. அப்படியானால், பாரம்பரிய விவசாயத்திற்கும் நவீன விவசாயத்திற்கும் என்னதான் வித்தியாசம்?

இரண்டுக்கும் உற்பத்திக் கருவிகள், உழைக்கும் விதம் ஆகியவற்றில் மட்டுமே வித்தியாசம் இல்லை. விவசாயத்தின் நோக்கம் என்ன என்பதிலிருந்தே இரண்டுக்குமான வித்தியாசம் தொடங்கிவிடுகிறது என்கிறார் இந்தியாவின் சுதேசிப் பொருளாதார மேதையான ஜே.சி.குமரப்பா.

வன்முறைப் பொருளாதாரம், சமாதானப் பொருளாதாரம் என்ற இரண்டு கருத்தாக்கங்களை முன்வைக்கிறார் குமரப்பா. ஒரு சமூகம் தனக்குத் தேவையான அளவு பொருட்களை உற்பத்தி செய்து அதை நுகர்ந்து தன்னிறைவுடன் வாழ்வது சமாதானப்

பொருளாதாரம். மறுபுறம், தொழில்நுட்ப வளர்ச்சியை வம்படியாய் அதிகரித்து மேலும் மேலும் என இயற்கை வளங்களைச் சுரண்டி உற்பத்தியைப் பெருக்கி பிற்பாடு அதை விற்பதற்காக சந்தை வேண்டுமே என்று மற்ற நாடுகள் மேல் போர் தொடுப்பது வன்முறை பொருளாதாரம். ஐரோப்பிய நாடுகள் கடந்த நானூறு ஆண்டுகளாகவே வன்முறைப் பொருளாதாரத்துக்கும் மூலதனத்தைப் பெருக்கும் பேராசைக்கும் பலியாகிவிட்டன என்று விமர்சித்தார் அவர்.

பருத்தி என்ற பணப்பயிர்தான் வன்முறைப் பொருளாதாரத்தின் மைய விசைகளில் ஒன்றாய் இருந்தது என்று சொன்னால் சிலர் ஆச்சர்யமடையக்கூடும். ஐரோப்பாவின் தொழிற்புரட்சி மிகப் பெரிய ராட்சத இயந்திரங்கள், நவீன கருவிகளை உருவாக்குவதில் பெரும் வெற்றி அடைந்ததைத் தொடர்ந்து இங்கிலாந்தின் மான்செஸ்டர் பருத்தியாடை உற்பத்தியில் தன்னிகரற்ற நகராக விளங்கியது. இந்த நவீன இயந்திரங்களில் ஆடைகள் உற்பத்தி செய்ய அமெரிக்க பருத்தி மிகவும் உகந்ததாக இருந்தது. தொடக்கத்தில் அமெரிக்காவிலிருந்தே அதிகப் பருத்திகள் இங்கிலாந்துக்குக் கிடைத்துவந்தன. அமெரிக்காவை மட்டுமே பருத்தி உற்பத்திக்காக நம்ப வேண்டாம் என்று பிரிட்டிஷார் இந்தியாவிலும் அமெரிக்கப் பருத்தி உற்பத்தியை கொண்டுவந்தார்கள். ஆனால், நம் பாரம்பரிய பருத்தியில் கிடைத்த பல்வேறு அனுகூலங்களால் இந்தியர்கள் அமெரிக்கப் பருத்திக்கு ஆதரவு தரவில்லை.

பத்தொன்பதாம் நூற்றாண்டின் பாதியில் அமெரிக்காவில் உள்நாட்டுப்போர் தொடங்கவே இங்கிலாந்தின் அமெரிக்கப் பருத்தி இறக்குமதி கடுமையாகப் பாதித்தது. வேறு வழி இல்லை என்ற நிலையில் இந்திய விவசாயிகளுக்குப் பரிசுகள் கொடுத்தும் மிரட்டியும் கசக்கிப் பிழியத் தொடங்கினார்கள் பிரிட்டிஷ் ஆட்சியாளர்கள். இதற்கு என்றே தனியாகப் பருத்தித்துறை ஒன்றும் உருவாகப்பட்டது. அதைத் தொடர்ந்து இந்தியாவுக்கு என்று தனியாக வேளாண்மைத்துறை ஒன்று உருவாக்கப்பட வேண்டும் என்ற அவசியமும் அப்போதுதான் உணரப்பட்டது.

தங்களுடைய பொருளாதாரக் கொள்கையின் அடிப்படையில் சந்தைக்குத் தேவையான அதிகப்படியான விவசாயப் பொருட்களை எந்த நிலத்தில் உற்பத்தி செய்ய வேண்டும்? அதை எப்படி எல்லாம் உற்பத்தி செய்ய முடியும்? மண்வளம், நீர்வளம் ஆகியவற்றை மேம்படுத்துவது எப்படி என அதிகப்படியான உற்பத்தியை மையமாகக் கொண்டே இந்த விவசாயத்துறைகள் செயல்படத் தொடங்கின. இப்படியாக, நம் நாட்டில் தேவைக்கேற்ற தன்னிறைவு உற்பத்தி என்பது சந்தைக்கான உற்பத்தி என்று மாறியது.

ஆனால், தொடக்கத்தில் நவீன வேளாண் கருவிகளைக்

இளங்கோ கருஷ்ணன்

கொண்டு இங்கு விவசாயம் செய்வது என்பது அத்தனை எளி தானதாக இல்லை. ஆங்கிலேயர்களிடம் இருந்த விவசாயம் சார்ந்த நடைமுறைகள் இந்திய நிலத்துக்குப் பெரிதாகப் பயன்படவில்லை. சென்னையின் சைதாப்பேட்டையில் முந்நூற்று ஐம்பது ஏக்கர் நிலப்பரப்பில் பெரிய நவீன விவசாயப் பண்ணை ஒன்று 1863ல் நிறுவப்பட்டது. இருபது ஆண்டுகளுக்குப் பிறகு போதுமான பலன்கள் தரவில்லை என்ற காரணத்தோடு இந்தப் பண்ணைக்கு முழுக்குப் போட்டார்கள். தொடக்கத்தில் இப்படி, ஆங்காங்கே பல பண்ணைகள் பாதியிலேயே கைவிடப்பட்டன.

'இந்திய விவசாயத்தையும் விவசாயிகளையும் நீர், நில வளங்களை யும் முழுமையாகப் புரிந்துகொள்ளும் வரை அவர்களுக்கு நமக்கு ஏற்ற விவசாயத்தைக் கற்பிக்கும் முயற்சியைக் கைவிட வேண்டும்' என்று மதராஸ் வேளாண்மைக் குழு ஆங்கில அரசுக்கு சொன்ன ஆலோசனை ஏற்றுக்கொள்ளப்பட்டது. அதன்பிறகுதான் வோல்கர், மாலிசன் உட்பட பல்வேறு ஐரோப்பிய விவசாய நிபுணர்கள் இந்தியாவுக்கு அழைத்து வரப்பட்டனர்.

பல்வேறு கட்ட ஆய்வுகள், பல ஆண்டுகள் பரிசோதனை களுக்குப் பிறகு ஒரு வழியாக, 1905ல் கர்சன் பிரபு தலைமையில் இந்திய வேளாண் ஆராய்ச்சி நிறுவனம் (Indian Agricultural Research Institute IARI) நிறுவப்பட்டது.

'இந்தியாவின் வேளாண்முறைகளில் விஞ்ஞானத்தன்மையைப் புகுத்துவதே எங்கள் நோக்கம். முதன் முதலாக நாங்கள் மேற் கொள்ளவிருக்கும் இதுதான் உண்மையான சீர்திருத்தமாக இருக்கும்' என்று ஜம்பமாக அறிவித்தார் கர்சன்.

ஏற்கெனவே, உலகம் முழுதும் ஜெர்மன், அமெரிக்கா, ஜப்பான் ஆகிய பல நாடுகளில் நவீன வேளாண்மை ஆய்வுநிறுவனங்கள் இயங்கிக்கொண்டிருந்தன. இந்த மாதிரிகளை அடிப் படையாகக்கொண்டு இந்தி யாவின் எல்லா மாகாணங் களிலும் ஆய்வுக்கூடங் கள், வகுப்பறைகள், பண்ணைகள், வேளாண் கல்லூரிகள், ஆராய்ச்சி

157

மருதம் மீட்போம்

நிலையங்கள் பரவலாக உருவாகின. 1929ல் ஏகாதிபத்திய வேளாண் ஆராய்ச்சிக் குழு (Imperial Council of Agricultural Research/ICAR) உருவாக்கப்பட்டது.

ஒவ்வொரு மாகாணத்திலிருந்து ஒவ்வொரு நிறுவனத்துக்கும் வெவ்வேறு வேளாண்மைத்துறை சார்ந்த நிபுணர்கள் இங்கிலாந்தி லிருந்து வரவழைக்கப்பட்டனர். அப்படி பூசாவுக்கு பொருளாதார தாவரவியலாளராக வந்தவர்தான் ஆல்பர்ட் ஹோவார்ட். பின் னாளில், இந்தியாவின் விவசாயிகளும் இங்குள்ள நுண்ணுயிர்களும் பூச்சிகளுமே என்னுடைய ஆசான்கள் என்று பாரம்பரிய இந்திய விவசாயத்தின் பெருமையைப் போற்றிய அறிஞர்.

இந்த நிறுவனங்கள் இந்திய விவசாயிகளுக்கு எந்த வகையிலும் உதவுவதாக இருக்கவில்லை. இங்கு கற்றுவரும் மாணவர்கள் இந்திய விவசாயிகளைக் குழப்பி, தானும் குழம்பினார்கள். படா டோபமாகத் தொடங்கப்பட்ட இந்த நிறுவனங்கள் பரிதாபமாகத் தடுமாறிக்கொண்டிருந்தன. இதுபற்றி வோல்கர் குறிப்பிடும்போது, 'செயற்கை உரங்கள், உலர்ந்த ரத்தம், புகைக்கரி போன்ற இந்த நாட்டின் வேளாண்மையில் பயன்படாத பொருட்களைப்பற்றி எல்லாம் இங்கு கற்றுத் தருகிறார்கள். ஆனால், பிண்ணாக்கு போன்ற உரங்கள், கால்நடை உணவுகள், கால்வாய் மற்றும் கிணற்றுப் பாசன அமைப்புகள் போன்றவைபற்றி எல்லாம் சிறிய குறிப்புகூட இல்லை' என்று குற்றம்சாட்டினார்.

மேலும், மாணவர்களிடையே வேளாண்மையின் மேல் ஆர் வத்தை உருவாக்கி அதன்மூலம் தரமான பண்ணைகளை நிர்மா ணிப்பது என்பது இங்கு நடக்கவில்லை. மாறாக, நடைமுறைக்கு எந்தவித பயனும் இல்லாத புத்தகப் புழுக்களை உருவாக்கியிருக் கிறோம். இப்படியான கல்வியை உள்வாங்கி வரும் மாணவன் பின்னாளில் அரசாங்க மேசையில் அமர்ந்து கை நிறைய சம்பா திப்பது எப்படி என்று மட்டுமே நினைப்பவனாக இருப்பான்' என்றும் குறிப்பிடுகிறார்.

ஹோவர்ட்டும் இப்படியான ஆய்வுமுறையின் போதாமையை தீவிரமாகச் சுட்டிக்காட்டியுள்ளார். ஆங்கிலேயர்கள் நவீன விவசாயம் பிளவுண்ட விஞ்ஞானப்பார்வை. அதனால் மண்ணின் வளம்தான் கெடும் என்று அறிவித்தார்.

இப்படியாக, ஆங்கிலேயர்களால் உருவாக்கப்பட்ட விவசாயப் பல்கலைக்கழகங்கள் அவர்கள் காலத்திலேயே விவசாயிகளுக்கு உருப்படியான பலன் தரும் அமைப்புகளாக இல்லாமல் ஊளைச் சதை போல் விவசாயத்தோடு சம்பந்தம் இல்லாமல் தொங்கும் அமைப்புகளாக இருந்தன.

மறுபுறம் விவசாயிகள் கடுமையான இயற்கைச் சீற்றங்களான மழை, வெள்ளம், வறட்சி, ஆங்கில அரசின் சீரழிவுப் பொருளா

தாரக் கொள்கை ஆகியவற்றை எதிர்கொள்ள முடியாமல் நொந்துபோய் தடுமாறிக்கொண்டிருந்தார்கள்.

ஆனால், அப்போதுகூட இந்தியாவில் குறிப்பாக தமிழகத்தில் பாரம்பரிய நெல் மீதான ஆர்வம் என்பது முற்றிலுமாக இழந்து போனதாக இருக்கவில்லை. பலநூறு வகையான பாரம்பரிய நெல் ரகங்களை தமிழக விவசாயிகள் கடுமையான ஆங்கிலேய ஆதிக்க காலத்திலும் சாகுபடி செய்பவர்களாகவே இருந்திருக்கிறார்கள்.

இப்படியான, பாரம்பரிய நெல் ரகங்களில் கலியன் சம்பாவைப் பற்றி இங்கே குறிப்பிட வேண்டும். கலியன் சம்பா பஞ்ச காலத்தில் சாப்பிட்ட அரிசி. கலி என்ற சொல்லுக்கு பசி, வறுமை, பஞ்சம் எனப் பொருள்கள் உள்ளன. கலியன் சம்பா என்றால் பசித்தவன் உண்ணும் சம்பா. அதாவது பஞ்ச காலங்களில், உணவுத் தட்டுப்பாடு அதிகம் உள்ள காலங்களில் உண்ண வேண்டிய உணவு.குறைந்த அளவு உண்டாலே வயிறு நிறைந்த உணர்வைத் தரும். உடலுக்கு உடனடி எனர்ஜி தருவதில் கலியன் சம்பாதான் எக்ஸ்பர்ட். நெடுநாட்கள் உண்ணாமல் இருந்து உண்டாலும் எவ்வித செரிமானச் சிக்கலையும் ஏற்படுத்தாது என்பதும் இதன் சிறப்பு. செரிமானக் கோளாறு உள்ளவர்கள் இதை உண்ணலாம். நாட்பட்ட நோய்களால் பாதிக்கப்பட்டவர்கள், இதயநோயாளிகள், புற்றுநோய் பாதிப்பு உள்ளவர்கள் இந்த சம்பாவில் கஞ்சி வைத்துக் குடித்துவர ஜீரணம் எளிதாக இருக்கும். இட்லி, தோசை போன்ற டிபன் ஐட்டங்கள் செய்யவும் ஏற்ற ரகம் இது. பலகாரங்களும் செய்யலாம்.

களிமண் நிலத்தில் சாகுபடி செய்ய ஏற்ற ரகமான இது ஐந்தடி உயரம் வரை வளரும். சற்றே பள்ளமான பகுதிகளில்கூட பயிர் செய்ய ஏற்றது. இயற்கையாகவே நோய் எதிர்ப்புச் சக்தி அதிகம் உடையது என்பதால் பூச்சி தாக்குதல் பெரிதாக இருக்காது.

இயற்கைச் சீற்றங்களைத் தாங்கி வளரும் என்பதால் இதற்கு சாயும்தன்மை குறைவு. சிவப்பு நிற நெல்லும், சிவப்பு நிற அரிசியும் கொண்ட மோட்டா ரகம். இட்லி, தோசை போன்ற சிற்றூண்டி உணவு வகைகளுக்கு ஏற்றது. நாகப்பட்டினம் மாவட்டத்தின் வடக்குப் பகுதிகளில் கலியன் சம்பா பெருமளவில் சாகுபடி செய்யப்பட்டுவந்துள்ளது. சாதாரண நடவுமுறை மற்றும் திருந்திய நெல் சாகுபடியான ஒற்றை நாற்று நடவு முறை ஆகியவற்றுக்கு ஏற்றது. சாதாரண அளவில் ஏக்கருக்கு முப்பது கிலோவும், திருந்திய நெல் சாகுபடிக்குத் தரமான இரண்டு கிலோ விதையும் போதுமானது.

 மருதம் மீட்போம்

நீர்நிலைகளில் வளரும் நெல்ரகம்!

பாரம்பரிய நெல் ரகம், நாட்டு ரகம், கலப்பின ரகம், ஹைபிரிட், மேம்படுத்தப்பட்ட நெல்ரகங்கள் என்று பலவகையான நெல் ரகங்களைச் சொல்கிறார்கள். இவை ஒவ்வொன்றுக்கும் என்ன வித்தியாசம்? இதை எல்லாம் எதன் அடிப்படையில் பிரிக்கிறார்கள்? கொஞ்சம் கொட்டாவி வரவைக்கும் தியரிதான் என்றாலும் புரிந்துகொள்ள முடியாத கம்ப சூத்திரம் எல்லாம் ஒன்றும் இல்லை. வாருங்கள் இதை என்னவென்று பார்த்துவிட்டு நீலஞ்சம்பா பற்றியும் பார்த்துவிடுவோம்.

முதலில் சில தவறான புரிதல்களையும் குழப்பங்களையும் சொல்லிவிடுவோம். பாரம்பரிய ரகம், நாட்டு ரகம் என்பதும் வேறு வேறு அல்ல என்பது பலருக்கும் தெரிந்திருக்கும் அதே போல் ஹைபிரிட் என்பதும் கலப்பினம் என்பதும் வேறு வேறு அல்ல. ஹைபிரிட் என்பதன் தமிழ் வடிவமே கலப்பின ரகங்கள் என்பதாகச் சிலர் பயன்படுத்துகிறார்கள். ஆனால், தற்போதைய நவீன ஹைபிரிட் கலப்புகள் ஜீன்கள் அளவில் மிக நுட்பமாக நடக்கின்றன. இதனால், கலப்புரகம் என்று சொல்லும்போது எளிமையான நேரடிக்கலப்பு முறைகளையே சிலர் சொல்கிறார்கள். எனவே, கலப்பு ரகம் என்று ஒருவர் சொல்லும்போது என்ன வகையான கலப்புமுறை என்பதையும் நாம் பார்க்க வேண்டி உள்ளது.

இயற்கையில் மகரந்தச்சேர்க்கையின் அடிப்படையில் தாவ ரங்களை மூன்று வகையாகப் பிரிக்கலாம். சில தாவரங்களில் ஆண் மற்றும் பெண் இனங்கள் தனித்தனியாக இருக்கும். இவற் றின் பூக்களுக்கு இடையே மகரந்தச் சேர்க்கை நடைபெறுவ தன் மூலம் இவை இனப்பெருக்கம் செய்யும். உதாரணமாகப்

பப்பாளியைச் சொல்லலாம். சில தாவரங்களில் ஒரே செடியில் ஆண் மற்றும் பெண் பூக்கள் தனித்தனியாக இருந்து அவற்றுக்கு இடையே மகரந்தச் சேர்க்கை நடைபெறும். இதற்கு உதாரணமாக பாகற் காய் கொடியைச் சொல்லலாம். நெல் மற்றும் கோதுமைப் பயிர் கள் இந்த இரண்டிலிருந்தும் வித்தியாசமானவை. இவற்றில் ஒரு செடியின் ஒரே பூவில் ஆண் மற்றும் பெண் உறுப்புகள் இருக்கும். ஆண் உறுப்பை Androecium என்றும் பெண் உறுப்பை Gynaecium என்றும் சொல்வார்கள். இப்படி ஒரே பூவிலேயே இனப்பெருக்கம் நிகழ்வதை தன் மகரந்தச் சேர்க்கை என்பார்கள்.

தன் மகரந்தச் சேர்க்கை நிகழும் தாவரங்கள் பிற இனத்துடன் கலப்பதற்கான வாய்ப்புக் கிடையாது என்பதால் பாரம்பரிய ஒற்றைத்தன்மை இயல்பாகவே இருக்கும். அயல் மகரந்தச் சேர்க்கை நிகழும் தாவரங்களில் பாரம்பரிய பன்முகத்தன்மை இருக்கும். இப்படியான இரண்டு வகையான பயிர்களையுமே நம் விவசாயிகள் காலங்காலமாகப் பயிரிட்டு வந்திருக்கிறார்கள். சரி? இயற்கையாக தன்மகரந்தச் சேர்க்கை நடைபெறும் நெல்லில் எப்படி இத்தனை பல லட்சம் ரகங்கள் வந்தன?

இரண்டு வெவ்வேறு செடிகளின் தன்மையை ஒரே செடியில் கொண்டுவருவதற்கு இரு வகையான வழிகள் வழக்கத்தில் உள்ளன. முதல் செடியில் உள்ள பூக்களின் ஆண் உறுப்பை மட்டும் நீக்கி விட்டு நமக்குத் தேவையான இன்னொரு செடியின் பூக்களிலிருந்து மகரந்தச்சேர்க்கை நிகழுமாறு செய்ய வேண்டும். இது ஒரு புகழ் பெற்ற முறை. இன்னொரு முறையில் ஆண் மலடான ரகத்தோடு இன்னொரு ரகத்தைச் சேர்க்கும்போது ஆண் மலட்டுத்தன்மை

161

மருதம் மீட்போம்

நமக்குத் தேவையான ரகத்துக்குள் வந்துவிடும். பிறகு, இதை மக ரந்தச் சேர்க்கைக்குப் பயன்படுத்தலாம். இவ்வாறு செய்யும்போது முதலாம் செடியின் ஓங்கு பண்புகளும் இரண்டாம் செடியின் ஓங்கு பண்புகளும் இணைந்து புதிய ஒரு ரகம் உருவாகும். இவ்வாறு உருவாகும் விதைகளைத்தான் கலப்பின ரகங்கள் அல்லது ஹைபிரிட் என்கிறார்கள்.

இந்த விதையை மறுபடியும் விதைக்கும்போது இரண்டாம் தலைமுறை விதைகளில் முதல் தலைமுறையில் வெளிப்படாது இருந்த ஒடுங்கு பண்புகள் உருவாகிவரவும் வாய்ப்புகள் உள்ளன. எனவே, இரண்டாம் தலைமுறை விதைகள் முதல் தலைமுறை போல் இருக்காது. தற்போதைய நவீன விவசாயிகள் இப்படியான கலப்பின விதைகளைத்தான் விதைகள் விற்கும் நிறுவனங்களிடம் ஆண்டு தோறும் வாங்கி அதைச் சார்ந்திருக்கும் நிலையில் இருக்கிறார்கள்.

ஆனால், இந்த கலப்பின விதைகளை மறுபடியும் மறுபடியும் விதைத்து நமக்குத் தேவையான பண்புள்ள விதைகளை மட்டும் ஒரு தலைமுறை விட்டு இன்னொரு தலைமுறை என்று சேகரித்து வரலாம். ஆறாம் அல்லது ஏழாம் தலைமுறைகளுக்குப் பிறகு எல்லாத் தலைமுறைகளிலும் ஒரே சீரான பண்புள்ள விதைகள் வெளிப்படத் தொடங்கும். இவற்றுக்கு ஒரு புதிய பெயரிட்டு அவற்றைப் பாதுகாத்துவந்தால் ஒரு புத்தம்புதிய ரகம் ரெடி. இதையே மேம்படுத்தப்பட்ட ரகங்கள் (Improved varities) என்கிறார்கள்.

இப்படி மேம்படுத்தப்பட்ட ரகங்களின் பண்புகள் மாறாமல் இருப்பதற்காக, கலப்பற்ற தேர்வு என்ற முறையைப் பயன்படுத்த லாம். இந்த முறையில் ஒவ்வொரு தலைமுறைப் பயிரிலிருந்தும் சுத்தமான, தரமான பயிர்களின் விதைகளை மட்டுமே சேகரித் துவர வேண்டும்.

இப்படி, கலப்பின ரகங்களை உருவாக்கும் தொழில்நுட்பம் பல நூறு ஆண்டுகளுக்கு முன்பே நம் விவசாயிகளுக்குத் தெரிந் திருந்தது. அதனால்தான், தன் மகரந்தச் சேர்க்கை நிகழும் நெல் எனும் தாவரக் குடும்பத்தில் பல லட்சம் ரகங்கள் உருவாகின. விதைகளின் இயல்பில் மட்டும் அல்லாது அது விளையும் மண் ணின் தன்மை, நீர்வளம், தட்பவெப்பம் ஆகியவற்றுக்கு ஏற்பவும் விதைகளில் மாறுதல் ஏற்பட்டன. இந்தியாவைப் பொறுத்தவரை ஒவ்வொரு இருபது கிலோ மீட்டர் முதல் நாற்பது கிலோ மீட்டர் தொலைவிலும் மண்ணின் தன்மையும் வளமும் மாறுபடுகின்றன. மேலும், ஒவ்வொரு நூறு கிலோ மீட்டர் தொலைவுக்கும் நிலத்தடி நீரின் இயல்பும் நீர்வளமும் மாறுபடுகின்றன. எனவே ஒரே ஒரு குறிப்பிட்ட ரகம்தான் சிறந்தது என்றும் அதுவே எல்லா நிலத்துக்

குமானது என்றும் சொல்ல முடியாத சூழல் ஆரம்பத்திலிருந்தே இருக்கிறது. நவீன விஞ்ஞானம் இதைப் புரியாமல் ஒரே ரகத்தை எல்லா நிலத்துக்குமான ஏகபோக ரகமாக தொடக்கத்தில் முன் வைத்தது. அந்த நடைமுறை கடுமையான தோல்வியடையவே தொடர்ந்து ஒவ்வொரு நிலத்துக்கும் என்று தனித்தனியாக நவீன ரகங்களை உருவாக்கத் தொடங்கியது.

பசுமைப் புரட்சி தொடங்குவதற்கு முன்பாக சுதந்திர இந்தியா வில்கூட தரமான மேம்படுத்தப்பட்ட விதைகளைத்தான் இந்திய அரசாங்கம் உருவாக்கி விநியோகம் செய்து வந்தது. ஏடிடி-27, சிஓ-20 போன்ற ரகங்கள் கோவையில் உள்ள மாநில வேளாண் ஆராய்ச்சி நிலையத்தில் உருவாக்கப்பட்ட மேம்படுத்தப்பட்ட ரகங்கள்தான்.

இப்போது நடப்பில் உள்ள குறுவைப் பயிர்கள் அல்லது குட்டை ரகங்கள் முதலில் நெல்லில் உருவாகவில்லை. கோதுமையில்தான் உருவாகின என்கிறார்கள் இயற்கை விவசாய ஆர்வலர்கள். அதாவது, சென்ற அத்தியாயத்தில் நாம் சொன்னது போல உலகப் போருக்குப் பின் ரசாயன உரங்கள் பயன்படுத்துவது அதிகரித்ததின் காரணமாக அமெரிக்காவின் உயரமான கோதுமைப் பயிர்கள் அளவுக்கு அதிகமாகக் கதிர்விட்டன. மேற்பரப்பிலேயே தேவை யான ஊட்டம் கிடைத்ததால் பயிர்கள் நன்கு ஆழம் செல்லாமல் மேலோட்டமாக நின்றன. கதிரும் அதிகமாகப் பிடிக்கவே பாரம் தாங்காமல் சாய்ந்துவிழத் தொடங்கின. கதிர் நன்றாகப் பிடித்தா லும் நிலத்தில் சரிந்து தானியங்கள் அழுகின. பயிர் குட்டையாக மாறினால் கதிர் சாயாது என்று நவீன விவசாய விஞ்ஞானிகள் கருதினர்.

அப்போது ஜப்பானிலிருந்து ஒரு குட்டை ரக கோதுமைக் கண் டெடுக்கப்படவே அது அமெரிக்காவுக்கு அனுப்பப்பட்டது. மெக்ஸி கோவின் ராக்பெல்லர் ஃபவுண்டேஷனில் வேலை செய்துவந்த நார்மன் போர்லாக் என்ற ஆராய்ச்சியாளர் இந்த ஜப்பானிய கோதுமை ரகத்தோடு வேறு சில ரகங்களை இணைத்து புதிய கோதுமை ரகத்தை உருவாக்கினார். இந்தக் குட்டையான பயிர் வேதியியல் உரங்களால் விளைச்சலும் அதிகமாகக் கொடுத்தது.

பின்னாட்களில் இந்தக் குட்டைரக மாதிரியை நெல்லுக்கும் பயன்படுத்தினார்கள். குட்டை ரகமான நெல்லாக இருந்தால்தான் வேதிப்பொருளால் செயற்கை ஊட்டத்தைப் பெற்று அதிகமாகக் கதிர் பிடிப்பதோடு சாயாமலும் நிற்கும் என்று குட்டை ரக குறுவைப் பயிர்களை உருவாக்கினார்கள்.

ரசாயன நைட்ரஜன் உரங்கள் தாவரங்களின் பச்சையத்தை செயற்கையாக அதிகப்படுத்தின. இதனால், சூரிய ஒளியிலிருந்து பெறப்படும் ஒளிச்சேர்க்கை அதிகமாக நிகழ்ந்து தானியங்கள்

பெருகின. நம் விவசாயிகள் உற்பத்தி பெருகுகிறது என்று கண்ணை மூடிக்கொண்டு நவீன ரக விதைகளுக்கு மாறினர். செயற்கையான வேதிப்பொருட்களை மூட்டை மூட்டையாக நம் நிலத்தில் தெளித்து மண்ணை உப்புக்களால் நிறைத்தனர். மண்ணில் இருந்த கோடிக் கணக்கான நுண்ணுயிர்கள் சொல்வதற்கு வாயின்றி ஊமையாய் செத்தன. நிலம் தன்னுடைய மூலவளத்தை இழந்து உயிரற்ற மண்ணாய் சத்தற்ற மலடாய் மாறி நிற்கிறது இப்போது.

அனைத்தும் இயற்கையாக விளைந்த காலங்களில் நீலஞ்சம்பா என்ற பாரம்பரிய நெல்ரகம் வட தமிழகத்தில் புகழ்பெற்றிருந்தது. குறிப்பாக, ஏரிகளின் அன்னை மடியாகத் திகழ்ந்த காஞ்சிபுரம், திருவள்ளூர் மாவட்டங்களில் இந்த நெல் மிகச் சிறப்பாக விளைந்தது. காஞ்சிபுரத்தின் சுக்கன் கொள்ளை இது அதிகமாக விளைந்த நிலமாக இருந்தது.

நீலஞ்சம்பா நீர்நிலைகளில் வளரும் தாவரம். ஏரிகள், குளங்களின் ஓரங்களிலும் அதிக ஆழமில்லாத இடங்களிலும் நன்கு தழைத்து இயற்கையாகவே வளரும். அந்தக் காலத்தில் ஏரிக்குள் படகுகளில் சென்று பயிரை அறுவடை செய்துவிட்டு கதிரைக் கட்டி நீருக்குள்ளேயே இழுத்துக்கொண்டு வருவார்களாம். ஒரு நெல்கூட உதிராமல் மொத்த கதிரும் அழகாய் கரை ஏறுமாம். நீலஞ்சம்பா ஒரு ஏக்கருக்கு சுமார் 1500 கிலோ நெல் தானியமும், சுமார் 1800 கிலோ வைக்கோலும் கொடுக்கும்.

மத்திய மற்றும் நீண்டக்கால நெல் வகையைச் சார்ந்தது இது. 175 - 180 நாள் வயதுடைய நீண்டகாலப் பயிரான இதை ஆகஸ்ட்-செப்டம்பர் மாதங்களில் தொடங்கக்கூடிய சம்பா பட்டத்தில் பயிரிடலாம். இயற்கையாக எந்தவிதப் பாதுகாப்பும் இன்றி தானாகவே ஆரோக்கியமாக வளரும் தாவரம் என்பதால் இலை தத்துப்பூச்சி, கதிர்நாவாய்ப் பூச்சி ஆகியவற்றை எதிர்த்து வளரும் திறனுடையது.

தடிப்பாகப் பெருநயத்துடன் காணப்படும் நீலஞ்சம்பாவின் அரிசி மிகுந்த சத்துக்கள் நிறைந்தது. நோய் எதிர்ப்பு சக்தியை மேம்படுத்தும். பால் கொடுக்கும் பெண்களுக்கு மிகவும் ஏற்றது. பால் சுரப்பை அதிகரிக்கச் செய்வதோடு பிரசவ கால உடல் கழிவுகளுக்கு எதிராக உடலை ஆரோக்கியமாக வைத்திருப்பதிலும் மிகச் சிறப்பாகச் செயல்படக்கூடியது.

பசுமைப்புரட்சிக்கு முன் எப்படி இருந்தது?

பசுமைப் புரட்சி இந்தியாவில் நிகழ்ந்த பிறகுதான் உணவு உற்பத்தியில் நாம் தன்னிறைவே அடைந்தோம் என்று இப்போதும் பலரும் சொல்கிறார்கள். இதில் உண்மை இல்லாமல் இல்லை. ஆங்கிலேயரிடம் நாம் அடிமைப்பட்டுக் கிடந்த காலங்களில் அவர்களின் சுயநலமான பொருளாதாரக் கொள்கைகளால் நாம் செயற்கையான பஞ்சங்களைச் சந்தித்து கடுமையான உணவுத் தட்டுப்பாட்டில் இருந்தோம் என்பதை மறுப்பதற்கில்லை.

ஆனால் -

இது மட்டுமே முழுமையான உண்மை இல்லை.

பசுமைப் புரட்சிதான் நம்மை காப்பாற்ற வந்த உயிர் காக்கும் திட்டம் என்பதைப் போன்ற கதையில் ஒருபாதிதான் உண்மை உள்ளது. ஆங்கிலேயர்களின் ஆட்சிக் காலத்தில் பஞ்சம் தலை விரித்தாடியதற்கும் பசுமைப்புரட்சி எனும் நவீன செயற்கை உர விவசாயம் நம்மிடம் அறிமுகமாவதற்கும் இடையில் ஆரோக்கியமான ஒரு விவசாயத் தேடல் நம்மிடம் இருந்தது. ஆர்.ஹெச். ரிச்சாரியா போன்ற மேதைகளால் முன்மொழியப்பட்ட அந்தத் திட்டத்தைக் கருவிலேயே நசுக்கிவிட்டுத்தான் பசுமைப் புரட்சி எனும் ஆபத்தான பாதையில் நாம் நுழைந்தோம்.

சுதந்திர இந்தியாவின் மிகப்பெரிய சவாலாக உணவுப் பிரச்சனைதான் இருந்தது. இந்தியாவில் வேளாண்மைச் சீரமைப்பதற்கான திட்டங்களை மிகத் தீவிரமாக அப்போதைய தலைவர்கள் சிந்தித்துக்கொண்டிருந்தார்கள். சுதந்திர இந்தியாவின் முதல் ஜனாதிபதியான ராஜேந்திர பிரசாத் இந்தியாவின் விவசாயத் துறையை சீரமைப்பதற்காக ஆலோசனைக் குழு ஒன்றை அமைத்தார். அதில், அதிகாரிகள் மட்டுமின்றி இந்தியாவின் முக்கியமான

தலைவர்களும் இடம்பெற்றிருந்தனர்.

எந்த நாட்டிடமிருந்தும் கையேந்தாமல் நாமே சுயமாக நமக்கான உணவை உற்பத்தி செய்துகொள்ளத் தேவையான குறுகிய கால, நீண்ட காலத் திட்டங்கள் என்னென்ன என்று அந்தக் குழுவின் கூட்டத்தில் தீவிரமாக விவாதிக்கப்பட்டன.

இந்தத் திட்டங்கள் அனைத்தும் இயற்கை விவசாயம் அல்லது மரபான மண்ணின் விவசாயம் சார்ந்ததாகவே இருந்தன. இந்தியாவில் அப்போது காந்திய சிந்தனைகளின் தாக்கம் அதிகமாக இருந்தது. எனவே, மண்ணையும் இயற்கையையும் கெடுக்கும் சிந்தடிக் உரங்கள் உள்ளிட்ட நவீன வேளாண்முறைக்கு அரசு தரப்பிலும் அதிகாரிகள் தரப்பிலும் எந்தவித ஆதரவும் கிடைக்கவில்லை. இன்னும் சொல்லப்போனால் எந்த ஓர் அதிகாரியும் அப்படி சிந்திப்பவராகக்கூட அந்தக் காலகட்டத்தில் இருக்கவில்லை. மக்களோ ஆயிரமாயிரம் ஆண்டுகளாக முன்னோர்கள் மேற்கொண்டு வரும் உற்பத்தி முறைகளையே பயன்படுத்த முயன்றுகொண்டிருந்தார்கள்.

விநோபாவே, குமரப்பா போன்ற காந்தியர்கள் காந்தியப் பொருளாதாரத்தின் அடிப்படை அலகான கிராமங்களை மேம்படுத்துவது குறித்து செயல்பட்டுக்கொண்டிருந்தார்கள். பூமிதான இயக்கம் போன்றவை மிகத் தீவிரமாக முன்னெடுக்கப் பட்டுக் கொண்டிருந்தன.

விடுதலை அடைந்ததும் முதல் கட்டமாக அனைத்துப் பொருட்களுக்கும் இருந்த விலைக் கட்டுப்பாடுகள் நீக்கப்பட்டன. இதன் காரணமாக அத்தியாவசியப் பொருட்களை அனைவருமே வாங்க முனைந்தனர். பொருட்களின் தேவை உற்பத்தியை அதிகரிக்கவே விலையும் குறையத் தொடங்கியது.

குமரப்பா தன்னுடைய ஆய்வு ஒன்றில் 'விவசாயத்தில் இயந்திரங்களை ஊக்குவித்தால் வசதியுள்ள விவசாயிகள் அதனை வாங்க முடிவதால் எளிதில் பயனடைவார்கள். சிறு விவசாயிகளை வாழவிடாமல் செய்து இறுதியில் அவர்கள் கூலிகளாக நேரும். கூட்டுப் பண்ணை விவசாயமோ ஒரு சிறு குழுவுக்கு பலர் அடிமையாகும் நிலையை உருவாக்கும். எனவே, சிறிய அளவிலான கிராமம் சார்ந்த கூட்டுறவு அமைப்புகளே மிகச் சிறந்தவை' என்று அறிவித்தார்.

அப்போது இருந்த அரசாங்கம் மக்கள் நலனை கருத்தில் கொண்டு முதல் இரண்டு ஐந்தாண்டு திட்டங்கள் வரையிலுமேகூட எந்தவிதமான ஆபத்தான விவசாய முயற்சிகளிலும் இறங்கவில்லை. நில விநியோகம், நிலச்சீரமைப்பு, வாடகைக் குறைப்பு, குத்தகை தாரர்களின் உரிமை போன்ற மிக அடிப்படையான விஷயங்களில் மட்டுமே தேவையான மாற்றங்களைக் கொண்டுவந்தது.

இளங்கோ கிருஷ்ணன்

விவசாயிகளை அணியாகத் திரட்டி அதிரடியான நவீனரக இயந்திரங்களை எல்லாம் பயன்படுத்தாமல் சிறு சிறு எளிமையான ஏற்பாடுகள் மூலம் விவசாய உற்பத்தியை அதிகரிக்கும் வழிகளை அப்போதைய அரசு செய்துவந்தது.

இந்தத் திட்டங்களில் குறைபாடுகள் இல்லாமல் இல்லை. நிலமும் அதிகாரமும் மிக்க செல்வந்தர்கள், ஜமீன்தார்கள் தங்கள் மாநில அரசை நிர்பந்தம் செய்து நில உச்ச வரம்பு சட்டத்தில் திருத்தங்கள் செய்து தங்கள் அதிகாரத்தைத் தக்கவைத்துக்கொண்டனர்.

காந்தியர்கள் அன்றைய நவீன இந்திய விவசாயத்தின் சிற்பிகளாக இருந்தார்கள் என்றால் மிகையில்லை. இந்திய ஜனநாயகத்தின் உதயம் முதல் பசுமைப்புரட்சி அறிமுகப்படுத்தப்படும் வரையிலான ஆண்டுகளில் அவர்கள் இயற்கை விவசாயம் சார்ந்து பேசிய விஷயங்கள், விவசாய சீரமைப்பு பற்றி பேசிய விஷயங்கள் மிக முக்கியமானவை.

சுதந்திரப் போராட்ட வீரரும் நேரு அமைச்சரவையில் உணவுத் துறை அமைச்சராய் இருந்தவருமான கே.எம்.முன்ஷி மிகச் சிறந்த கல்வியாளர். பின்னாட்களில் பாரதிய வித்யா பவன் என்ற கல்விக்கான அகில இந்திய அமைப்பை உருவாக்கியவர். பாரம்பரிய விவசாயம் மேல் மிகப் பெரிய மதிப்பும் மரியாதையும் கொண்டிருந்தவர். விவசாயம் என்பது ஒவ்வொரு நிலையிலும் கீழிருந்து மேலாக வளர்ந்து செல்ல வேண்டிய துறை என்று நம்பினார் முன்ஷி. அதாவது, முதலாவதும் பிரதானமானதுமான விவசாயத்தின் பகுதி நிலமும் விவசாயியும்தான். அப்படி, தனித் தனி சிறு விவசாயிகள் ஒன்றுசேர்ந்து ஆரோக்கியமான விவசாய

சூழலையும் தன்னிறைவான உற்பத்தியையும் உருவாக்க வேண்டும். அதுவே ஒரு ஆரோக்கியமான கிராமம். அப்படியான கிராமங்களில் இருந்தே உபரியும் சந்தையும் உருவாக வேண்டும் என்று நம்பினார்.

இன்றைய நவீன விவசாயம் சந்தையை பிரதானமாக வைத்து விவசாயியை சூதாட்டத்தில் இறங்கச் சொல்கிறது. மேலும், மிகப் பெரிய பண்ணைகளை ஒருங்கிணைத்து சிறு சிறு நிலங்கள் வைத்திருப்பவர்களை ஒடுக்குகிறது. ஒரு கட்டத்தில் அவர்களை விவசாயக் கூலிகளாக்குகிறது.

முன்ஷி போன்றவர்கள் இதற்கு மாறாகச் சிந்தித்தார்கள். விவசாயத்தில் ஏதேனும் ஒரு மாற்றத்தை, மறுமலர்ச்சியைக் கொண்டுவர விரும்பினால் அதைக் கீழ்மட்டத்திலிருந்தே தொடங்க வேண்டும். ஒவ்வொரு கிராமத்துக்கும் அதற்கே உரிய தட்பவெப்பம், உயிர்ச் சூழல், சுற்றுச்சூழல், நில வளம், நீர் வளம், பயிர் வகை ஆகியவை இருக்கும். நாம் முன்னெடுக்கும் மாற்றங்கள் இந்த எதார்த்தத்தைப் புரிந்துகொண்டு செயல்படுவதாக இருக்க வேண்டும் என்றார்.

தன்னுடைய அமைச்சகம் ஏற்பாடு செய்திருந்த கருத்தரங்கு ஒன்றில் மாநில அளவிலான வேளாண் இயக்குநர்களை நோக்கி முன்ஷி பேசிய சொற்களே இவை...

"உங்கள் பொறுப்பில் இருக்கும் கிராமத்தில் உயிர் சுழற்சியின் இரண்டு அம்சங்களைப் பற்றி நன்றாகத் தெரிந்துகொள்ள வேண்டும். ஒன்று நீர்ச் சுழற்சி, இரண்டாவது ஊட்டச்சத்து சுழற்சி. இந்த இரண்டு சுழற்சிகள் எங்கெல்லாம் துண்டிக்கப்பட்டிருக்கின்றன எனக் கண்டறிந்து அவற்றைச் சரிசெய்யும் முறை என்ன என்பதைப் பட்டியலிடுங்கள்.

முதலில் அந்த இரண்டு அடிப்படையான சுழற்சிகளின் இப்போதைய நிலை, அடுத்து நீர்ச் சுழற்சியை முழுமையாக்குவதற்கு எடுக்க வேண்டிய நடவடிக்கை. பிறகு, ஊட்டச்சத்து சுழற்சியை முழுமையாக்குவதற்காக எடுக்க வேண்டிய நடவடிக்கை. அதற்கடுத்து, உங்கள் கிராமத்தில் இவ்விரு சுழற்சிகளும் முழுமையடைந்தால் எப்படி இருக்கும் என்பதைப் பற்றிய கற்பனைப் படம் ஆகிய நான்கையும் தயாரியுங்கள். உங்கள் மேல் நீங்களே நம்பிக்கை வையுங்கள்.

விவசாயத்தின் அடிப்படையான இவ்விரு உயிர்ச் சுழற்சிகளையும் மீட்டால்தான் நமக்கு உண்மையான விடுதலை கிடைக்கும். நாம் உயிர் வாழமுடியும் என நம்பும் எந்த ஒரு மனிதனுக்கும் எந்த ஒரு முயற்சியும் கடினமானது அல்ல".

இப்படித்தான் அந்தக் காலகட்டத்தில் ஒவ்வொருவருமே மிகுந்த நம்பிக்கையுடனும் ஊக்கமுடனும் நவீன விவசாயத்தை ரசாயன உரங்களை நம்பாமல் மிகுந்த ஆர்வமுடன் இயற்கை

விவசாய முறைகளில் இறங்கினார்கள். அரசாங்கத்தின் ஆதரவு சிறப்பாக இருந்ததால் இப்படியான முயற்சிகள் அரசாலும் தனி நபர்களாலும் ஆங்காங்கே நடந்துகொண்டிருந்தன. செல்ல வேண்டிய பாதை இதுதான் எனத் தெளிவாகத் திட்டமிட்டுவிட்டு வண்டியை வேறு பாதையில் திருப்பிக்கொண்டு போனதைப் போல் நாம் நவீன விவசாயத்துக்குள் நுழைந்தோம்.

நவீன விவசாயம் அழித்த பாரமபரிய நெல் ரகங்கள் தமிழகத்தில் மட்டுமே பல்லாயிரம் இருக்கும் என்கிறார்கள். அவற்றில் சில நூறு மட்டுமே தப்பிப் பிழைத்துள்ளன. நொறுங்கன் அப்படியான பாரம்பரிய நெல் ரகங்களில் ஒன்று.

தமிழகத்தின், ராமநாதபுரம் மாவட்டத்தித்தில், பிரதானமாக விளையக்கூடிய நெல் வகை இது. ஒரு ஏக்கருக்கு சுமார் 2100 கிலோ தானிய மகசூல் கிடைக்கும் என்கிறார்கள். குறுகியக் காலப் பயிரான 110 நாட்கள் வயதுடைய இந்நெல் ரகத்தை, அக்டோபர் மாதம் தொடங்கும் பின்பருவத்தில் (தமிழ் மாதம் ஐப்பசியில்) விதைத்து, சனவரியில் (தமிழ் மதம் தையில்) அறுவடை செய்யலாம். ராமநாதபுரம் மட்டும் இன்றி மணல் கலந்த மானாவாரி புன்செய் நிலங்களில் மானாவாரிப் பயிராக இதை சாகுபடி செய்யலாம்.

போதுமான நீர்வளம் இருந்தால் மிகச் சிறப்பாக வளரும் பயிர் இது. போதிய மழையோ நீரோ இல்லாத போது இலைச் சுருட்டுப் புழு மற்றும் தண்டு துளைப்பான் போன்ற பூச்சிகளால் பாதிப்பு ஏற்படும் என்கிறார்கள்.

நாற்றுக்கு விதைக்கும் முன் நன்கு விதை நேர்த்தி செய்ய வேண்டியது அவசியம். பாத்தி அமைத்து நாற்றங்கால் கட்டி பதினைந்தாவது நாளில் எடுத்து ஒற்றை நாற்று முறையில் நடவு செய்ய வேண்டும். குறித்த நாளில் களை நீக்கி, புழு, பூச்சி பாதிப்புகளைத் தடுக்கவும், பயிர் நன்கு ஊட்டமுடன் வளரவும் அமிர்தக் கரைசல், மீன் அமிலம், பஞ்சகவ்யம், வேப்பம் பிண்ணாக்கு போன்ற இயற்கையான பூச்சிக்கொல்லிகள், ஊட்டச்சத்துக்களைக் கொடுக்கலாம். அவசியம் எனில் பூச்சி விரட்டி அட்டைகளும் வைக்கலாம். முறையாக நீர் பாய்ச்சி நன்கு பராமரித்துவந்தால் பொன்னாய் பெருகும் அற்புத பாரம்பரிய தானியம் இது.

சொரசொரப்பான நெல் மணிகளைக் கொண்ட நொறுங்கனில் தாதுஉப்புகள் நிறைந்துள்ளன. வளரும் குழந்தைகளுக்கு மிகவும் ஏற்றது. உடல் பலவீனமானவர்கள், நோயாளிகள், முதியவர்கள் ஆகியோருக்கு மிகவும் ஏற்றது. இட்லி, தோசை போன்ற டிபன் ஐட்டங்கள் செய்யவும். முறுக்கு போன்ற பலகாரங்கள் செய்யவும் நொறுங்கன் அரிசி மிகவும் ஏற்றது.

உங்களை இந்த அரிசி அழகாக்கும்!

இந்தியா சுதந்திரம் அடைந்த புதிதில் இயற்கை வேளாண்மைக்கு மாறாக முழுமையான வேதியியல் வேளாண்மை என்ற சிந்தனை இந்திய அரசிடம் இல்லை என்பதைப் பார்த்தோம். பல குறைபாடுகள் இருந்தாலும் சுதந்திர இந்தியாவில் நிலச்சீர்திருத்தம் ஓரளவு நடைமுறைப்படுத்தப்பட்டு இந்திய நிலங்கள் அமோக விளைச்சலைக் கண்டுவந்தன.

அன்றைய தேதியில் அரசியல்வாதிகளாக இருந்தவர்களில் பலருக்கும் ஏக்கர் கணக்காக விவசாய நிலங்கள் இருந்ததாலும் அவர்கள் பெரும் பண்ணையார்கள் மற்றும் நிலச்சுவாந்தார்களு டன் கைகோர்த்துச் செயல்பட்டதாலும் நிலச்சீர்திருத்தம் என்பதும் அதன் வழியாக விவசாய உற்பத்திப் பெருக்கம் என்பதும் இந்திய நிலங்களில் அதிகம் சாத்தியப்படாத விஷயமாக இருந்தது. அந்த சூழலில்தான் உலகம் முழுதும் பசுமைப்புரட்சி ஏற்படுவதற்கான சூழல்கள் மெல்ல உருவாகத் தொடங்கின.

உலகப்போர்கள் ஓய்ந்த பிறகுஅமெரிக்கா மற்றும் ரஷ்யா இடையே யார் பெரியவன் என்ற பனிப்போர் தொடங்கியது. சீனாவும் கம்யூனிசப் பாதையைத் தேர்ந்தெடுத்தது அமெரிக்கா வுக்கும் பிற ஐரோப்பிய முதலாளித்துவ நாடுகளுக்கும் அதிர்ச்சி யான விஷயமாக இருந்தது. மேலும், இது மற்ற ஆசிய நாடுகளிலும் பரவினால் நிலைமை மோசமாகும் என்றும் அமெரிக்கா யோசித்தது. இதை எப்படிக் கட்டுப்படுத்துவது என்று யோசித்த போதுதான் பி.எ.480 சட்டத்தை அமெரிக்கா கொண்டுவந்தது.

உலகப் போருக்குப் பிறகு ஆயுதங்கள் தயாரிக்கப் பயன்படுத்தப் பட்ட வேதிப் பொருட்கள் நவீன உரங்கள் தயாரிக்க பயன்படுத்தப்

பட்டதாலும் இரண்டாம் உலகப் போரால் கிட்டிய வெற்றியாலும் அமெரிக்கப் பொருளாதாரம் புத்துணர்வு பெற்றது. மாபெரும் பொருளாதார மந்தத்திலிருந்து மீண்டு எழுந்த அந்த தேசம் நாலு கால் பாய்ச்சலில் முன்னேறத் தொடங்கியது.

அமெரிக்காவின் குடோன்களில் அவர்களின் தேவைக்கு அதிகமாக இரண்டு மடங்கு கோதுமைகள் குவிந்திருந்தன. நாம் ஏற்கெனவே சொன்ன குட்டைரக கோதுமைப் பயிரின் கண்டுபிடிப்பும் நவீன உரங்களும் இந்த அசாத்தியமான விளைச்சலைக் கொடுத்துவந்தன. இப்படி உபரியாகக் குவியும் கோதுமையை என்ன செய்வது என்று அமெரிக்கா கையைப் பிசைந்துகொண்டிருந்தபோது அதை அந்நிய நாடுகளுக்கு வழங்கலாம் என்ற முடிவு எடுக்கப்பட்டது.

உண்மையில் அந்தக் காலத்தில் பிரிட்டிஷ் காலனிகள், ஆப்பிரிக்கா மட்டும் அல்ல கடுமையான இரண்டு உலகப்போர்களால் சில ஐரோப்பிய நாடுகளும் உணவுக்கு வழியின்றி ஓட்டாண்டியாகியிருந்தன. பல ஐரோப்பிய நாடுகளில் போக்குவரத்து, அடிப்படைக் கட்டமைப்பு ஆகியவைகூட சிதைந்திருந்தன. இந்த நாடுகளுக்கு உதவ வேண்டியது வசதியான நாடுகளின் கடமை என்ற கோரிக்கை உலக மாமன்றத்தில் வைக்கப்பட்டது. இந்தக் கோரிக்கையை ஏற்ற அமெரிக்க அரசு அந்த நாடுகளுக்கு நிதியுதவி செய்ய முன்வந்தது. கம்யூனிசக் கொள்கைகளைக் கைவிட்டு முதலாளித்துவ ஏற்பாடுகளுக்குத் திரும்பவும் அந்த நாடுகள் அறிவுறுத்தப்பட்டன.

ஐரோப்பிய நாடுகளில் அமெரிக்கா மேற்கொண்ட பொருளா

தார மேம்பாட்டுப் பணிகளுக்கு மார்ஷல் திட்டம் ஓர் உதாரணம். அமெரிக்க வல்லுநர்களின் ஆலோசனையை ஏற்றுக்கொண்டு அந்த நாடு தரும் அவர்களின் உற்பத்திப் பொருட்களை வாங்கிக் கொண்டு அமெரிக்காவுக்குக் கட்டுப்பட்டு நடக்கவேண்டும் என்ற சூழல் உருவானது. இந்த மார்ஷல் திட்டம்தான் பின்னாட்களில் ராக்பெல்லர் பவுண்டேஷன், ஃபோர்டு பவுண்டேஷன் போன்ற அந்நிய நிதியுதவி அமைப்புகளின் தோற்றத்துக்கு அடிப்படையாய் அமைந்தது.

அமெரிக்க ஜனாதிபதி ஐசன்ஹோவர் 1954ல் ஒரு புதிய சட்டத்தைக் கொண்டுவந்தார். பொதுச் சட்டம் 480 (Public 480) சுருக்கமாய் PL480 எனப்பட்டது. அமெரிக்க வேளாண்மை உற்பத்திப் பொருட்களின் சந்தையை ஏற்றுமதி மூலம் நிரந்தர மாக விரிவாக்கு வதற்கான திட்டமாக இது இருக்கும் என்று அறிவிக்கப்பட்டது. இதன்படி, அமெரிக்க உணவுப்பொருட்கள் அவர்களின் நுகர்வுக்காக மட்டுமின்றி மற்ற நாடுகளில் விற்பதற் கான சந்தைக்காகவும் உற்பத்தி செய்ய முடிவுசெய்யப்பட்டது. உலகத்தின் பசியைத் தீர்ப்பதற்கான பெருந்திட்டம் என்ற மனித நேயப் போர்வையில் அமெரிக்காவின் சந்தைவெறி இதன் பின் இயங்கியது.

உலகம் முழுதும் வறுமையில் வாடும் நாடுகளுக்கு உணவுப் பொருளை ஏற்றுமதி செய்வதன் மூலம் அந்த நாடுகளுக்கு தன் விளைச்சலை விற்றமாதிரியும் ஆயிற்று. அந்த நாடுகள் கம்யூனிச ஆதிக்கத்துக்கு ஆட்படுவதை தடுப்பதாகவும் ஆயிற்று என்று ஒரே கல்லில் இரு மாங்காய் கனவு கண்டதுஅமெரிக்கா.

இப்படியான சூழலிதான் நம்முடைய புதிய சுதந்திர அரசின் நிலச் சீர்திருத்தக் கொள்கைகள் தடுமாறத் தொடங்கின. மறுபுறம் முதல் ஐந்தாண்டுத் திட்டத்தை விவசாயத்தின் அடிப்படையில் அமைத்த நேரு ரஷ்யாவின் சூப்பர் இண்டர்ஸ்ட்ரியலைசேஷன் மீது கொண்ட பிரேமையால் இரண்டாம் ஐந்தாண்டுத் திட்டத்தை தொழில்துறை அடிப்படையில் வடிவமைத்தார். இதனாலும் முன்னேற்றப்பாதையில் சென்றுகொண்டிருந்த இந்திய விவசாயம் தடுமாறத் தொடங்கியது. அமெரிக்கா இந்தியாவுக்கு உதவ முன்வந்தது 1956ல் முதன் முதலாக பி.எல்480 திட்டத்தின்படி கோதுமை வந்திறங்கியது.

அந்த கோதுமை வந்தபோது நம்மிடம் போதுமான கோதுமை கையிருப்பில் இருந்தது. நம் அரசாங்கம் பற்றாக்குறை காலத்தில் பயன்படுத்தவே அதை வாங்கினோம் என்று கூறியது. இதற்கு அப்போதே பலதரப்பிலிருந்தும் எதிர்ப்புகள் வந்தன. வெளிநாட்டி லிருந்து உணவுத் தானியங்களை இறக்குமதிசெய்து பழகினால் நாளடைவில் நம் நாட்டில் உற்பத்தி செய்வதற்கான முனைப்பு

காணாமல் போய்விடும். நம் நாட்டிலேயே விளைச்சலைப் பெருக்குவதற்குத் தேவையான திட்டங்களை வகுத்து விவசாயிகளுக்கு விழிப்புணர்வு ஏற்படுத்துவதுதான் நல்ல யோசனையாக இருக்கும் எனப் பலதரப்பட்டவர்களும் விமர்சனம் செய்துவந்தார்கள்.

ஆனால், இந்த இறக்குமதியில் இந்திய அரசு, அமெரிக்க அரசு இரண்டுக்குமே லாபம் இருந்தது. அதாவது, இறக்குமதியாகும் கோதுமையில் கிடைக்கும் வருவாயில் சுமார் எண்பது சதவீதம் வரை திருப்பித் தர தேவை இல்லை அதை இந்தியாவின் வளர்ச்சித் திட்டங்களுக்குப் பயன்படுத்தலாம் என்று அமெரிக்கா தாராளம் காட்டியது. அதாவது அந்தத் தொகை அமெரிக்கா இந்தியாவுக்குக் கொடுத்த கடனாக மாறும். அமெரிக்க குடோன்களில் வெறுமனே எலிகள் கொறித்தும் பயனற்று மட்கியும் போகும் உபரியைத்தான் அமெரிக்கா கொடுக்கிறது என்பதால் அதற்கும் லாபமான பேரமே இது.

இப்படியான வசதி இருந்ததால் கோதுமை இறக்குமதிக்கு எதிரான குரல்கள் முனகல்களாக மாறி இறுதியில் இல்லாமலே போயின.

அப்போதைய அதிபர் நிக்ஸனின் வேளாண்துறைச் செயலாளராக இருந்த அர்ல் பட்ஸ் என்ற அதிகாரி இந்த இறக்குமதி பற்றி குறிப்பிட்டது அமெரிக்காவின் உள்நோக்கத்தை தெளிவாகச் சொல்வதாக உள்ளது, ‘பசியோடு இருப்பவர்கள் யார் கையில் உணவு இருக்கிறதோ அவர்கள் பேச்சைத்தான் கேட்பார்கள். உணவு என்பது ஒரு கருவி. அமெரிக்காவின் கிடங்கில் இருக்கும் முக்கியமான ஆயுதம் உணவுதான்’ என்றார்.

நம் மக்கள் தொகை வளர்ந்துகொண்டிருந்தது என்பது உண்மைதான். அதிகரித்துக்கொண்டேயிருந்த ஜனத்தொகைக்கு பாரம்பரிய விவசாயம் மூலமே நாம் உணவுத் தன்னிறைவைத் தந்திருக்க முடியும். ஆனால், அதிகார வர்க்கத்திலிருந்த சிலர் மால்தூஸின் மக்கள் தொகைக் கோட்பாட்டை தங்கள் இஷ்டத்துக்குத் திரித்தார்கள். அது மட்டுமின்றி நம் விவசாயத் தொழில்நுட்பங்கள் பழைமையானவை என்ற பொய்யை திரும்பத் திரும்பச் சொன்னார்கள். அமெரிக்க இறக்குமதி தரும் வருமானப் பெருக்கம் அவர்கள் கண்ணை மறைத்தது.

இப்படியான, கட்டுப்பாடற்ற இறக்குமதி இந்திய உற்பத்தியை கபளீகரம் செய்யத் தொடங்கியது. அதாவது, இறக்குமதி செய்யப்பட்ட கோதுமையின் விலையோடு இங்கு உற்பத்தியாகும் கோதுமையால் போட்டிபோட இயலவில்லை. விளைவு, கோதுமை உற்பத்தி செய்த விவசாயிகள் வேறு பணப்பயிர்களுக்கு வேக வேகமாக மாறத் தொடங்கினார்கள். விவசாயிகள் பயிரை மாற்றும் வேகத்துக்கு ஈடு கொடுத்து கோதுமை இறக்குமதி செய்யும்

விகிதம் அதிகரித்துக்கொண்டே போனது. இது ஒரு விஷச்சுழல். இதற்குள் இந்திய விவசாயம் திட்டமிட்டே இறக்கப்பட்டது. மக்கள் தொகைப் பெருக்கம் அடிக்கடி உணவுப் பற்றாக்குறை என்ற காரணம் பூதாகரமாகப்பட்டது. கடைசியாக பசுமைப்புரட்சி என்ற உண்மையான பூதம் இந்த பூமிக்கு வந்தது.

பசுமைப் புரட்சியின் ராட்சஷ கைகளுக்கு அகப்படாமல் உயிர் பிழைத்து எஞ்சியுள்ள பாரம்பரிய நெல் ரகங்களில் வாலான் மிக முக்கியமான ரகமாகும். இந்த நெல்லின் முனை வால்போன்று காணப்படுவதால் இதை வாலான் என்கிறார்கள். 160 நாட்களில் அறுவடைக்கு வரக்கூடிய நீண்டகால நெல்ரகம் இது.

வெள்ளம், மற்றும் வறட்சி போன்ற இயற்கைச் சீற்றங்களையும் தாங்கி வளரும் இயல்புடையது. கடந்த நூற்றாண்டின் பின் பகுதியில் காவிரிக் கரையோரக் கிராமங்களில் அதிகமாகச் சாகுபடி செய்யப்பட்ட ரகம் இது. தமிழகம் முழுதும் அனைத்து மண் வகைகளுக்கும் ஏற்ற ரகம். களிமண்ணிலும் வடிகால் வசதியற்ற பள்ளக்காலான தாழ்வான பகுதிகளிலும் இருபது நாட்களுக்கு ஒருமுறையே தண்ணீர் கிடைக்க வாய்ப்புள்ள வறண்ட நிலங்களிலும்கூட நன்கு செழித்து வளரக்கூடியது.

போர்க்குணம் மிக்க தாவரம் என்பதால் எந்தவிதமான உரமும் இன்றி தானாகவே செழித்து வளரும். சராசரியாக ஒரு ஏக்கருக்கு முப்பது மூட்டைக்கும் மேலாக மகசூல் தரகூடியது.

தடித்த மோட்டா ரகமாக வெண்ணிற அரிசியைக் கொண்ட இது இயல்பாக இனிப்புச் சுவையுடையது. இதனால், உடலுக்கு உடனடி ஆற்றலைத் தரும். வாலான் அரிசியைத் தொடர்ந்து சாப்பிடுவதன் மூலம் குடல் சுத்தப்பட்டு, தேகம் அழகு பெறும். பித்தம், வயிறு சம்பந்தமான நோய்கள், கரப்பான், மந்தவாயு சம்பந்தப்பட்ட நோய்கள் நீங்கும். இந்த அரிசியை வேகவைத்து அதில் சிறிது கறிவேப்பிலையைப் போட்டு ஊறவைத்து, அதன் நீராகாரத்தைப் பருகினால் நெய் போல் மணம் கமழும். நோய் எதிர்ப்புச் சக்தியை மேம்படுத்தும். வளரும் குழந்தைகளுக்குக் கொடுக்கலாம்.

இனிப்பு சுவை கொண்டது என்பதால் அனைத்து வகையான பலகாரங்களும் செய்யலாம். வாலான் அரிசியில் பிட்டு செய்து பருவமடைந்த பெண்களுக்குக் கொடுத்தால் உடல் வலுவாகும். தமிழகத்தில் சுமங்கலி பூஜை மற்றும் ஆடிப்பெருக்கு போன்ற நிகழ்வுகளில் இந்த அரிசி பிரதானமாக பயன்படுத்தப்படுகிறது.

புரட்சியா? பூதமா? பசுமைப் புரட்சியின் மறுபக்கம்!

இந்தியாவில் படித்தவர்கள் முதல் பாமரர்கள் வரை பசுமைப் புரட்சிக்கு ஆதரவு கொடுக்கிறார்கள். நம் பஞ்சம் தீர்க்க வந்த விதியின் கைகள் என்றே பசுமைப் புரட்சியின் நாயகர்களை வர்ணிக்கிறார்கள். பாரம்பரிய வேளாண்மையால் இந்தியா வின் உணவுத் தேவையை நிறைவேற்ற முடியாது. இந்தியாவின் பாரம்பரிய நெல் ரகங்கள் தரமற்றவை என்ற இரண்டு பொய்கள் திரும்பத் திரும்பச் சொல்லப்பட்டு அதை உண்மை என நம்பும் தலைமுறைகளே உருவாகிவிட்டன.

ஒரு படத்தில் வரும் 'செவப்பா இருக்கிறவன் பொய் சொல்ல மாட்டாண்டா' என்ற வடிவேல் டயலாக்தான் நினைவுக்கு வரு கிறது. நம் எளிய மனங்கள் அப்படித்தான் நம்பிக்கொள்கின்றன போலும். 'படித்தவர்கள் பொய் சொல்ல மாட்டார்கள்', 'நாகரிக மாக உடை அணிந்தவர்கள் நல்லவர்களாக இருப்பார்கள்' என்று எல்லாம் நாமாக நினைத்துக்கொள்கிறோம். உண்மையில் நம்மு டைய விவசாய அறிஞர்கள், வேளாண்பட்டதாரிகள் சொன்ன பொய்கள் வரலாறு எங்கும் அள்ளமுடியாத நெல்மணியாய் சிதறிக்கிடக்கின்றன.

அந்நிய நிறுவனங்கள் தங்களின் வணிக நலன்களுக்காக, கோடி கோடியாய் தாங்கள் கல்லா கட்டுவதற்காக, இந்திய நிலம், விவ சாயி களின் எதிர்காலம் என எது குறித்தும் யோசிக்காமல் பசுமைப் புரட்சியை இந்நிலத்தில் விதைக்க எண்ணினார்கள். வளர்ந்த நாடுகள் தங்களின் எதேச்சதிகாரத்தின் கைகளில் இந்திய விவ சாயம் இருக்க வேண்டும் என்பதற்காக இந்திய அரசாங்கத்தின் அப்போதைய நிலையைத் தங்களுக்குச் சாதகமாக பயன்படுத்திக்

கொண்டன. அப்போதைய நம் இளம் விஞ்ஞானிகளும், விவசாயப் பட்டதாரிகளும் அறிந்தும் அறியாமலும் அவர்களின் சூழ்சிக்குப் பலியாகினர். இதுதான் நமது பசுமைப்புரட்சியின் கதை.

பசுமைப்புரட்சி என்பது ஓர் இரவில் முடிவு செய்யப்பட்டு திடீரென இங்கு உருவான மாற்றம் அல்ல. இந்தியாவின் சுதந்திரம் அறிவிக்கப்பட்டபோதே இந்த புதிய தேசத்தைத் தங்கள் கைகளில் வைத்துக்கொள்வது எப்படி என்பதை அமெரிக்கா, ரஷ்யா போன்ற வளர்ந்த நாடுகள் யோசிக்கத் தொடங்கின. அப்போதிலிருந்தே திட்டமிடப்பட்டு முயற்சிகள் மேற்கொள்ளப்பட்டன. சுதந்திர இந்தியாவின் முதல் தலைமுறைத் தலைவர்கள் நவீன இந்தியாவின் வடிவமைப்பில் மிகுந்த அக்கறையோடு இருந்தனர். அதனால், அவர்கள் இருந்தவரை அந்நியமுயற்சிகளுக்கு பெரிய பயன்கள் இருக்கவில்லை.

பசுமைப்புரட்சி என்பது 1967ல் தொடங்கப்பட்டு 1978 வரை நிகழ்ந்த பல்வேறு வகையான ஆலோசனைகள், திட்டங்கள், செயல்பாடுகள் ஆகியவற்றை உள்ளடக்கிய ஒரு வேலைத் திட்டம். இதன் முழுமையான செயல்பாடுகள், இதில் ஈடுபட்டவர்களின் மனப்போக்குகள், அதிகார மையங்களின் நோக்கங்கள், அந்நாளைய அரசியல், அதன் உள் நீரோட்டங்கள் பற்றி எல்லாம் இன்று விரிவான பல நூல்கள் வந்துள்ளன.

இவற்றை ஓரளவுப் புரட்டினாலே நாம் புரிந்துகொள்ளக்கூடிய உண்மை என்னவென்றால், பசுமைப்புரட்சி என்பது இங்கு தானாக நிகழ்ந்த ஒன்றல்ல. ஒரு பூ மலர்வது போல உள்ளார்ந்த இயல்பாக மலர்ந்தது அல்ல. பிரெஞ்சுப்புரட்சி, ரஷ்யப்புரட்சி என்பதைப் போல மானுட வரலாற்றின் போக்கில் இயல்பாக மக்களால், மக்களில் நிகழ்ந்தது அல்ல. அது வெளியிலிருந்து வலுக்கட்டாயமாக நம் மீது திணிக்கப்பட்ட ஒன்று. மிக அடிப்படையில் அது ஒரு அந்நிய தொழிற்கொள்கை. அவர்களின் வணிக நலன்களை முன் நிறுத்தி நம்முடைய நலன் என்பதைப் போன்ற பசப்பு வார்த்தைகள் மேல் கட்டப்பட்ட மாயக்கோட்டை அது.

பசுமைப் புரட்சியின் நாயகன் என விதந்தோதப்படும் சி.சுப்பிரமணியம் அவர்களுக்கு இந்தியாவின் பாரம்பரிய விவ்சாயத்தின் மேல் மரியாதை இருந்தது என்னவோ உண்மைதான். ஆனால், அவர் நவீன விவசாயத்தைக் கண்ணை மூடிக்கொண்டு நம்பினார். பாரம்பரிய விவசாய முறைகளை விட சிந்தடிக் உரங்களும், பூச்சிக்கொல்லிகளும் அதிக மகசூலை அள்ளிக்கொடுக்கும் என்று நம்பினார்.

இதைப்பற்றித் தன்னுடைய சுயசரிதை நூலான *'Hands of Destiny"* நூலில் குறிப்பிடும்போது, 'இயற்கை உரங்களில் ஒன்று முதல் மூன்று சதவீத நைட்ரஜன் உரமே உள்ளது. ஒரு ஹெக்டேருக்கே 60 கிலோ நைட்ரஜன் தேவை எனில் டன் கணக்கில் இயற்கை

உரங்கள் தேவைப்படுமே. அத்தனை உரம் நம்மிடம் இல்லை. இருந்தாலும் அத்தனை உரத்தைக் கொட்டினால் பயிரே மூழ்கி விடுமே. எனவே, ரசாயன உரம்தான் சிறந்தது' என்கிறார்.

இயற்கை விவசாயிகளிடம் இந்தக் கேள்விக்கு பதில் உண்டு. 'காற்று மண்டலத்தில் இருக்கும் எழுபது சதவீத நைட்ரஜனை தாவரங்களுக்குத் தேவையான வடிவில் மாற்றித்தரும் வேலையை மண்ணில் உள்ள நுண்ணுயிர்களே செய்ய வாய்ப்பு உள்ளபோது, அதன் செயல்முறை பற்றி முழுமையாகத் தெரியாத நாம் ஏன் சர்ச்சையிட வேண்டும்' என்று கேட்கிறார்கள்.

டன் கணக்கில் சிந்தடிக் உரங்களை நிலத்தில் கொட்டி நுண்ணுயிர்களை அழித்து, மண்ணைக் கெடுப்பதற்கு பதிலாக பயிர்ச் சுழற்சி, மூடாக்கு, உயிர் உரங்கள், கலப்புப் பயிர் போன்ற தொழிநுட்பங்களைப் பரவலாக உபயோகப்படுத்தலாமே. சி.எஸ் அவர்கள் இதை எழுதுவதற்கு அரை நூற்றாண்டுக்கு முன்பே வோல்கர் போன்ற ஐரோப்பிய அறிஞர்கள் இதற்கான தீர்வையும் எழுதியிருக்கிறார்கள். ஆனால், இது குறித்து எல்லாம் நவீன வேளாண் விஞ்ஞானிகளிடம் எந்தப் பதிலும் அப்போதும் இல்லை. இப்போதும் இல்லை என்பதே நிஜம்.

'நம் விவசாயிகள் இரண்டாயிரம் ஆண்டுகளாக விவசாயம் செய்துவருகிறார்கள் என்றும், அதனால் அவர்களுக்குத் தெரியாதது எதுவுமில்லை என்றும் விஞ்ஞானப்பூர்வமான வேளாண்மை

மருதம் மீட்போம்

வெறும் ஆர்வக்கோளாறு என்றும் சிலர் கூறுகின்றனர். நம் விவசாயிகள் பாரம்பரிய வேளாண்மை பற்றி நன்கு தெரிந்தவர்கள் என்பது சரிதான். ஆனால், அவர்களுக்கு நவீன வேளாண்மை பற்றி ஒன்றுமே தெரியாது. அந்த விஷயத்தில் அவர்கள் சொல்வதை நாம் பொருட்படுத்த வேண்டியது இல்லை' என்று அதே சுயசரிதையில் குறிப்பிடுகிறார் சி.எஸ். இந்தக் கூற்று அவருக்கு நவீன விவசாயத்தின் மீது எப்படியான வழிபாட்டுணர்வு இருந்தது என்பதையும் பாரம்பரிய விவசாயம், விவசாயிகளின் அறிவைப் பற்றியுமான அவரது அலட்சிய மனோபாவம் எப்படிப்பட்டது என்பதையும் காட்டுகிறது.

இந்தியாவின் உணவு உற்பத்தியை எப்படியாவது பெருக்க வேண்டும் என்பதை மட்டுமே நோக்கமாகக் கொண்டிருந்த சி.எஸ் போன்ற அறிஞர்களுக்கு புதிய ரக நெல்லை இம் மண்ணுக்குக் கொண்டுவந்தால் அதனுடனேயே அதன் பூச்சிகளும் கட்டுப்பாடு இல்லாமல் பெருகும். நம் விவசாயிகளுக்கு அதை எதிர்கொள்வதற்கான பயிற்சி இல்லாததால் நிறைய சிக்கல்கள் உருவாகும் என்று எச்சரித்த ரிச்சாரியா போன்றவர்களின் சொற்கள் புரியவே இல்லையா அல்லது கேட்கத் தயாரில்லையா என்ற ஐயம் நமக்கு வருகிறது.

மிகக் குறைந்தபட்சம் சிந்தடிக் உரங்களையும், பூச்சிக்கொல்லிகளையும் பயன்படுத்துங்கள். நெல்ரகங்களையாவது நம் பாரம்பரிய ரகங்களாகப் பார்த்துப் பயன்படுத்துங்கள். நம்மிடமே பூச்சிக் கட்டுப்பாடு நிறைந்த போர்க்குணம் மிக்க குட்டை ரக நெல்கள் கூட உள்ளன என்று ரிச்சாரியா ஒரு படி கீழே இறங்கியும் கேட்டுப் பார்த்தார். ஆனால், அப்போது இருந்த சூழலில் ரிச்சாரியா போன்றவர்களின் குரல்கள் அதிகாரத்தின் காதுகளில் ஏறவே இல்லை. 'அமெரிக்கர்களின் பேச்சைக் கேட்டுக்கொண்டு தவறான முன்னு தாரணங்களை செய்துகொண்டிருக்கிறார் சி.சுப்பிரமணியம்' என்று இடதுசாரிகள் ஒருபுறம் குற்றம்சாட்டிக்கொண்டிருந்தார்கள்.

'நம் நாட்டுக்குள் உணவு தானியங்களின் போக்குவரத்துக்கு விதிக்கப்பட்டிருக்கும் கட்டுப்பாடுகளை நீக்கிவிட்டாலே பற்றாக்குறையை சமாளிப்பதற்கான தேவையான உணவும் நம்மிடமே உள்ளது என்பது புரியும்' என்று அந்நாளைய நாடாளுமன்ற உறுப்பினராக இருந்த அடல் பிஹாரி வாஜ்பாய் கூறினார். இப்படி, இடதுசாரிகள், வலதுசாரிகள் என யார் குரலையும் கேட்காமல் தன்னிச்சையாக பசுமைப் புரட்சிக்கான விதைகளை ஊன்றியது அப்போதைய மத்திய அரசு. புரட்சி என்ற பெயரில் புதிய பூதம் ஒன்றுக்கு கதவு திறந்துவிட்டோம் நாம். பிறகு, தொடங்கியது பசுமைப் புரட்சியின் தாண்டவங்கள்.

 இளங்கோ கருஷ்ணன்

பசுமைப் புரட்சியின் செயல்பாடுகள், விளைவுகளைப் பார்ப்பதற்கு முன்பு பிச்சாவரை பற்றி பார்த்துவிடுவோம். பிச்சாவரை தமிழகத்தின் நாகப்பட்டினம் மாவட்டத்தில் உள்ள வெள்ளப்பாலம் மற்றும் கீவலூர் வட்டாரங்களில் அதிகம் பயிரிடக்கூடியது.

வெள்ளப்பெருக்கு, வறட்சி என்ற இரண்டு இயற்கைப் பேரிடர்களையும் சமாளித்து வளரக்கூடிய பாரம்பரிய நெல் இது. நேரடி விதைப்பு மற்றும் நாற்று நடவு என்ற இரு முறைகளுக்குமே ஏற்றது. நூற்றுப் பத்து நாளில் அறுவடைக்குத் தயாராகும் குறுகிய காலப் பயிர் என்பதால் நம்பி இதை விதைக்கலாம். ஒரு ஏக்கருக்கு 4,800 கிலோ வரை மகசூல் தரக்கூடியது.

அக்டோபர் மாதம் முதல், நவம்பர் மாதம் முடிய உள்ள பின் தாளடி பட்டத்தில் சாகுபடி செய்ய உகந்தது. நாகப்பட்டினம் மற்றும் இன்றி தஞ்சாவூர், திருவாரூர், திருச்சி, கரூர் மற்றும் பெரம்பலூர் ஆகிய மாவட்டங்களில் இந்தப் பயிர் இதே பருவத்தில் பயிரிடப்பட்டுவருகிறது. எந்த விதமான பருவ நிலையையும் தாங்கி வளரும் இயல்புடைய தாவரம் என்பதைப் போலவே எல்லாவிதமான நிலத்திலும் வளரக்கூடியதாகவும் பிச்சாவரை உள்ளது. எனவே, தமிழகம் முழுதுமே இதைப் பயிரிடலாம். முறையாக விதைநேர்த்தி செய்து, பாத்தி அமைத்து நாற்றங்கால் உருவாக்கி, ஒற்றை நாற்று முறையில் நடவு செய்தால் அமோக விளைச்சல் கிடைக்கும். நாற்றங்கால் தயாரிக்கும்போதே நடவு வயலையும் தயார் செய்து விட வேண்டும். பூச்சி பாதிப்புகள் அதிகம் இருந்தால் பஞ்சகவ்யம், வேப்பம் புண்ணாக்கு, மீன் எண்ணெய் போன்ற இயற்கைப் பூச்சி விரட்டிகள் பயன்படுத்தலாம். முறையாக களைநீக்கம் செய்து, காய்ச்சலும் பாய்ச்சலுமாக நீர்பாய்ச்சி வந்தால் பொன்னாய் விளையும் பயிர் இது.

பிச்சாவரை பாரம்பரிய நெல் என்பதால் இதில் தாது உப்புக்கள் மிகச் சிறப்பாக இருக்கும். மேலும், இதில் உள்ள அயானிக் அளவிலான நுண்ணூட்டச்சத்துக்கள் உடலுக்கு வலுவூட்டும். நோய் எதிர்ப்புச் சக்தியைப் பெருக்கும். வளரும் குழந்தைகளுக்கு மிகவும் ஏற்றது. பிச்சாவரையில் இட்லி, தோசை போன்ற டிபன்களும் முறுக்கு போன்ற பலகாரங்களும் செய்யலாம். உண்பதற்கு சற்றே வித்தியாசமான ருசியாகவும் இருக்கும். உடலுக்கும் மிகவும் ஏற்றது.

விளைநிலங்கள் வளைக்கப்பட்ட வரலாறு!

இந்தியாவின் பசுமைப் புரட்சி என்பது நமது விவசாயிகளாலோ அரசாங்காத்தாலோ தன்னியல்பாகக் கண்டடையப்பட்டது அல்ல. அது அந்நிய நிறுவனங்களால் மேலிருந்து இந்தியாவில் திணிக்கப்பட்ட வணிகக் கொள்கை என்பார்கள் சிலர். “அது எப்படி எங்கிருந்தோ யாரோ நம்மீது திணிக்க முடியும். நம் தலைவர்கள் விவசாயிகள் அனைவரும் எதுவுமே தெரியாதவர்களா?” என்று கேட்கக்கூடும்.

ஒரு விஷயத்தை நாம் தெளிவாகப் புரிந்துகொள்ள வேண்டும். ஏற்கெனவே சொன்னதுபோல் பசுமைப்புரட்சி என்பது திடீரென ஓர் இரவில் நிகழ்ந்த மாற்றம் இல்லை. அது படிப்படியாகப் பல ஆண்டுகளாக நிகழ்ந்துவந்த பல கட்டங்களைக்கொண்ட மாற்றம். அதன் பின்னால் இருந்த வளர்ந்த நாடுகள் மற்றும் பகாசுர கார்ப்பரேட்டுகளின் வணிக சூழ்ச்சி நம் தலைவர்களுக்குப் புரியாமல் இல்லை. ஆனால், வேறு வழியின்றி அதில் நாம் இறக்கிவிடப்பட்டோம்.

இந்தியாவுக்கு விடுதலை கிடைத்த காலம் தொட்டே நம்முடைய உணவுப் பற்றாக்குறைக்கு என்ன செய்யலாம் என்ற தீவிர விவாதங்கள் தொடர்ச்சியாக நடந்துகொண்டிருந்தன. சுருக்கமாகச் சொன்னால் எத்தைத் தின்றால் பித்தம் தீரும் என்ற நிலையில் இருந்தோம். உணவுப் பற்றாக்குறை சார்ந்த விவாதங்களில் பலவிதமான யோசனைகளும் ஒவ்வொரு தரப்பில் இருந்தும் சொல்லப்பட்டன. அதில் ஒன்றுதான் உணவு தானிய இறக்குமதி. நம்மிடம் போதுமான அளவு உற்பத்தி வசதிகள் இல்லாதபோது பற்றாக்குறையையும் பஞ்சத்தையும் சமாளிக்க அந்நிய நாடுகளிட

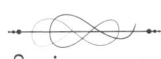

மிருந்து கடனாக இறக்குமதி செய்வதில் தவறே இல்லை என்று ஒரு தரப்பு சொன்னார்கள்.

அந்தச் சூழலில் அந்தக் கோரிக்கையில் தவறு ஏதும் இருக்க வில்லை. கோடிக்கணக்கான மக்கள் உணவின்றி வாடும் ஒரு நாட்டுக்கு யார் எங்கிருந்து உணவு அளித்தால் என்ன? மனித நேயம் உள்ள யாரும் அதைத் தவறு என்றே சொல்ல முடியாது. அப்படித்தான் அமெரிக்காவின் பி.எல்.480 திட்டத்தின்படி இங்கு அந்நிய உணவுப் பொருட்கள் நம்மிடம் வரத்தொடங்கின.

அமெரிக்காவைப் பொறுத்தவரை அதில் வெறுமனே மானுட சேவை மட்டுமே இருக்கவில்லை. அவர்களுக்கு வேறு உள்நோக்கங் களும் இருந்தன. இந்தியாவின் உணவுச் சந்தையைத் தங்கள் நாட்டு நிறுவனங்களுக்குச் சாதகமாக வடிவமைப்பது; இந்தியா போன்ற வளரும் நாட்டை தன் கட்டுப்பாட்டில் வைத்துக்கொள்வதன் மூலம் தெற்காசியப் பிராந்தியத்தில் கம்யூனிசம் போன்ற அமெ ரிக்காவின் முதலாளித்துவ ஜனநாயகத்துக்கு எதிரான கொள் கைகள் வளராமல் பார்த்துக்கொள்வது ஆகிய எண்ணங்கள் அவர்களிடம் இருந்தன.

ஆயிரக்கணக்கான ஹெக்டேர் விளைநிலங்களும் கோடிக்கணக் கான மக்கள்தொகையும் அவர்களின் கண்ணை உறுத்திக்கொண்டே யிருந்தன. மறுபுறம் நம் புதிய தேசியத்தின் தலைவர்களிடம் இருந்த தடுமாற்றம். மக்களிடம் இருந்த அறியாமை ஆகியவையும் அவர்களுக்கு சாதகமாகவே இருந்தன. அதிகரித்துக்கொண்டிருக் கும் மக்கள்தொகையின் தேவையை பிற்போக்கான பாரம்பரிய விவசாயத் தொழில்நுட்பங்களால் எதிர்கொள்ள இயலாது என்ற பொய் திரும்பத் திரும்ப சொல்லப்பட்டது.

பசுமைப்புரட்சியை ஆப்பிரிக்க, ஆசிய நாடுகளுக்கு எடுத்துச் செல்வதற்கான மிகப் பெரிய திட்டத்தின் அஸ்திவாரத்தை மூன்று தனிப்பெருங்குழுக்கள் உருவாக்கின. அமெரிக்க அரசாங்கம், அமெரிக்காவின் தனியார் நிறுவன ஃபவுண்டேஷன் கள் எனப்படும் அறக்கட்டளை கள், உலக வங்கி. உலக வங்கியில் அமெரிக்காவின் செல்வாக்கு அதை ஓர் அமெ ரிக்க நிறுவனமா கவே இன்றுவரை

181

வைத்திருக்கிறது என்பதை மேலோட்டமாக அரசியல் பேசுப வர்கள்கூட அறிந்திருப்பார்கள். இப்படித்தான் மும்முனைத் தாக்குதலாக அவர்கள் நம்மை நெருங்கினார்கள்.

அமெரிக்காவின் போர்டு ஃபவுண்டேஷன், ராக்பெல்லர் பவுண் டேஷன் ஆகியவை ஏற்கெனவே தென் அமெரிக்க நாடுகளின் விவசாயத்தை வளைப்பதில் முன் அனுபவம் இருந்ததால் அவையே இங்கு அனுப்பிவைக்கப்பட்டன.

1953க்குப் பிறகு இந்தியாவின் விவசாயப் பாதையை, அதன் ஆராய்ச்சியை திசை திருப்பும் வேலையில் ராக்பெல்லர் ஃபவுண் டேஷன் தீவிரமாக இறங்கியது. யு.எஸ்.ஏ.ஐ.டி மற்றும் உலக வங்கி ஆகியன இந்தத் திட்டங்களுக்குப் பெரும் நிதியுதவி அளித்தன. பின்னாட்களில் போர்டு ஃபவுண்டேஷனும் இப்படியான பணி களில் தன்னை இணைத்துக்கொண்டது.

ஆங்கிலேயர்கள் காலத்தில் தொடங்கப்பட்டிருந்த இந்திய வேளாண் ஆராய்ச்சி நிறுவனம் சுதந்திர இந்தியாவில் மாற்றி யமைக்கப்பட்டது. அதன் முதல் முதல்வராக ராக்பெல்லர் ஃபவுண்டேஷனின் ரால்ஃப் கம்மிங்ஸ் பணியமர்த்தப்பட்டார்.

இந்தியாவிலிருந்து தலைவர்கள் அமெரிக்காவுக்குப் போய் அங்கிருக்கும் ஆராய்ச்சி நிறுவனங்களைப் பார்வையிட்டு வந்தார் கள். இதற்கான நிதிச்செலவை ராக்பெல்லர் நிறுவனம் ஏற்றுக் கொண்டது. அதுபோலவே, முதல் கட்டமாக நூற்றுக்கும் மேற் பட்ட இளம் விஞ்ஞானிகள் அமெரிக்காவில் வேளாண் ஆய்வுப் படிப்புக்காகவும் பயிற்சிக்காகவும் அனுப்பப்பட்டார்கள். அதைத் தொடர்ந்து மேலும் சுமார் இரண்டாயிரம் இந்திய வேளாண் பட்டதாரிகளும் அமெரிக்கா சென்று மேற்படிப்பு படித்துவந்தார் கள். இவர்கள்தான் நவீன விவசாயமே இந்தியாவின் பஞ்சத்தைப் போக்கவந்த மாமருந்து என்றும், அந்நியர்களின் ஹைபிரிட் வீரிய விதைகளும் ரசாயன உரங்களும் பூச்சி மருந்துகளுமே ஒரே தீர்வு என்று தீவிரப் பிரசாரத்தில் இறங்கினார்கள்.

1963ம் ஆண்டில் அமெரிக்காவின் வேளாண் விஞ்ஞானியான நார்மன் போர்லாக் தான் உருவாக்கியிருந்த புதிய குட்டை ரக கோதுமை விதைகளை இந்தியாவில் சோதித்துப் பார்க்க அனுப் பிவைத்தார். 1965ல் லெர்மா ரோஜோ மற்றும் சொனோரா 64 ஆகிய ரகங்கள் 200 டன் இந்தியாவுக்கு வந்தன. இவை சிவப்பாக வும் வேகவைக்க தாமதமானவையாகவும் இருந்ததால் இந்தியா வுக்கு ஏற்ப வடிவமைக்க வேண்டியிருந்தது. இதை ஐ.ஏ.ஆர்.ஐ இன் வேளாண் விஞ்ஞானியாய் இருந்த எம்.எஸ்.சுவாமிநாதன் முன்னெடுத்தார்.

மணிலாவில் அமைந்திருந்த சர்வதேச நெல் ஆராய்ச்சி நிறுவனத்திலிருந்து பன்னிரண்டு நெல்ரகங்கள் இந்திய வேளாண்

விஞ்ஞானிகளுக்கு ஆய்வுக்காகக் கொடுக்கப்பட்டன. தாய்சுங் நேட்டிவ் (*TN1*) விதைகளை லட்சக்கணக்கான ஹெக்டேர்களுக்கு உற்பத்தி செய்தனர்.

அளவான ரசாயன உரங்கள் இடும்வரை இந்த ரகங்கள் அதிக விளைச்சலைக் கொடுத்தால் பத்து கிலோவுக்கும் அதிகமான உரமிடும்போது கதிர்கள் நன்றாகப் பிடித்தாலும் வேர்கள் பலம் இல்லாததால் கதிர்களின் பாரம் தாங்காமல் பயிர்கள் சாயத் தொடங்கின.

முன்னாள் பிரதமர் இந்திராகாந்தி சி.சுப்பிரமணியத்தின் ரசாயன உரம் சார்ந்த நவீன வேளாண் திட்டங்களுக்குப் பச்சைக் கொடி காட்டினார். இந்திராவின் ஆதரவு பசுமைப்புரட்சியைத் துரிதப்படுத்தியது. இந்திய அதிகாரச் சூழலில் இருந்த முனகலான கொஞ்சநஞ்ச எதிர்ப்பும் காணாமல் போனது.

பசுமைப் புரட்சியை துரிதப்படுத்துவதில் இந்திராவின் உற்சாகம் அதைக் கொண்டுவர நினைத்தவர்களுக்குப் பெரும் வாய்ப்பாக அமைந்தது. சி.எஸ் இந்தியாவின் திட்ட கமிஷன் தலைமைக்குக் கொண்டுவரப்பட்டார். இதனால் திட்ட கமிஷன் அலுவலகத்தில் பசுமைப்புரட்சிக்கு இருந்த எதிர்ப்பு முடங்கியது.

அதுபோலவே, வேளாண்துறை அமைச்சராக பொறுப்பேற்றதும் சி.எஸ் தன் அமைச்சரகத்தை நிர்வாக ரீதியாக மாற்றியமைத்தார். ஃபோர்டு நிறுவனம் கைகாட்டியவர்களையும் தனக்கு வேண்டியவர்களையும் அமைச்சரகச் செயலாளர் உள்ளிட்ட முக்கியப் பணிகளில் அமர்த்தினார். நிர்வாக அமைப்பில் செய்யப்பட்ட இந்த மாற்றங்கள் இல்லாவிடில் பசுமைப் புரட்சி சாத்தியமாகியிருக்காது என சி.எஸ் தன் சுயசரிதையிலேயே ஒப்புக்கொண்டிருக்கிறார்.

சாம, பேத, தான, தண்டம் என்பார்களே அதுபோல பசுமைப் புரட்சியை அமுலாக்க எல்லாவிதமான வழிமுறைகளையும் நடைமுறைப்படுத்தியிருக்கிறார்கள். ஒப்புக்கொள்ள மறுத்த அதிகாரிகளுக்கு லஞ்சம் கொடுப்பது, மிரட்டுவது, பணியிட மாற்றம் செய்வது, பணி இறக்கம் செய்வது இவ்வளவு ஏன் கொலை மிரட்டல் விடுப்பது வரை இதில் நடந்துள்ளது என்கிறார்கள்.

சரி, இது எல்லாம் அதிகார மட்டத்தில் நிகழ்ந்தது. மக்களிடமும் விவசாயிகளிடமும் இதை எப்படிக் கொண்டு சென்றார்கள். விவசாயிகள் பாரம்பரியமாக ஒருமுறையை பயன்படுத்தி வருபவர்கள் என்பதால் முதலில் இந்த ரசாயன உரங்களை எல்லாம் ஏற்றுக்கொள்ளவில்லை. ரசாயன உரங்களை மானியத்துக்கு அள்ளி அள்ளி கொடுத்தார்கள். விவசாயிகளுக்குத் தேவையான கடனுதவிகளையும் வாரி வழங்கினார்கள். தங்களிடம் உள்ள படித்த விவசாயப் பட்டதாரிகளின் படையைக்கொண்டு விவசாயி

களை மூளைச்சலவை செய்துகொண்டேயிருந்தார்கள்.

ஒரு பருவம் தோற்று மறு பருவம் ஜெயிப்பதுதான் விவசாயம். ஆனால், ஒவ்வொரு பருவமும் லாபம். நஷ்டம் என்பதே இருக்கக் கூடாது என்பதைப் போன்ற கருத்தியல்களை உருவாக்கி விவசாயி களின் பேராசையைத் தூண்டினார்கள்.

அமோகமாக விளையும் வயல்களில் இரவோடு இரவாக யூரியா உப்பை ரகசியமாகத் தூவிவிட்டு சில நாட்களில் பச்சையம் திடீரென அதிகரித்திருப்பதை விவசாயிகளுக்குக் காட்டி 'இதுதான் ரசாயன உரங்களின் மகிமை' என்பதாகக் காட்டிய நிகழ்வுகள் எல்லாம் நடந்தன என்கிறார்கள் அந்தக் காலப் பெருசுகள் சிலர்.

இப்படியாக பலவித வழிகளிலும் முயன்று இந்தியாவில் பசுமைப் புரட்சி கொண்டுவரப்பட்டது. இன்று இது எல்லாம் கேட்பதற்கு காமெடியாகவும் விநோதமாகவும் உள்ளது. ஆனால், இவை எல்லாம் மிகுந்த தீவிரத்துடன் அன்று நடைபெற்றன. அதனால்தான் இந்தியாவில் பசுமைப்புரட்சி சாத்தியமானது.

சரி, இப்படியாக நுழைந்த பசுமைப்புரட்சியில் நன்மைகளே இல்லையா? இதன் விளைவுகள் எப்படிப்பட்டவை என்பதைப் பார்க்கும் முன் வரப்புக் குடைஞ்சான் பற்றி பார்த்துவிடுவோம்.

வரப்புக் குடைஞ்சான் தென் தமிழகத்தில் அதிமாகப் பயிரிடப்படும் நெல். குறிப்பாக, ராமநாதபுரம் மாவட்டப் பகுதி யில் அதிகமாகப் பயிரிடப்படுகிறது.

இது, நூற்றுப்பத்து அல்லது நூற்றுப் பதினைந்து நாட்களில் தயாராகும் பயிராகும். ஒரு ஏக்கருக்கு சுமார் 1000 கிலோ முதல், 1200 கிலோ வரையில் மகசூல் தரக்கூடிய இந்த நெல் வகை, கேரளா மாநிலத்தில் அதிக விலை பெறுகிறது.

இந்த நெல்லின் வேர்கள் வரப்பு முகடுகளை ஆழமாக ஊடு ருவி இறுக்கமாக நிற்பதால் இதற்கு வரப்புக் குடைஞ்சான் என்ற பெயர் வந்திருக்கக்கூடும்.

பொதுவாக, செப்டம்பர் மாதம் தொடங்கும் பின் சம்பா பருவத்தில் (புரட்டாசியின் நடுப்பகுதியில்) விதைத்து, ஜனவரியில் (தையில்) அறுவடை செய்யப்படுகிறது.

மானாவாரி நிலம் எனப்படும் புன்செய் நிலப்பரப்பில் வறட்சியைத் தங்கி வளரக்கூடிய வரப்புக் குடைஞ்சான், அதிக உயரம் வளர்ந்து வைக்கோலைப் பெருக்கிக் கொடுக்கக்கூடியது. வரப்புக் குடைஞ்சான் நெல்லின் மேல் தோல் கறுப்பு நிறமாகவும், அதன் அரிசி சிவப்பு நிறத்திலும் காணப்படும்.

கறுப்பரிசி வகையைச் சேர்ந்தது என்பதால் இதில் இரும்புச்சத்து உள்ளிட்ட தாதுஉப்புக்கள் நிறைந்திருக்கும். ரத்தத்தைப் பெருக்கும். நோய் எதிர்ப்புச் சக்தியை மேம்படுத்தும். காலா நமக் போலவே மூளையின் செயல்பாடுகளைச் சீராக வைத்திருக்க உதவும்.

 இளங்கோ கருஷ்ணன்

விவசாயிகள் ஏன் கடனாளிகள் ஆனார்கள்?

பசுமைப் புரட்சி பற்றியும் அது எப்படி நம் நாட்டுக்குள் நுழைந் தது என்பதைப் பற்றியும் இதுவரை பார்த்தோம். சுதந்திர இந் தியாவின் உணவுத் தேவையைத் தன்னிறைவு செய்ய என்னென்ன வழிகள் இருக்கின்றன என்று ஆராய்ந்துகொண்டிருந்தபோது ஒரு தரப்பினர் பசுமைப் புரட்சிக்கான பாதையைக் காட்டினார்கள். சி.சுப்பிரமணியம் போன்றவர்கள் உணவுப் பற்றாக்குறையைப் போக்குவதற்கான தற்காலிகமான ஓர் ஏற்பாடாக இதை வைத் துக்கொள்ளலாம் என்றுதான் ஆரம்பத்தில் சொல்லிவந்தார்கள்.

முன்னே காலை வைத்தால் பின்னே திரும்பிச் செல்ல இயலாத மாயச்சுழல் இது என்பதை அப்போதைய அரசியலாரும் அதிகாரி களும் உணர்ந்திருக்கவில்லை. அதை நாம் உணரத் தலைப்பட்ட போது அதற்குள் வெகு தூரம் வந்துவிட்டோம். இப்போது நவீன வேளாண்மை என்ற மண்ணைக் கட்டி மாரடிக்கும் பிழைப்புக்கு நமது விவசாயி இறக்கிவிடப்பட்டுள்ளான். புலி வாலைப் பிடித்த கதையாக இதை விடவும் முடியாமல் தொடரவும் முடியாமல் தடுமாறிக்கொண்டிருக்கிறான் இந்திய விவசாயி.

பசுமைப்புரட்சியும் ரசாயன உரங்களும் இந்த மண்ணுக்கும் மக் களுக்கும் கொண்டுவந்த கேடுகள் கொஞ்ச நஞ்சமல்ல. அரசியல், பொருளியல், சமூகம், சூழலியல் என ஒவ்வொரு துறையிலும் இது ஏற்படுத்தியிருக்கும் பாதிப்புகள் பற்றி தனித்தனியே பெரிய புத்தகமே எழுதலாம். அவ்வளவு பெரிய ஆழமான பாதிப்பை நம் வரலாற்றில் ஏற்படுத்தியுள்ளது பசுமைப்புரட்சி.

இத்தனை வருடங்களில் ஒவ்வொரு விளைநிலத்திலும் டன்

மருதம் மீட்போம்

கணக்கில் ரசாயன உரங்கள் கொட்டப்பட்டதால் இயல்பாக அந்த மண்ணில் வசித்து அதன் வளத்தைப் பாதுகாத்து வந்த நுண்ணு யிர்கள் யாவும் அழிந்துபட்டன. நம்மால் புரிந்துகொள்ளவே இய லாத பூச்சிகளின் நுண்ணியிர்களின் சூழல் மண்டலம் கடுமையாக சிதைந்துள்ளது. மண்புழுக்கள் போன்ற விவசாயிகளின் நண்பர்கள் எண்ணிக்கை கொஞ்சம் கொஞ்சமாகக் குறைந்துவருகின்றன. நூற்றுக்கணக்கான மண்புழு ரகங்கள் இல்லாமலே அழிந்து போயி யுள்ளன. அவற்றைப்பற்றி எல்லாம் முறையான ஆவணங்கள் கூட நம்மிடையே இல்லை என்பதுதான் இன்னொரு அவலம்.

எழுபதுகளில் சுமார் இருபது லட்சம் டன்னாக இருந்த என்.பி.கே உரங்களின் அளவுகடந்த 2010ல் இரண்டு கோடி டன்னாக உயர்ந்துள்ளது என்கிறார்கள். அதாவது, கடந்த நாற்பது வருடங்களில் பத்து மடங்கு ரசாயன உரக் கொள்முதல் அதிகரித் துள்ளது. இந்த நாற்பது வருட காலத்தில் விவசாய நிலங்களின் பரப்பளவு அதிகரிப்பதும் கணிசமாக உயர்ந்துள்ளதுதான். ஆனால், விவசாய நிலங்களின் பெருக்கத்தின் விகிதத்தோடு ஒப்பிடும்போது ரசாயன உரங்களின் பெருக்க விகிதம் மிகவும் அதிகம். இதன் பொருள் என்ன? குறிப்பிட்ட ஒரு நிலத்தில் ரசாயன உரங்களின் பயன்பாடு என்பது ஒவ்வொரு ஆண்டும் கணிசமாக உயர்ந்துவந் துள்ளது என்பதுதான்.

ஏன் இப்படி நிகழ்ந்தது? ரசாயன உரங்களையும் பூச்சி மருந்து களையும் நிலத்தில் கொட்ட கொட்ட மண்ணில் உள்ள நுண்ணு யிர்கள் அழிகின்றன. ஒரு நிலத்தில் பயிர்களுக்கு தீமை செய்யும் பூச்சிகளைப் போலவே அந்த தீமை செய்யும் பூச்சிகளை உண்டு வாழும் பூச்சிகளும் இயற்கையாகவே நிறைந்திருக்கும். நாம் ரசா யன உரங்களையும் பூச்சிக் கொல்லிகளையும் கொட்டும்போது கெட்ட பூச்சிகளை உண்டு விவசாயிக்கு நன்மை செய்யும் பூச்சி களையும் தவளை போன்ற உயிர்களையும் சேர்த்தே நாம் அழிக்கி றோம். இதனால், பூச்சிப்பெருக்கம் என்பது மட்டுமீறிச் செல்கிறது. இப்போது அந்த நன்மை செய்யும் பூச்சிகளின் வேலையையும் ரசாயன உரங்களே செய்யவேண்டியிருப்பதால் கூடுதலாக அதிகப் பூச்சிகொல்லியைத் தெளிக்க வேண்டியிருக்கிறது. கூடுதலாக உரங்களைப் போட வேண்டியதாகயிருக்கிறது. இப்படித்தான் ஒரே நிலத்தில் மேலும்மேலும் அதிகமான ரசாயனங்களைக் கொட்ட வேண்டிய தேவை ஏற்பட்டது.

அதுபோலவே, பசுமைப்புரட்சி கொண்டுவந்த தொழில்சார் விவசாயத்தால் ஒரே சமயத்தில் பல்லாயிரம் ஏக்கர்களில் ஒரே வகையான பயிர் சாகுபடி செய்யப்பட்டது. இது பூச்சிப் பெருக் கத்தைப் பல மடங்கு அதிகரித்தது. ஒரு வயலில் பூச்சி மருந்து தெளித்ததும் பூச்சிகள் கவலையே இன்றி பக்கத்து வயலுக்குக்

குடிபெயர்ந்து இனப்பெருக்கம் செய்யத் தொடங்கின. இதனாலும் ரசாயனப் பூச்சிக்கொல்லிகளின் தேவை பல மடங்கு அதிகரித்தது.

இப்படி, மேலும் மேலும் ரசாயனங்களைப் பயன்படுத்திக் கொண்டேயிருந்ததால் பூச்சிகள் தமக்கே உண்டான பரிணாம வளர்ச்சியின் விதிகளின்படி பூச்சி மருந்துகளை எதிர்கொள்வதற் கான தகவமைப்பைப் பெற்றுக்கொண்டன. இதனால், புதிய மேம் பட்ட மேலும் செறிவான ரசாயனங்கள் பயன்படுத்தப்பட்டன. மேலும் செறிவான ரசாயனம் என்பது மேலும் செறிவான கேடு. இதனால் முன்னைவிட வேகமாக மண் கெடத் தொடங்கியது. சூழல் பாதிப்படையத் தொடங்கியது. விவசாய நிலங்கள் இந்த விஷச் சுழலில் மாட்டிக்கொண்டதால் ரசாயன உரங்களும் பூச்சிக் கொல்லிகளும்தான் அதிகரித்துக்கொண்டேயிருந்ததே தவிர பூச்சிக் கட்டுப்பாட்டுகான நிரந்தரத் தீர்வு என்பது கிடையவே கிடையாத ஒன்றாகிப்போனது.

நவீன ரகப்பயிர்கள் நாட்டு ரகங்களைவிடவும் அதிகமான நீர்த் தேவை உடையதாய் இருந்தன. உதாரணத்துக்கு புதிய கோதுமை ரகங்கள் சுமார் ஐந்து மடங்கு அதிக நீர்வளம் தேவையுடையதாய் இருந்தது. அரசு இதற்கான பாசன வசதிகளை ஏற்படுத்தித் தர வேண்டியதிருந்தது. பம்புசெட் போன்ற உபகரணங்கள் அவற்றை இயக்குவதற்கான மின்சாரம் என விவசாயிகளின் செலவீனங்கள் மேலும் அதிகரித்தன. விதைகள், உரங்கள், பூச்சிக்கொல்லிகள், ட்ராக்டர்கள், பம்புசெட், மின்சாரம் என உற்பத்தி செலவீனங்கள் புதிதாக அதிகரிக்க அந்த சுமை தாங்காமல் விவசாயிகள் தடுமாறத்

தொடங்கினார்கள். உலகவங்கி போன்றவை விவசாயிகளுக்குப் பெரிய மனதோடு கடன் தர முன் வந்து அவர்களை நிரந்தரக் கடன்காரர்களாக மாற்றிவைத்துள்ளது.

நவீன விவசாயம் சூழலியலையும் விட்டுவைக்கவில்லை. உப்புகளை நிலத்தில் கொட்டிக்கொண்டேயிருந்ததில் நுண்ணுயிர்கள் அழிந்தன. பூச்சிக்கொல்லிகளால் சிலந்தி, தவளை, பல்லி, பாம்பு, பறவைகள் போன்ற விவசாயிகளுக்கு நன்மை செய்யும் உயிரினங்களும் அழிந்துகொண்டேயிருக்கின்றன. மண் மலடாகிக்கொண்டேயிருக்கிறது. மழைக்காலங்களில் நிலத்தில் உள்ள ரசாயனம் நீர்நிலைகளைச் சென்றடைய அவையும் மாசடையத் தொடங்கின. இதனால், நீர்நிலைகளில் தேவையற்ற பாசிகள் அதிகமாக உற்பத்தியாகி நீர்நிலைகளில் வசித்துவரும் சிற்றுயிர்களும் அழியத் தொடங்கின. இன்றைய தேதியில் இந்திய விவசாய நிலங்களில் சுமார் ஐந்து சதவீதத்துக்கும் அதிகமான நிலங்கள் மிகுந்த உப்புத்தன்மை அடைந்துள்ளன. இதற்கு முக்கியக் காரணம் நீர்ப்பாசனத்துக்காக நாம் உருவாக்கிய பெரிய பெரிய அணைகள், கால்வாய்கள் போன்றவைதான். நீரின் போக்கு மாறுபடும்போது நீரோட்டத்தில் கலந்து செல்லும் உப்புப் படிவங்களின் பயணமும் தடைபடுகிறது. அது ஆங்காங்கே நீர் தேங்கும் அல்லது நீர் மெதுவாக வடியும் இடங்களில் தங்கி அந்த நிலத்தின் உப்புத்தன்மையை அதிகரிக்கிறது.

நிலத்தின் உப்புத்தன்மை அதிகரித்தால் அந்த நிலத்தின் தாவரங்கள் பாதிக்கப்படும். அந்த நீர் மனிதர்களுக்கும் மற்ற உயிர்களுக்கும் பருகத் தகுதியற்றதாக மாறும். அந்த நிலத்தில் விளையும் பயிர்களின் ஊட்டச்சத்து விகிதமும் மாறுபடும். இது எல்லாம் தொழில்சார் விவசாயத்தின் உப விளைவுகள்.

இன்று உலகம் முழுதும் பெரிய அணைகள் அமைப்பது தொடர்பான மனநிலையில் மாற்றுக்கருத்துகள் உருவாகிக்கொண்டிருக்கின்றன. இதற்குப் பிரதானமான காரணம் சுற்றுச்சூழல். ஓர் இடத்தின் இயல்பான நீரோட்டத்தைத் தடுப்பதால் ஏற்படும் விளைவுகள் பூமிப்பந்தையே பாதிக்கும் அளவுக்குத் தீவிரமான பிரச்சனையாகப் பார்க்கப்படுகிறது. மேலும், மழைக்காலங்களில் காட்டு வெள்ளங்கள் ஏற்படும்போது திடீர் வெள்ளப் பெருக்கால் பயிர்கள் அதிகமாகச் சேதமாகின்றன. இதைத் தடுப்பதற்காக சிறுசிறு செக் டேம்கள் கட்டி அதை அந்தந்தப் பகுதிகளுக்குப் பயன்படுத்துவதே சிறந்தது என்று சிந்தித்துவருகிறார்கள். விவசாயத்துக்கான நீர்த்தேவை பல மடங்கு அதிகரித்ததால் நிலத்தடிநீரை போர் போட்டு உறிஞ்சும் நடைமுறை உருவாகி நிலத்தடி நீர் வேகமாகக் குறைந்துவருகிறது.

பல்லாயிரம் வருடங்களாகத் துளித்துளியாக பூமியின் மடியில்

சேகரமாகியுள்ள நீரை போர் போட்டு சட்டென உறிஞ்சி பூமியின் மேல் கொண்டுவருவது எளிதானது. ஆனால், மீண்டும் அந்த நீர் பூமியின் மடியைச் சேர்வது அது அவ்வளவு எளிதான விஷயம் இல்லை. இது குறித்த எந்தப் புரிதலும் இல்லாமல்தான் நாம் நீரை வீணடித்துக்கொண்டிருக்கிறோம். இது எல்லாமே நவீன விவசாயம் நமக்குத் தந்த பரிசுகள். கண்ணை விற்று சித்திரம் வாங்குவது போல நாம் எதிர்காலத்தைத் தொலைத்து நிகழ் காலத்தைத் தேடிக் கொண்டிருக்கிறோம்.

நம்மிடம் நீர்வளம் மிகக் குறைவாகத் தேவைப்படும் பாரம்பரிய நெல்ரகங்கள் எவ்வளவோ உள்ளன. இதோ, புழுதிக்கார் நெல்லே அதற்கு மிகச் சிறந்த உதாரணம். பாரம்பரிய நெல் ரகங்களில் மழையை மட்டுமே நம்பி வளரும் புன்செய் பயிரான புழுதிக்கார் மேற்குத் தொடர்ச்சி மலையின் அடிவாரங்களில் அதிகமாகப் பயிரிடப்படும் தாவரம். கோவை, ஈரோடு, திருப்பூர் மாவட்டங்களில் இது அதிகமாகப் பயிரிடப்படுகிறது. மானாவாரி மற்றும் இறவை நிலங்களில் செழித்து வளரக்கூடிய புழுதிக்கார் 130 நாட்களில் அறுவடைக்குத் தயாராகும்.

நேரடி விதைப்புக்கு மிகவும் ஏற்றம் ரகம் இது. ஏக்கருக்கு ஒன்றரை டன் மகசூல் தரக்கூடியது. மழைநீரும் அளவான நீர்வளமுமே போதுமானது என்பதால் காய்ச்சலும் பாய்ச்சலுமாய் இதைப் பராமரிக்கலாம். 130 செ.மீ உயரம் வரை வளரச் சாத்தியமானது என்பதால் இதற்கு அளவான இயற்கை உரமும் ஊட்டச்சத்துகளும் கொடுத்தாலே போதும். அளவுக்கு அதிகமான ஊட்டச்சத்து தரும்போது பயிர் சாயும் தன்மை பெற்றுவிடும். ஆனால், கவலை வேண்டும். பயிர் சற்று சாய்ந்திருந்தாலும் முழுமையாக நிலத்தில் வீழாது. மகசூல் முழுமையாக வீட்டுக்கு வரும்.

தடித்த மோட்டா ரகமான சிவப்பு அரிசி வகையைச் சேர்ந்த புழுதிக்கார் சாதாரண அரிசியைவிட ஊட்டச்சத்துகள் நிறைந்தது. இதில் இரும்புச்சத்தும் அயானிக் அளவிலான நுண்ணூட்டச் சத்துகளும் நிறைந்துள்ளன. வளரும் குழந்தைகளுக்கு மிகவும் நல்லது. உடல் பலவீனமானவர்கள் இதைத் தொடர்ந்து எடுத்துக் கொள்ளலாம். இதன் மேற்புறத் தோலில் உள்ள நார்ச்சத்து செரிமானத்தை எளிதாக்குகிறது.

மருதம் மீட்போம்

இட்லி, தோசைக்கு ஏற்ற அரிசி!

பசுமைப் புரட்சியால் நம் பஞ்சம் தீர்ந்தது. சோற்றுப் பிரச்சனை ஓரளவு தீர்ந்தது. ஆனால், கடந்த அரைநூற்றாண்டுகளாக நவீன நெல், கோதுமை ரகங்களையும் செயற்கையான வேதி உரங்களையும் பூச்சிகொல்லிகளையும் நிலத்தில் கொட்டியதில் உருவான பாதிப்புகள் கொஞ்சநஞ்சம் அல்ல. சூழலியலில் மட்டும் அல்லாமல் வேறு பல விஷயங்களிலும் பசுமைப்புரட்சியின் விளைவாய் உருவான நவீன வேளாண்மையால் நாம் கடுமையாகப் பாதிக்கப் பட்டுள்ளோம்.

நீர்வளத்தில் ஏற்பட்டுள்ள பாதிப்புகள்பற்றி தனியே நூலே எழுதும் அளவுக்கு சிக்கல்கள் உள்ளன. பாரம்பரிய நெல், கோதுமை ரகங்களைவிட நவீன ரகங்களுக்கு அதிகமான நீர்வளம் தேவை. இதனால் இருநூறு முதல் முன்னூறு சதவீதம் வரை அதிகமான நீர்த் தேவையை நாம் எதிர்கொள்ள நேரிட்டது.

பாரம்பரிய கோதுமைப்பயிருக்கு பன்னிரண்டு அங்குலம் நீர் தேவைப்படும் என்றால் கலப்பின ரகங்களுக்கு முப்பத்தாறு அங்கு லம் தேவைப்பட்டது. இதனோடு கோதுமை, நெல் போன்ற பயிர் களையே திரும்பத் திரும்ப ஆண்டு முழுதும் ஒரே வயலில் சாகுபடி செய்ததால் நீர்த்தேவை முன்பைப் போல் பத்து மடங்கு அதிகமாக உயர்ந்தது. இன்னொருபுறம் அரசு பெருகிவரும் நீராதாரங்களைக் கருத்தில்கொண்டு பெரியபெரிய அணைகளை உருவாக்கியது. வெள்ளத்தைக் கட்டுப்படுத்த என உருவாக்கப்பட்ட இவற்றால் காட்டு வெள்ளம் ஏற்பட்டு பயிர்கள் பல்லாயிரக்கணக்கில் நாசமாகின. பெரிய அணைகள் மிகப் பெரிய பிற்போக்குத் தொழில்நுட்பம் என்று வேளாண் அறிஞர்களுமேகூட சொல்லும்

நிலை உருவானது.

நிலத்தடி நீரை நம்பியிருக்கும் விவசாய நிலங்களில் எல்லாம் நிலத்தடிநீரின் அளவு ஆண்டு தோறும் இரண்டு மூன்று அடி குறைந்துகொண்டே வந்தது. தற்போது தமிழகத்தின் பல இடங்களில் நிலத்தடி நீரின் அளவு கணிசமாகக் குறைந்துள்ளது. ஐந்து நதிகளின் பெயரால் மாநிலம் அமைந்திருக்கும் பஞ்சாபிலேயே தொடர்ச்சியான நெல், கோதுமை சாகுபடியால் கடந்த நாற்பதாண்டுகளில் நிலத்தடி நீர் சுமார் இருநூறு அடி வரை குறைந்திருக்கிறது.

ரசாயன உரங்களைத் தொடர்ந்து பயன்படுத்துவது நோய்களின் பெருக்கத்தை கடுமையாக அதிகரித்துள்ளது. பூச்சி மருந்துகளால் சுவாசக் கோளாறுகள், ஆஸ்துமா, சரும பாதிப்புகள் போன்ற தொந்தரவுகள் கிராமப்புறங்களில் கணிசமாக அதிகரித்துள்ளது. வயல்களில் ரசாயன உரங்கள் போடுவதாலும் வேதியியல் பூச்சி மருந்துகள் தெளிப்பதாலும் இந்த வேலைகளைச் செய்யும் விவசாயிகளுக்கும் விவசாய நிலங்களில் பாடுபடுபவர்களுக்கும் இப்படியான நோய்கள் ஏற்படுகின்றன.

ரசாயன உரங்கள், பூச்சி மருந்துகளின் பயன்பாட்டால் அதில் விளையும் உணவுப்பொருட்களை உண்பவர்களுக்கும் மேற்சொன்ன பாதிப்புகள் ஏற்படுகின்றன. இன்று ரசாயன உரங்கள், பூச்சிக் கொல்லிகள் இல்லாமல் உற்பத்தியாகும் உணவுப்பொருளே இல்லை எனலாம். அதிலும், முட்டைக்கோஸ், காலிஃபிளவர் போன்றவை முழுமையாக ரசாயனத்தில் மூழ்கவைத்துத்தான் நம் வீட்டுக்கே வருகின்றன. இப்படியான உணவுகளை கடந்த நாற்பதுக்கும் மேற்பட்ட ஆண்டுகளாக உண்டதன் விளைவுதான் தோல்நோய், ஆஸ்துமா, அலர்ஜி, பார்கின்சன்ஸ் போன்றவை.

கடந்த சில பத்தாண்டுகளுக்கு முன்பு புற்றுநோய் என்பது யாரோ ஒருவருக்கு வருவது என்பதாகத்தான் கேள்விப்பட்டிருப்போம். இன்றோ புற்றுநோய் என்பது ஏதோ தலைவலி, காய்ச்சல் என்பதைப் போன்ற நோயாக மாறிவிட்டது. உடலின் எல்லா பாகங்களிலும் புற்றுநோய் வருகிறது. குறிப்பாக, குடல் புற்றுநோயும், மலக்குடல் புற்றுநோயும் மிகவும் அதிகரித்திருக்கிறது. இதற்கு முக்கிய காரணம் உண்ணும் உணவில் உள்ள ரசாயனங்கள்தான்.

பசுமைப்புரட்சியை முதலில் கொண்டுவந்த பஞ்சாப் மாநிலத்திலிருந்து ராஜஸ்தானுக்கு ‘புற்றுநோய் விரைவு ரயில்’ ஒன்று தினசரி இயக்கப்படுகிறது. நாள்தோறும் சுமார் நூறு பேருக்கு மேல் இந்த ரயிலில் ஏறிச்சென்று சிகிச்சை பெற்றுத் திரும்புகிறார்கள்.

எண்டோசல்பான் என்ற ரசாயன உரத்தைத் தடைசெய்ய வேண்டும் என்று பல்வேறு சூழலியல் ஆர்வலர்கள், மருத்துவர்கள் தொடர்ந்து சொல்லிக்கொண்டேயிருக்கிறார்கள். சுமார்

இருபது ஆண்டுகளாக எண்டோசல்பானை கேரளத்தின் காசர் கோட்டில் இருக்கும் முந்திரிக்காடுகளின் மேல் விண்ணிலிருந்து தெளித்ததால் அங்கு நிலமே மலடாகிவிட்டது. அங்கு பிறக்கும் குழந்தைகள் பல உடல், மனக்குறைபாடுகளுடன் பிறக்கின்றன. மேலும், பருந்து போன்ற பறவைகள் அரியவகை உயிரினங்கள் பட்டியலுக்குள் நுழைந்திருக்கின்றன.

பூச்சிக்கொல்லிகளில் ஒருவகை அழியாத தன்மை கொண்டவை இதை, *POPs* அதாவது *Persistent Organic Pollutants* என்பார்கள். இந்த வகை பூச்சி கொல்லிகள் எத்தனை நூற்றாண்டு ஆனாலும் எவ்வளவு தொலைவு பயணித்தாலும் அழியாது நம் உணவுச் சங்கிலியிலேயே தங்கியிருக்கும். *DDT*, ஆல்ட்டிரின், லிண்டேன், என்ட்ரின், டை என்ட்ரின் போன்ற ரசாயனங்களை மேற்கத் திய நாடுகளில் தடைவிதித்திருக்கிறார்கள். இந்தியா உள்ளிட்ட ஆசிய நாடுகளில் அவை இன்றும் தாராளமாகப் புழங்குகின்றன. தொடர்ச்சியான பயன்பாட்டால் புற்றுநோயைக்கூட உருவாக்கும் மோசமான விஷம் இது.

வெளிநாடுகளில் தடைசெய்யப்பட்ட உரங்களையும், பூச்சிக் கொல்லிகளையும் இந்தியாவில் தாராளமாக நடமாடவிட்டிருக் கிறார்கள். நமது அரசும் அதிகாரிகளும் இதைக் கண்டுகொள் வதே இல்லை. இதன் பின்னணியில் பூச்சிக்கொல்லி மருந்துகள் தயாரிக்கும் நிறுவனங்களின் மிகப்பெரிய லாபி இயங்குகிறது. அவர்கள் கவனிக்க வேண்டியவர்களைக் கவனித்து இப்படி யான பூச்சி மருந்து களை தடைசெய்வது குறித்த விஷயங்களோ உரையாடல்களோ எழாமல் கவனமாகப் பார்த்துக்கொள்கிறார் கள். அங்கொன்றும் இங்கொன்றுமாக முணுமுணுப்பாக எழும் எதிர்ப்புகளையும் மிகுந்த கவனமுடன் அமுக்கிவிடுகிறார்கள்.

இத்தனை ஆண்டு காலமாக பூச்சிகொல்லிகளைத் தெளிப்பதால் அந்தப் பூச்சிகள் ரசாயனங்களின் பாதிப்பை எதிர்கொள்வதற்கான பரிணாம வளர்ச்சியைப் பெற்று தங்களை தகவமைத்துக்கொண் டுள்ளன. இதனால், பூச்சிகளைக் கட்டுப்படுத்த இரண்டு, மூன்று வகையான மருந்துகளைக் கலந்து தெளிப்பது என்ற உத்தியை விவசாயிகள் பயன்படுத்துகிறார்கள். இதனாலும் சுற்றுச் சூழலும் ஆரோக்கியமும் மேலும் கெட்டுப்போகிறது.

கடந்த இருபது ஆண்டுகளில் மட்டும் சுமார் இருபது லட்சம் விவசாயிகள் தற்கொலை செய்திருக்கிறார்கள். பசுமைப் புரட்சி யால் உற்பத்தி அதிகரித்தால் விவசாயிகள் தற்கொலை செய்து கொள்வது ஏன் நிகழ்கிறது. இங்குதான் இருக்கிறது பசுமைப்புரட்சி யாருக்கு லாபமானது என்கிற சூழ்ச்சிவலையின் முக்கிய கண்ணி.

பசுமைப் புரட்சியின் பலன்கள் பணக்கார விவசாயிகளை, நில உடமையாளர்களை மட்டுமே சென்றடைந்தது. இதனால், பெரிய

இளங்கோ கிருஷ்ணன்

மற்றும் சிறிய விவசாயிகள் இடையே இருந்த வித்தியாசம் மேலும் மேலும் அதிகரித்துக்கொண்டேயிருந்தது. விதைகள், உரங்கள், பூச்சிக்கொல்லிகள், இடுபொருட்கள், ட்ராக்டர், மின்சாரம் என உற்பத்திப் பொருட்கள் நாளுக்குநாள் விலையேற விவசாயிக்கு அந்த விலையேற்றத்தின் நியாயமான பங்கு கிடைக்கவில்லை. வணிகத்தில் ஒரு பக்கம் தரகர்கள், குத்தகைதாரர்களின் தலையீடும் பேராசையும் விவசாயிகளை நிரந்தரக் கடனாளிகளாக்கிவிட்டன. பட்டுக்கோட்டையார் பாடியது போல 'காடு விளைஞ்சென்ன மச்சான் நமக்குக் கையில் காலும்தானே மிச்சம்' என்ற நிலைக்கு விவசாயி தள்ளப்பட்டார்.

இதில் மிக அதிகமாகப் பாதிக்கப்பட்டது என்றால் அது பருத்தி விவசாயிகள்தான். நம் பாரம்பரிய பருத்தி ரகங்களும் பாரம்பரிய உற்பத்தி முறையும் இருந்தவரை பருத்தி சாகுபடியில் பூச்சிக் கட்டுப்பாடு என்பது விவசாயிகளின் கைம்மீறிச் செல்வதாய் இல்லை. ஆனால், நவீன பருத்தி ரகங்களும் நவீன பூச்சி மருந்து களும் வந்தபோதுதான் சீரழிவு தொடங்கியது. கடந்த பதினைந்து ஆண்டுகளில் இந்தியா முழுதும் மூன்று லட்சம் பருத்தி விவசா யிகள் இறந்திருப்பார்கள் என்கிறது ஒரு புள்ளிவிவரம். அந்நிய ரகங்களைத் தாக்கும் அந்நியப் பூச்சிகளைக் கட்டுப்படுத்த முடி யாமல் மேலும் மேலும் ரசாயன உரங்கள் தெளித்ததால் பூச்சிகள் மேலும் மேலும் தகவமைப்பு பெற்றன. ஒரு கட்டத்தில் இடு பொருட்களுக்கான அடக்கத்துக்குக்கூட உற்பத்தியான பருத்தி தேறாமல் போகவே வரிசையாகத் தற்கொலை செய்துகொள்ள தொடங்கினர் நமது விவசாயிகள்.

இப்படி, ஒவ்வொரு உணவு தானிய உற்பத்திகளிலும் பிற பணப் பயிர் உற்பத்திகளிலும் ரசாயன உரங்களின் நுழைவு கடுமையான தாக்கத்தை ஏற்படுத்தின. சரி, இனி, பெருங்கார் நெல்லைப் பற்றி பார்த்த பின் நவீன விவசாயம் பற்றி தொடர்ந்து பார்ப்போம்.

பாரம்பரிய நெல் ரகங்களில் பெருங்கார் எனும் நெல் திருவண்ணாமலை மாவட்டத்தின் வந்தவாசி வட்டாரத்தில் புகழ்பெற்றது. குறிப்பாக, அங்கு உள்ள தக்கண்டாபுரம் எனும் பகுதியில் இது அதிகமாக சாகுபடி செய்யப்படுகிறது. ஒரு ஏக்கருக்கு சுமார் 1400 கிலோ நெல் தானியமும், சுமார் 1500 கிலோ வைக்கோலும், மகசூலாகக் கிடைக்கும்.

குறுகியகால நெல்வகையைச் சார்ந்த நெற்பயிர்கள் சாகுபடி செய்ய ஏற்ற பருவகாலமான குறுவைப் பட்டம் எனும் இப்பருவத்தில், 120 நாள் நெற்பயிரான பெருங்கார் பயிரிடப்படுகிறது. மேலும் ஜூன், மற்றும் ஜூலை மாதங்களில் தொடங்கக்கூடிய குறுவைப் பட்டத்தில் கரூர், திருவாரூர், தஞ்சாவூர், திருச்சி, புதுக்கோட்டை மற்றும் ஈரோடு மாவட்டங்களிலும் இதைப் பயிரிட்டு குறுவை சாகுபடி செய்கிறார்கள்.

நேரடி நெல் விதைப்பு மற்றும் ஒற்றை நாற்று முறை என இரண்டுக்குமே ஏற்ற நெல் ரகம் இது. நேரடி விதைப்புக்கு முப்பத்தைந்து கிலோ விதைநெல்லும் ஒற்றை நாற்றுமுறையில் பயிரிட நாற்பது கிலோ விதைநெல்லும் தேவைப்படும். நாலரை அடி உயரத்துக்கு வரும் இந்தப் பயிர் தண்டு துளைப்பான், கதிர் நாவாய்ப் பூச்சிகளையும் இயற்கையாக எதிர்த்து வளரும் நோய் எதிர்ப்பு சக்தி நிறைந்தது. காய்ச்சலும் பாய்ச்சலுமான நீர்வளம் கொடுத்து, ஊட்டச்சத்துகள் கொடுத்து, களை நீக்கிப் பயிரிட்டால் நல்ல மகசூல் கொடுக்கக்கூடிய பாரம்பரிய நெல்ரகம் இது.

இட்லி, தோசை போன்ற டிபன் வகைகள் செய்யவும், முறுக்கு போன்ற பலகாரங்கள் செய்யவும் ஏற்ற ரகம் இது. எளிதில் ஜீரணமாகும் என்பதால் வயிற்றுக்கோளாறு உள்ளவர்கள், செரிமானம் எளிதாக நிகழத் தேவையுள்ள பைல்ஸ் நோயாளிகள், மலக்குடல் புற்றுநோய் உள்ளவர்கள், வயதானவர்கள் இதை அடிக்கடி சாப்பிடலாம். உடலுக்கு உடனடி ஆற்றல் தரும் என்பதால் குழந்தைகளுக்கும் நல்லது.

 இளங்கோ கிருஷ்ணன்

ஐந்தடி உயரத்துக்கு நெற்பயிர்!

உணவு உற்பத்தியில் தன்னிறைவு அடைந்துவிட்டோமா நாம்? சில வருடங்களுக்கு முன்பு பசுமைப் புரட்சியின் நாயகன் என்று போற்றப்படும் எம்.எஸ்.சுவாமிநாதனின் பேட்டி ஒரு பத்திரிகையில் வெளியானது. அதில் அவர் நமது பசுமைப் புரட்சி பற்றிக் குறிப்பிடும்போது 'இங்கு நடந்தது நிஜமான பசுமைப் புரட்சி அல்ல; நமது பேராசையின் புரட்சி' என்று வர்ணித்தார். இதன் பொருள் என்ன? அதிகமான விளைச்சல் கிடைக்க வேண்டும். லாபம் கிடைக்க வேண்டும் என்பதற்காக அளவுக்கு அதிகமாக ரசாயன உரங்களையும் பூச்சிக்கொல்லிகளையும் நிலத்தில் கொட்டி விவசாயிகள்தான் மண்ணைக் கெடுத்துக் கொண்டார்களாம்.

இது நிஜமா என்று கேட்டால் இது முழுதும் பொய் என்று சொல்ல முடியாது.

ஆனால் -

இந்த நிலை நோக்கி விவசாயிகளைத் தள்ளியது யார் என்ற கேள்வி முக்கியமானது. மக்களுக்கு உணவிடும் அத்தியாவசிய சேவை என்பதிலிருந்து மூலதனத்தைக் கொட்டி உற்பத்தியைப் பெருக்கி கல்லாவை நிரப்பும் வணிக சூதாட்டம் என்ற நிலைக்கு விவசாயத்தை மாற்றியது யார்? மக்களிடம் இந்தப் பேராசையை விதைத்தது யார்? மக்களின் இந்த மனோபாவ மாற்றத்தில் அன்றைய அரசுக்கும் ஆள்வோருக்கும் அதிகாரிகளுக்கும் இருக்கும் பங்கு என்ன என்ற கேள்வி முக்கியமானது.

அப்போதைய உணவுப் பஞ்சத்துக்கு நவீன ரக நெல்களையும் சிந்தடிக் உரங்களையும் பூச்சி மருந்துகளையும் பயன்படுத்தினால்

அது தற்காலிகமாக சிறந்த தீர்வாக இருக்கும் என்று எண்ணித் தான் அதை அப்போது செய்தோம் என்கிறார்கள் சி.சுப்பிரமணியம் போன்ற தலைவர்கள் முதல் அதில் ஈடுபட்ட அதிகாரிகள் வரை. ஆனால், ஓரளவு தன்னிறைவு அடைந்த பின்னும் அந்த உரங்களையும் பூச்சிக்கொல்லிகளையும் அதே ரக நெல்களையும் திரும்ப திரும்ப பயன்படுத்த அரசு தரப்பில் வலியுறுத்துவது ஏன்? அனைத்துப் பழியையும் மக்கள் மீதும் விவசாயிகள் மீதும் போட்டுவிட்டால் பிரச்சனை முடிந்ததா என்ற கேள்விகள் எஞ்சியிருக்கின்றன. இதற்கு நியாயமான பதில்களை யாரும் இதுவரை சொல்லவில்லை.

நவீன ரக கோதுமையும் ரசாயன உரங்களும் பூச்சிக்கொல்லிகளும் ஒரு கோடி டன்னாக இருந்த கோதுமை உற்பத்தியை இரண்டு கோடி டன்னாக உயர்த்தியது. அதனால் இதை, முன்னாள் பிரதமர் இந்திராகாந்தி கோதுமைப் புரட்சி என்று வர்ணித்தார். தொடர்ந்து நெல்லிலும் பயிறு போன்றவையும் இதே முறையில் உற்பத்தி செய்யப்பட்டதால் சர்வதேச முன்னேற்றத்துக்கான அமெரிக்க நிறுவனத்தின் நிர்வாகி வில்லியம் காட் இதை முதன் முதலில் பசுமைப் புரட்சி என்று பெயரிட்டார். அமெரிக்கா இந்தப் பெயரை முன்மொழியவே அதுவே இந்தவகைத் தொழில்நுட்பத்தின் பெயராகிப்போனது.

நவீனரக விதை நெல் + நவீன ரசாயன உரங்கள் + அதிகப்படியான நீர்வளம் + ரசாயன பூச்சிக்கொல்லிகள் = அமோக விளைச்சல்.

இதுதான் அந்த தொழில்நுட்பம் முன்வைத்த சூத்திரம் என்று எளிமையாகச் சொல்லலாம். சரி, நிஜமாகவே நவீன நெல்ரகங்கள் தான் உற்பத்தித் தரத்தில் மேம்பட்டவையா என்று கேட்டால் இல்லை என்பதுதான் அதிர்ச்சிகரமான பதிலாக இருக்கும். ஆமாம், மேற்கண்ட சூத்திரத்தில் இயங்கும்போதுதான் அந்த நவீன ரகவிதைகள் அமோக விளைச்சலைக் கொடுக்கும். மேற்கண்ட சூழ்நிலைகளில் நீர் இல்லாமல் போனாலும் சரி தீவிரமான ஊட்டச்சத்து வழங்கல் இல்லாமல் போனாலும் சரி நவீன நெல்ரகங்கள் மிக சுமாரான பலன்களையே கொடுக்கும் என்பது அனுபவ உண்மை.

நம்முடைய பாரம்பரிய நெல்ரகங்கள் இயற்கையான காய்ச்சலும் பாய்ச்சலுமான நீர்வளம், கொஞ்சம் குறைவான ஊட்டச்சத்து ஆகியவை கொடுத்தாலே நல்ல பலன் தரக்கூடியவை. நவீன சிந்தடிக் உரங்கள் மூலம் அளவுக்கு அதிகமாக ஊட்டச்சத்துகளைத் தரும்போது நம் பாரம்பரிய ரகங்களில் ஒரு சிலவற்றைத் தவிர மற்றவை கதிர்களின் பாரம் தாங்காமல் சாயும் தன்மை உடையவையாய் உள்ளன. அதுதான் அவற்றின் பலவீனம். அதனால்தான் குட்டை ரகப் பயிர்களை உருவாக்கினார்கள்.

மற்றபடி ரசாயனஉரம், பூச்சிக்கொல்லி என்ற சூழலுக்கு வெளியே நமது பாரம்பரிய நெல்ரகங்கள் பலவும் அமோக விளைச்சலைக்கொடுப்பதாகவே உள்ளன. கோதுமையிலும் இதே நிலைதான். ஆனால், நமது பாரம்பரிய நெல்ரகங்கள் போதாமை உடையவை என்ற பிரசாரம் திரும்ப திரும்ப விவசாயிகளிடையே சொல்லப்பட்டன. போர்க்குணமிக்க குறைவான ஊட்டச்சத்து களே தேவைப்படும் பாரம்பரிய ரகங்களைக்கூட குறையுடையது என்று திட்டமிட்டு நிராகரித்தார்கள்.

உண்மையில் நவீன ரகங்கள் என்பவை உயர் விளைச்சல் ரகங்கள் அல்ல. அவை ரசாயன உரங்களுக்கும் பூச்சிக்கொல்லி களுக்கும் நல்ல எதிர்வினை செய்தன அவ்வளவே. எவ்வளவு இடு பொருட்களைக்கொண்டு எவ்வளவு உற்பத்திநிகழ்கிறது என்று கணக் கிட்டால் நம் பாரம்பரிய நெல்ரகங்கள் நவீன ரகங்களைவிட அதிக விளைச்சலைக் கொடுக்கின்றன என்பதை நாம் உணரலாம்.

ஒவ்வோர் ஆண்டும் நாம் பயன்படுத்தும் ரசாயன உரங்களின் அளவு அதிகரிக்கிறது. நிலத்தடி நீர் காணாமல் போய்க்கொண்டிருக் கிறது. பூச்சிகள் பெருகிக்கொண்டேயிருப்பதால் பூச்சிக்கொல்லி களின் பயன்பாடு அதிகரித்துக்கொண்டிருக்கிறது. ஆனால், மறுபு றம் பயிர்விளைச்சலோ குறைந்துகொண்டேயிருக்கிறது அல்லது பெரிய மாற்றம் இல்லாமல் இருக்கிறது. கடந்த பத்து ஆண்டுக ளாக இந்த வளங்கள் பயன்படும் விகிதத்தையும் விளைச்சலை யும்கொண்டு ஒரு சராசரி விளைச்சல் திறனைக் கணக்கிட்டால் இந்த நவீன ரகங்களின் திறன் என்ன என்பதை அறியலாம். கடந்த நாற்பது ஆண்டுகளின் சராசரி உற்பத்தித் திறன் அதிகரித்திருந்தால் விவசாயிகள் ஏன் கொத்துக் கொத்தாய் தற்கொலை செய்து கொள்வது நடந்துகொண்டிருக்கிறது.

பசுமைப் புரட்சியால் நமது பஞ்சம் தீர்ந்தது என்பது வரை சரி. ஆனால், உணவு உற்பத்தியில் நாம் தன்னிறைவு அடைந்தோமா? பசுமைப் புரட்சி நெல், கோதுமை, தானியங்கள் என எல்லா பயிர்களிலும் நிகழ்ந்தாலும் வளமான இந்திய விவசாய நிலங் கள் மற்றும் டெல்டா பகுதிகள் வெறுமனே கோதுமை மற்றும் நெல்லை மட்டுமே உற்பத்தி செய்யும் ஒற்றைப் பயிர் விவசாய நிலங்களாக மாறின.

வயிற்றுக்கு உணவு முக்கியம் என்பதைப் போலவே ஊட்டச் சத்தும் முக்கியம். வெறுமனே கார்போஹைட்ரேட் மட்டும் நிறைந்த கோதுமை மற்றும் அரிசியை மட்டுமே நாம் உண்ண முடியாது. புரோட்டின்கள் நிறைந்த பருப்புகள், வைட்டமின்கள், நார்ச்சத்துகள் நிறைந்த காய்கறிகள் என அனைத்தும் உடலுக்கு வேண்டும். ஆனால், பெரும்பாலான விவசாய நிலங்களில் இவ்வி ரண்டு பயிர்களே விளைந்ததால் பருப்பு போன்ற தானியங்களின்

விளைச்சல் குறைந்தது. உதாரணமாக, பசுமைப் புரட்சியின் தாய் மடியான பஞ்சாபில் 1965ல் மூன்று லட்சத்து எழுபது டன்னாக இருந்த பருப்பு வகைகளின் உற்பத்தி 1980களில் ஒன்றரை லட்சம் டன்னாகக் குறைந்தது. இரண்டு லட்சத்து பதினான்காயிரம் டன்னாக இருந்த எண்ணெய் வித்துகளின் உற்பத்தி ஒன்றே முக்கால் லட்சமாகக் குறைந்தது.

பஞ்சாப் என்றில்லை கிட்டதட்ட ஒட்டுமொத்த இந்தியாவின் நிலையும் சற்று ஏறக்குறைய இப்படித்தான் இருந்தது. பருப்புகள், எண்ணெய் வித்துகள் போலவே தமிழகத்தில் பாரம்பரிய உணவுத் தானியங்களான கம்பு, கேழ்வரகு, பனிவரகு, சாமை, தினை, குதிரைவாலி போன்ற சிறுதானியங்கள் உற்பத்தியும் சரிவடைந்தது. காலங்காலமாய் நம் முன்னோர்கள் உண்டுவந்த இந்த உணவுத் தானியங்கள் உண்பது நாகரிகமற்றது என்ற மனோபாவம் உருவானது. நெல்லுச் சோறுதான் உயர்ந்தது என்ற தவறான கருத்தியலும் பிறந்தது.

உண்மையில் நெல்லுச் சோற்றில் கார்போஹைட்ரேட் மட்டுமே உண்டு. ஆனால், இந்த சிறுதானியங்களில்தான் கார்போஹைட்ரேட் உடன் புரோட்டினும் வைட்டமின்களும் நுண்ணூட்டச் சத்துகளும் உள்ளன. இப்படியாக, பசுமைப் புரட்சியின் விளைவால் பலவகையான உணவுப் பயிர்கள் மறைந்து நெல்லும் கோதுமையும் முழுமையாக ஆக்கிரமித்துக்கொண்டன.

பசுமைப்புரட்சிக்குப் பின்புதான் நாற்பது வகையான புதிய பூச்சிகள் இங்கு உருவாகின. இதன் மூலம் பன்னிரண்டு வகையான விசித்திரமான புதிய நோய்களும் உருவாகின. இவை அந்நிய ரகங்களில் காலங்காலமாய் இருந்த பூச்சிகள் மற்றும் நோய்களின் நவீன வடிவங்கள். அந்த அந்நிய ரக விதைகள் இங்கே வரவும் அதன் நோய்களும் பூச்சிகளும் சேர்த்தே இங்கு வந்தன.

பாரம்பரிய முறையில் ஒரே நிலத்தில் ஒரே சமயத்தில் ஒன்றுக்கு மேற்பட்ட பயிர்கள் விளைவிக்கப்பட்டன. உதாரணத்துக்கு தென்னையின் நடுவே வாழையை நட்டால் இரட்டிப்பு உற்பத்தி கிடைக்கும். ஊடுபயிர்கள் களைக் கொல்லிகளாகவும் இருப்பதால் அதற்கான பணியும் நேரமும் செலவும் மிச்சமாகும். நவீன விவசாயமோ பெரும்பாலும் ஒற்றைப்பயிர் சாகுபடிக்கே முன்னுரிமை தந்ததால் இயற்கையாக உற்பத்தி பெருக்கம் நிகழாமல் செயற்கையான உரமூட்டலால் மட்டுமே உற்பத்திப் பெருக்கம் சாத்தியமானது.

நம்மிடம் அமோக விளைச்சலைத் தரும் எத்தனையோ பாரம்பரிய நெல்ரகங்கள் இருந்தன. அவற்றில் ஒன்றுதான் முட்டைக்கார். தமிழகத்தின் காஞ்சிபுரம் மாவட்டத்தில் உள்ள திருக்கழுக்குன்றம் வட்டத்தின் இடையூர் பகுதிகளில் பிரதானமாக விளையக்கூடிய

இளங்கோ கிருஷ்ணன்

இந்த நெல்வகை ஒரு ஏக்கருக்கு சுமார் 1350 கிலோ நெல்தானியமும், சுமார் 1200 கிலோ வைக்கோலும் தரக்கூடியது.

குறுகியகால வகையைச்சார்ந்த நெற்பயிர்கள் சாகுபடி செய்ய ஏற்ற பருவகாலமான நவரைப் பட்டத்தில் முப்பது நாட்கள் நாற்றங்கால் அமைத்தால் நூற்று இருபதாவது நாளில் அறுவடைக்குத் தயாராகும். டிசம்பர் - ஜனவரி மாதங்களில் தொடங்கக்கூடிய இப்பட்டத்தில் தமிழ்நாட்டின் பெரும்பாலான மாவட்டங்களில் குறுகியகாலப் பயிராக இதைச் சாகுபடி செய்யலாம்.

ஈரநில நேரடி நெல்விதைப்பு, மற்றும் நாற்று நடுதல் என இரண்டு முறைகளையும் பின்பற்றி விளைவிக்கலாம். இந்த நெற்பயிர் ஐந்தடி உயரம் வரை வளர்ந்து, தண்டுடைந்து சாயும் தன்மை உடையதாகும். ஆனால், அச்சம் வேண்டாம் பயிர் சாய்ந்தாலும் நெல் உதிராது வீடு வந்து சேரும்.

முட்டைக்கார் பெருநயமான மோட்ட ரகம் கொண்ட சிவப்பரிசி. சிவப்பரிசிகளுக்கே உரிய அத்தனை சத்துக்கட்டுமானங்களும் இதிலும் மிகச் சிறப்பாக உள்ளன. உடல் பலவீனமானவர்கள், நோயாளிகள், வளரும் குழந்தைகளுக்கு மிகவும் ஏற்றது. இட்லி, தோசை, பொங்கல் போன்ற டிபன் ஐட்டங்கள் செய்ய மிகவும் ஏற்றது. முறுக்கு, சீடை போன்ற பலகாரங்களும் செய்யலாம்.

ஆயுதமாகின்றன விதைகள்!

பசுமைப் புரட்சி என்பது எப்படி பேராசைப் புரட்சியாக மாறி நம் நிலத்தையும் உடலையும் சீரழித்தது என்று பார்த்தோம். பசுமைப் புரட்சி என்ற பெயரில் நுழைந்த வேளாண் இடுபொருட்களின் சந்தை, வேளாண்மை என்பதை விதையைத் தூவி விளைச்சலை அறுத்து பசியைப் போக்கும் மானுட சேவை என்பதிலிருந்து மூலதனத்தைக் கொட்டி லாபத்தை எடுத்து கல்லாவை நிரப்பும் வணிக சூதாட்டம் என்பதாக மாற்றியது. விவசாயத்தின் இந்த கொள்கை நோக்கத்தில் ஏற்பட்ட மாற்றம் இந்தியாவின் மன நிலையையே மாற்றியது. 'உழவுக்கும் தொழிலுக்கும் வந்தனை செய்வோம்' என்ற பாரதியின் சொற்கள் மிகத் தெளிவாக உழவும் தொழிலும் வேறு வேறு என்று சொல்கின்றன. விவசாயமும் தொழில்தான் என்று மாறிய பிறகு உற்பத்தியை அதிகரிப்பது மட்டுமே அதன் முக்கியமான நோக்கம் என்று குறுகியது.

பசுமைப்புரட்சிக்கு அடுத்து இந்திய விவசாயத்தைக் கடுமையாகப் பாதித்தது உலகமயமாக்கல்தான். நிஜமாகவே, உலகமயமாக்கலால் இந்தியாவுக்கு சில நன்மைகள் விளைந்திருக்கின்றன. நம்முடைய இந்திய மூலதனம் அந்நிய மூலதனத்தோடு கலந்து சற்று வளர்ந்திருக்கவும் செய்திருக்கிறது. குறிப்பாக, தகவல் தொழில் நுட்பம் போன்ற விஷயங்களில் நாம் அசாதாரணமான வளர்ச்சியை சாத்தியமாக்கியிருக்கிறோம். நம் ஜி.டி.பி எனும் மொத்த உள்நாட்டு உற்பத்தி விகிதம் பெருகியிருக்கிறது. அந்நிய செலாவணி அதிகரித்திருக்கிறது. இது எல்லாமே உண்மைதான். ஆனால், மறுபுறம் விவசாயம் என்ற மானுடத்துக்கு படியளக்கும் துறையை அம்போ என்று விட்டுவிட்டோம். ஆம். அப்படித்தான் சொல்ல

வேண்டும்.

தொண்ணூறுகளில் உலகமயமாக்கல் தொடங்கிய பிறகு நம் முடைய அரசின் அணுகுமுறை விவசாயம் சார்ந்த நலன்களுக்கு நேர் எதிரான பாதையில் செல்லத் தொடங்கிவிட்டது. இன்று மத்திய அரசு விவசாயத்தையோ விவசாயியையோ நினைப்பதே இல்லை. கிராமங்கள் இந்தியாவின் முதுகெலும்புகள். இந்தியா ஒரு விவசாய நாடு என்று எல்லாம் வாய்கிழியப் பேசும் அரசியல் வாதிகள். உலகமயமாக்கலுக்கு முன்பு விவசாயத்துக்குக் கொடுத்த முக்கியத்துவத்தைகூட கொடுக்க மறந்துவிட்டார்கள்.

சர்வதேச நாணய நிதியம் (IMF) தொண்ணூறுகளில் நம்மு டைய விவசாயக் கொள்கைகளை மாற்றினால்தான் நமக்கு தேவையான பொருளாதார உதவிகளைச் செய்ய முடியும் என்று கருணையின்றிச் சொன்னது. நம்முடைய அப்போதைய அரசும் அதற்கு மறுப்பின்றி சரணடைந்தது. தாராளமயமாக்கல், தனி யார்மயமாக்கல், உலகமயமாக்கல் இதுதான் அன்றைய அரசின் பிரகடனமாயிருந்தது. அதாவது, இந்தியாவின் சந்தையை அரசின் கட்டுப்பாட்டிலிருந்து விலக்கி அனைவருக்கும் பொதுவாக்குவது. அதன்மூலம் தனியாரை வளர்ப்பது. இந்திய அரசின் நிறுவனங் களை படிப்படியாக தனியாருக்குத் தாரை வார்ப்பது, உலகம் முழுதும் இருக்கும் எந்த நிறுவனமும் இங்கு வந்து தொழில்தொ டங்கவும் உற்பத்தியை வேறு நாடுகளுக்கு கொண்டு செல்லவும், எந்த நாட்டிலிருந்து சரக்குகள் இங்கு வரவும் தேவையான ஏற்று மதி, இறக்குமதி வரிகளைத் தளர்த்துவது, மானியங்களை நீக்குவது ஆகியவைதான் உலகமயமாக்கல்.

அதாவது, இந்தியாவின் சந்தையை உலகின் அனைவருக்கும் திறந்துவிடுதல். இந்தியர்களின் இந்திய அரசின் கட்டுப்பாட்டிலி ருந்து சந்தையை விடுவித்தல் இதுதான் உலகமயம்.

உலகமயம் இந்தியாவின் எல்லா துறைகளையும் பாதித்தது. விவசாயத்தையோ படுகொலை செய்தது. ஏற்கெனவே குற்றுயிரும் குலையுருமாய் இருந்த இந்திய விவசாயத்தை அதலபாதாளத்தில் இறக்கும் வேலையை செய்தது உலகமயம். 1995ல் உருவான உலக வர்த்தக நிறுவனம் (WTO) உலக வங்கியையும், ஐ.எம்.ஐயையும் இணைத்து இந்திய வேளாண்மையின் மீதான சுரண்டலுக்கான வழிமுறைகளை தங்கு தடையற்றதாக்கியது.

தொண்ணூறுகளுக்குப் பின்பு தகவல் தொழில்நுட்ப வளர்ச்சி யின் விளைவாக உலகம் முழுதும் முதலாளித்துவ சந்தை ஒருங்கி ணைந்து கொண்டிருந்தது போலவே உள்ளூர் மருத்துவமுறைகள், மாற்று விவசாயம், மாற்று வாழ்வியல், பாரம்பரிய அறிவியல் முறைகள் ஆகியவையும் வளரத் தொடங்கின. அப்படித்தான் முதலாளித்துவ விவசாயம் வளர்ந்த பாதையிலேயே மாற்று

விவசாயம் எனும் இயற்கை விவசாயமும் வளர்ந்தது.

தொண்ணூறுகளில் மிகச் சிறிய அளவிலேயே இருந்த இயற்கை வேளாண்மை இன்று ஓரளவு வளர்ந்துள்ளது. இன்று நிறையப் பேருக்கு ஆர்கானிக் என்ற சொல் பழக்கமாகியிருக்கிறது. அதுதான் ஆரோக்கியம் என்ற மனோபாவம் படித்த, வசதியான வர்க்கத் தினரிடையே அதிகரித்துவருகிறது. இது அடிமட்ட மக்களிடம் சென்றால்தான் உண்மையான மாற்றம் நிகழும்.

விவசாயத்தை தன் கட்டுப்பாட்டில் வைத்திருக்க முனை யும் பன்னாட்டு நிறுவனங்களுக்கு அவர்கள் கையில் இருக்கும் ஒரே ஆயுதம் அவர்கள் வைத்திருக்கும் விதைகள்தான். இயற்கை உரங்களைக்கொண்டு ரசாயன உரங்களையும் பண்ணை மூலி கைகளைக்கொண்டு ரசாயனப் பூச்சிக்கொல்லிகளையும் எளிதில் பதிலீடு செய்துவிடலாம். ஆனால், விளைவிக்க பாரம்பரிய நெல் வேண்டுமே. அதை அழிப்பதில்தான் அவர்களின் முனைப்பு இருக்கிறது. பல்லாயிரம் ஆண்டுகளாக இந்நிலத்தில் புழங்கும் விதைகளை அழித்தும் கலப்பு செய்து மாற்றியும் விட்டால் பிறகு எதைப்பற்றியும் கவலைப்படாமல் நிம்மதியாக இருக்கலாம் என்று நினைக்கிறார்கள்.

விதைகளை அழிக்க இரண்டு வழிமுறைகள் உள்ளன. விதை களை விதைக்காமல் அப்படியே வைத்திருந்தால் அவை அனைத் தும் விதைப்புத்திறனை முற்றாக இழந்து வெற்றுக்கூடுகளாக மாறிவிடும். அதனால் அந்த ரகமே அழிந்துவிடும். காப்புரிமை செய்யப்பட்ட மரபணு மாற்று விதைகளைப் பரப்பினால் அயல் மகரந்த சேர்க்கை மூலம் அவை பாரம்பரிய ரகங்களுடன் கலந்து மூலவிதை நெல் மாறுபட்டுவிடும். இப்படி, எல்லா விதைகளை யும் அழித்துவிட்டால் நாளை விதைக்காக இந்த பகாசுர விதைக் கம்பெனிகளை நம்பியே இருக்க வேண்டிய சூழல் விவசாயிகளுக்கு ஏற்படும் அல்லவா? அதுதான் இந்த கம்பெனிகளின் திட்டமாக இருக்கிறது.

அப்படியான, திட்டத்தின் ஒருபகுதிதான் மரபணு மாற்றப் பட்ட விதைகள். இந்த விதைகளை ஒரே ஒருமுறைதான் விதைக்க முடியும். இப்படிச் செய்வதன் நோக்கம் என்னவாக இருக்கமுடி யும்? நம் விவசாயிகளிடையே காலங்காலமாக விதை நெல்லை பண்டமாற்று முறையில் மாற்றிக்கொள்வது ஒரு பழக்கமாகவே இருக்கிறது. இப்படி செய்வதன் மூலம் காலநிலை மாற்றம், நீர் வசதி போன்ற காரணங்களால் குறையும் சாகுபடியை பல்லா யிரம் ஆண்டுகளாக வெற்றிகரமாக எதிர்கொண்டு வருகிறார்கள் விவசாயிகள். காசு கொடுத்துப் பொருள்களை வாங்கும் நுகர்வுக் கலாசார வணிகச் சூழல் இப்படியான ஒரு நடைமுறையை அனுமதிக்குமா என்ன? அதனால்தான் பாரம்பரிய விதையை

இளங்கோ கிருஷ்ணன்

அழிக்கத் துடிக்கிறார்கள்.

மேலும், ஒரே ஒருமுறை விளையும் மரபணு மாற்றப்பட்ட விதைகளை வாங்கிப் பயிரிட்டால் விளைச்சல் என்னமோ அமோக மாகவே இருக்கும். ஆனால், அடுத்த முறை விதைநெல் வேண்டும் என்றால் நாம் அந்த கம்பெனியையே நாட வேண்டும். இதுதான் அவர்கள் வைக்கும் பொறி. இப்படி ஒவ்வொரு விவசாயியும் அவர்களிடமே விதைகளை வாங்கும் பழக்கம் ஏற்பட்டால் மொத்த விவசாயச் சூழலையும் கைப்பற்றிய பிறகு, அவர்கள் வைப்பது தான் விலை, அவர்கள் வைப்பதுதான் சட்டம் என்றாகும். பிறகு இஷ்டத்துக்கு விலைவைத்து லாபம் கொழிக்கலாம். அவசியம் எனில் விவசாயமே செய்ய முடியாத அளவுக்குச் சூழலை உருவாக் கலாம். இந்த நிலையை நோக்கித்தான் வேகமாகச் சென்றுகொண் டிருக்கிறோம் நாம். பயமுறுத்த சொல்லவில்லை. நிஜமாகவே இதுதான் இன்றைய விவசாயத்தின் அபாயமான சூழ்நிலையாக இருக்கிறது.

எல்லோருக்கும் உணவு, உலகின் பசியாற்றுவோம் என்பதைப் போன்ற உலக அளவிலான கோஷங்கள் எல்லாம் வெறும் மானுட கரிசனத்தின் அடிப்படையில் மட்டுமே நிகழ்வன அல்ல. அதற்குப் பின்பு இந்த வேளாண் கம்பெனிகளின் ரகசிய அஜண்டாவும் உள்ளது. படிப்பதற்கு ஒரு சினிமா திரைக்கதையின் சுவாரஸ்யத் தோடு இருக்கும் இந்த சதித் திட்டங்களுக்கும் நம்முடைய அரசு களுமேகூட வழியின்றி பலியாகியிருக்கின்றன என்பதுதான் கசப்பான உண்மை. நம்முடைய அரசுகள் உணவு உற்பத்திக் குறைவு என்று வெளியிடும் அறிக்கைகள் எல்லாமே திருத்தப்பட்ட உண்மைகள்தான் என்கிறார்கள் வேளாண் ஆர்வலர்கள். அது

203

மருதம் மீட்போம்

என்ன திருத்தப்பட்ட உண்மை. பன்னாட்டு வேளாண் நிறுவனங்களின் வளர்ச்சியை இங்கு ஊக்குவிப்பதற்கான திட்டங்களை நடைமுறைப்படுத்த அவசியமான அறிக்கைகளே அவை என்பது அவர்கள் வைக்கும் பகிரங்க குற்றச்சாட்டு.

இயற்கை வேளாண்மை இந்த கடுமையான நெருக்கடிகளுக்கு இடையேதான் ஆயிரத்தெட்டு ஏளனப் பார்வைகளையும் புரிதலற்ற, மேலோட்டமான வாதங்களையும் எதிர்கொண்டு நாளொரு மேனியும் பொழுதொரு வண்ணமுமாய் வளர்ந்துவருகிறது. பாரம்பரிய நெல்ரகங்களுக்குக் கை கொடுப்பது என்பது இன்றைய தேதியில் வெறுமனே நம் ஆரோக்கியத்தை மட்டும் காக்கும் விஷயம் இல்லை. எதிர்காலத் தலைமுறையினரின் நலனையும் காக்கும் வாழ்வியல் போராட்டம் அது.

இப்படியான, பாரம்பரிய நெல்ரகங்களில் சடைக்கார் நெல்லும் ஒன்று. ராமநாதபுரம் மாவட்டத்தில் உள்ள ஆகாடவலசை என்ற பகுதியில் நன்றாக விளையும் இந்நெல் ரகம் ஒரு ஏக்கருக்கு சுமார் 1200 கிலோ மகசூலும், மூன்று டன் வைக்கோலும் கொடுக்கக்கூடியது.

பின் சம்பா அல்லது தாளடிப் பருவம் (பட்டம்) எனப்படும் செப்டம்பர் - அக்டோபர் மாதங்களில் விதைத்து, பிப்ரவரி - மார்ச் மாதங்களில் அறுவடை செய்யப்படுகிறது. மேலும், பிசாணம் என்றும் அழைக்கப்படும் இந்த பருவம் மத்திய காலப் பயிர்கள் மற்றும் அதற்கும் மேலுள்ள நீண்டகால நெற்பயிர்களையும் சாகுபடி செய்ய ஏற்ற பட்டமாகும்.

மணற்பாங்கான நீர்ப்பிடிக்கும் நிலப்பரப்புகளில் ஏற்று வளரக்கூடிய இந்த நெல் வகைக்கு, மாதம் மும்முறை மழைப் பொழிவு தேவை. எனவே, நல்ல நீர்வளம் உள்ள பகுதிகளில் சிறப்பாக வளரும். டெல்டா பாசனத்துக்கு ஏற்றது. இந்த நெற்பயிரை, இலைச் சுருட்டுப்புழுவைத் தவிர மற்ற பூச்சிகளோ, அல்லது நோய்களோ தாக்குவதில்லை என கூறப்படுகிறது. இயற்கையான பூச்சி மருந்துகள் கொடுத்தாலே இந்த புழு தாக்குதலும் பூச்சித் தாக்குதலும் மட்டுப்படும்.

சடைக்கார் அரிசியில் நோய் எதிர்ப்புச் சக்தி மிகவும் அதிகம். கை, கால்களில் ஏற்படும் காயங்கள் அல்லது புண்கள் போன்றவைகளை குணமாக்கும் மருத்துவக் குணம் இதில் உள்ளது. வளரும் குழந்தைகளுக்கு மிகவும் ஏற்றது. இதில் பழங்கஞ்சி வைத்து உண்டால் வெகுநேரம் பசி தாங்கும். மனிதர்களுக்கு மட்டும் அல்லாமல் கால்நடைகளுக்கும் மிகவும் ஏற்ற அரிசி இது. ஆடு, மாடு போன்றவற்றுக்கு நோய் ஏற்படும்போது இதனை சில கால்நடை மருத்துவர்கள் பயன்படுத்துவார்கள்.

 இளங்கோ கருஷ்ணன்

மரபணு மாற்றம்: மாறுது வேளாண்மையின் முகம்!

பசுமைப் புரட்சி நவீன விவசாயத்தை வணிகமயமாக்கி தீராத சிக்கலில் விவசாயிகளை இழுத்துவிட்டது என்றால் உலகமயம் என்ற பகாசுரக் கொள்கை விவசாயம் அறமார்ந்த தொழில் என்பதையே சிதைத்து மானுட விரோத செயலாக மாற்றும் வேலையில் இறங்கியிருக்கிறது. இப்படி சொன்னால் சிலர் அதிர்ச்சியடையக் கூடும். என்னது, விவசாயம் மானுட விரோத செயலே என்று கொதிப்படையக்கூடும். ஆனால், நடந்துகொண்டிருப்பதை எல்லாம் பார்த்தால் அப்படித்தான் சொல்லத் தோன்றுகிறது. அதன் மிகச் சரியான உதாரணம் என்றால் அது மரபணு மாற்றப் பட்ட விதைகளின் வருகைதான். பி.டி. கத்திரிக்காய், பி.டி பருத்தி, பி.டி சோளம் என்று ஒவ்வொரு விதையாக மரபணு மாற்றம் செய்துகொண்டிருக்கிறது நவீன விவசாய கம்பெனிகள்.

அது என்ன மரபணு மாற்றப்பட்ட விதைகள்?

உயிர் பொருட்கள் எல்லாவற்றிலும் நிறைந்துள்ள அடிப்படையான மூலக்கூறு டி.என்.ஏ. இதை, *Deoxyribonucleic acid* என்பார்கள். சுருக்கமாக DNA. ஒரு கோழிக்குஞ்சுக்கு கோழியே பிறப்பதும் ரோஜா செடியில் ரோஜா மட்டுமே பூப்பதும் தாய் மகளைப் போல இருப்பதும் தாத்தாவின் உடல்மொழி பேரனுக்கு இருப்பதும் இந்த டி.என்.ஏ செய்யும் மேஜிக்தான். டி.என்.ஏ சரங்களில் உள்ள கோடிக்கணக்கான செய்திகள்தான் ஒருவரின் தோற்றம், அவருக்கு வரக்கூடிய நோய், உடலியல் மாற்றங்கள் ஆகிய எல்லாவற்றையும் உருவாக்குகிறது, கட்டுப்படுத்துகிறது. டி.என்.ஏ பொறியியல் தொழில்நுட்பத்தைக்கொண்டு பயிர்களின்

டி.என்.ஏவை மாற்றியமைப்பதன் மூலம் அவற்றுக்கு வரக்கூடிய நோய்த் தாக்குதலைத் தடுத்தல், கட்டுப்படுத்துதல், அவற்றுக்குத் தேவையான ஊட்டச்சத்தைப் பெறுதல் ஆகிய திறன்களை அதற்குள் விதைப்பதே மரபணு மாற்ற தொழில்நுட்பம்.

உணவுப் பயிர்கள், உணவில்லாத பயிர்கள் என இரண்டிலுமே மரபணு மாற்று விதைகள் சந்தைக்கு வந்துள்ளன. தொண்ணூறுகளுக்குப் பிறகு உலகமயமாக்கலின் உபவிளைவாக விதை நிறுவனங்களின் ஏகபோக விவசாயக் கோட்பாடுகளுக்கு அரசுகள் அடிபணிய நேர்ந்தன. அதன் விளைவுதான் இப்படியான மரபணு மாற்றுப் பயிர்களின் வருகை.

1996ல் வெறும் 1.7 மில்லியன் ஹெக்டேராக இருந்த இந்த மரபணு மாற்றுப் பயிர்களின் சாகுபடி அளவு 2016ல் 185.1 மில்லியன் ஹெக்டேராக அசுர வளர்ச்சியடைந்துள்ளது. அதாவது, உலகின் ஒட்டுமொத்த விவசாய நிலங்களில் பன்னிரண்டு சதவீதத்தில் இப்படியான மரபணு மாற்றப்பட்ட பயிர்கள்தான் பயிரிடப்படுகின்றன.

கடந்த 2016ல் மட்டும் சோயாபீன், சோளம், பருத்தி போன்ற முக்கியப் பயிர்களில் பூச்சிகொல்லி திறனுடன் 95.9 மில்லியன் ஹெக்டேர் பரப்பளவிலும் பூச்சிதாக்குதலைத் தாங்கும் திறனுடன் 25.2 மில்லியன் ஹெக்டேர் பரப்பளவிலும் இவ்விரு திறன்களுடனும் 58.5 மில்லியன் ஹெக்டேர் பரப்பளவிலும் மரபணு மாற்றுப் பயிரிகள் சாகுபடி செய்யப்பட்டன. உலகின் ஒட்டுமொத்த சோள விளைச்சலில் மூன்றில் ஒரு பகுதி அளவுக்கு பி.டி சோளம்தான் இருக்கிறது என்கிறார்கள்.

பாசிலெஸ் துரிஞ்சியென்ஸ் என்று ஒரு நுண்ணுயிர் உள்ளது. இதைச் சுருக்கமாக, பி.டி என்பார்கள். சுமார் இருநூறுக்கும் மேற்பட்ட வகைகள் கொண்ட இந்த நுண்ணுயிரி வெவ்வேறு பூச்சிகளுக்குத் தீங்குவிளைவிக்கும் இயல்புடையது. மிக முக்கியமாக இந்த பி.டி நுண்ணுயிரிகள் விட்டில் பூச்சி, வண்ணத்துப்பூச்சி, வண்டு, தும்பி போன்றவற்றுக்கு எதிரானவை. அவற்றை லார்வா நிலையிலேயே இந்த நுண்ணுயிரி அழித்துவிடும். இந்த நுண்ணுயிரியின் மரபணு உள்ள புரதநஞ்சை நமக்கு வேண்டிய பயிர் விதைக்குள் செலுத்தும்போது அந்த விதை இப்படியான பூச்சிகளை அழிக்கிறது. அவற்றின் தாக்குதலை எதிர்க்கும் திறனும் பெறுகிறது. இப்படி, பி.டி நுண்ணுயிரியை மரபணுத் தொழில்நுட்பத்தில் சுமந்திருக்கும் விதைகளைத்தான் பி.டி.விதைகள் என்கிறோம். பருத்தி, கத்திரிக்காய், தக்காளி, சோளம், சோயா முதல் பல்வேறு தானியங்களில் இந்த பி.டி ரகங்கள் தற்போது ஆக்ரமித்துள்ளன. மாண்சாண்டோ என்ற அந்நிய நிறுவனம் இப்படியான மரபணு மாற்றுப் பயிர்களுக்கான விதைகளை உருவாக்கிவருகிறது. இந்த

மான்சாண்டோவுக்கு எதிராக உலக முழுதும் விவசாயிகள், பொது மக்கள் போராட்டங்கள் நடத்திக்கொண்டிருந்தாலும் இந்த பகாசுர கார்போரேட்டின் கரங்கள் நாளுக்கு நாள் வலுவடைந்து கொண்டுதானிருக்கின்றன.

சரி ஏன் இப்படியான மரபணு மாற்றப்பட்ட பயிர்களுக்கும் மான்சாண்டோ நிறுவனத்துக்கும் எதிர்ப்புகள் அதிகரித்துக்கொண்டிருக்கின்றன. மிகப் பிரதானமாக இந்தவகை செயற்கை மரபணு மாற்றுப் பயிர்களை உண்பதால் ஏற்படும் உடலியல் பிரச்சனைகள் மற்றும் சுற்றுச்சூழலுக்கு இவை ஏற்படுத்தும் பாதிப்புகள் ஆகியவைதான் காரணங்கள். இதுவரை அடையாளப்படுத்தப்பட்ட பாதிப்புகள் ஏதும் இல்லை என்று இந்நிறுவனங்கள் சொன்னாலும் இதனால் சாதாரண செரிமானக் கோளாறு முதல் புற்றுநோய் வரை ஏற்படுவதற்கான வாய்ப்பு இருக்கவே செய்கின்றன என்கிறார்கள் நிபுணர்கள். மேலும், பி.டி.சோளத்தால் பெரிய அளவில் சேதாரங்கள் உருவானதால் இத்தாலி, அயர்லாந்து, சுவிட்சர்லாந்து, ஆஸ்திரியா, ஃப்ரான்சு, ஜெர்மனி, கிரீஸ், ஹங்கேரி, லக்சம்பர்க், போலந்து, ரொமேனியா ஆகிய நாடுகளில் இந்த சோளத்தை தடை செய்திருக்கிறார்கள்.

சாதாரண ஒவ்வாமையில் தொடங்கி சிறுநீரகக் கோளாறுகள், புற்றுநோய் வரை முன்கூட்டியே அறிய முடியாத ஐம்பத்து மூன்று வகையான நோய்களை இந்த மரபணு மாற்றுவிதைகள் உருவாக்கக் கூடும் என்று எச்சரிக்கிறார்கள் உணவியல் நிபுணர்கள்.

தமிழகத்தின் முதல் சோதனைக் குழாய் குழந்தையை உருவாக்

கிய டாக்டர் கமலா செல்வராஜ் போன்றவர்கள் இந்த மரபணு மாற்றுவிதைகள் ஆண், பெண் உடலின் மலட்டுத்தன்மையை அதிகரிக்க வாய்ப்புள்ளதாகச் சொல்கிறார். ஜெயம் கண்ணன் போன்ற மருத்துவர்களும் இதை ஆமோதிக்கிறார்கள்.

பி.டி பருத்தியின் கதை வேறு. இந்த வகைப் பருத்தியை மிகுந்த ஆர்வமுடன் வாங்கிப் பயிரிட்ட விவசாயிகளில் சுமார் இரண்டு லட்சம் பேர் கடன்சுமை தாங்காமல் தற்கொலை செய்துகொண்டார்கள். எதனால் இப்படி நேர்ந்தது? இந்த விதைகளில் உருவான பூச்சிப் பெருக்கம்தான் பிரதான காரணம். ஆந்திராவில் பி.டி பயிர்களை தொடர்ந்து உண்டுவந்த கால்நடைகள் திரள் திரளாய் இறந்ததை கையறுநிலையில் பார்த்துக் கதறினர் விவசாயிகள். இது எல்லாம் பி.டி விதைகளின் மோசமான பக்கவிளைவுக்குச் சான்றுகள்.

ஆனால், இந்த விதைகளை உருவாக்கும் மான்சாண்டோ போன்ற நிறுவனங்கள் பி.டி.விதைகளால் பூச்சிமருந்தின் தேவை குறைந்துள்ளதாக பொய்யான புள்ளிவிவரங்களை அடித்துவிடுகிறது. சரி, அப்படியானால் உலக அளவில் பூச்சி மருந்து விற்பனை சரிந்திருக்க வேண்டுமே என்று கேட்டால், மற்ற பயிர்களுக்கான பூச்சி மருந்தின் தேவை தொடர்ந்து அதிகரிப்பதால் உலக பூச்சி மருந்துகளின் விற்பனை தொடர்ந்து ஏறுகிறது. மற்றபடி எங்களுக்கும் அதற்கும் சம்பந்தம் இல்லை என்ற சாமர்த்தியமான பதில் கிடைக்கிறது.

சர்வதேச அளவில் அரசுகளில் தொடங்கி உலக வங்கி, சர்வதேச நாணய நிதியம், உலக வணிக அமைப்பு ஆகிய எல்லாவற்றுக்கும் செல்வாக்கு செலுத்தக்கூடிய இந்த விதை நிறுவனங்கள் உலக விவசாய சந்தையைத் தன்னுடைய கட்டுப்பாட்டில் வைத்துக்கொள்ள எந்த எல்லைக்கும் போகக்கூடியவை. சாம, பேத, தான, தண்டம் என்ற எல்லா வழிமுறைகளைப் பின்பற்றியும் இவை விவசாயத்தையும் விவசாயிகளையும் கபளீகரம் செய்துகொண்டிருக்கின்றன.

ஒரே ஒருமுறை பயன்படுத்தக்கூடிய பி.டி ரகங்கள் அதிகப்படியான மகசூல் கொடுக்கின்றன என்ற காரணம் சொல்லி சந்தைப் படுத்தப்படுகின்றன. இதில் சிக்கல் என்னவென்றால் ஒரே ஒருமுறை பயன்படுத்தி மகசூல் பார்த்த பின்பு விவசாயிகள் அடுத்த சாகுபடி வேண்டும் என்றால் அந்த நிறுவனத்தைத்தான் நாட வேண்டியது இருக்கும். முதலில் விவசாயிகளைக் கவர்வதற்காக பல்வேறு சலுகைகள் காட்டியும் விதைகளின் விலையைக் குறைத்தும் கொடுக்கும் கம்பெனி பிறகு தன் இஷ்டத்துக்கு விலை நிர்ணயம் செய்யும். ஒரு கட்டத்தில் விவசாயி விதையை வாங்க முடியாத உயரத்துக்கு அதன் விலைவாசி ஏறும். விவசாயிகள் கைவசம் இருக்கும் விதைகள் தொடர்ந்து விதைக்காமல் வைத்திருந்தால் முளைப்புத்

திறன் இழந்துவிடும். அதனால், விவசாயிகளால் பாரம்பரிய விதைகளுக்கும் திரும்ப முடியாது. இதுதான் மிகப் பெரிய சிக்கல்.

பி.டி பருத்தி விஷயத்தில் இதுதான் நடந்தது. பி.டி பருத்தியால் பூச்சிப்பெருக்கம் அதிகரித்து தொடர்ந்து நஷ்டத்தை சந்தித்துக் கொண்டிருந்த விவசாயிகளால் மீண்டும் பாரம்பரிய பருத்தி ரகங் களுக்குத் திரும்ப முடியவில்லை. ஒரு பக்கம் வாங்கிய கடன் அழுத்த மறுபக்கம் விவசாய செய்ய விதைகள் கிடைக்காத சூழ லில் வாழ வழியின்றி தற்கொலை செய்துகொண்டார்கள்.

பருத்தி விவசாயிகளுக்கு ஏற்பட்ட இந்ததுர்கதி அரிசி, கோதுமை உற்பத்தியாளர்களுக்கு நிகழாது என்பதற்கு எதிர்காலத்தில் எந்த உத்தரவாதமும் இல்லை என்பதுதான் நமது சூழலின் மிகப் பெரிய அச்சுறுத்தல்.

நமது பாரம்பரிய நெல் ரகங்களில் இயற்கையாகவே பூச்சிக் கட்டுப்பாட்டையும் நோய்எதிர்ப்புச் சக்தியையும் பெற்றிருக்கும் பயிர்கள் அநேகம் இருக்கின்றன. அவற்றை சாகுபடி செய்தாலே நல்ல மகசூல் கிடைக்கும். அப்படியான நெல்ரகங்களில் ஒன்று தான் கல்லுருண்டை.

தமிழகத்தின் நாகப்பட்டினம் மாவட்டப் பகுதிகளில் அதிகமாக விளையக்கூடிய இந்த நெல்ரகம் சராசரியாக 126 செ.மீ உயரம் வரையில் வளரும். இதன் நெற்பயிர் 120 நாட்களில் அறுவடைக்கு வரக்கூடியது.

களி கலப்புமண் வகைக்கு ஏற்றது. அதில் மிகச் சிறப்பாக வளரக்கூடியது. இந்த நெற்பயிர், வறட்சி, பூச்சி மற்றும் உப்புத் தன்மையை எதிர்க்கும் ஆற்றலை இயற்கையாகவே கொண்டிருக் கிறது. கல்லுருண்டை நெல்மணி கறுப்பு நிற மங்கிய கோடுகளுடன் காணப்படும், மஞ்சள் நிறமுடையது. மேலும் இதன் நெல்மணி சற்று தடித்த மோட்டா ரகமானது. (மோட்டா) வெளிறிய மஞ்சள் நிறமுடனும் உள்ளது.

குறுகியகாலப் பயிரான கல்லுருண்டை, தாளடி, பிசாணம் எனப்படும் பின் சம்பா (பட்டம்) பருவ காலமான செப்டம்பர் 15 முதல், - பிப்ரவரி 14 முடிய உள்ள இடைப்பட்ட காலத்திலும், மற்றும் நவரை பட்டம் எனப்படும் டிசம்பர் 15 முதல், - மார்ச் 14 காலத்திலும் பயிரிட ஏற்றது.

இதன் கறுப்பு வண்ண உப்புத் தாதுக்களில் இரும்புச்சத்து, மக்னீஷியம் சத்து போன்றவை நிறைந்துள்ளன. இந்த அரிசியில் இட்லி, தோசை போன்ற டிபன் வகைகளும் செய்யலாம். மேலும் இந்த நெற்பயிரிலிருந்து கிடைக்கக்கூடிய வைக்கோல், கூரை வேய் தலுக்குப் பயன்படுகின்றது.

குடும்பத்துக்கு நெல்!
கூரைக்கு வைக்கோல்!!

நவீன விவசாயம் எப்படிப் பசுமையைப் புரட்சியைக் கடந்து பி.டி.ரக விதைகளுக்கு வந்து நிற்கிறது என்று பார்த்துவருகிறோம். மரபணு தொழில்நுட்பம் கடந்த நூற்றாண்டில்தான் உலகம் முழுதும் புகழடைந்தது. மனிதகுலத்தையும் உயிர்களின் பரிணாமத்தையும் புரிந்துகொள்வதற்கான அறிவியல் என்ற அளவில் இருந்த இந்த மரபணு தொழில்நுட்பத்தைப் பயன்படுத்தி வணிகத்தை மேம்படுத்த முடியும் என்பதை சில மேல் நாட்டு நிறுவனங்கள் கண்டுகொண்டன. அது முதலாய், அந்நிறுவனங்கள் தங்களின் பேராசைக் கொள்கைகளுக்கு ஏற்ப இந்த விஞ்ஞான ஆய்வை தம் இஷ்டத்துக்கு வளைத்து நிகழ்த்திக்கொண்டிருக்கின்றன. அதன் விளைவுதான் நவீன விவசாயத்தில் பி.டி பயிர்களின் வருகை.

நம் நாட்டைப் பொறுத்தவரை கடந்த ஐம்பது ஆண்டுகளுக்கு முன்புதான் நாம் இந்த மரபணு தொழில்நுட்பம் குறித்த அறிமுகத்தையே ஏற்படுத்திக்கொண்டோம். 1954ல் மரபணுக் கோட்பாடு உருவாக்கப்பட்டது. இந்தக் கோட்பாடும் நம்முடைய ஆய்வுகள் மூலம் உருவானது அல்ல. எந்த நிறுவனம் பி.டி விதைகளை உற்பத்தி செய்து அதை நம் விவசாயிகளின் தலையில் கட்டுவதற்காகத் துடித்துக்கொண்டிருக்கிறதோ அதே மான்சண்டோ நிறுவனத்தின் ஆய்வுதான் இது என்கிறார்கள். பத்து எலிகளைக் கொண்டு வெறும் மூன்று மாதங்கள் நிகழ்த்தப்பட்ட இந்த ஆய்வின் அடிப்படையில்தான் தங்கள் முடிவுகளை இந்நிறுவனம் வெளியிட்டுள்ளதாகவும், இன்று உலகம் முழுதும் எல்லோரும் இதைத்தான் ஆய்வறிக்கை என்று சொல்லிக்கொண்டிருப்பதாகவும் இயற்கை விஞ்ஞானிகள் குற்றம் சாட்டுகின்றனர்.

விவசாயத்தைப் பொறுத்தவரை மரபணு மாற்றுப்பயிர்கள் கொண்டுவருவது பற்றிய விவாதம் இந்தியாவில் இந்த மில்லினியத்துக்குப் பிறகே தொடங்கின. 2001ம் ஆண்டு ஆயிரக்கணக்கான ஏக்கர் பரப்பளவில் பயிரிடப்பட்ட பருத்தி விதைகளை பிடுங்கிப் போட வேண்டும் என்று உச்சநீதி மன்றம் உத்தரவிட்ட பிறகுதான் இந்தப் பிரச்சனை குறித்து நம் கவனம் திரும்பியது.

அருணா ரோட்ரிகேஸ் என்பவர் பி.டி பயிர்களுக்கு எதிராக உச்ச நீதிமன்றத்தில் வழக்கு தொடுத்தார். அப்போதைய விவசாய அமைச்சராக இருந்த ஜெய்ராம் ரமேஷ் இதுபற்றி ஆய்வு செய்ய பாராளுமன்ற நிலைக்குழுவை உருவாக்கினார். மேற்கு வங்கத்தின் பசுதேவ் ஆச்சார்யா என்ற நாடாளு மன்ற உறுப்பினர் தலைமையில் இருபத்தெட்டு எம்.பிக்கள் இந்தக் குழுவில் இருந்தனர். காங்கிரஸ், பி.ஜே.பி என பலதரப்பு எம்.பிக்களைக் கொண்ட இந்த நிலைக்குழு, பி.டி.பயிர்கள் இந்தியாவின் நலன்களுக்கு எதிரானது என்று கூறியது.

ஆனால், பிறகு வந்த விவசாயத்துறை அமைச்சர் சரத்பவார் இந்த ஆய்வறிக்கையை ஏற்க மறுத்தார். மாறாக, பிரதம மந்திரியின் அறிவியல் ஆலோசனைக் குழு இந்தியாவின் உணவுத் தேவையை எதிர்கொள்ளவும், உத்தரவாதமான உற்பத்திக்கும் பி.டி.விதைகள் அவசியம் என்று கூறிய கருத்து ஏற்றுக்கொள்ளப்பட்டது.

பி.டி பருத்தியைத் தொடர்ந்து கத்தரிக்காயில் பி.டி ரகங்கள் அறிமுகப்படுத்தப்பட்டன. கத்தரிக்காய் முக்கியமான விளைபொருள் அல்ல என்பதால் பெரிய எதிர்ப்புகள் இருக்காது என்று கணக்கிட்டு முதல் உணவுப்பொருளாக அதில் பி.டி.ரகங்களை அறிமுகப் படுத்தினார்கள். தொடர்ந்து ஒன்றன்பின் ஒன்றாக சுமார் ஐம்பத்தி நான்கு ரகங்களுக்கு மேல் பி.டி.விதைகள் அறிமுகமாகியுள்ளன.

இந்தியாவில் பி.டி ரகங்கள் அறிமுகப்படுத்துவதற்கு முன்பாக மரபணுப் பொறியியல் ஒப்புதல் குழு *(Genetic Engineering Approval Committee -GEAC)* ஒன்று உருவாக்கப்பட்டது. இந்தக் குழு போதுமான ஆய்வுகள் செய்யாமல் மான்சாண்டோ நிறுவனம் கொடுத்த அறிக்கையை அப்படியே ஏற்றுக்கொண்டது என்ற குற்றச்சாட்டை இயற்கை வேளாண் ஆர்வலர்கள் முன்வைக்கிறார்கள். தலைசிறந்த மரபியல் விஞ்ஞானியான புஷ்பா பார்கவாவும் இந்தக் குழுவில் ஒருவர். 'நம் நாட்டில் மரபணு மாற்று விதைகள் தொடர்பாக ஆய்வு செய்ய போதுமான ஆய்வகங்கள் இல்லை என்று சொன்ன அவர், இந்த ஜி.இ.ஏ.சி குழுவில் இடம்பெற்றிருக்கும் உறுப்பினர்களில் பெரும்பாலானோர் மான்சாண்டோ நிறுவனத்துக்கு நெருக்கமானவர்கள்' என்று பகிரங்கமாக அறிவித்தார்.

'மக்களின் கருத்துகளை நன்கு கேட்ட பிறகே இது குறித்து இறுதி முடிவு எடுக்கப்படும்' என்று விவசாயத்துறை அமைச்சகம்

அறிவித்தது. அதன்படி விவசாயிகள் கூட்டம் கூட்டமாகத் திரண்டுபோய் இந்த தொழில்நுட்பம் எங்களுக்குத் தேவையில்லை என்று ஆணித்தரமாகச் சொல்லித் திரும்பினர். தொடர்ந்து, 2010ம் ஆண்டு விவசாயத்துறை அமைச்சர் பாமர மக்கள், விஞ்ஞானிகளின் கேள்விகளுக்குத் திருப்தியான பதில் அளிக்கும் வரை மரபணு மாற்றுப்பயிர்களுக்கு அனுமதி மறுப்பதாக' அறிவித்தார். அதைத் தொடர்ந்து அப்போதைய தமிழ்நாடு அரசு உட்பட பல்வேறு மாநில அரசுகள் வரிசையாக இந்தத் தொழில்நுட்பத்தை ஏற்க மறுப்பதாகத் தெரிவித்தன.

ஜெஃப்ரி எம் ஸ்மித் என்ற அமெரிக்க செயல்பாட்டாளர் இந்த மரபணு மாற்றப்பட்ட விதைகளுக்கு எதிராகவும் பன்னாட்டு விவசாய கம்பெனிகளின் மக்கள் விரோத போக்குகளுக்கு எதிராகவும் தொடர்ந்து போராடிவருபவர். அவரது *'Genetic Roulette'* என்ற புத்தகம் இந்த பன்னாட்டு நிறுவனங்களின் சதியையும் அரசுகள் முதல் விஞ்ஞானிகள் வரை பலரையும் இவை எப்படி தங்கள் நலன்களுக்காகப் பயன்படுத்துகின்றன என்பதையும் தெளிவாக விவரிக்கிறது. இந்த மரபணு மாற்றப்பட்ட விதைகளைத் தொடர்ந்து பயன்படுத்துவதால் ஒவ்வாமை, தோல் வியாதி, சிறுநீரகக் கோளாறுகளில் தொடங்கி இனங்காண முடியாத சுமார் ஐம்பதுக்கும் மேற்பட்ட வியாதிகள் உருவாக வாய்ப்புள்ளது என்று சொல்கிறார் ஸ்மித்.

பிரான்ஸ் நாட்டைச் சேர்ந்த சராலினி என்பவர் இந்த விதைகளை எலிகளுக்குத் தொடர்ந்து முந்நூறு நாட்கள் கொடுத்துப் பரிசோதித்ததில் அவற்றுக்கு மலட்டுத்தன்மை போன்ற பிரச்னைகள் உருவாவதைத் தெரிவித்துள்ளார். இதுபோல எத்தனையோ ஆய்வுகள் உலகெங்கும் நடந்துகொண்டிருக்கின்றன.

பி.டி. பருத்தி!

மரபணு மாற்றப்பட்ட இந்த பி.டி பருத்தி முதன் முதலில் அமெரிக்காவில் 1993ல் அறிமுகமானது. 1995 முதல் விவசாயப் பயன்பாட்டுக்கு வந்த இதனை 1997ல் சீனா அங்கீகரித்தது. 2002ம் ஆண்டு மான்சாண்டோ நிறுவனத்துடன் போட்டுக்கொண்ட ஒப்பந்தப்படி இந்தியாவுக்குள் நுழைந்தது பிடி பருத்தி. உற்பத்தி அதிகம், பூச்சிகொல்லி செலவு குறைவு, பூச்சிகளை இயற்கையாகவே கட்டுப்படுத்தும் திறன் கொண்டது என்ற படாடோப மான விளம்பரங்களுடன் விவசாயிகளுக்கு அறிமுகமானது இது. மஹாராஷ்ட்ரா, ஆந்திரா, கர்நாடகா மாநில விவசாயிகள் ஆர்வமுடன் வாங்கி விதைத்தார்கள். உலகின் நான்காவது மிகப் பெரிய பருத்தி விளைச்சல் நாடான இந்தியாவில் பி.டி. பருத்திகளின் நுழைவு தீவிர மாகவே இருந்தது. கடந்த 2011ம் ஆண்டின் நிலவரப்படியே இங்கு 10.6 மில்லியன் ஹெக்டேர் பரப்பளவில் பி.டி.பருத்தி விளைவிக்கப்படுகிறது. அமெரிக்காவிலேயே இது வெறும் நான்கு மில்லியன் ஹெக்டேர் கள்தான் என்பதை இங்கு நாம் கவனிக்க வேண்டும். தற்போதைய சூழலில் இந்தியாவில் உற்பத்தியாகும் சுமார் தொண்ணூற்றைந்து சதவீத பருத்திகள் பி.டி பருத்தி ரகம்தான் என்கிறார்கள்.

பல்லாயிரம் விவசாயிகள் தற்கொலை செய்துகொண்ட பின்பும் விதை கம்பெனிகளின் தொடர்ச்சியான லாபியாலும் பிரசாரங்களாலும் இந்த பி.டி.பருத்தி உற்பத்தி இந்தியாவில் கொடிகட்டிப் பறக்கிறது. மான்சாண்டோ நிறுவனம் ஒரே ஒருமுறை பயன்படுத்தும் பி.டி பருத்தி விதைகளை சந்தைப்படுத்துவதால் இந்திய வேளாண் ஆய்வுகள் குழு புதிய பி.டி ரக விதைகளை அறிமுகப்படுத்தியுள்ளன. ஆனால், இந்தப் பருத்தியில் பூச்சித்தாக்குதல் அதிகம் இருப்பதால் இதன் விளைச்சல் குறைகிறது என்கிற குற்றச்சாட்டு கடந்த ஆண்டு முதல் அதிகரித்துவருகிறது.

இந்த மரபணு மாற்றப்பட்ட விதைகள் எப்படி நம் உடல் நலத் துக்கும் பொருளாதாரத்துக்கும் விவசாயிகளின் எதிர்காலத்துக்கும் ஆபத்தானவை என்பதைப் பற்றி திரும்ப திரும்ப இயற்கை ஆர்வ லர்கள் சொல்லிக்கொண்டே இருக்கிறார்கள். ஆனால், நம் அரசு களின் காதுகளிலோ அதிகாரிகளின் மனதிலோ இந்த உண்மைகள் தைப்பதேயில்லை. மறுபுறம் நம் விவசாயிகளும் மக்களும் அளவு கடந்த அறியாமையிலும் பேராசையிலும் சிக்கித் தவிக்கிறார்கள். தாய்ப்பால் முதல் புவி வெப்பமயமாதல் வரை இந்த ரசாயன உரங் கள் ஏற்படுத்திய பாதிப்புகளைப் பற்றியே இன்னமும் போதுமான அளவு புரிதல் இல்லாமல் இருக்கிறார்கள் என்ற நிலையில் இந்த பி.டி.விதைகள் பற்றிச் சொல்ல வேண்டியது இல்லை. மக்களுக்கு

இதை எடுத்துச் சொல்ல வேண்டிய பொறுப்பில் இருப்பவர்களோ பகாசுர அந்நிய விவசாய கம்பெனிகளுக்கு அடியாள் வேலை பார்த்துக்கொண்டிருக்கிறார்கள்.

நமது அரசு இந்த அந்நிய நிறுவனங்களுக்கு சாதகமாகவும் இயற்கை வேளாண் ஆர்வலர்களுக்கு எதிராகவும் செயல்படும்படியாக நிறைய கறுப்புச் சட்டங்களை இயற்றியுள்ளது. இப்படியான சட்டங்கள் வழியாக மாற்று உரையாடல்களையும் தங்களுக்கு எதிரான குரல்களையும் அந்த நிறுவனங்கள் சாமர்த்தியமாக எதிர்கொண்டு வருகின்றன. அந்த சட்டங்கள் என்னென்ன என்று அடுத்த இதழில் பார்போம். இனி, சூலைக் குறுவை பற்றி பார்த்துவிடுவோம்.

பாரம்பரிய நெல் வகையைச் சேர்ந்த சூலைக் குறுவை தமிழகத்தின் நாகை மாவட்டத்திலுள்ள செம்பொடை, பெரிய குத்தகை, தோப்புத் துரை போன்ற பகுதிகளிலும், கரையோரக் கிராமங்களிலும் அமோகமாக விளையக்கூடிய நெல் ரகம். 110 – 120 செ.மீ. உயரம் வரையில் வளரக்கூடிய இதன் நெற்பயிர், 130 – 140 நாட்களில் அறுவடைக்கு வரக்கூடியது.

களிகலப்பு மண்ணில் சிறப்பாக வளரும். அதே சமயம் இந்த சூலைக் குறுவையின் நெற்பயிர், நன்செய் நிலமான பாசன முறைப் பகுதியிலும், மற்றும் புன்செய் நிலமான மானாவாரி நிலத்திலும் நன்கு வளரக்கூடியது. சூலைக் குறுவையின் நெல்மணி தடித்தும், வெளிறிய மங்கலான பழுப்பு நிறத்துடனும் காணப்படும்.

ஒரு ஏக்கருக்கு 15 பைகள் (75 கிலோ/சாக்கு / 1125 கிலோ) மகசூல் கிடைக்கக்கூடிய இந்த நெற்பயிரிலிருந்து கிடைக்கக்கூடிய வைக்கோலைக் கொண்டு கூரை வேயலாம். மாட்டுத் தீவனமாகவும் பயன்படுத்தலாம். அதிக சத்துகள் நிறைந்தது.

பின் சம்பா (பட்டம்) பருவமான செப்டம்பர் 15 முதல், – பிப்ரவரி 14 முடிய உள்ள இடைப்பட்ட காலத்திலும், குறுவைப் பட்டம் எனப்படும் சூன் 1 முதல், – ஆகத்து 31 முடிய உள்ள காலத்திலும் சாகுபடிக்கு ஏற்றது.

செரிமானத்துக்கு மிகவும் சிறப்பான இந்த அரிசியில் உடலுக்குத் தேவையான ஊட்டச்சத்துகளும் நிறைந்துள்ளன. வளரும் குழந்தைகளுக்கு மிகவும் ஏற்றது. பலவீனமானவர்கள் தொடர்ந்து இதைச் சாப்பிட உடல் நலம் மேம்படும்.

நவீன விவசாயச் சட்டங்கள்

மரபணு மாற்றம் செய்யப்பட்ட பயிர் ரகங்கள் எப்படி இந்திய வேளாண்மையின் சமகால அச்சுறுத்தலாக இருக்கிறது என்று பார்த்துவருகிறோம். அமெரிக்காவின் ஜனாதிபதி, உலக வங்கியின் தலைவர், ஐரோப்பிய யூனியன் தலைவர், பில் அண்ட் மொலிட்டா போன்ற பெரிய கார்ப்போரேட்டுகளின் தலைவர்கள் ஆகியோர் அனைவருமே தொடர்ந்து இடைவிடாமல் சொல்லிக்கொண்டிருப்பது 'இவ்வுலகத்தின் பசியாற்ற நாங்கள் இருக்கிறோம்' என்ற அபயவாக்கியங்களைத்தான்.

வளர்ந்துவரும் நாடுகளுக்கு விதைகளை அனுப்பி கோடிக் கணக்கான டாலர் மதிப்புள்ள கடன் சுமையை நம் தலையில் கட்டுவதன் காரணம் வெறும் மானுட அக்கறை மட்டுமே என்று அவர்கள் சொல்கிறார்கள். இது உண்மையில்லை என்று நமக்கு நன்கு தெரிந்தாலும் இதை முற்றிலுமாக மறுக்கும் இடத்தில் நம் அரசு இல்லை. இதன் காரணம் நாம் ஏற்கெனவே ஒப்புக்கொண்டுள்ள உலக வர்த்தக ஒப்பந்தங்கங்களின் சிக்கலான தொழில் கொள்கைகள். வளர்ந்த நாடுகள் வளரும் நாடுகளின் சந்தையைக் கபளீகரம் செய்வதற்காகவே இந்த ஒப்பந்தங்கள் நிகழ்ந்தனவே அன்றியும் உலக சமூகத்தினரின் நலன் கருதி எல்லாம் கிடையாது.

மான்சண்டோ போன்ற நிறுவனங்கள் வளர்ந்துவரும் நாடுகளின் விவசாய சந்தையைக் கைப்பற்ற சாம, பேத, தான, தண்டம் போன்ற அத்தனை வழிகளையும் பிரயோகித்துக்கொண்டிருக்கிறார்கள். உதாரணத்துக்கு இந்தோனேஷியாவின் அரசு அலுவலர்களுக்கு இந்த நிறுவனம் லஞ்சம் கொடுத்து மாட்டிக்கொண்டதால்,

மருதம் மீட்போம்

அந்த அரசு ஒன்றரை மில்லியன் டாலர் அபராதம் விதித்தனர். மான்சண்டோவின் இந்தியப் பிரிவினது முன்னாள் இயக்குநர் ஜகதீசன், 'அரசாங்க அனுமதி பெறுவதற்காகவும் இந்தியாவின் விவசாய சந்தையைக் கைப்பற்றுவதற்காகவும் இந்நிறுவனங்கள் பல்வேறு புள்ளிவிவரங்களைத் திரிக்கவும் செயற்கையாக உருவாக்கவும் சில தகவல்களை திட்டமிட்டு மறைக்கவும் செய்கின்றன' என்று வெளிப்படையாக அறிவித்தார்.

குற்றவுணர்வு தாங்காமல் மனசாட்சி விழித்துக்கொண்டு ஒரு அதிகாரி வெளிப்படுத்தியிருக்கும் ரகசியம் இது. இது ஒன்றே இந்நிறுவனங்களின் லாப வெறி எத்தகையது என்பதையும் இதன் பின் இருப்பது வணிக நோக்கமே அன்றியும் மானுட சேவை கிடையாது என்பதையும் வெட்ட வெளிச்சமாக்குகிறது.

இந்நிறுவனங்கள் விதைகளை மட்டுமே விற்பனை செய்வது இல்லை. தங்களிடம் உபரியாக உள்ள தானியங்களை 'உணவு உதவி' என்ற பெயரில் வளரும் நாடுகளுக்குக் கடனாகக் கொடுத்தும் அவர்களை தங்கள் பொறியில் விழவைக்கிறார்கள். வளர்ந்த நாடுகளோடு கூட்டணி அமைத்து இந்நிறுவனங்கள் செய்யும் இந்த வணிகத்துக்கு பல்வேறு உலகச் சட்டங்களும் துணையாக இருக்கின்றன. அமெரிக்கா, ஐரோப்பா போன்ற நாடுகள் தங்கள் விவசாயிகளுக்கு நிறைய மானியங்கள் வழங்குகின்றன. ஆனால், இந்த மானியங்கள், சலுகைகள் பெரும்பாலும் சிறிய விவசாயிகளுக்குச் சென்று சேர்வது இல்லை. வலுவான முதலாளித்துவ கட்டமைப்பு உள்ள இந்நாட்டில் பெரும்பாலான அரசு சலுகைகளை பெரிய விவசாயப் பண்ணைகளே பெற்றுக்கொள்கின்றன. அமெரிக்காவின் பெருங்கோடீஸ்வரர்களான டெட் டர்னர், டேவிட் ராக்ஃபெல்லர் போன்றவர்கள் அரசு மானியம் என்ற பெயரில் மக்களின் வரிப் பணத்தை தங்கள் வாயில் போட்டுக் கொள்கிறார்கள். இந்த நாடுகளில் மட்டும் ஆண்டுக்கு முப்பத் தேழாயிரம் கோடி ரூபாய் விவசாயம் மானியம் என்ற பெயரில் இவர்கள் கைகளுக்குச் செல்கிறது.

2006ம் ஆண்டு நமக்கு அளவுக்குஅதிகமாக கோதுமை இருந்தும் பற்றாக்குறை என்று சொல்லி சுமார் ஐந்து லட்சம் டன்னுக்கு மேலே ஆஸ்திரேலிய கோதுமையை எந்த விதமான இறக்குமதி வரிகள், தீர்வைகளும் இன்றி இங்கு இறக்கினார்கள். அது அப்போது கடுமையான சர்ச்சையை ஏற்படுத்தியது. ஆனால், தொடர்ந்து அது நடந்துகொண்டுதான் இருக்கிறது. கடந்த ஏப்ரல் மாதம்கூட அமெரிக்காவிலிருந்து ஒன்றரை மெட்ரிக் டன் கோதுமை இறக்கு மதியாகியிருக்கிறது. அதுபோலவே ஐந்து லட்சம் டன் மக்கா சோளத்தையும் நாம் தீவனம் மற்றும் உணவுக் காரணங்களுக்காக இறக்குமதி செய்துள்ளோம்.

 இளங்கோ கருஷ்ணன்

இந்தியாவின் பருவ நிலை மாற்றம் மற்றும் மழைப் பொய்ப்பு ஆகியவற்றால் இப்படி கோதுமை உள்ளிட்ட பயிர்களை இறக்குமதி செய்ய வேண்டியதாக இருக்கிறது என்று அரசு தரப்பில் கூறப் படுகிறது. ஆனால், விவசாய அறிஞர்கள் இதில் உண்மையில்லை என்கிறார்கள். உணவு உற்பத்தியில் நாம் நிஜமாகவே தேவைக்கு அதிகமான உபரி வைத்திருக்கும் அளவுக்கு முன்னேற்றத்தில் உள்ளோம். ஆனால், வளர்ந்த நாடுகள் தங்களின் பொருளாதார நலன்களுக்காக தங்களிடம் உபரியாய் உள்ளதை இங்கே தள்ளி விடுகின்றனர். பொய்யான புள்ளிவிவரங்கள் மூலம் தேவை இருப்பதாக ஒரு காட்சி சித்தரிக்கப்பட்டு அதன் பிறகு இந்த விநியோகம் நடக்கிறது என்கிறார்கள் சமூக ஆர்வலர்கள். இதை எல்லாம் அரசு தரப்பு இதுவரை மறுத்து எவ்விதமான சான்றுக ளையும் வைத்தது இல்லை.

அரசாங்கங்களைக் கைக்குள் போட்டுக்கொண்டு நடை முறையில் உள்ள விவசாயம் சார்ந்த சட்டங்களை எல்லாம் மாற்றியமைப்பதுதான் இந்தத் திட்டத்தின் அடுத்த அதிரடி. கடந்த சில ஆண்டுகளில் நிகழ்ந்த முக்கியமான சட்ட திருத்தங்களை சுருக்கமாகப் பார்ப்போம்.

மருதம் மீட்போம்

விதைச் சட்டம்

இந்தச் சட்டத்தின் படி விவசாயிகள் தங்களாகவே விதைகளைச் சேமித்துவைக்கக் கூடாது. கம்பெனிகள் வழங்கும் விதைகளை மட்டுமே தங்கள் நிலத்தில் விவசாயிகள் பயிரிட வேண்டும். இதை மீறி விவசாயிகள் தங்களது விதையையே பயிரிட்டாலோ தங்களுக்குள் கைமாற்றிக்கொண்டாலோ அபராதம் மற்றும் சிறைத் தண்டனை வழங்கப்படும். இந்த மசோதா எப்போது வேண்டுமானாலும் சட்டமாகலாம் என்ற நிலையில் தற்போதும் விவசாயிகள் தலைக்கு மேல் கத்தியாய் தொங்கிக்கொண்டிருக்கிறது.

வேளாண் கவுன்சில் சட்டம்

வேளாண்மை என்பது அரசின் கட்டுப்பாட்டில் இருக்க வேண்டும் என்பதற்காகவே இதனை முன்மொழிந்தார்கள். பொதுவாக, இயற்கை விவசாயிகள் அனைவருமே விவசாயப் பல்கலைக் கழகங்களில் படித்துப் பட்டம் பெற்றவர்களாய் இருக்க வாய்ப்பு குறைவு. பெரும்பாலானவர்கள் தங்கள் ஆர்வம் மற்றும் பட்டறிவின் மூலம் பல்வேறு ஆய்வுகள் செய்து, தேடி இயற்கை வேளாண்மை சார்ந்து பணியாற்றுபவர்களாகவே இருப்பார்கள். இவர்களை குறி வைத்துதான் இந்தச் சட்டம் உருவாக்கப்பட்டது. இந்தச் சட்டம் இப்படியான, இயற்கை வேளாண்மை ஆர்வலர்கள் பணியாற்றுவதைக் கட்டுப்படுத்த முயன்றது. வேளாண் பல்கலைக் கழகங்களில் சான்றிதழ் பெற்றவர்கள் மட்டுமே விவசாயம் சார்ந்த கருத்தரங்கள், செயல் விளக்கக் கூட்டங்கள், நடத்த வேண்டும். வேறு யாரும் சான்றிதழ் இல்லாமல் நடத்தினால் ரூபாய் ஐந்தாயிரம் அபராதம் அல்லது ஆறு மாத சிறை தண்டனை வழங்கப்படும் என்று தமிழ்நாடு சட்டமன்றத்தில் இந்த சட்டம் தாக்கல் செய்யப்பட்டது. இயற்கை வேளாண்மை ஆர்வலர்கள் உட்பட பலதரப்பட்டவர்களும் இந்தச் சட்டத்தை கடுமையாகஎதிர்த்த தால் இது கைவிடப்பட்டது.

இந்திய பயோடெக்னாலஜி கட்டுப்பாட்டுஆணையச் சட்டம் (BRAI)

மரபணு மாற்ற விதைகள் இங்கு அமுலானபோது ஏற்பட்ட சர்ச்சைகளைத் தொடர்ந்து மரபணு பொறியியல் ஒப்புதல் குழு அமைக்கப்பட்டது. இந்தக் குழு மரபணு விதைகள் நமக்குத் தேவையில்லை என்று பரிந்துரை செய்ததைத் தொடர்ந்து பிரதம மந்திரியின் நேரடி விஞ்ஞான ஆராய்சிக்குழுவின் மூலமாக பின் கத வின் வழியாகநுழைந்தன மரபணு மாற்றப்பட்ட விதைகள். அதன் தொடர்ச்சியாக, இந்த மரபணு ஒப்புதல் குழுவின் அதிகாரங்கள் குறைக்கப்பட்டது. தற்போது, இந்தக் குழுவால் பரிந்துரைகளை வழங்க மட்டுமே முடியும். ஒப்புதல் அளிப்பது, அனுமதிப்பது

218

போன்ற அதிகாரங்கள் இவர்களுக்கு இல்லை. மேலும், இந்த ஒப்புதல் குழு சுற்றுச்சூழல் அமைச்சகத்தின் கீழ் முன்பு இயங்கி வந்தது. புதிய குழு அறிவியல் மற்றும் தொழில்நுட்ப அமைச்சகத்தின் பயோடெக்னாலஜி துறையில் கீழ் இயங்கும் என்று மாற்றப்பட்டது.

இதுவும் எப்போது வேண்டுமானாலும் சட்டமாகலாம் என்ற நிலையில் மசோதாவாக உள்ளது. புஷ்பா பார்கவா போன்ற மரபியல் விஞ்ஞானிகள் இந்தச் சட்டத்தைக் கறுப்புச் சட்டம் என்கிறார்கள். சட்டத்துக்குப் புறம்பான, நியாயமற்ற, விஞ்ஞானத் தன்மையற்ற மசோதா இது என்று தங்கள் கண்டனங்களைப் பதிவு செய்துள்ளார்கள்.

விவசாய விளைபொருள் விற்பனைக்குழு சட்ட திருத்தம்

ஏற்கெனவே உள்ள இந்தச் சட்டத்தின்படி விவசாயிகள் தங்கள் விளைபொருட்களைக் கட்டுப்படுத்தப்பட்ட சந்தைகள் மூலமாக மட்டுமே விற்பனை செய்ய முடியும். இதில் ஒரு திருத்தத்தை ஏற்படுத்தி விவசாயிகள் யாரிடம் வேண்டுமானாலும் விற்கலாம். எந்த தனியார் நிறுவனம் வேண்டுமானாலும் விவசாயிகளிடம் கொள் முதல் செய்துகொள்ளலாம் என்ற நிலை உருவாக்கப்பட்டுள்ளது. இது பார்ப்பதற்கு நல்ல விஷயம்தானே என்று தோன்றினாலும். வியாபாரிகள் கையில் விவசாயம் முழுமையாகச் செல்லவும். விவசாயிகள் தங்கள் நிலங்களையும் இழந்து அதே நிலத்தில் விவசாயக் கூலிகளாக எஞ்சவுமே இந்தச் சட்டம் வழிவகுக்கும். இந்த சட்டத்தின் நீட்சியாக ஒப்பந்த விவசாயம் எனும் மாபெரும் வணிக சூது உள்ளது என்பதைப் பார்க்கும் முன், பாரம்பரிய நெல்லான செம்பாளை பற்றிப் பார்த்து விடுவோம்.

செம்பாளை தமிழகத்தின், காஞ்சிபுரம் மாவட்டம், திருக்கழுக் குன்றம் வட்டாரத்தில் உள்ள இடையூர் பகுதியில் பிரதானமாக விளையக்கூடியது. ஒரு ஏக்கருக்கு சுமார் 1,125 கிலோ நெல் தானிய மும், சுமார் 1,350 கிலோ வைக்கோலும், மகசூலாகக் கொடுக்கக் கூடியது.

மத்திய, மற்றும் நீண்டக்கால நெல் வகையைச்சார்ந்த நெற்பயிர் கள் சாகுபடி செய்ய ஏற்ற பருவகாலமான சம்பா பட்டம் எனும் பருவத்தில், 21 - 25 நாட்கள் நாற்றங்கால் அமைத்து பயிரிடப் படுகிறது. செம்பாளை நூற்று ஐந்து நாட்கள் வயதுடைய குறுகிய கால பயிர். இதை, ஆகஸ்ட், செப்டம்பர் மாதங்களில் தொடங் கும் சம்பா பட்டத்திலும் தமிழகத்தின் பிற பகுதிகளில் சாகுபடி செய்யலாம்.

நேரடி நெல் விதைப்பு, மற்றும் நாற்று நடுதல் என இரண்டு முறைகளையும் பின்பற்றி விளைவிக்கப்படும் இந்த நெற்பயிர், ஆளுயரம் வளர்ந்து, முதிர்வடையும் காலத்தில் தண்டுடைந்து

மருதம் மீட்போம்

சாயும் தன்மை உடையது. செம்பாளையின் அரிசி செம்பழுப்பு நிறத்தில் பெரு நயத்துடன் தடித்துக் காணப்படும். செந்நெல்லுக்கே உரிய நற்பண்புகள் யாவும் சிறப்பாக வாய்க்கப்பெற்றது செம் பாளை. தொடர்ந்து இதை உண்டுவந்தால் நோய் எதிர்ப்புச் சக்தி மேம்படும். ரத்தசோகை போன்ற பிரச்சனைகள் அகலும். உடல் பலவீனமானவர்கள், வளரும் குழந்தைகளுக்கு மிகவும் ஏற்றது. பொரி, அவல் போன்றவை தயாரிக்கவும் ஏற்ற ரகம்.

 இளங்கோ கிருஷ்ணன்

ஊரான் ஊரான் தோட்டத்திலே... ஒருத்தன் போட்டான் வெள்ளரிக்கா...

பசுமைப் புரட்சி, மரபணு மாற்றப்பட்ட பயிர்கள் என எப்படித் தொடர்ந்து மேற்குலக நாடுகளும் அதன் பகாசுர நிறுவனங் களும் தொடர்ந்து நம் வேளாண்மையைத் தங்களின் வணிக நலன் களுக்காகப் பயன்படுத்திக்கொண்டன என்று பார்த்துவருகிறோம். உலகமயமாக்கலின் விளைவாக புதிய சந்தை நிலவரங்களுக்கு ஏற்ப அந்நிய விவசாய கம்பெனிகளின் நலனின் பொருட்டு செயல்பட வேண்டிய நிர்ப்பந்தம் நமது அரசுக்கு ஏற்பட்டுள்ளது. எனவே, எடுப்பார் கைப்பிள்ளை போல புதிய புதிய சட்டங்கள், விவசாயத்தின் இயல்பையே சிதைக்கும் திட்டங்கள் என்று அரசு விவசாய நலன்களுக்கு எதிரான பாதையில் வேகமெடுக்கிறது.

விவசாய விளைப்பொருட்கள் விற்பனைக்குழுச் சட்டத்தில் திருத்தம் ஏற்படுத்தியதைப் பற்றி கடந்த இதழில் பார்த்தோம். விவசாயிகள் தங்களின் உற்பத்திப் பொருட்களை கட்டுப்படுத்தப் பட்ட சந்தைகள் மூலமே அனுமதியளித்துவந்த இந்த ஏபிஎம்சி சட்டம். இந்த கட்டுப்பாட்டை நீக்கி இனி தனியார் நிறுவனங்கள் நேரடியாக விவசாயிகளிடமிருந்து கொள்முதல் செய்துகொள்ள லாம் என்ற புதிய திருத்தத்தை வெளியிட்டது. பார்ப்பதற்கு நல்ல திட்டம்தானே என்று தோன்றினாலும் இதன் பின்னால் உள்ள நடைமுறை சிக்கல் விவசாயிகளின் முதலுக்கே மோசமாக முடி யக்கூடியது.

ஆமாம்! விவசாய நிலங்களை அந்நியர்கள் கைப்பற்றி அதே நிலத்தில் அவர்களை விவசாயக் கூலியாகச் செய்யும் அளவுக்கு

மருதம் மீட்போம்

மோசமான விளைவுகளை ஏற்படுத்தக்கூடிய அபாயம் நிறைந்த சுதந்திரம் இது. இதன் உச்சகட்டமாக ஒப்பந்த விவசாயம் எனும் பண்ணை அடிமை முறையே நடைமுறைக்கு வரும்.

நமது விவசாய அமைப்பின் விதைகள், இடுபொருட்கள், உணவு உற்பத்தி, பதப்படுத்துதல், விற்பனை ஆகிய எல்லா அம்சங்களையும் தங்கள் கட்டுப்பாடுக்குள் கொண்டுவர வேண்டும் என்ற திட்டத்தோடு பெரிய தனியார் நிறுவனங்கள் இந்த ஒப்பந்த விவசாயம் எனும் முறையை நடைமுறைப்படுத்தியுள்ளன.

இதன்படி ஒரு நிலத்தின் விவசாயிக்கும் ஒரு விவசாய நிறுவனத்துக்கும் இடையே ஒப்புக்கொள்ளப்பட்ட ஒரு விலை நிர்ணயிக்கப்படும். விளைபொருட்களின் அளவு, தரம், மதிப்பு ஆகியவை முன்கூட்டியே தீர்மானிக்கப்படும். இந்த ஒப்பந்தப்படி குத்தகை தாரரான நிறுவனம் விளைச்சலுக்குத் தேவையான இடுபொருட்கள் அனைத்தையும் வழங்குவார். விவசாயி தன்னுடைய நிலத்தில் அந்தப் பொருட்களைக்கொண்டு தன்னுடைய ஆட்கள் மூலம் விவசாயம் செய்துகொள்ள வேண்டும். பிறகு, விளைந்தபின் ஒப்புக்கொள்ளப்பட்ட விலைக்கு நிறுவனத்துக்குப் பொருட்களை வழங்க வேண்டும். தனியார் நிறுவனங்களின் விதைகளை ஒரே சமயத்தில் லட்சக்கணக்கான ஏக்கரில் பயிரிட இதைவிட சிறந்த ஏற்பாடு இருக்கிறதா என்ன? ஒரு கட்டத்தில் தன்னுடைய நிலத்தில் எதை விதைக்க வேண்டும். எவ்வளவு விதைக்க வேண்டும் என்ற ஏகபோகத்தைக்கூட அந்த விவசாயி இழந்துபோகிறார். அது மட்டும் அல்லாமல்; அதை என்ன விலைக்கு விற்க வேண்டும் என்றும் அந்த நிறுவனமேதான் சொல்கிறது.

'ஊரான் ஊரான் தோட்டத்திலே
ஒருத்தன் போட்டான் வெள்ளரிக்கா(ய்)
காசுக்கு ரெண்டு விற்கச் சொல்லி
காகிதம் போட்டான் வெள்ளைக்காரன்'

...என்று அந்தக் காலத்தில் ஒரு நாட்டுப்புறப் பாடல் உண்டு. வெள்ளையர்கள் தங்களுடைய அதிகாரத்தைப் பயன்படுத்தி எப்படி நம் நிலங்களில் எதை விதைக்க வேண்டும். எவ்வளவுக்கு விற்க வேண்டும் என்று நிர்பந்தித்தார்கள் என்பதைச் சொல்லும் வலி மிகுந்த கறுப்பு நகைச்சுவைப் பாடல் இது. இதே வரலாறுதான் இப்போது திரும்ப வந்திருக்கிறதோ என்று அச்சப்படும் அளவுக்கு தற்போதைய விவசாய நிலை இருக்கிறது.

இது ஏதோ வெறுமனே அச்சுறுத்துவதற்காகச் சொல்லும் விஷயம் இல்லை. இன்றைய நிலைக்கு இதுவரை, காட்பரி (கொக்கோ), பெப்ஸிக்கோ (உருளைக் கிழங்கு, மிளகாய், வேர்க்கடலை) யுனிலிவர் (தக்காளி, சிக்கரி, தேயிலை) ஐ.டி.சி (புகையிலை) கார்கில் (விதைகள்) ஆகிய அந்நிய நிறுவனங்கள் இந்த ஒப்பந்த விவசாயத்தில் இறங்கியுள்ளன. இதைத் தவிர ரிலையன்ஸ், டாட்டா, ராயல் எனர்ஜி, எஸ்ஸார், அரவிந்த் மில்ஸ், அவினி சீட்ஸ், பல்லாப்பூர் இண்டஸ்ட்ரீஸ், ஜே.கே.பேப்பர்ஸ், விம்கோ, யுனைடட் ப்ரூவரிஸ், அக்ரோசெல் போன்ற இந்திய நிறுவனங்களும் இந்த வணிகத்தில் குதித்துள்ளன.

இந்த முறையிலான உற்பத்திச் செயல்பாட்டில் பெரும் நிறுவனங்களுக்குப் பலவகையிலும் லாபம். தங்களது தொழிற்சாலைகளுக்குத் தேவையான மூலப் பொருட்கள் தங்கு தடையின்றி சீராகக் கிடைக்கிறது. உதாரணத்துக்கு, காட்பரி சாக்லெட் நிறுவனத்துக்கு சாக்லெட் தயாரிப்பதற்கான மூலப்பொருளான கொக்கோ அதிக செலவின்றி உற்பத்தி விலையிலேயே அந்நிறுவனத்துக்குக் கிடைக்கிறது. இதுதான் அதன் முக்கியமான அனுகூலம். மேலும், தரமற்ற மீதமாகும் கொக்கோகளை ஆப்பிரிக்கா போன்ற மூன்றாம் உலக நாடுகளின் தேவைக்கு ஏற்றுமதி செய்யமுடியும்.

நிறுவனங்களே நேரடியாக மூலப் பொருட்கள் உற்பத்தியில் ஈடுபடுவதால் வணிகர்கள், இடைத் தரகர்களின் தலையீடு இல்லாததால் லாபம் அதிகமாகக் கிடைக்கிறது. நிலங்கள் விவசாயிகளிடமே இருப்பதால் நிலத்துக்கு என செய்ய வேண்டிய அதிகபட்ச முதலீடும் தவிர்க்கப்படுகிறது. ரசாயன உரங்களை அளவின்றிக் கொட்டி தேவையான அமோக விளைச்சலை எடுத்துக்கொள்வதால் நல்ல லாபம் கிடைக்கும். ஆனால், அதன் மூலம் நிலம் பாழானால் அதற்குப் பொறுப்பு எடுத்துக்கொள்ள வேண்டியது இல்லை. அதனால் பாதிப்பும் நிறுவனத்துக்கு இல்லை. எந்தத் தருணத்தில் வேண்டுமானாலும் ஒப்பந்தத்தை ரத்து செய்துகொள்ள முடியும் என்பதால் விவசாயிகளை அந்தரத்தில் தவிக்கவிட்டுவிட்டு நழுவுவது எளிது.

மேலும், இயற்கைச் சூழலால் விவசாயம் பொய்த்தாலும் ஏற்கெனவே நிர்ணயிக்கப்பட்ட விலைக்குத்தான் விவசாயி பொருட்

களைத் தருவார். எனவே, ஒப்புக்கொள்ளப்பட்ட லாபமான வணிகமே நிறுவனத்துக்கு எப்போதும் நிகழ வாய்ப்புள்ளது. ஒருவேளை விவசாயம் பொய்த்தால் அதன் சுமை விவசாயியின் தலையிலேயே விழுகிறது. ஆனால், இதற்கான எந்தப் பொறுப்பையும் தார்மிகத்தையும் நிறுவனம் எடுத்துக்கொள்ள வேண்டிய அவசியம் இல்லை. இத்தனை அனுகூலங்கள் நிலத்தை வாங்கிப் பயிரிடுவதில் கிடைக்காது அல்லவா?

ஒப்பந்த விவசாயத்தில் இன்னொரு விஷயம். ஒப்பந்த நிறுவனம் தரும் விதைகளையே விவசாயி பயிரிட வேண்டும் என்பது. இதன்படி விவசாயிகளுக்குத் தெரியாமல்கூட மரபணு மாற்றப்பட்ட விதைகளை விவசாயிகள் தலையில் கட்ட முடியும். மேலும், இந்த நிறுவனங்களின் ஒப்பந்தங்களை நம்பி ஒரே பயிரை ஏக்கர் கணக்கில் விதைத்து அறுவடை செய்தபிறகு அது எந்த காரணத்தின் நிமித்தம் தரமானதாக இல்லாமல் போனாலும் அந்த விளைச்சலை ஏற்க மறுக்கும் அதிகாரம் நிறுவனத்துக்கு உண்டு. எனவே, மிகக் குறைவான விலைக்கு அதாவது நட்டத்துக்கு அதைக் கொடுக்க வேண்டிய சூழல் விவசாயிகளுக்கு உருவாகிறது. சில தருணங்களில் அறுவடை செய்வதற்குக்கூட காசில்லாமல் பயிர்களை தீவைத்து எரித்துவிட்டுப் போகும் சம்பவங்கள் தற்போது நாடு முழுதும் நிறைய நடந்துகொண்டிருக்கின்றன.

இன்னொரு முக்கியமான விஷயத்தையும் நாம் கவனிக்க வேண்டும். அடிப்படையான உணவுப்பொருட்களை உற்பத்தி செய்துகொண்டிருந்த இந்திய விவசாய நிலங்களை அவுனி, ரப்பர், பருத்தி, யூகலிப்டெஸ், தேயிலை, காபி, கரும்பு என்று பணப்பயிர்களாக மாற்றியது வெள்ளையர்கள் என்றால் புகையிலை, கொக்கோ என இன்னொருவகை பணப்பயிர் விளையும் நிலங்களாக மாற்றியது தான் இந்த பெரிய நிறுவனங்களின் சாதனை. உண்மையில் இந்த நிறுவனங்களின் உற்பத்திப் பொருட்களான நொறுக்குத் தீனிகள், சாக்லெட் போன்றவற்றால் யாருக்காவது ஏதேனும் நன்மை இருக்கிறதா?

இன்னும் சொல்லப்போனால் உடலுக்கு மிக மோசமான கேடுகளை உருவாக்கும் பொருட்களாகவே இவை இருக்கின்றன.

இன்று இந்தியாவில் இருபது சதவீதத்துக்கும் மேற்பட்ட குழந்தைகளுக்கு உயர் ரத்த அழுத்தம் இருக்கிறது என்கிறது ஒரு புள்ளி விவரம். மேலும் இந்தியக் குழந்தைகளில் கணிசமானவர்கள் ஒபிஸிட்டி எனும் உடல் பருமன் பிரச்சனையால் அவதிப்படுகிறார்கள். இதற்கும் இந்த நொறுக்குத் தீனிகளுக்கும் நெருங்கிய தொடர்புண்டு என்கிறார்கள் மருத்துவர்கள். தொடர்ந்து உடலில் கெட்ட கொழுப்பைச் சேர்க்கும் இந்த நொறுக்குத் தீனிகளை உண்ணும்போது உடல் பருமன், உயர் ரத்த அழுத்தம் போன்ற

பிரச்சனைகள் உருவாகின்றனவாம்.

இப்படி, ஒருபுறம் நம் நாட்டின் எதிர்காலமான குழந்தைகளின் உடல்நலனைக் கெடுக்கும் உணவுப்பொருட்களைத் தயாரிப்பதற்காக நம் விவசாயிகளின் வாழ்வில் எந்தவிதமான அக்கறையும் இல்லாமல் விளையாடிக் கொண்டிருக்கின்றன இந்நிறுவனங்கள். அரசின் தொடர்ச்சியான பாராமுகத்தால் அதலபாதாளத்துக்குச் சென்றுகொண்டிருக்கும் விவசாயத்தை மீட்டு எடுப்பதற்காக எத்தகைய ரிஸ்க்கையும் எடுக்கத் துணியும் விவசாயிகள், வேறு வழியின்றி இத்தகைய நிறுவனங்கள் கையில் சிக்கிக்கொண்டு புலிவால் பிடித்தது போல் மறுகிக்கொண்டிருக்கிறார்கள். பெப்ஸிக்கோ நிறுவனம் தங்களது 'லேஸ் சிப்ஸ்' தயாரிக்கத் தேவையான உருளைக் கிழங்குகளை விளைவிக்க மட்டும் இருபத்தேழாயிரம் ஏக்கர் பரப்பளவிலான நிலத்தைக் குத்தகைக்கு எடுத்துள்ளது என்கிறார்கள். இது ஒரு சாம்பிள் மட்டுமே. இப்படி பல நிறுவனங்கள் களத்தில் குதித்து இன்று விவசாயத்தையே கபளிகரம் செய்துகொண்டிருக்கின்றன.

மண்ணைக் காத்து மக்களைக் காக்கும் எத்தனையோ பாரம்பரிய நெல்ரகங்கள் நம்மிடம் இன்றும் உள்ளன. கண்ட கண்ட நிறுவனங்களை நம்பாமல் நம் உழைப்பை நம்பினாலே பொன்னாய் கொடுக்கும் பாரம்பரிய நெல் ரகங்கள் இவை. இவற்றில் ஒன்றுதான் வால் சிவப்பு நெல்.

தமிழகத்தின் நாகை மாவட்டத்தில் உள்ள வெள்ளப்பாலம் மற்றும் கீவலூர் பகுதிகளில் நன்கு வளரக்கூடிய நெல் ரகமாகும் இது. 145 - 150 நாட்களில் அறுவடைக்கு வரக்கூடிய இந்த நெல் ரகம், சுமார் 160 செ.மீ உயரம் வரையில் வளரக்கூடியது. சிவப்பு நிறத்தில் உள்ள இதன் நெல்மணியின் பின்புறத்தில் உள்ள சிறுமுள் பறவை ஒன்றின் வால் போன்று தோன்றும் என்பதால் இதற்கு வால் சிவப்பு என்று பெயர்.

மத்திய, மற்றும் நீண்டகாலப் பருவங்களுக்கு ஏற்ற ரகமான வால் சிவப்பு, செப்டம்பர் 15ல் தொடங்கும் பின் சம்பா பட்டத்துக்கு ஏற்றதாகும். தமிழகத்தின் திருவள்ளூர், தேனி, திண்டுக்கல், கோயம்புத்தூர், மதுரை, தூத்துக்குடி, கன்னியாகுமரி மற்றும் திருநெல்வேலி போன்ற மாவட்டங்களில் இந்தப் பட்டத்தில் (பருவத்தில்) வேளாண்மை நடந்துகொண்டிருக்கிறது. எனவே, இந்தக் காலகட்டத்தில் சாகுபடி செய்ய ஏற்றது. வால் சிவப்பு நெல், ஒரு ஏக்கருக்கு சுமார் 900 கிலோ வரையில் (75 கிலோ பையில், 12 பைகள்) விளைச்சல் தரக்கூடியது. சிவப்பு அரிசியின் பயன்கள் அனைத்தும் நிறைந்த இது செரிமானத்தை எளிதாக்குகிறது. வளரும் குழந்தைகள், உடல் பலவீனமானவர்களுக்கு மிகவும் உகந்தது.

மருதம் மீட்போம்

வேளாண்மையில் கார்ப்பரேட் படையெடுப்பு!

உலகமயமாக்கலால் கட்டற்றுப் பெருகும் மூலதனம் எப்படி உணவுத் துறைக்குள் நுழைந்து உடலுக்குத் தேவையற்ற மசாலா பொருட்களை சந்தைப்படுத்தி நம் உடலைக் கெடுப்ப தோடு அதற்கான விளைநிலங்களை இந்தியாவில் உருவாக்கி விவசாயத்தையும் சீரழித்துக்கொண்டிருக்கிறது என்று பார்த் துவருகிறோம். அந்த வரிசையில் தமிழ்நாடு, பஞ்சாப், மேற்கு வங்காளம், மத்தியபிரதேசம், ஆந்திரா பிரதேசம், கர்நாடகா என விவசாயம் தழைத்தோங்கும் மாநிலங்களைவிட முன்னணியில் இருப்பது குஜராத்தான். கார்பரேட் விவசாயத்தின் முதல் கால டியும் பரிசோதனை முயற்சியும் குஜராத்தில்தான் தொடங்கியது என்றால் அது மிகையில்லை.

இந்த பத்தாண்டின் தொடக்கத்தில் அதாவது 2011ல் இன்றைய பிரதமர் நரேந்திரமோடி குஜராத்தின் வளர்ச்சியின் முகம் என்றும் அவரே இந்தியாவின் எதிர்காலம் என்றும் வட இந்திய ஊடகங் களால் தொடர்ந்து முன்வைக்கப்பட்டுக்கொண்டிருந்தார். அதற் காக அவர்கள் முன்வைத்த வாதங்களில் ஒன்று குஜராத்தின் விவ சாய வளர்ச்சி. இந்தியாவின் ஆண்டு சராசரி விவசாய வளர்ச்சி 2.9 சதவீதம் மட்டுமே. ஆனால், குஜராத்தின் வளர்ச்சியோ ஒன்பது சதவீதம் என்றார்கள்.

ரோமில் உள்ள உணவு விவசாயக் கழகத்தின் துணை நிறுவன மான உணவுக்கொள்கை ஆராய்ச்சி மையம் எனப்படும் IFPRI (International food policy research institutue) குஜராத்தைப் பார்த்து இந்தியாவின் மற்ற மாநிலங்கள் பாடம் கற்றுக்கொள்ள வேண்டும் என்று சொன்னது. அப்போதைய முதல்வர் ஜெயலலிதா தமிழ

கத்திலிருந்துகூட அமைச்சர்களையும் நிபுணர் குழுக்களையும் குஜராத் அனுப்பி ஆராய்ந்து வரச்சொன்னார்.

சரி அப்படி என்னதான் நடந்தது குஜாத்தில்... கடந்த 2005ல் குஜராத் அரசு விவசாயம் தொடர்பாக இரு சட்டங்களைக் கொண்டு வந்தது. அதில் ஒன்று ஒப்பந்த விவசாயத்தை குஜராத் முழுதும் பரவலாக அமுலாக்குவது. இத்த சட்டத்தின்படி, தனியார் நிறுவனங்களும் மாநில அரசும் கூட்டாகச் சேர்ந்து விவசாயிக ளுக்குத் தேவையான உற்பத்திப் பொருட்களை வழங்குவார்கள். விவசாயிகள் இந்தப் பொருட்களைப் பெற்றுக்கொண்டு உற்பத்தி செய்து தர வேண்டும். இதற்கான ஒப்பந்தம் ஒரு ஆண்டு முதல் ஐந்து ஆண்டுகள் வரை விவசாயிகளிடம் செய்துகொள்ளப்படும். இந்த சட்டத்தை அமுலாக்கவே விவசாய உற்பத்தி விற்பனைக் குழு தீவிரமாகச் செயல்பட்டது.

இரண்டாவது சட்டம் கார்ப்பரேட் விவசாயத்துக்கும் பயோ ஃப்யூயல் எனப்படும் காட்டாமணக்கு பயிரிடும் திட்டத்துக்கும் தரிசு நிலங்களை கார்ப்பரேட்டுகளுக்குத் தாரை வார்க்கும் சட்டம். இதன்படி, குஜராத்தில் அரசுக்கு சொந்தமான நாற்பத்திரண்டு லட்சம் ஹெக்டேர் நிலங்கள். தனியார் நிறுவனங்களுக்கு இருபது ஆண்டுகளுக்குக் குத்தகைக்கு விடப்பட்டன.

இந்த இரு சட்டங்கள் மூலமாக குஜராத் அரசு கார்ப்பரேட் விவசாயத்துக்கு விளைநிலங்களைத் திறந்துவிட்டது. விதை, உரம், பூச்சி மருந்துகள், சேமிப்புக் கிடங்குகள், கொள்முதல், விநியோகம் என அனைத்தையும் கட்டுப்படுத்தி, பெருந்தொழில் குழுமங்கள் விவசாயத்தை ஆதிக்கம் செய்ய வழிவகுத்த சட்டங்கள் இவை. இதனால் நிஜமாகவே விவசாயிகளுக்கு எந்த லாபங்களும் இல்லை.

இன்று நேற்று அல்ல சுமார் இருபது ஆண்டுகளாகவே அந்நிய மற்றும் உள்நாட்டு பகாசுர கார்பரேட்டுகளை உணவு மற்றும் உணவைப் பதப்படுத்துதல் துறையில் முதலீடுசெய்ய குஜராத்அரசு பட்டுக்கம்பளம் விரித்து வரவேற்றுவருகிறது. கடந்த 2009ஆம் ஆண் டில் மட்டும் இது தொடர்பாக சுமார் இருநூறுக்கும் மேற்பட்ட புரிந்துணர்வு ஒப்பந்தங்கள் போடப்பட்டுள்ளன என்கிறார்கள் சமூக ஆர்வலர்கள்.. இதன் மூலமாக, சுமார் 32,450 கோடி ரூபாய் அளவுக்கு குஜராத்தில் தனியார் முதலீடுகள் குவிந்தன. குறிப்பாக, ரிலையன்ஸ் நிறுவனம் உற்பத்திநுகர்வு சங்கிலியை ஒருங்கிணைக்க மூன்றாயிரம் கோடி ரூபாய்க்கு மேல் முதலீடு செய்துள்ளது.

இரண்டாயிரமாவது ஆண்டில் அக்ரோசெல் நிறுவனம் பருத்தி மற்றும் எள் ஒப்பந்த விவசாயத்தை குஜராத்தில் தொடங்கியது. அப்போது ஐநூறு விவசாயிகளைக் கொண்டு இரண்டாயிரத்து ஐநூறு ஹெக்டேரில் ஒப்பந்த விவசாயம் செயல்படுத்தப்பட்டது. இது 2008ல் 45,000 விவசாயிகள், 2,18,000 ஹெக்டேர் பரப்பளவு

என அதிகரித்தது.

தேசாய் , பார்தி முதலான நிறுவனங்கள் சுமார் ஏழாயிரம் ஏக்கர் பரப்பளவில் ஒப்பந்த விவசாயத்தின் மூலம் மாம்பழம் மற்றும் வாழைப்பழங்களை உற்பத்தி செய்து ஐரோப்பியச் சந்தைக்கு அனுப்பிவருகின்றன. மெக்டொனால்ட் நிறுவனம் ஆயிரக்கணக்கான ஏக்கரில் உருளைக்கிழங்கு ஒப்பந்த விவசாயத்தை மேற்கொண்டுள்ளது. ஏ.சி.ஐ.எல். என்ற நிறுவனம் ஒப்பந்த விவசாய அடிப்படையில் பருத்தியை உற்பத்தி செய்துவருகிறது. சொட்டு நீர்ப்பாசன நிறுவனமான ஜெயின், ஒப்பந்த விவசாயத்தின் மூலமாக வெங்காய உற்பத்தியை மேற்கொள்கிறது. இவ்வாறு குஜராத்தில் பல லட்சம் ஏக்கர் பாசன நிலங்கள் ஒப்பந்த விவசாயத்தின் கீழ் கொண்டுவரப்பட்டுள்ளன.

இத்தகைய புதிய சட்டங்கள், திட்டங்களால்தான் குஜராத்தின் விவசாயம் புதிய பரிமாணத்தை எட்டியது. வளர்ச்சி எங்கே? மலர்ச்சி எதிலே? என்பதற்கு சில அளவுகோல்கள் இருக்கின்றன. கண்ணை விற்று சித்திரம் வாங்குவது போல மக்களின் அடிப்படை வாழ்வை சிதைத்து கிடைக்கும் முன்னேற்றம் நிஜத்தில் முன்னேற்றமே அல்ல. அது ஒருதரப்பினருக்கு வேண்டுமானால் பொருளாதார லாபமாய் இருக்கலாம். பெரும்பான்மை மக்களுக்கு அது ஒரு தீராத தீமைதான்.

குஜராத் மாநிலம் காலங்காலமாக விவசாயத்தில் ஈடுபட்டு வரும் மாநிலங்களில் ஒன்று. இங்கு, கடந்த கால விவசாயத் திட்டங்

நெல்லின் செல்வர் ஜெயராமன்!

இயற்கை விவசாயம் சார்ந்த விஷயங்களில் ஆர்வமுடையவர்களுக்கு நெல் ஜெயராமனைத் தெரியாமல் இருக்காது. ஆயிரமாயிரம் ஆண்டு காலமாய் நம் முன்னோர் பயன்படுத்தி வந்த பாரம்பரிய நெல் ரகங்கள் அனைத்தும் நவீன வேளாண்மை மற்றும் ஹைப்ரிட் நெல் ரகங்களின் வருகையால் இருந்த சுவடே தெரியாமல் போயின. தமிழகத்தில் மட்டும் சுமார் பதினைந்தாயிரம் வகையான நெல் ரகங்கள் இருந்தன என்கிறார்கள். இன்று இவற்றில் சில நூற்றுக்கணக்கான ரகங்களை மட்டுமே மீட்டு எடுத்திருக்கிறோம்.

கடுமையான உழைப்பையும் நெடிய பயணங்களையும் சோர்வற்ற பொறுமையையும் தீவிரமான தேடுதலையும் கோரும் இந்த வேலையை சுமார் இருபது ஆண்டுகளாக கைமாறு கருதாது செய்துவருபவர் தான் நெல் ஜெயராமன். இவரது அரிய முயற்சியால் இதுவரை நூற்றி எழுபதுக்கும் மேற்பட்ட நெல் ரகங்கள் மீட்டெடுக்கப்பட்டிருக்கின்றன.

தமிழகத்தின் இயற்கை வேளாண் நிபுணரான நம்மாழ்வாரின் இயக்கத்துடன் நெருங்கிய தொடர்பில் இருந்த நெல் ஜெயராமன். இந்த நெல் தேடலுக்காகத் தன் வாழ்வையே அர்ப்பணித்துக்கொண்டுள்ளார்.

திருவாரூர் மாவட்டம் திருத்துறைப்பூண்டி அருகே உள்ள கட்டிமேடு கிராமத்தில் ஏழை விவசாயக் குடும்பத்தில் பிறந்தவர் ஜெயராமன். ஒன்பதாம் வகுப்பு வரை மட்டுமே படித்துள்ளார். திருத்துறைப்பூண்டியில் தொழிலாளியாக வேலை செய்தார். நஞ்சில்லா உணவு என்ற கோட்பாட்டை முன்வைத்து கடந்த 2003ம் ஆண்டு நம்மாழ்வார் ஒரு நடைபயணம் நிகழ்த்தினார். பூம்புகார் முதல் கல்லணை வரை ஒரு மாத காலம் நிகழ்ந்த இந்த நடைபயணத்தில் நம்மாழ்வாருடன் இணைந்தார் ஜெயராமன்.

அந்தப் பயணத்தின்போது காட்டுயானம் உட்பட, அதுவரை கண்டெடுக்கப்படாத அரிதான ஏழு பாரம்பரிய நெல் ரகங்களின் விதைகளை சில விவசாயிகள் நம்மாழ்வாரிடம் வழங்கினர். அவற்றைப் பெற்றுக்கொண்ட நம்மாழ்வார் அதை ஜெயராமனிடம் ஒப்படைத்தார். அவற்றை மறுஉற்பத்தி செய்து விவசாயிகளிடம் பரப்ப வேண்டும் என்று கேட்டுக்கொண்டார்.

அதுதான் ஜெயராமன் மனதில் விழுந்த முதல் விதை. அப்போது தொடங்கிய பயணம் இன்று வரை இடையறாது தொடர்ந்துகொண்டிருக்கிறது. அன்று மனதில் விழுந்த விதைதான் இன்று திருத்துறைப் பூண்டி அருகே ஆதிரெங்கம் கிராமத்தில் பாரம்பரிய நெல் மையமாக உருவெடுத்துள்ளது. அமெரிக்காவில் வசிக்கும் நண்பர் நரசிம்மன் என்பவர் வழங்கிய ஐந்து ஏக்கர் நிலத்தில் நெல் ஜெயராமனால் உருவாக்கப்பட்ட இந்த பாரம்பரிய நெல் மையம் இயற்கை வேளாண்

ஆர்வலர்களின் புகலிடமாக உள்ளது.

புதியவர்களுக்கு இயற்கை வேளாண்மை தொடர்பான சந்தே கங்களை தெளிவுப்படுத்துவதோடு பாரம்பரிய நெல்விதைகளையும் வழங்கிவருகிறார் நெல் ஜெயராமன். ஆதிரெங்கத்தில் ஆண்டுதோறும் மே கடைசி வாரத்தில் பாரம்பரிய நெல் திருவிழாவை ஜெயராமன் கடந்த 2006 முதல் நடத்துகிறார். தமிழகம் மட்டுமின்றி, நாட்டின் பிற மாநிலங்களிலிருந்தும் ஏராளமான விவசாயிகள் இதில் பங்கேற்கின்ற னர். இதில் கலந்துகொள்ளும் ஒவ்வொருவருக்கும் இரண்டு கிலோ பாரம்பரிய நெல் விதை இலவசமாக வழங்கப்படுகிறது.

அதை அவர்கள் தங்கள் வயல்களில் விளைவித்து, அவரவர் பகுதிகளில் அவற்றை பரவச் செய்ய வேண்டும். மீண்டும் அடுத்த ஆண்டு நெல் திருவிழாவுக்கு வரும்போது நான்கு கிலோ விதை யைத் திரும்ப ஒப்படைக்க வேண்டும். இந்த நிபந்தனையுடன் நெல் திருவிழாவில் பங்கேற்கும் விவசாயிகளால் 169 வகையான பாரம்ப ரிய நெல் ரகங்கள், தற்போது தமிழகத்திலும், பிற மாநிலங்களிலும் பரவலாகப் பயிர் செய்யப்படுகின்றன. ஆண்டுதோறும் இந்த நெல் திருவிழாவில் சுமார் ஐந்தாயிரம் பேர் வரை பங்கேற்கின்றனர். விவசாயிகள் மட்டும் இன்றி ஐ.டி போன்ற நிறுவனங்களில் பணி யாற்றும் இளைஞர்கள்கூட ஆர்வமுடன் இவ்விதைகளை வாங்கிச் செல்கின்றனர்.

ஜெயராமனின் பணிகளை அங்கீகரிக்கும் வகையில், தேசிய அடிப்படை நிலை கண்டுபிடிப்பு – பாரம்பரிய அறிவுக்கான விருதை யும், SRISTI அமைப்பின் இளம் காந்தியத் தொழில்நுட்பக் கண்டறி தலுக்கான SRISTI சம்மான் விருதையும் மத்திய அரசின் அறிவியல் தொழில்நுட்ப அமைச்சகம் வழங்கி கவுரவித்துள்ளது.

களால் சிறிய அளவில் நிலம் வைத்திருக்கும் விவசாயிகள் பாதிக்கப் பட்டாலும் தேசம் முழுதும் இருந்த சீரான வளர்ச்சிப் போக்கின்படி சிறு நில உடைமையாளர்கள் பெரிய நிலவுடைமையாளர்களிடம் நிலத்தைக் குத்தகைக்கு வாங்கி சாகுபடி செய்யும் பழக்கம் இருந்து வந்தது. அதுபோலவே, பெரிய நிலவுடைமையாளர்கள் சிறுவுடை மையாளர்களிடம் வாங்குவதும் அங்கொன்றும் இங்கொன்றும் வழக்கமே. கிட்டதட்ட சென்ற நூற்றாண்டின் கடைசி வரைக்கும் சூழல் இப்படித்தான் இருந்தது.

ஆனால் இரண்டாயிரத்துக்குப் பிறகு இதில் அரசின் விவசாயம் சார்ந்த கொள்கைகளால் மாற்றங்கள் உருவாகின. அதாவது, பெரு வுடைமையாளர்கள் சிறு விவசாயிகளிடம் நிலத்தை அபகரித்து விவசாயம் செய்வது அதிகரித்தது. மறுபுறம் நிலத்தை இழந்த விவசாயிகள் அதே நிலத்தில் விவசாயக் கூலிகளாக மாறுவதும்,

கிராமங்களை விட்டு நகரங்களுக்கு இடம்பெயர்வதும் அதிகரிக்கத் தொடங்கின. இந்த நவீன பண்ணையார்களால் நிலம் கைமாறுவது குஜராத்தில் மிகவும் வேகமாக அதிகரிக்கத்திருக்கிறது என்கிறது ஒரு புள்ளிவிவரம்.

மேலும், இந்தப் புதிய பண்ணைகள் நவீன விவசாயக் கருவிகள், நவீன தொழில்நுட்பம், உரம், பூச்சி மருந்து, தொடர்ச்சியான ஒற்றைப் பயிர்ச் சாகுபடி எனச் செயல்படுவதால் மண்ணின் வளமும் பாழாகிறது. மறுபுறம் விவசாயக் கூலிகளின் தேவையும் குறைந்து இம்மண்ணின் மக்கள் சொந்த நாட்டிலேயே அகதிகளாகும் அவலம் ஏற்பட்டுள்ளது.

வயிற்றுக்கும் உடல் நலத்துக்கும் தீங்கான ஜங்க் ஃபுட்ஸ் போன்ற கார்ப்பரேட் உணவுப்பொருட்களின் மூலப்பொருள் உற்பத்திக்காக விவசாய நிலங்கள் கையகப்படுத்தப்படுவது ஒருபுறம் என்றால் மறுபுறம் ஹை வேல்யூ அக்ரிகல்ச்சர் என்று ஒரு முறையைப் பயன்படுத்துகிறார்கள். இந்தியாவில் நகரங்களில் வசிக்கும் மேட்டுக்குடிகள், வெளிநாட்டில் வசிப்பவர்கள் ஆகியோருக்குத் தேவையான உணவுப் பொருட்கள் உற்பத்திக்காக விவசாய நிலங்களைப் பயன்படுத்துவதுதான் அது. குஜராத் அரசு இதையும் இரு கரம் கூப்பி வரவேற்கிறது.

தொண்ணூறுகளில் நான்கு லட்சம் ஹெக்டேராக இருந்த காய் கறி, பழ உற்பத்திக்கான விவசாயம் அடுத்த பதினைந்து ஆண்டுகளில் ஆறு லட்சம் ஹெக்டேராக உயர்ந்தது. தற்போது இது பத்து லட்சம் ஹெக்டேருக்கு மேல் உயர்ந்திருக்கிறது. இந்த நிலங்களில் எல்லாம் முன்பு அத்தியாவசிய உணவுப்பொருட்கள் உற்பத்தி நிகழ்ந்துகொண்டிருந்தது என்பது குறிப்பிடத்தக்கது.

தானிய உற்பத்தியைப் பின்னுக்குத் தள்ளிவிட்டு ஆடம்பர உணவுப் பொருட்களைப் பெருக்குவதில் என்ன மாதிரியான உணவுத் தன்னிறைவு அடைகிறோம் என்ற கேள்வி முக்கியமானது. நிஜமாகவே கோடிக்கணக்கானவர்கள் உணவின்றி தவிக்கும் நாட்டில் இதுபோன்ற உணவுப்பொருட்களை உற்பத்தி செய்ய இருக்கும் நன்செய் நிலங்களைச் சீரழிக்க வேண்டுமா என்பதுதான் கேள்வி.

குஜராத்தின் ஒட்டுமொத்த பருத்தி விவசாயத்தில் 54 சதம் பி.டி. பருத்தி விதை (மரபணு மாற்றம் செய்யப்பட்ட பருத்தி) கொண்டு பயிரிடப்படுகிறது. 30க்கும் மேற்பட்ட தரகு முதலாளித்துவ நிறுவனங்கள் பி.டி. பருத்தி விதையை விற்பனை செய்கின்றனர். இந்நிறுவனங்கள் அனைத்தும் பி.டி. பருத்தி விதைக்குக் காப்புரிமை கொண்டிருக்கும் பன்னாட்டு நிறுவனமான மான்சான்டோவின் கட்டுப்பாட்டில் இயங்கும் நிறுவனங்களாகும். மான்சான்டோ தான் விலையைத் தீர்மானிக்கிறது. இதனால் பருத்தி விவசாயிகளுக்குச் சொல்லிக் கொள்ளும் அளவிற்கு லாபமில்லை; காய்

மருதம் மீட்போம்

புழு நோயையோ கட்டுப்படுத்தவும் முடியவில்லை.

குஜராத் மட்டும் அல்ல ஒவ்வொரு மாநிலத்திலுமே இன்று இதுதான் விவசாயத்தின் நிலைமை. இதைப்பற்றி இன்னும் விரிவாகவே தொடர்ந்து பார்ப்போம். அதற்கு முன்பு, பாரம்பரிய நெல் ரகமான சிங்கினிக் கார் பற்றி பார்ப்போம்.

சிங்கினிக்கார் சிறு செலவில் பயிராகும் பாரம்பரிய நெல் ரகமாகும். மழை, நீர் தேக்கத்தில்கூட இயற்கைச் சீற்றங்களைத் தாங்கி வளரும் வல்லமை கொண்டது. இயற்கையாகவே நோய் எதிர்ப்புச் சக்தி கொண்ட இந்த நெல் ரகம், நடுத்தர வகையாக, சிவப்பு நிற நெல்லையும், சிவப்பு நிற அரிசியையும் உடையது. களைகள் நிறைந்துள்ள நிலத்திலும் சாகுபடி செய்ய ஏற்றதான இந்நெல்லுக்கு இடுபொருளே தேவை இல்லை. இயற்கையாகவே வளரும்.

இதன் சாகுபடியின்போது அறுவடைக்குப் பின் வைக்கோலின் பெரும்பகுதி நிலத்தில் சிதைந்து மக்குவதால், மண்ணின் சத்தும் கூடுகிறது. இந்தச் சத்தையே உணவாக எடுத்துக்கொண்டு வளரும் தன்மை இயற்கையாகவே இந்த ரகத்துக்கு உண்டு. நிலத்தில் மக்கும் பொருட்களால் மண்ணில் உண்டாகும் நுண்ணுயிர்களைச் சத்துகளாக எடுத்துக்கொண்டு, இடுபொருள் செலவு தேவையின்றியே வளரும் அற்புத ரகம்.

சிங்கினிக்கார் நெல்லின் அரிசி உணவுக்கும், பலகார வகைகளுக்கும் ஏற்றது. அவல், மற்றும் பொரிக்கு ஏற்ற ரகமாகும். நோய் எதிர்ப்புச் சக்தி மிகுந்தது. நோயாளிகள், உடல் பலவீனமானவர்கள், வளரும் குழந்தைகள் ஆகியோர் இதைத் தொடர்ந்து சாப்பிட்டால் உடல் வலுவாகும். இதன் அரிசிக் கஞ்சி உள்ளுறுப்புகளை வலுவாக்குவது. சிவப்பு அரிசியின் அயானிக் அளவிலான சத்துகள் இதில் நிறைந்திருப்பதால் நல்ல எனர்ஜி கிடைக்கும்.

மல்யுத்த வீரர்களின் உடலை உறுதியாக்கும் மிளகுச் சம்பா!

நவீன விவசாயக் கருவிகளும் விவசாயம் பற்றிய கோட்பாடுகளும் எப்படி விவசாயம் என்ற மக்கள் பசிபோக்கும் தொழிலையே அழித்து அதை வெறும் மூலத்தனப் பெருக்கம் மற்றும் லாபவெறி என்பதாக மாற்றியுள்ளன என்பதைப் பார்த்துவருகிறோம். குறிப்பாக பசுமைப் புரட்சியின் விளைவால் அறிமுகமான நவீன ரக விதைகள், சிந்தடிக் உரங்கள், பூச்சிக்கொல்லிகள் ஆகியவையும் தொண்ணூறுகளுக்குப் பிறகு உருவான மரபணு மாற்றப்பட்ட விதைகள், இரண்டாயிரத்துக்குப் பிறகு உருவான கார்ப்பரேட் விவசாயம் ஆகியவை விவசாயம் என்பதை ஒன்றைப் போட்டு பத்தை எடுக்க வேண்டிய வணிகச் சூதாட்டம் என நினைக்கின்றன. இதனால் முதலில் கடுமையாகப் பாதிக்கப்படுவது விவசாயிகள்தான். அடுத்தபடியாக இப்படி உற்பத்தியாகும் உணவுகளை உண்ண நேர்கிற மக்கள். இந்த பகாசூர நிறுவனங்களுக்கோ லாபம் லாபம் லாபம் மட்டுமே. மக்களையோ விவசாயிகளையோ அவர்கள் நினைத்துப் பார்ப்பதே இல்லை.

ஜேக் ஹின்மேன் எனும் நியூசிலாந்து நாட்டின் பேராசிரியர், “உலக உணவுத் தேவையை உள்ளூர் விதைகளில் உருவான தானியங்களைக் கொண்டு மட்டும்தான் தீர்க்க முடியும். அதுவே ஆரோக்கியமும்கூட” என்கிறார். மேலும் அவர், “ரசாயன உரங்கள், பூச்சிக்கொல்லிகள், களைக் கொல்லிகளை நம்பி நடைபெறும் விவசாயமும் கார்ப்பரேட்களின் விவசாயமும் மனிதர்களின் நலனுக்குத் தீங்கைத்தான் செய்யும். மரபணு மாற்று விதைகளின் நாயகர்களான அமெரிக்க கம்பெனிகளின் விவசாயமுறையில் ஆண்டுக்

காண்டு ரசாயன உரத்துக்கான செலவு கூடிக்கொண்டேபோகிறது. பூச்சிக்கொல்லிகள், களைக்கொல்லிகளின் பயன்பாடும் அதிகரித்து ஒட்டுமொத்த செலவு அதிகரிப்பதுடன் உணவுப் பொருட்களின் விஷத்தன்மையும் அதிகரித்துக்கொண்டே போகிறது. ஆனால், விளைச்சல் திறனோ ஒரே இடத்தில் உட்கார்ந்துவிட்டது. மாறாக, ஐரோப்பா, இந்தியா உள்ளிட்ட நாடுகளில் பாரம்பரிய விதைகளைக் கொண்டு இயற்கையான முறையில் செய்துவரும் விவசாயத்தில் செலவு குறைந்து, விளைச்சல் பெருகிவருகிறது" என்கிறார்.

நியுசிலாந்தின் கேண்டர்பரி பல்கலைக் கழகம் உட்பட பல்வேறு நாடுகளில் நடைபெறும் மாற்று விவசாயம் சார்ந்த ஆய்வரங்களில் பங்குபெறும் ஜேக், 'நிலைத்த நீடித்த வேளாண்மைக்கான அகில உலக இதழ்' *(International journal of agricultural sustainability)* என்ற நூலில் தன்னுடைய ஆய்வு சார்ந்து விரிவாக எழுதியுள்ளார்.

1949ல் சீனாவில் மட்டும் ஐம்பதாயிரம் கோதுமை ரகங்கள் இருந்தன. நவீன விவசாயத்தில் சீனா நுழைந்த பிறகு 1979ல் வெறும் ஆயிரம் ரகங்களே எஞ்சின. இன்று பரவலாக எழுந்துவரும் பாரம்பரிய விதையைக் காப்பது குறித்த முயற்சிகளால் மேலும் சில ஆயிரம் ரகங்கள் மீட்கப்பட்டிருக்கின்றன அவ்வளவே. முட்டைக்கோஸ் ரகங்களில் தொண்ணூற்றைந்து சதசீதமும், மக்காசோளத்தில் தொண்ணூற்றோரு சதவீதமும் துவரையில் தொண்ணூறு மற்றும் தக்காளியில் தொண்ணூற்றாறு சதவீதமும் அழிந்துவிட்டன. இருப்பது எல்லாம் ஹைபிரிட் மட்டுமே.

சரி இது ஒருபுறம் இருக்கட்டும். சமீபமாக மத்திய அரசு எடுத்துவரும் நடவடிக்கைகள் எதுவுமே விவசாயிகள் நலன் சார்ந்ததாக இல்லை என்பதே இன்னொரு பெரிய இடியாக உள்ளது. இந்திய விவசாயத்தைப் பன்னாட்டு விவசாய கார்ப்பரேட்களின் சூதாட்டகளமாக மாற்றவே நம் அரசுகள் விரும்புகின்றனவோ என்ற நியாயமான கவலை நமக்கு எழுகிறது. இதற்கு ஏற்ப வேளாண்மைத்துறையின் விதை, நீராதாரங்கள், நிலம், இயற்கைவளம் ஆகிய அனைத்தையும் கார்ப்பரேட்டுகளின் நலனுக்கு ஏற்ப மறு சீரமைப்பு செய்துவருகிறது. அந்த வகையில் வேளாண் சந்தைகளையும் கார்ப்பரேட்டுகளின் நலனுக்கு ஏற்ப மாற்றியமைக்கும் வேலையை இன்று நேற்றல்ல சுமார் இருபது ஆண்டுகளாகவே செய்யத் தொடங்கிவிட்டது.

விவசாயிகள் உற்பத்தியாளர் சங்கம் மற்றும் வேளாண் மின்னணு சந்தை ஆகியவற்றின் மூலம் வேளாண்மையை கார்ப்பரேட்மாடல் தொழிலாக மாற்ற அரசு தற்போது மேலும் சில புதிய சட்டங்களையும் உருவாக்கியுள்ளது. எழுபது, எண்பதுகளில் இந்தியா முழுதும் உயிர்ப்போடு இயங்கிய கூட்டுறவுச் சங்கங்கள் உங்களுக்கு நினைவுள்ளனவா? முதலாளித்துவ பொருளாதாரத்துக்கு சென்ற நூற்றாண்டின் முற்பகுதியில் கடும் நெருக்கடியாய்

இளங்கோ கிருஷ்ணன்

விளங்கிய சோசலிஷம் கட்டுமானங்களை எதிர்கொள்ளவும் மக்கள் கம்யூனிசம், சோசலிஷம் போன்ற கருத்தியல்களால் ஈர்க்கப்படாமல் இருக்கவும் ஒவ்வொரு துறையிலும் சோசலிஷத்தின் மென்மையான வடிவம் ஒன்று உருவாக்கப்பட்டது. அவைதான் பழைய கூட்டுறவுச் சங்கங்கள்.

முதலாளித்துவத்தின் சந்தை வெறி, லாப வெறி ஆகியவற்றிலிருந்து கொஞ்சம் ஆறுதலாய் இந்தக் கூட்டுறவு சங்கங்கள் விளங்கியதால், மக்களும் இதை பேரளவில் ஆதரித்தார்கள். தொழிலாளர் கூட்டுறவுகள், நெசவாளர் கூட்டுறவுகள், கிராமசபை கூட்டுறவுகள், விவசாயிகள் கூட்டுறவுகள், பால்போன்ற விவசாயம் சார் உற்பத்திப் பொருட்களுக்கான கூட்டுறவுகள் என தனி நபர் மற்றும் சிறு உடைமையாளர்கள் சார் கூட்டுறவு அமைப்புகள் உலகம் முழுதும் உருவாகின.

முதலாளித்துவம் நாலு கால் பாய்ச்சலில் சென்ற அமெரிக்கா, ஐரோப்பிய நாடுகள்கூட இவற்றைக் கையில் எடுத்தன. சோசலிஷம்

தனக்கு சிக்கலாக, தலைவலியாக இருந்தவரை இதைச் சகித்துக் கொண்ட முதலாளித்துவப் பொருளாதாரம் பின்னர் கூட்டுறவு அமைப்புகளை ஒடுக்கும் நடவடிக்கைகளைத் தீவிரமாக முன்னெடுத்தது. உலகமயமாக்கலுக்குப் பிறகு இப்படியான கூட்டுறவு அமைப்புகளை வளரும் நாடுகள் கைவிட வேண்டும் என்று உலக வங்கி முதல் பன்னாட்டு நிறுவனங்கள் வரை நமது அரசுகளை நிர்ப்பந்தித்தன.

அமெரிக்கா, கனடா, ஐரோப்பா போன்ற நாடுகளில் புதிய தலைமுறை கூட்டுறவுகள் உருவாகின. கூட்டுறவுச் சங்கங்கள் என்ற பெயரை மட்டும் வைத்துக்கொண்ட இவ்வமைப்புகள் வெறும் கூட்டுப்பங்கு நிறுவனங்களாக மாறி, முதலாளித்துவப் பொருளாதாரத்தின் ஓர் அங்கமாக உருப்பெற்றன.

இப்படித்தான் விவசாயத்துக்குள்ளும் இந்த நவீன விவசாய கூட்டுறவுச் சங்கங்கள் நுழைந்தன. திருதராஷ்ட்ர ஆலிங்கனம் என்று ஒரு கொலைமுறை உள்ளது. பகைவரை அடித்துக் கொல்லாமல் அணைத்துக் கொல்வது. அதைத்தான் இந்த நவீன வேளாண் கூட்டுறவுச் சங்கங்கள் செய்கின்றன. தனி நபர் நலன், சிறு உடைமையாளர் நலன் ஆகியவற்றை நமது நவீன பொருளாதாரம் அப்படித்தான் அழைக்கிறது. சிறு, குறு விவசாயிகள் தனித்தனியாக ஆங்காங்கே சிதறியிருப்பதால் அவர்களால் சந்தையில் போட்டியிட முடிவதில்லை. எனவே, அவர்களை ஒருங்கிணைத்து ஓர் அமைப்பாக மாற்றுவதன் மூலம் அவர்களின் போட்டியிடும் திறன் மேம்படுவதாக சொல்கிறார்கள்.

கடந்த 2003ம் ஆண்டு இதே நோக்கத்தோடுதான் வாஜ்பாய் காலத்தில் விவசாயிகள் உற்பத்தியாளர் சங்கம் உருவாக்கப்பட்டது. இந்திய கம்பெனிகள் சட்டம் 1956ல் ஒரு சிறு திருத்தம் செய்ததின் மூலம் இந்த சங்கங்கள் அனைத்தும் கம்பெனிகளாக மாற்றியமைக்கப்பட்டன. கொள்முதல், உற்பத்தி, சந்தைப்படுத்துதல், பொருட்கள் மற்றும் சேவைகளை இறக்குமதி செய்துகொள்வது ஆகிய அனைத்துமே இந்த கம்பெனி கம் கூட்டுறவுகளுக்கு அனுமதிக்கப்பட்டன. தொடர்ந்து இந்தியாவில் நபார்டு வங்கி இதற்கான முயற்சியை எடுத்து நடவடிக்கையில் இறங்கியது. முதலில் கிராம அளவில் பதினைந்து முதல் இருபது பேர் வரையிலான விவசாயிகள் இணைய வேண்டும். இவை விருப்பக் குழுக்களாக *(interest groups)* இருக்கும். பிறகு இவற்றை ஒன்றோடு ஒன்றாக இணைத்து ஆயிரம் விவசாயிகளைக் கொண்ட விவசாய சங்கங்கள் உருவாக்கப்படும் என்று முடிவானது.

முன்பே, தனித்தனியாக இயங்கிவந்த கரும்பு, தென்னை, மஞ்சள், வாழை, நெல், கோதுமை, பருத்தி, டீத்தழை விவசாயிகள் சங்கங்கள் ஒவ்வொன்றும் ஆர்வமுடன் இதில் இறங்கின. இந்தக்

இளங்கோ கருஷ்ணன்

குழு செயல்பாட்டில் ஊக்கமுடன் ஈடுபடும் சங்கங்கள் விவசாயிகள் உற்பத்தியாளர் கம்பெனிகளாக தரம் உயரும் என்று நபார்டு அறிவிக்கவே அனைவரும் என்ன ஏது என்று புரியாமலேயே களத்தில் இறங்கினார்கள். இதுவரை இவற்றின் லகான் ஓரளவு விவசாயிகள் கையிலேயே இருந்ததால் பெரிய நட்டம் இல்லை.

கடந்த 2011 முதல் அமுலாகிவந்த இந்தத் திட்டத்தைப் பிற்பாடு சிறு விவசாயிகள் வேளாண்மையும் கூட்டமைப்பு (*Small Farmers Agri and Business Consortium*) என்ற அமைப்பு கையில் எடுத்தது. இந்த அமைப்பு விவசாயிகள் என்ற பெயரில் இருந்தாலும் இதன் பொறுப்பில் இருப்பவர்கள் யாரும் விவசாயிகள் கிடையாது. மத்திய வேளாண்மைத் துறை மற்றும் நபார்டு வங்கியில் பணியாற்றி ஓய்வுபெற்ற அதிகாரிகள் மட்டுமே உள்ளனர். இது ஒரு தன்னாட்சி (*Autonomous*) பெற்ற நிறுவனம். மத்திய வேளாண்மைத் துறையில் பதிவு பெற்றுள்ளது. *Non Banking Financial Corporation (NBFC)* என்று வங்கி சேவை சாராமல் கடன் தரும் நிறுவனங்களைச் சொல்வார்கள். அதில், இதுவும் ஒன்று. சரி, விவசாயிகளுக்கு யாரேனும் கடன் தருவது நல்ல விஷயம்தானே? பிறகு விவசாயிகளை யார் ஒருங்கிணைத்தால் என்ன? விவசாயிகளுக்கு நல்லது நடந்தால் போதுமே என நீங்கள் நினைக்கலாம். ஆனால், இந்த எஸ்.எஃப்.ஏ.சி நேரடியாக விவசாயக் குழுக்களை இணைக்கும் வேலையைச் செய்வதில்லை.

இந்தியாவில் பன்னாட்டு நிறுவனங்கள் தங்களுக்குத் தேவையான வேலையை முடித்துத்தர பல்வேறு சமூகக் குழுக்களை வைத்துள்ளன. இவை நூற்றுக்கணக்கான தன்னார்வக் குழுக்களாக களத்தில் உள்ளன. இவற்றைக் கட்டுப்படுத்தும்

மருதம் மீட்போம்

வேலையை மட்டுமே இந்த SFAC செய்கிறது. இதைப்பற்றி இன்னும் விரிவாக அடுத்த அத்தியாயத்தில் பார்ப்போம். இனி பாரம் பரிய நெல்லான மிளகுச் சம்பா பற்றிப் பார்ப்போம்.

மிளகுச் சம்பா பார்பதற்குச் சற்று வித்தியாசமாக உருண்டை யாகக் காணப்படுவதால் இந்தப் பெயர் வந்தது. சன்னமான வெண்ணிற அரிசி இது. நூற்று முப்பது நாளில் அறுவடைக்குத் தயாராகும் இந்த ரகம், மேட்டுப்பாங்கான பகுதிகளிலும் சிறப்பாக வளரக்கூடியது. நேரடி விதைப்பு மற்றும் ஒற்றை நாற்றுமுறையில் பயிரிட ஏற்ற ரகம் இது. ஒற்றை நாற்றுமுறையில் பயிரிட அதிக தூர் வந்து, ஏக்கருக்கு இருபத்தெட்டு மூட்டை வரையிலும் மகசூலாகக் கிடைக்கும்.

வீரத்தின் விளைநிலமான தமிழகத்தில் மற்போரில் ஈடுபடும் வீரர்கள் இதை உண்டுதான் தங்கள் உடலை வலுவாக்குவார் களாம். மிளகுச்சம்பா நல்ல மருத்துவக்குணம் கொண்டது. இதன் அரிசியில் வடித்த கஞ்சி பசியைத் தூண்டுவதோடு தலைவலியை யும் போக்குமாம்.

'மிளகுச்சம் பாவரிசி மென்சுகத்தைச் செய்யும்
அளவில்பல் நோயை அகற்றுங்-கபகபென
தீபனத்தைத் தூண்டிவிடுந் தீராவளி தொலைக்கும்
சோபனத்தை செய்நகையாய் சொல்'

என அகத்தியர் குணபாடம் மிளகுச் சம்பாவைப் புகழ்கிறது. உடலுக்கு நல்ல சுகத்தைக் கொடுத்து, பலவிதமான நோய்களை அகற்றி, கபகபவென பசியைத் தூண்டி, வாயுப் பிடிப்பு போன்ற பிரச்சனைகளையும் அகற்றும் என்பது இதன் பொருள்.

இது முருங்கைக்காய் அல்ல... முருங்கைக்கார்!

இந்திய வேளாண்மை கார்ப்பரேட் மயமாகிவருவதைப் பற்றி பார்த்துவருகிறோம். கடந்த 2011ம் ஆண்டு மத்திய அரசு விவசாயிகள் உற்பத்தியாளர்கள் சங்கம் *(Small Farmers Agri and Business Consortium - SFAC)* என்ற அமைப்பை உருவாக்கியது. இந்த அமைப்பின் மூலம் உதிரியாக உள்ள விவசாயிகள் ஒன்றிணைக்கப்பட்டு விவசாய உற்பத்தியாளர் நிறுவனங்கள் *(Farmer Agro Producer Company FAC)* உருவாக்கப்படும் என்று பார்த்தோம் அல்லவா? எஸ்.எஃப்.ஏ.சி அதுவாக களமிறங்கி விவசாயிகளை ஒருங்கிணைத்து எஃப்.ஏ.சிகளை உருவாக்காது. இதற்காக, அவர்கள் பல்வேறு அங்கீகரிக்கப்பட்ட சமூகக் குழுக்களை வைத்திருக்கின்றனர். இவை ஒவ்வொன்றும் ஏதேனும் ஒரு வகையில் பன்னாட்டு விவசாய நிறுவனங்களோடு தொடர்பில் உள்ளவை. அவற்றுக்கு அடியாள் போலச் செயல்படுபவை. இந்தக் குழுக்கள் மூலமாகவே விவசாயிகள் ஒருங்கிணைக்கப்பட்டு எஃ.ஏ.சிகள் உருவாக்கப்படுகின்றன.

ஒவ்வொரு மாநிலத்துக்கும் என ஒரு சில ஆதார நிறுவனங்களை எஸ்.எஃப்.ஏசி நியமித்துள்ளது. இந்த நிறுவனங்கள் விவசாய சங்கம் உருவாக்க வேண்டிய நிலப்பகுதிகளைத் தேர்ந்தெடுக்கும். பிறகு, அந்த இடத்தின் மண் வளம், அங்கு உற்பத்தி செய்ய சாத்தியமான பயிர்கள், காலநிலை மாற்றம், உற்பத்தியாகும் பொருளுக்கான சந்தை நிலவரம், தேவை, அங்குள்ள மக்களின் கலாசாரம், பழக்க வழக்கங்கள், உள்ளூர் அரசியல் கட்சிகளின் செல்வாக்கு, தொழில் நிறுவனங்களின் பலம், சாதியக் கட்டுமானம் எனப் பலதரப்பட்ட தகவல்களைத் திரட்டி அறிக்கை தயாரிக்கும். இதன் அடிப்படையில்தான் அங்கு விவசாயச் சங்கங்கள் முடிவு செய்யப்படும்.

வெறுமனே, விவசாயிகள் தன்னிச்சையாக இணைந்து எல்லாம் சங்கமாக மாறிவிட முடியாது.

மேலும், இந்த ஆய்வில் பரிந்துரைக்கப்படும் பயிர்களுக்கும் சந்தை ஏற்பாடுகளுக்குமே இந்த சங்கங்களில் முன்னுரிமை அளிக்கப் படும். இதற்கான தொழில்நுட்பம், மதிப்புக்கூட்டப்பட்ட பொருள் *(Value Added Goods)* தயாரிப்பு அதன் சந்தை ஆகிய ஒவ்வொன்றும் குறித்தும் இந்நிறுவனங்களே விவசாயிகளுக்குப் பயிற்சியளிக்கும்.

சரி ஏதேனும் ஒருவகையில் விவசாயிகள் ஒன்றிணைந்தால் நல்லதுதானே என்றுதான் நமக்கு மேலோட்டமாகத் தோன்றும். விடுதலையடைந்த பின் இத்தனை ஆண்டுகளாக விவசாயிகள் மீது இல்லாத இந்தக் கரிசனம் இப்போது மட்டும் ஏன் என்று பார்த்தால் இதன் இன்னொரு முகத்தைக் கண்டறிந்துவிடலாம். எல்லாவற்றையும் கார்ப்பரேட்டுகளுக்கான நலன் என்ற ஒற்றைப் பரிமாணத்தில் மட்டுமே அணுகும் தவறான அணுகுமுறை இதி லும் இருக்கிறது.

வேளாண்மைத்துறையில் தனியார் முதலீட்டை அதிகரிப்பது, இதற்கான விவசாயிகளின் அங்கீகாரத்தை உறுதிசெய்வது ஆகிய வற்றின் மூலம் இந்திய வேளாண் வர்த்தகத்தை மேம்படுத்துவதே இதன் நோக்கம். மேலும், தனியார் மற்றும் கார்ப்பரேட் நிறுவனங் களுடன் விவசாயிகள் இணைந்து செயல்படுவதற்கான தொழில் நுட்ப உறவுகளை ஏற்படுத்துவதே பிரதான அம்சம் என தங்கள் நோக்கங்களைத் தெளிவாகவே கூறுகிறது எஸ்.எஃப்.ஏ.சி.

சரி தனியார் என்பது யார்? வேறு யார் கார்ப்பரேட்டுகள் மட்டும்தான். சொல்லப்போனால், விவசாயத்தில் ஈடுபட்டிருக்கும் சிறு, குறு விவசாயிகளுமேகூட அரசுக்குத் தனியார்தான். அவர் களின் முதலீட்டை அதிகப்படுத்தவோ, அவர்களின் பொருளாதார நலனை முன் நிறுத்தவும் மனமில்லை. இந்த பன்னாட்டு நிறுவ னங்களை மட்டுமே தனியார் என்று இங்கு சொல்கிறது. அதாவது, தனியார் முதலீட்டை அதிகரிப்பது என்றால் கார்ப்பரேட்டுகளின் முதலீடுகளை அதிகரிப்பது என்பதே இதன் பொருள்.

விவசாயிகள் உற்பத்தியாளர்கள் சங்கம் என்பது கம்பெனிகள் சட்டம் 1956ன் படி ஒரு முறையான கம்பெனியாகப் பதிவு செய்யப் படுவதால், இயல்பாகவே இதில் அதிக நிலம் வைத்திருப்பவர் கள்தான் தலைமை நிர்வாகிகளாகத் தேர்வு செய்யப்படுவார்கள். இதன்பிறகு சிறு விவசாயிகள் அனைவரும் கம்பெனியின் பங்கு தாரர்களாக மட்டுமே இருப்பர். இந்த கம்பெனி சார்பாக என்ன பயிரிடுவது, என்ன விலைக்கு விற்பது ஆகியவற்றை FPO -வின் தலைமை நிர்வாகிகளும், இவர்களுக்கு நிர்வாக ஆலோசகராக உள்ள ஆதார நிறுவனத்தின் பிரதிநிதிகளும்தான் முடிவு செய் வார்கள். சரி அவர்கள் இந்த முடிவுகளை எதன் அடிப்படையில்

இளங்கோ கிருஷ்ணன்

எடுப்பார்கள். கார்ப்பரேட்டுகளோடு கூட்டணியாய் உள்ள எஃப். பி.ஓ அவர்கள் நலனுக்கு எதிரான ஒரு முடிவை எடுத்துவிட முடியுமா என்ன? அப்படியானால் மொத்தமாக இந்த ஏற்பாடு என்பது என்ன? உதிரியாக உள்ள விவசாயிகளை எல்லாம் ஒருங்கிணைத்து, கம்பெனியாக மாற்றி, பெரும் பகாசுர கார்ப்பரேட்டுகளின் நலனுக்காக விவசாயம் செய்ய வைப்பது அன்றி வேறு ஒன்றும் இல்லை.

இந்த கம்பெனிகளின் நிலங்களில் விளையும் விளைபொருளின் விலையையும் ஒப்பந்தம் செய்திருக்கும் கார்பரேட்டுகள்தான் தீர்மானிப்பார்கள். இந்த வர்த்தகச் சந்தையில் தலையிடுவதற்கு அரசுக்கோ பிறருக்கோகூட எந்த அதிகாரமும் இல்லை. எனவே, குறைந்தபட்ச விலை என்றோ விலை நிர்ணயம் என்றோ விவசாயிகள் அரசிடம் கேட்கவே முடியாது.

மேலும், உரம், மருந்து மற்றும் வேளாண் கருவி வியாபாரம், இந்திய உணவுக் கழகத்துக்கு இணையாக விவசாயிகளிடம் நேரடியாகக் கொள்முதல் செய்வது, அதைத் தனியார் கார்ப்பரேட் நிறுவனங்களுக்கு நேரடியாக விற்பது, சங்க உறுப்பினர்களுக்குக் கடன் கொடுத்து வசூலிப்பது ஆகிய நடவடிக்கைகளும் அனுமதிக்கப்படும் என்று மத்திய வேளாண்துறை வெளியிட்டுள்ள FPO-க்கான வழிகாட்டு நெறிமுறை அறிக்கை தெரிவிக்கிறது.

அதாவது, வேளாண் சந்தையின் மீது இதுவரை இருந்துவந்த பெயரளவிலான கட்டுப்பாடு மற்றும் விவசாயிகள்பால் அரசுக்கு இருந்த கட்டுப்பாடு ஆகியவற்றை முழுமையாகக்

மருதம் மீட்போம்

கைவிடவும் விவசாயிகளை கார்ப்பரேட்கள் சுரண்டவும் அரசு செய்து வரும் பல ஏற்பாடுகளில் இதுவும் ஒன்று.

இந்தியாவில் இதுவரை இருபத்தைந்து மாநிலங்களில் மொத்தம் 975 FPO -க்கள் அமைக்கப்பட்டுள்ளன. (இதில் SFAC நேரடியாக இயக்குவது மட்டும் 636, பிற நிறுவனங்கள் மூலம் இயங்குவது 339) சுமார், 10 லட்சம் விவசாயிகள் இதில் இணைக்கப்பட்டுள்ளனர். தமிழகத்தில் 51 FPO -க்கள் இயங்குகின்றன. சி.சுப்ரமணியம் அவர்களால் உருவாக்கப்பட்ட நேசனல் அக்ரோ ஃபவுண்டேசன் உட்பட பதினோரு நிறுவனங்கள் தமிழகத்தில் FPO அமைப்பதற்கான ஆதார நிறுவனங்களாகச் செயல்பட்டுவருகின்றன.

கடந்த நிதியாண்டில் தமிழகத்தில் இரண்டாயிரம் உழவர் உற்பத்தியாளர் குழுக்களை ஏற்படுத்தும் பொருட்டு நூறு கோடி ரூபாய் ஒதுக்கியிருப்பதாக தமிழக அரசு அறிவித்தது. தமிழகத்தில் உள்ள 81.18 லட்சம் விவசாயிகளில் சுமார் 92% பேர் சிறு, குறு விவசாயிகள் என்றும், அடுத்த ஐந்து ஆண்டுகளுக்குள் நாற்பது லட்சம் விவசாயிகளை இந்த அமைப்பில் இணைக்கவிருப்பதாகவும் அரசு அறிவித்தது.

விவசாயிகளை இணைத்து உற்பத்திக் குழுக்கள் அமைப்பது, விவசாயப் பொருட்களைச் சந்தைப்படுத்துவது ஆகியவை அனைத்தும் நல்ல விஷயங்கள்தான். ஆனால், இவை எல்லாம் விவசாயிகளின் நலனுக்காக இருந்தால் மிகவும் நல்லது. இவை இப்படித்தான் இருக்கிறதா என்றால் உறுதியாகத் தெரியாது என்பதே பதிலாக இருக்கிறது. இதுதான் நம்முடைய அச்சத்தை அதிகரிப்பதாக உள்ளது.

தேசிய வேளாண் மின்னணு சட்டம் தொடர்பாகவும் சில முக்கியமான சந்தேகங்கள் எழுப்பப்பட்டு வருகின்றன. இந்தச் சட்டத்தை அமலாக்கும் பொறுப்பையும் எஸ்.எஃப்.ஏ.சிக்கே கொடுத்துள்ளது மத்திய அரசு. விவசாயிகளின் வருமானத்தை இரட்

இளங்கோ கருஷ்ணன்

டிப்பாக்குவோம், தேசிய வேளாண் மின்னணு வர்த்தகச் சந்தையை உருவாக்குவோம் என்று எல்லாம் பல்வேறு ஆரவாரமான வாக்குறுதிகள் கொடுத்திருக்கும் மத்திய அரசு, இப்போது இதையும் இந்த நிறுவனத்திடமே ஒப்படைத்திருப்பது சர்ச்சைக்குள்ளாகி யிருக்கிறது. e-NAM என்று இதைச் சொல்கிறார்கள். விவசாயப் பொருட்களுக்கான சந்தையை இணையத்தின் வழியே உருவாக்குவது, வர்த்தகர்களையும் உழவர்களையும் இணைப்பது என்பதை இந்த இணைய தளத்தின் முகப்பே சொல்கிறது. சரி இது எல்லாம் நடைமுறையில் எப்படி நிகழ்கின்றன. தொடர்ந்து விரிவாகப் பார்ப்போம்.

அதற்குமுன் பாரம்பரிய நெல்லான முருங்கைக்கார் பற்றி இப்போது பார்ப்போம். முருங்கைக்கார் தமிழகத்தின் ராமநாதபுரம் மாவட்டப் பகுதிகளில் பிரதானமாகப் பயிரிடப்படுகிறது. ஒரு ஏக்கருக்குக் குறைந்தது அறுநூறு முதல் தொள்ளாயிரம் கிலோ வரையிலும் மகசூல் கொடுக்கக் கூடியது. முறையான பருவமழை இருந்து தரமான மண்வளம் இருந்தால் ஆயிரம் முதல் ஆயிரத்து முன்னூறு கிலோ வரையிலும்கூட அமோக விளைச்சலைக் கொடுக்கக்கூடியது என்கிறார்கள்.

முருங்கைக்கார் மிகக் குறைந்த மழைப்பொழிவுக் காலங்களில் கூட நன்கு விளையக்கூடிய பயிர். பொதுவாக, ஆகஸ்ட் மாதம் தொடங்கும். பின் சம்பா பருவமான ஆவணியில் விதைத்து, மார்கழியில் அதாவது ஜனவரியில் அறுவடை செய்யப்படுகிறது. தமிழகத்தின் அனைத்துப் பகுதிகளிலும் இந்தக் காலகட்டத்தில் தான் இது விளைய ஏற்றது. பனிப்பொழிவில்கூட நீர் பெற்று வேர் பிடித்து தூர்விடக்கூடிய அற்புதமான நெல்ரகம் இது.

மானாவாரி (புன்செய்) நிலங்களில் விதைக்கப்படும் இந்த நெல் வகையை ஒற்றை நாற்று முறையில் நடவு செய்யலாம். விதைநேர்த்தி செய்து, பாத்தி அமைத்து விதைத்தால் பதினைந்து நாட்களில்

நாற்று தயாராகிவிடும். விதைக்கும் போதே நடுவதற்குத் தேவை யான வயலையும் தயாராக்கிவிட வேண்டியது அவசியம். பொது வாக, முருங்கைக்கார் நடுவதற்கு முன்பு அந்த வயலில் அடியுரமாக ஆட்டுக்கிடை மடக்கியும், மேலுரமிட்டும் நடுவது நல்லது.

முருங்கைக்கார் நோய் எதிர்ப்புச் சக்தி நிறைந்தது என்றாலும் அமிர்தக் கரைசல், பஞ்ச கவ்யம் போன்றவற்றை போதிய இடை வெளியில் தருவதன் மூலம் பூச்சித் தாக்குதல்களை நன்றாகக் கட்டுப்படுத்தலாம். மூலிகைப் பூச்சிவிரட்டிகளையும் பயன் படுத்தலாம். நாற்று நட்டதும் குறிப்பிட்ட நாளில் களை எடுப் பதும், காய்ச்சலும் பாய்ச்சலுமாக நீர்வளம் பராமரிப்பதும் முக்கியம். அதிகமான பூச்சித்தொல்லைகள் இருந்தால் மீன் அமிலம் தெளிக்கலாம். முறையாகப் பராமரித்துவந்தால் முருங்கைக்கார் நூற்று முப்பதாவது நாளில் அறுவடைக்குத் தயாராகிவிடும். இதன் வைக்கோல் மாடுகளுக்கு மிகவும் நல்லது.

முருங்கைக்கார் அரிசியில் சிறப்பான அயானிக் சத்துகளும் நிறைவான கார்ப்போஹைட்ரேட்களும் நிறைந்துள்ளது. ஓரளவு இரும்புச்சத்தும் இதில் நிறைந்திருப்பதால் வளரும் குழந் தைகளுக்கு மிகவும் ஏற்றது. உடல் மெலிந்தவர்கள், ரத்தசோகை பிரச்சனை உள்ளவர்கள் முருங்கைக்கார் அரிசியை சாப்பிட லாம். நோய் எதிர்ப்புச் சக்தியை மேம்படுத்துவதுடன் ரத்தத்தில் வலுவைச் சேர்க்கவும் உதவுகிறது. முருங்கைகார் அரிசியின் கஞ்சி நோயாளிகளுக்கு மிகவும் நல்லது. அரிசி சாதம் மட்டுமின்றி பொங் கல், இட்லி, தோசை, ஊத்தப்பம் போன்ற டிபன் வகைகளுக்கும் முறுக்கு போன்ற பலகாரங்கள் செய்வதற்கும் முருங்கைக்கார் சிறப்பானது.

கைமாறுது வேளாண்மையின் அதிகாரம்!

தேசிய அளவில் விவசாய விளைபொருட்களுக்கான சந்தையைப் பரவலாக்கவும் அதன் ஆதார விலையை நிர்ணயிக்கவும் மத்திய அரசு *e-NAM* எனப்படும் மின்னணுச் சந்தையைத் திட்டமிட்டுள்ளதைப் பற்றிக் கடந்த அத்தியாயத்தில் குறிப்பிட்டிருந்தோம்.

விவசாயிகளுக்கும் உள்ளூர் கமிஷன் மண்டி ஏஜென்டுகளுக்கும் உள்ள உறவானது இவர்கள் விவசாயிகளின் நண்பர்களா பகைவர்களா என பட்டிமன்றம் நடத்தும் அளவு சிக்கலானது. பெரும்பாலான விவசாய விளைபொருட்களுக்கான விலையைத் தீர்மானிப்பவர்களாக இந்த வியாபாரிகளே உள்ளனர். இந்திய விவசாய சந்தை முறையின் பெருங்குறை இது. உழுபவன் கையில் நிலம் இல்லை; அறுப்பவன் கையில் விலை இல்லை எனில் யாருக்கான தொழில் இது என்றுதான் விவசாயிகள் எப்போதுமே குமுறுவார்கள். உலகில் வேறு எந்தத் தொழிலிலுமே வாங்குபவன் விலையை நிர்ணயம் செய்யும் அவலம் நடப்பது இல்லை. விவசாயத்தில் மட்டுமே நடக்கிறது என்று சொல்வார்கள்.

ஆனால் -

மறுபுறம் உள்ளூர் கமிஷன் மண்டி ஏஜென்டுகள், வியாபாரிகள் விவசாயிகளுடன் நேரடித் தொடர்பு வைத்திருப்பதால் அந்த உறவு உணர்வுப்பூர்வமானதாய் உள்ளது. இப்படியான, சூழலில்தான் கார்ப்பரேட்டுகள் விவசாயத்துக்குள் நுழைகின்றன.

தனியார் மற்றும் கார்ப்பரேட் வேளாண்மை நிறுவனங்கள் இந்தியச் சந்தையில் சுதந்திரமாக இயங்குவதற்கு உள்ளூரளவில் செயல்படும் சந்தைகளும், இடைத்தரகர்களும் பெரும்

தடையாக உள்ளனர். தங்களுக்கு நெருக்கமாகவும், ஏற்கெனவே அறிமுகமானவர்களாகவும் இருப்பதால் உள்ளூர் தரகர் மற்றும் வியாபாரிகளையே விவசாயிகள் நம்பிக்கைகுரிய நபர்களாகப் பார்க்கின்றனர். இந்தச் சந்தை முறைக்கு அப்பாற்பட்ட அந்நிய நிறுவனங்களால், விவசாயிகளின் நம்பிக்கையைப் பெற முடியவில்லை.

இந்த சிக்கலை எதிர்கொள்ளவே உள்ளூர் கமிஷன் மண்டிக்காரர்களின் சுரண்டலிலிருந்து விவசாயிகள் விடுபட வேண்டுமானால், நேரடியாக தேசியச் சந்தையை அணுக வேண்டும் என்றும், அங்கே ஒரு பொன்னுலகம் காத்திருப்பதாகவும் ஒரு சித்திரத்தை உருவாக்குகின்றனர். ஒரே தேசம், ஒரே வரி, ஒரே சந்தை என்ற கோஷமுடன் களமிறங்கும் இந்தத் திட்டத்தின் உள்ளார்ந்த நோக்கம் கார்ப்பரேட்களின் நலன்தான் என்பதை நம்பாமல் இருக்க முடியவில்லை என்கிறார்கள் விவசாய-பொருளாதார அறிஞர்கள்.

உள்ளூர் கமிஷன் மண்டிக்காரர்களின் சுரண்டலை ஒழிப்பது என்ற பெயரில் உள்ளூர் அளவிலும், மாநில அளவிலும் நிலவுகின்ற பொருளாதாரத்தை முற்றிலுமாக வேரறுப்பதும், இந்தியப் பெரு முதலாளிகள் மற்றும் பன்னாட்டு நிறுவனங்களின் நேரடிக் கொள்ளைக்கு வேளாண் சந்தைகளைத் திறந்து விடுவதுமே மின்னணு வர்த்தகச் சந்தை முறையின் நோக்கம் என்கிறார்கள் அவர்கள்.

விவசாய விளைபொருட்களின் ஆன்லைன் வர்த்தகத்துக்கு e-NAM மிக அவசியம் என்று சில ஆண்டுகளுக்கு முன்பு பட்ஜெட் உரையில் அருண் ஜெட்லி கூறியதையும் FICCI மற்றும் CII போன்ற சங்கங்கள், வேளாண் விற்பனைக் கமிட்டிகளை ஒழித்துவிட்டு அந்த இடத்தில் e-NAM -ஐ கொண்டு வர வேண்டும் என்று கோரி வருவதையும் இதற்கான நிரூபணங்களாகப் பார்க்கலாம்.வெறும் 250-ஆக உள்ள மின்னணு வேளாண் சந்தை நடப்பாண்டில் (2017 - 18) 585-ஆக உயர்த்தப்படும் என்று கடந்த பட்ஜெட்டில் மோடி அறிவித்துள்ளதையும் நாம் கவனிக்க வேண்டும்.

சரி இந்த மின்னணு சந்தையின் மூலம் என்னதான் மாற்றங்களைக் கொண்டுவருகிறார்கள் இவர்கள்? தமிழகத்தில் மதுரை, ஒட்டன்சத்திரம், கோயம்பேடு போன்ற பெரும் காய்கறி, கனிச் சந்தைகள் இருப்பதைப் போல நாடு முழுவதும் பல நூறு சந்தைகள் உள்ளன. இவை அனைத்தும் தற்போதும் அந்தந்த ஊரின் கமிஷன் ஏஜென்டுகள் மூலம் தனித்தனியாக இயங்கிவருகின்றன. இதை அனைத்தையும் ஒருங்கிணைத்து ஒரே சந்தையாக மாற்றுவதன் மூலம் இடைத்தரகர்களை ஒழித்து ஆதார விலையை நிர்ணயித்து, விவசாயிகளை நேரடியாக நெருங்கமுடியும் என்பது திட்டம்.

இந்தியாவில் உள்ள முக்கிய வேளாண் சந்தைகளின் தினசரி

இளங்கோ கிருஷ்ணன்

விலை நிலவரம், சேமிப்புக் கிடங்குகளில் உள்ள சரக்குகளின் இருப்பு விவரம் ஆகியவற்றை மின்னணு விவரங்களாகத் திரட்டுவது இதன் முதன்மை நோக்கம். இதன் மூலம் எந்த மாநிலத்திலிருக்கும் ஒரு வர்த்தகரும், விவசாயியும் நாடு முழுவதுமுள்ள விலை நிலவரத்தைத் தெரிந்துகொள்ள முடியும். குறைந்தபட்ச ஆதரவு விலை தீர்மானிக்கப்பட்ட இருபத்தைந்து விளை பொருட்களுக்கு லாபகரமான விலையைப் பெற பேரம் பேச முடியும். இதன் மூலம் இடைத்தரகர்கள் இல்லாமல் நேரடியாக வியாபாரிகளுக்கு விற்கலாம்.

வணிகர்கள், கமிஷன் ஏஜென்டுகள் மற்றும் கொள்முதல் நிறுவனங்களுக்கு நிபந்தனையற்ற, தாராள லைசென்ஸ் வழங்குவது, வேளாண் பொருள்களுக்கு நாடு முழுவதும் ஒரே மாதிரியான தரநிர்ணயம் மற்றும் ஏல விதிமுறைகளை உருவாக்குவது,

அரசின் வேளாண் விற்பனைக் கமிட்டி (APMC)-யின் செயல்பாட்டு வரம்பைக் கட்டுப்படுத்துவது, கொள்முதல் செய்யும் இடத்தில் மட்டுமே வரி விதிப்பது (single point levy), நாடு முழுவதும் வர்த்தகம் செய்ய ஒரே லைசென்ஸ் வழங்குவது ஆகிய அம்சங்களையும் உள்ளடக்கித்தான் இந்த வேளாண் மின்னணு வர்த்தகச் சந்தை வடிவமைக்கப்பட்டுவருகிறது.

இது எல்லாம் நடைமுறைச் சாத்தியமானதா என்ன? நம் ஊரில் உள்ள ஒரு விவசாயியை வேறு யார் நெருங்க முடியும் என்று சிலர் நினைக்கக்கூடும். கடந்த 2015ம் ஆண்டு கர்நாடகாவில் நிகழ்ந்ததை அறிந்தால் இதன் தீவிரத்தை நாம் உணரக்கூடும். அங்கே ராஷ்ட்ரிய இ-மார்க்கெட் சர்வீஸ் பிரைவேட் லிமிடெட் (ReMS) என்ற ஆன்லைன் வர்த்தக நிறுவனத்துடன், கர்நாடகா வேளாண் துறை இணைந்து ஒருங்கிணைந்த சந்தை (unified market platform) முறையைக் கொண்டுவந்துள்ளது.

11,000 கிராமங்கள், 22 லட்சம் விவசாயிகள், 17,000 கமிஷன் ஏஜென்டுகள், 32,000 வர்த்தகப் பங்குதாரர்கள், 157 சந்தைகள் ஆகியவற்றுடன் ஆண்டுக்கு சுமார் 40,000 கோடி ரூபாய்க்கு ஆன்லைன் வர்த்தகத்தில் ஈடுபட்டுவருகிறது, ராஷ்ட்ரிய இ மார்க்கெட் சர்வீஸ் நிறுவனம். இன்று, கர்நாடகா மாநிலம் முழுக்க விவசாயிகளிடம் கொள்முதல் செய்து, அவற்றை உணவுப் பதப்படுத்தும் தொழிலில் ஈடுபட்டுவரும் கார்ப்பரேட் நிறுவனங்களுக்கும், ரிலையன்ஸ் ஃபிரஷ் போன்ற தனியார் சங்கிலித் தொடர் நிறுவனங்களுக்கும் விற்பனை செய்துவருவது இந்த நிறுவனம்தான். இதே கர்நாடகா மாதிரியை நாடு முழுவதும் விரிவாக்கும் நோக்கத்திலேயே இருபத்தாறு மாநில வேளாண் அதிகாரிகளைக் கூட்டி ஆலோசனைக் கூட்டம் நடத்தியுள்ளார் மத்திய வேளாண்துறை அமைச்சர் ராதாமோகன் சிங்.

ராஷ்ட்ரிய இ மார்க்கெட் சர்வீஸ் போலவே, NeML, ECO e MARKET, FRESH e MARKET, NCDFL E MARKET என்று பல பெரிய ஆன்லைன் வர்த்தக நிறுவனங்கள் தனித்தனியே FPO-க்களை உருவாக்கிக் கொண்டு கார்ப்பரேட் சேவையில் வரிசைகட்டி நிற்கின்றன.

சமீபத்தில் மத்தியபிரதேஷ், மகாராட்டிரா மாநிலங்களில் விவசாயிகள் போராட்டம் நடந்துகொண்டிருந்தபோது, "ராஷ்ட்ரிய இ மார்க்கெட் சர்வீஸ் நிறுவனத்தால் வழக்கத்தைவிட கர்நாடக விவசாயிகள் 38 சதவீதம் அதிக லாபம் பெற்றிருப்பதாக" ஒரு பிரச்சாரத்தைக் கிளப்பிவிட்டது நிதி ஆயோக். பணவீக்கத்தைக் கணக்கில்கொண்டு பரிசீலித்தால், அது வெறும் 13 சதவீதம் மட்டுமே என்பது பின்னர் அம்பலமானது. இப்படித்தான், பொய்யான தகவல்களால் அல்லது சுற்றி வளைத்துச் சொல்லப்படும்

உண்மைகளால் இதற்கான தீவிரப் பிரசாரம் நடைபெற்றுவருகிறது.

இ.சாப்பல் என்ற பெயரில் கார்ப்பரேட் நிறுவனங்களின் நேரடிக் கொள்முதலைப் பத்து ஆண்டுகளுக்கு முன்னரே அறிமுகப்படுத்திய மாநிலம் மத்திய பிரதேசம். கமிஷன் மண்டிக் காரர்களைவிட கார்ப்பரேட்டுகள் அதிக விலை தருகிறார்கள் என்று சொல்லிக்கொண்டிருந்தார்கள் அங்கே. இது பொய் என்று விரைவிலேயே வெளிப்பட்டது. மத்திய பிரதேசத்தில் இருபத்தொரு சந்தைகள் *e-NAM* உடன் இணைக்கப்பட்டுள்ளன. விலைவீழ்ச்சிக்கு எதிராகப் போராடிய விவசாயிகள் மீது துப்பாக்கிச்சூடு நடத்தப்பட்ட மாண்ட்சோர் சந்தையும் அவற்றில் ஒன்று என்பது குறிப்பிடத்தக்கது.

விளைபொருட்களுக்கு நியாயமான விலை, அரசே கொள்முதல் செய்ய வேண்டும் என்பவைதான் விவசாயிகள் முன்வைக்கும் கோரிக்கை. இருபத்தைந்து பொருட்களுக்கு குறைந்தபட்ச விலை என்று ஒன்றை அரசு நிர்ணயம் செய்தாலும், அரிசி, கோதுமை ஆகிய இரண்டை மட்டுமே கொள்முதல் செய்கிறது. இது நாடுமுழுவதும் நடக்கும் விவசாயக் கொள்முதலில் வெறும் ஆறு சதவீதம் மட்டுமே. மீதமுள்ள பொருட்களை விவசாயிகளிடமிருந்து படுமோசமான விலைக்கு வியாபாரிகள் கொள்முதல் செய்தாலும், அதனைத் தடுக்கவோ தண்டிக்கவோ மத்திய மாநில அரசுகள் சட்டம் எதுவும் இயற்றவில்லை.

மேலும், தேசிய மின்னணுச் சந்தையில் குறைந்தபட்ச விலைக்கு கீழே யாரும் விலை கேட்கக்கூடாது என்ற விதியெதுவும் இல்லை என்பது மட்டுமல்ல, சுதந்திர சந்தைக்கு எதிரானது என்பதால் குறைந்தபட்ச விலை என்ற பேச்சுக்கே அங்கே இடமில்லை.

அதிகரித்துவரும் இடுபொருள் செலவுகள் மற்றும் நவீன வேளாண் முறைகளுக்கு ஈடுகொடுக்க முடியாத நிலமைகளால் பெரும்பான்மையான சிறு விவசாயிகளின் சதவீத உற்பத்தி கடும் நெருக்கடிக்கு ஆளாகியுள்ளது. இதை *FPO* என்ற பெயரில் ஒன்றாகத் திரட்டி, சுதந்திரச் சந்தை முறைக்குள் கொண்டுவருவதன் மூலம், சிறு குறு விவசாயிகளை நிரந்தரமாக ஒழியும் நிலை ஏற்பட்டுள்ளது.

விவசாயிகள் உற்பத்தியாளர்கள் சங்கம் மற்றும் வேளாண் மின்னணுச் சந்தை ஆகியவை சிறு, குறு விவசாயிகளுக்கு நிஜமாகவே பயனுடையவையா என்றால் இல்லை என்றுதான் சொல்லத் தோன்றுகிறது. இப்படியான நெருக்கடியான சூழலில்தான் வாழ வழி கேட்டு டெல்லியில் குவிந்தனர் விவசாயிகள். அவர்களை வழக்கம்போல நம் அரசு கண்டுகொள்ளவில்லை. ஊடகங்கங்களோ ஒரு நாள் பரபரப்பாய் அதைப் பதிவு செய்துவிட்டு அப்படியே மறந்தும்விட்டன.

இந்த குதிரைவால் சம்பா பற்றி இனிப் பார்போம். குதிரைவால்

மருதம் மீட்போம்

சம்பா தமிழகத்தின் திருச்சி மாவட்டத்தில் உள்ள செக்கணம் ஊராட்சிக்கு உட்பட்ட 'கம்பளத்துப்பட்டி' வட்டாரங்களில் அதிக அளவில் பயிரிடப்படுகிறது என்கிறார்கள். ஏக்கருக்கு சுமார் ஒரு டன்னுக்கு மேல் மகசூல் கொடுக்கக் கூடியது குதிரைவால் சம்பா.

நூற்று ஐம்பது நாட்களில் அறுவடைக்குத் தயாராகும் இது மத்தியகால மற்றும், நீண்டகால நெற்பயிர்கள் சாகுபடி செய்யக் கூடிய ஆகஸ்ட் மாதம் தொடங்கும் சம்பாப் பருவத்தில் பயிரிட ஏற்றது. இந்தப் பருவத்திலேயே தமிழகத்தின் அனைத்து மாவட்டங்களிலும் சாகுபடி செய்யவும் ஏற்றது. குதிரைவால் சம்பா நெற்பயிர்கள், பூச்சிகள் மற்றும் நோய்களை எதிர்க்கும் திறன் கொண்டது. இதன் பயிர்த்தண்டுகள் சாயும் தன்மையற்றவை.

குதிரைவால் சம்பாவில் அயானிக் அளவிலான கார்போஹைட் ரேட் நுண்ணூட்டச்சத்துகள் நிறைந்துள்ளன. செரிமானத்தை மேம்படுத்தும். உடலுக்கு உடனடி எனர்ஜியைத் தரும். குழந்தை கள், உடல்வலுக் குறைந்தவர்கள் உண்ண ஏற்றது.

திரளுகிறார்கள் விவசாயிகள்!

செய்தித்தாள்களில் கண்டிருப்பீர்கள். கடந்த 2018ம் ஆண்டு தலைநகர் டெல்லியில் பல்லாயிரக்கணக்கான விவசாயிகள் அணி திரண்டார்கள். கடந்த சில ஆண்டு காலமாகவே நாடு முழுதும் ஆங்காங்கே விவசாயிகள் போராடிக்கொண்டுதான் இருக்கின்றனர்.

ஆனால் -

இது அவ்வப்போது நிகழும் சிறிய விவசாய சங்கங்களின் போராட்டம் என்பதால் மத்திய அரசின் காதுகளில் இது விழுவதில்லை என்பதை உணர்ந்து, பல நூறு விவசாய சங்கங்கள் 'அகில இந்திய விவசாயிகள் போராட்ட ஒருங்கிணைப்புக் குழு' என்ற குழுவின் தலைமையில் திரண்டனர். பல்வேறு கோரிக்கைகளை வலியுறுத்தி டெல்லி ராம்லீலா மைதானத்தில் நடைபெற்ற இந்தப் போராட்டம் இந்தியாவின் கவனத்தை மட்டும் அல்ல. சர்வதேச கவனத்தையும் ஈர்த்துள்ளது. விவசாயிகளின் இந்த அணி திரட்டலுக்குப்பின் பல பத்து ஆண்டுகளாக நிகழும் மத்திய அரசின் பாராமுகத்துக்கு ஒரு முக்கியப் பங்குள்ளது.

ஆந்திரா, குஜராத், மத்தியபிரதேசம், தெலுங்கானா, கர்நாடகா, தமிழ்நாடு, மேற்கு வங்காளம், உத்தரப்பிரதேசம், பஞ்சாப், கேரளா என இந்தியாவின் பல்வேறு மாநிலங்களில் இருந்தும் வந்திருந்த விவசாயிகள் தங்கள் பிரச்சனைகள் குறித்து நாடாளுமன்றத்தில் விவாதிக்கப்பட வேண்டும் என்று கோரினர். கோடிக்கணக்கான விவசாயிகள் நம் நாட்டில் உள்ளனர். இவர்களுக்குத் தேவை பொறுப்புணர்வு மிக்க ஓர் அரசும்; அவர்களைப் புரிந்துகொள்ளும்

நிர்வாகமும்தான். இதுவே, அவர்களின் பிரதான கோரிக்கையாக இருக்கிறது.

டெல்லியில் ஒன்றுகூடிய விவசாயிகளின் கோரிக்கைகளில் சுவாமிநாதன் குழு பரிந்துரைத்த குறைந்தபட்ச ஆதார விலையை விவசாயிகளின் நலனுக்கு ஏற்ப தீர்மானிக்க வேண்டும் என்பதும் ஒன்று. இன்றைய விவசாயச் சந்தை என்பது பெரிய கார்ப்பரேட்டு களின் கைகளில் சென்றிருக்கும் சூழலில் குறைந்தபட்ச விலை நிர்ணயம் என்பது தங்களின் நலனுக்கு ஏற்றதாக இருக்காது என்று விவசாயிகள் அஞ்சுகின்றனர். நாம் இந்த அச்சத்தில் உள்ள நியா யத்தைப் பரிசீலிக்க வேண்டும். சுவாமிநாதன் அறிக்கையில் கூறப் பட்டது என்ன? அதன் முக்கியத்துவம் என்ன என்பது புரிந்தால் விவசாயிகளின் இந்தக் கோரிக்கையில் உள்ள நியாயம் புரியும்.

கடந்த நூற்றாண்டின் கடைசி தசமத்தில் இங்கு அறிமுகமான தாராளமய பொருளாதாரக் கொள்கையால் விவசாயத்துறை கடும் நெருக்கடியைச் சந்தித்தது. அதன் விளைவாக கொத்துக் கொத் தாக விவசாயிகள் மடியத் தொடங்கவே ஆங்காங்கே போராட் டங்கள் நடந்துகொண்டிருந்த சூழலில் 2004ம் ஆண்டு இடதுசாரி கட்சிகளின் ஆதரவுடன் அமைக்கப்பட்ட காங்கிரஸ் அரசில் குறைந்தபட்ச செயல் திட்டத்தின் ஓர் அங்கமாக, விவசாயிகளின் பிரச்னைகள் ஆராயப்பட வேண்டும் என்பது முடிவு செய்யப்பட் டது. அதன்படி, ‘தேசிய விவசாயிகள் ஆணையம்’ என்ற அமைப்பு எம்.எஸ்.சுவாமிநாதன் தலைமையில் அமைக்கப்பட்டது.

சுதந்திர இந்தியாவில் விவசாயம் குறித்து பல்வேறு ஆணை யங்கள் இதற்கு முன்பே அமைக்கப்பட்டிருந்தாலும், விவசாயி களின் நிலையை ஆய்வுசெய்வதற்கு என்று அமைக்கப்பட்ட தேசிய அளவிலான முதல் ஆணையம் இதுதான் என்று சொல்ல வேண் டும்.

விவசாயிகள், விவசாய அமைப்புகளின் தலைவர்கள், வேளாண் நிபுணர்கள், அரசியல் கட்சித் தலைவர்கள் எனப் பல தரப் பினரிடமும் இந்த ஆணையம் விரிவான கலந்துரையாடலை நடத்தியது இந்தக் குழு. இரண்டு ஆண்டுகளுக்குப் பிறகு 2006ல் மத்திய அரசிடம் தனது இறுதி அறிக்கையைச் சமர்ப்பித்தது.

இந்த அறிக்கையில் விவசாயிகளின் தற்கொலைக்கான காரணங்கள் என்னென்ன என்று தீவிரமாக ஆராயப்பட்டுள்ளன. இதன்படி, வேளாண்மைத்துறைக்கான பொது முதலீட்டை அரசு தொடர்ந்து குறைத்துவருவதும், நமது விவசாயத்தைப் பாதிக் கும் வகையில் வகைதொகையில்லாமல் விவசாயப் பொருட் களின் இறக்குமதிக்கு அனுமதி வழங்கியதும், வேளாண் விளை பொருட்களை லாபம் தரும் விலைக்கு விற்பதற்கான உத்தரவாதம் இல்லாத நிலை நிலவுவதும், போதுமான பாசன வசதிகள், மின்சாரம்

உள்ளிட்டவற்றை வழங்காததும், போதிய கடன் உதவி கிடைக்காமல் செய்ததும், இயற்கைச் சீற்றங்களால் பாதிப்பு ஏற்படும் போது அரசு கண்டுகொள்ளாமல் விடுவதும் எனப் பல்வேறு காரணங்கள் இதற்குப் பின் உள்ளதாக கூறப்பட்டது.

பிரச்னைக்குக் காரணங்களை மட்டும் சொல்லாமல் அதற்கான சில தீர்வுகளையும் கூறியுள்ளது இந்த அறிக்கை. அதில் ஒன்றுதான் குறைந்தபட்ச விலை நிர்ணயம். ஒவ்வொரு வேளாண் பொருட்களுக்கும் அரசே குறைந்தபட்ச விலை நிர்ணயம் செய்ய வேண்டும். அப்படி நிர்ணயிக்கப்படும் விலை உற்பத்தி செலவுக்கு மேல் குறைந்தபட்சம் ஐம்பது சதவீதம் கிடைக்கும் வகையில் வழி வகை செய்ய வேண்டும் என்பதுதான் சுவாமிநாதன் குழுவின் பரிந்துரை.

டெல்லியில் போராடிய விவசாயிகளின் கோரிக்கையாக இதுவே இருக்கிறது. இன்றும் விவசாயியால் குறைந்தபட்ச விலையை தன்னுடைய நலனுக்கு ஏற்ப நிர்ணயிக்க முடியாத சூழலே இருக்கிறது. ஒருபுறம் கமிஷன் மண்டி வியாபாரிகள், தரகர்கள் ஆதிக்கம் மறுபுறம் கார்ப்பரேட்டுகள் ஆதிக்கம். இவர்களுக்கு இடையே

தான் உற்பத்தி செய்யும் பொருளுக்கு தன்னால் விலை நிர்ணயம் செய்ய முடியாத சூழலில் விவசாயி உள்ளான். இதனால்தான், விவசாயிகள் அரசு இந்த விலை நிர்ணயத்தைச் செய்ய வேண்டும் என்று கோருகிறார்கள். அரசோ *e-Nam* போன்ற திட்டங்கள் மூலம் கார்ப்பரேட்டுகளின் நலனுக்கான விலை நிர்ணயத்தை செயல் படுத்த முனைப்பாய் இருக்கிறது.

இந்தப் போராட்டத்தின் இன்னொரு முக்கியமான அம்சம் காப்பீட்டுத் திட்டத்தை விவசாயிகள் நலம் சார்ந்து உருவாக்க உறுதியளிப்பது. இன்று விவசாய காப்பீடு என்பது கடும் சட்ட திட்டங்கள் நிறைந்த ஒன்றாக இருக்கிறது. முக்கியமாக, பணப் பயிர்கள் மீதான காப்பீடு என்பது கார்ப்பரேட் மற்றும் காப்பீட்டு நிறுவனங்கள் நலனுக்கு உகந்ததாகவே இருக்கிறது என்கிறார்கள் விவசாயிகள். மேலும், சில இடங்களில் பெரிய கார்ப்பரேட்களும் காப்பீட்டு நிறுவனங்களும் இணைந்தே செயல்படுகின்றன என்றும் சொல்கிறார்கள். இதை எல்லாம் எவ்வளவு தூரம் உண்மை என்பதை நிரூபிக்க முடியாது என்றாலும் இது நடப்பதற்கு சாத்தி யமே கிடையாது என்றும் சொல்ல வேண்டும். பயிர் காப்பீட்டுத் திட்டங்களை கிராமத்தை அளவீடாகக்கொண்டு செயல்படுத்த வேண்டும் என்பதும் விவசாயிகளின் முக்கிய கோரிக்கை.

விவசாய நிலங்கள் வேறு பணிகளுக்கு மாற்றப்படுவதைத் தடுக்க வேண்டும் என்று சாமிநாதன் குழுவின் அறிக்கை தெரிவிக்கிறது. நாம் தொழில்துறையிலும் சமூகக் கட்டுமானத்திலும் வளர்ந்து கொண்டிருப்பதால் ஏற்படும் சிக்கல்களில் இது பிரதானமானது. இன்று நாள்தோறும் பல நூறு ஹெக்டேர் விவசாய நிலங்கள் விவசாயப் பணிகளிலிருந்து விலக்கப்பட்டு தொழிற்சாலைகளாக வும், ஃபிளாட்களாகவும், விவசாயத்தின் துணைத் தொழில்க ளான கால்நடை, கோழிப் பண்ணைகளாகவும் மாற்றப்பட்டுக் கொண்டே யிருக்கின்றன.

இப்படி, பல்வேறு காராணங்களால் இந்த நிலத்தை இழக்கும் சிறு விவசாயி பிறகு அதே ஊரில் விவசாயக் கூலியாக மாற வேண்டிய திருக்கிறது. சிலர், நகரங்களில் தஞ்சமாகிறார்கள். அதற்கும் வழியற்ற அந்த நிலத்தின் விவசாயக் கூலிகளும் தன்மானமுள்ள விவசாயி களும் தற்கொலை செய்துகொள்கிறார்கள்.

அரசு இப்படியான விளைநிலங்கள் கைவிடப்படுவதைத் தடுக்க ஆவண செய்ய வேண்டும். இப்படியான நிலங்களை முறைப்படுத்த வேண்டும். ஒரு நிலம் விவசாயம் அல்லாத காரணங்களுக்காக கைவிடப்படுகிறது என்றால் அரசு அந்த விவசாயிக்கு உரிய தொகை கிடைக்கவும் அந்த நிலத்தின் விவசாயக் கூலிகளுக்கு மாற்று ஏற்பாடு செய்யவும் முன்வர வேண்டும். விவசாயிகளின் உண்மையான பிரச்னையை அக்கறையோடு காது கொடுத்து

கேட்டாலன்றி இந்தப் பிரச்னை தீர வேறு வழியில்லை.

சுவாமிநாதன் குழுவில் இருந்த பரிந்துரைகளில் இன்னொரு முக்கியமான விஷயம். விவசாயக் கடன்கள் குறித்தது. அனைத்து விவசாயிகளுக்கும் நான்கு சதவீத வட்டியில் கடன் வழங்க வேண்டும் என்கிறது அந்த அறிக்கை.

பிரிக்க முடியாதது என்னவோ? விவசாயியும் கடன் தொல்லையும் என்று சொல்லும் அளவுக்கு அவர்கள் வாழ்வில் இரண்டறக் கலந்துள்ளது கடன். தேசிய மாதிரி கணக்கெடுப்பு வெளியிட்டுள்ள புள்ளி விவரம் ஒன்று கடன் கோருகிற விவசாயிகளில் வெறும் முப்பது சதவீதம் பேருக்கு மட்டுமே தேசிய மயமாக்கப்பட்ட வங்கிகள் மற்றும் கூட்டுறவு வங்கிகள் மூலம் கடன் கிடைக்கிறது. மீதமுள்ள எழுபது சதவீத விவசாயிகள் தனியாரிடமும் வியாபாரிகளிடமும் கூடுதல் வட்டிக்கே கடன் பெறுகிறார்கள் என்று குறிப்பிட்டுள்ளது.

கடந்த 2012ம் ஆண்டு முதல் 2015ம் ஆண்டுக்குள்ளாக பொதுத் துறை வங்கிகள் ஒரு லட்சத்து பதினாலாயிரம் கோடிகளை தொழில்துறையினரிடமிருந்து வாராக் கடன் என்று தள்ளுபடி செய்துள்ளது. இன்றைய நிலையில் பொதுத்துறை வங்கிகளின் மொத்த வாராக் கடன் என்பது சுமார் பத்து லட்சம் கோடி களாவது இருக்கும் என்கிறார்கள். இதில், மிகப் பெரும்பகுதி தொழில்துறையினருக்கான கடன்கள்தான்.

தொழில் அதிபர்களிடம் பல்லாயிரம் கோடிகளைக் கொடுத்து விட்டு சர்வ சாதாரணமாகப் போக்கெழுதும் வங்கிகள், சில ஆயிரத்துக்காக விவசாயியை அவமானப்படுத்தியும் மிரட்டியும் தற்கொலைக்கு அனுப்புகின்றன என்பது ஒரு விவசாய நாட்டில் அவமானப்பட வேண்டிய விஷயம். இதை எல்லாம்தான் சுவாமிநாதன் குழுவின் அறிக்கை சுட்டிக்காட்டுகிறது.

இந்த அறிக்கை தாக்கல் செய்யப்பட்டு பன்னிரண்டு ஆண்டுகள் ஆகியும் இப்போதுவரை இதன்மீது குறிப்பிடும்படியான நடவடிக்கை கள் ஏதும் எடுக்கப்படவில்லை. அதனாலேயே இப்போதெல்லாம் டெல்லியில் விவசாயிகள் போராட்டம் நடத்துகிறார்கள். பொது வாக, அரசால் நியமிக்கப்படும் கமிஷன்கள் என்பவை வெறும் கண்துடைப்புகளே என்று சொல்லப்படுவதுண்டு. சுவாமிநாதன் குழுவின் நிலையும் அதுதானோ என்று சந்தேகம் வருகிறது.

இனி, பாரம்பரிய நெல் ரகமான கள்ளிமடையான் பற்றி பார்த்துவிடுவோம். தமிழகத்தின் பெரம்பலூர் மாவட்டத்தில் உள்ள ஐயர் பாளையம் வட்டாரத்தில் அதிக அளவில் பயிரிடப் படும் இது ஒரு ஏக்கருக்கு சுமார் இரண்டு டன் வரை மகசூல் கொடுக்கக்கூடியது.

நீண்ட கால நெற்பயிரான கள்ளிமடையான் ஆறு மாத

மருதம் மீட்போம்

காலத்தின் முடிவில் அறுவடைக்குத் தயாராகக் கூடியது. இதன் நாற்றங்கால் கால அளவு மட்டுமே நாற்பது முதல் அறுபது நாட்கள் வரை ஆகும். அதிகபட்சம் இரு நூறு நாட்களில் அறு வடைக்குத் தயாராகிவிடும் இதனை ஆகஸ்ட் மாதம் தொடங்கும் சம்பா பருவத்தில் பயிரிடலாம். தமிழகம் முழுதுமே இதை அதே பருவத்தில் பயிரிடலாம்.

சராசரியாக, நூற்று இருபது சென்டி மீட்டர் வரை வளரக்கூடிய இயல்புடைய இதன் பூங்கொத்துகள் முப்பது சென்டி மீட்டர் வரை நீண்டு வளர்ந்து, நன்கு தடிமனான நெல் மணிகளைப் பெருக்கும். நன்கு தூர்விட்டு மகசூலை அள்ளிக்கொடுக்கும். இதன் நெல் மணிகள் இளமஞ்சள் வெண்மை கலந்தவை. கதிர் நாவாய்ப்பூச்சி, தண்டுத் துளைப்பான், குலைநோய் ஆகியவற்றைக்கூட எதிர்த்து வளரும் தன்மையுடைய போர்க்குணம் மிக்க தாவரம் இது. கள்ளிமடையான் அரிசியில் கஞ்சி வைத்துக்குடித்தால் உடல் ஆரோக்கியம் மேம்படும். செரிமானத்துக்கும் மிகவும் ஏற்றது.

 இளங்கோ கருஷ்ணன்

புதிய விவசாய நிலக் குத்தகைச் சட்டத்தால் யாருக்கு லாபம்?

கடந்த 2016ம் ஆண்டு மத்திய அரசு மாதிரி விவசாய நிலக் குத்தகைச் சட்டம் ஒன்றை வெளியிட்டது. அனைத்து மாநிலங்களும் இந்தச் சட்டத்தை அடிப்படையாகக்கொண்டு தமது குத்தகைச் சட்டங்களைத் திருத்திக்கொள்ள வேண்டும் என்று அறிவுறுத்தப்பட்டது. ஏற்கெனவே, இந்திய நாட்டில் அந்தந்த மாநிலங்களின் இயல்புக்குத் தகுந்த குத்தகைச் சட்டங்கள் இருக்கும் நிலையில் இது போன்ற புதிய சட்டம் எதற்கு என்று கேள்வி எழுகிறது அல்லவா?

விவசாயத்தில் உற்பத்தித் திறனை மேம்படுத்துவது; சமத்துவத்தைக் கொண்டு வருவது; விவசாயிகளுக்குக் கிடைக்கும் வேலைவாய்ப்புகளைப் பரவலாக்குவது, பன்முகப்படுத்துவது; கிராமப்புறப் பொருளாதாரத்தை விரைவாக மாற்றியமைப்பது. இவைதான் இந்தப் புதிய சட்டத்தின் நோக்கங்கள் என்று அரசு மத்திய அரசின் நிதி ஆயோக் சொல்கிறது. இந்தச் சொற்களில் உண்மை இல்லாமல் இல்லை. ஆனால், இவை உண்மையை வேறு சொற்களில் பூசி மெழுகிச் சொல்கின்றன என்பதுதான் விஷயம்.

இந்திய விவசாயம் என்பது பெரும்பாலும் சிறு மற்றும் குறு விவசாயிகளால் நிறைந்தது. நிலமற்ற விவசாயிகளும் இங்கு கணிசமாக உள்ளனர். பெரும் விவசாயிகள் ஒப்பீட்டளவில் இங்கு குறைவானவர்களே உள்ளனர். இப்படியான விவசாய சூழலில் இதை முற்று முழுதாகப் பன்னாட்டு முதலாளிகள், இந்தியாவின் மிகப்பெரிய கார்ப்பரேட்டுகள் ஆகியோரிடம் ஒப்படைத்துவிட்டு விவசாயம் சார்ந்த தன்னுடைய கடமைகள், பொறுப்புகளிலிருந்து கழன்று கொள்ளப் பார்க்கும் தப்பித்தலே இந்தச் சட்டத்தால்

மருதம் மீட்போம்

நிகழப் போகும் நிஜமாக இருக்கிறது.

சரி இந்தச் சட்டப்படி குத்தகை விவசாயி என யாரைச் சொல்கிறார்கள். வேறு யார் இந்தப் பன்னாட்டு கார்ப்பரேட்டு களைத்தான் சொல்கிறார்கள். இவர்களுக்குத்தான் சிறு, குறு விவசாயிகள் தங்கள் நிலங்களைக் கொடுக்கவிருக்கிறார்கள். நிலமற்ற விவசாயிகள் அதில் பாடுபடப்போகிறார்கள்.

காலங்காலமாகப் பெரும் நிலக்கிழார்கள், பண்ணையார்கள், ஆண்டைகள், மடங்கள், ஆதினங்களுக்கு அவர்களின் நிலத்தின் பாடுபட்டு விளைச்சலில் கணிசமான பகுதியை அவர்களுக்குப் படியளந்துவிட்டு 'காடு விளைஞ்சென்ன பொண்ணே நமக்குக் கையில் காலும்தானே மிச்சம்' என்று வறுமையில் வாடும் விவசாயிகள் நிறைந்த தேசம் இது. நிலத்துச் சொந்தக் காரர்களை ஏமாற்றும் குத்தகைதாரர்கள் இல்லையா என்று கேட்டால் இருக்கிறார்கள் தான். அவர்கள் எண்ணிக்கையில் சொற்பம். பெரும் பண்ணையார்கள், செல்வந்தர்களிடம் ஏதுமில்லாதவன் ஏய்க்கமுடியுமா?

இப்படி விவசாயிகளைச் சுரண்டும் பழம் அமைப்புகளுக்கு எதிராகத்தான் கடந்த காலங்களில் தொடர் போராட்டம் நிகழ்த்தி குத்தகைத்தொகைக் குறைப்பு நடவடிக்கை, குத்தகைதாரர் பாதுகாப்புச் சட்டம் போன்றவை எல்லாம் இயற்றப்பட்டன.

இந்தியாவில் 1960 முதல் 70கள் வரை அனைத்து மாநிலங்களும் அவரவர் மாநிலங்களின் இயல்புக்கேற்ப குத்தகைதாரர் சட்டங்களை வடிவமைத்தன. அவை ஒவ்வொன்றும் பல்வேறு ஐந்தாண்டுத் திட்டங்களின் அடிப்படையில் தொடர்ந்து திருத்தியமைக்கப்பட்டு ஒரு செம்மை வடிவை அடைந்திருந்தன. அதில், சில குறைகள் இருந்தபோதும் குத்தகைதாரர்களை சட்ட அளவிலேனும் பாதுகாக்கும் ஓர் ஏற்பாடாக இருந்தன அச்சட்டங்கள்.

அதுபோலவே, நில உச்சவரம்புச் சட்டங்கள், குத்தகைதாரர் பாதுகாப்புச் சட்டங்கள் மூலம் பெரிய நிலவுடைமையாளர்களிடம் அளவுக்கு அதிகமாக உபரியாக உள்ள நிலங்களை விவசாயத் தொழிலாளர்களுக்கும் ஏழை விவசாயிகளுக்கும் பகிர்ந்துகொடுப்பதும் உறுதி செய்யப்பட்டது.

உண்மையைச் சொன்னால் இந்தச் சட்டங்கள் முழுமையாக, குறிப்பிடும்படியாக இந்தியாவில் எந்த மாநிலத்திலும் நடைபெறவில்லை. இவை எல்லாம் வெறும் கண்துடைப்புக்காக வெறும் ஏட்டளவிலேயே நின்றன. விவசாயிகளின் தொடர் போராட்டங்களைக் கட்டுக்குள் கொண்டுவரவே அரசுகள் இந்தச் சட்டங்களை அவ்வப்போது இயற்றின. மாற்றியமைத்தன.

இந்தச் சட்டங்கள் ஒருபுறம் இருந்தாலும் மறுபுறம் பண்ணையார்கள் இதை நடைமுறைப்படுத்தும் பாவனையில் பினாமி பெயரில் சொத்துகளைத் தக்கவைத்துக்கொண்டார்கள். இன்னமும் சிலர்

குத்தகைக்கு விடுதல் என்பதையே வெறுமனே வாய்வழி ஒப்பந்த மாகக் கொண்டு, குத்தகைதாரர்களுக்குக் கிடைக்க வேண்டிய நியாயமான உரிமைகள் ஏதும் கிடைக்காமல் செய்தார்கள். இந்தியாவில் சாகுபடியாகும் நிலப்பரப்பில் சுமார் முப்பது சதவீதம் குத்தகை நிலங்கள்தான். இதில் மிகச் சொற்ப அளவிலான நிலங்களே முறையான குத்தகை ஒப்பந்தங்களோடு இருக்கின்றன. பிற பெரும்பகுதியானவை வெறும் வாய்மொழி ஒப்பந்தங்களாகச் சட்டத்துக்கு வெளியே நிகழ்வதாகவே உள்ளன.

கடந்த 2012-13ம் ஆண்டின் கணக்குப்படி ஐந்து ஏக்கருக்கும் குறைவான சொந்தநிலம் அல்லது குத்தகைநிலம் வைத்துக்கொண்டு விவசாயம் செய்துவருபவர்கள் எண்ணிக்கை மட்டுமே சுமார் எட்டு கோடி. அதாவது, எட்டு கோடி குடும்பங்கள் இதை நம்பியுள்ளன. இந்தியாவின் நிலவுடைமையாளர்களில் இது கிட்டதட்ட எழுபது சதவீதம். இந்திய விவசாய உற்பத்தியில் சுமார் அறுபது சதவீதத்தைக் கொண்டு வருபவர்கள் இவர்கள்தான். ஆனால், இந்தக் குடும்பங்கள் விவசாயத்தின் மூலம் ஈட்டும் ஆண்டு வருமானம், அவர்களின் நுகர்வுத்தேவையைவிடக் குறைவு என்பது குறிப்பிடத்தக்கது.

இன்று விவசாயம் என்பது கிட்டதட்ட தற்கொலை முயற்சி என்பதாக மாறிவிட்டது. இப்படியான சூழலை உருவாக்கியதில் அரசுக்கும், விவசாயிகளுக்குமேகூட முக்கியப் பங்கிருக்கிறது. இப்படியான சூழலில்தான் புதிய குத்தகைச் சட்டம் மூலம் அவர்களுக்கு வாழ்வு அளிக்கிறோம் என்ற பெயரில் கார்ப்பரேட்டுகளிடம் கோர்த்துவிடும் வேலையைச் செய்யத் தயாராகியுள்ளது அரசு. எத்தைத் தின்றால் பித்தம் தீரும் என்ற நிலையிலிருக்கும்

மருதம் மீட்போம்

விவசாயிகள் வேறு வழியின்றி இதற்கும் தயாராக இருக்கிறார்கள் என்பதே இதன் பெரும் அவலம்.

இந்த இக்கட்டான சூழ்நிலையைப் பயன்படுத்திக்கொண்டு, விவசாயிகளைத் தங்களது ஒப்பந்த அடிமைகளாக மாற்றுவதற்கும், குத்தகை என்ற பெயரில் அவர்களுடைய நிலங்களை அபகரித்துக் கொள்வதற்கும் முயற்சிக்கின்றன கார்ப்பரேட் நிறுவனங்கள். இதைத்தான் சட்டரீதியாக சரியானதாகக் காட்ட முயல்கிறது புதிய குத்தகைச் சட்டம்.

விவசாயத்தில் ஈடுபட்டிருக்கும் கோடிக்கணக்கான மக்களை, தமது சொற்ப நிலவுடைமைகளை கார்ப்பரேட்டுகளிடம் அல்லது பணக்கார சாகுபடியாளர்களிடம் ஒப்படைத்துவிட்டு, வேறு வேலைகளுக்குப் போகும்படி மறைமுகமாகச் சொல்கிறது இச்சட்டம்.

பெரிய நிலவுடைமையாளர்களை நிலத்தைக் குத்தகைக்கு விட்டுவிட்டு விவசாயத்துக்கு வெளியில் போய் வேறு தொழில் செய்யச் சொல்வதும் இச்சட்டத்தின் விநோதமாய் இருக்கிறது. இந்தச் சட்டப்படி ஒரு குத்தகைதாரர் குத்தகைக்கு எடுத்துச் சாகுபடி செய்யும் நிலத்துக்கு உச்சவரம்பு என்று எதுவும் கிடையாது. எனவே, இந்தச் சட்டம் உள்நாட்டு, வெளிநாட்டு கார்ப்பரேட் நிறுவனங்கள் குத்தகைச் சந்தையில் விவசாய நிலத்தைக் கைப்பற்றுவதற்குவழிவகுப்பதாகவே இருக்கும்.

இச்சட்டத்தின்படி, நிலவுடைமையாளரும் குத்தகைதாரரும் பரஸ்பரம் குத்தகை ஷரத்துகளை முடிவு செய்துகொள்ளலாம். இதில் அரசு எந்த வகையிலும் தலையிடாது. ஒரு பணக்கார நிலவுடைமையாளரும் சிறு விவசாயியும் அல்லது ஒரு சிறு நிலவுடைமையாளரும் கார்ப்பரேட்டுகள் உள்ளிட்ட பெரிய சாகுபடியாளரும் அரசின் தலையீடோ, சட்டப்பாதுகாப்போ இல்லாமல் ஒப்பந்தம் போடும்போது, அது நிச்சயமாக வலியவர்களுக்குச் சாதகமாகவே இருக்கும். 'வல்லான் வகுத்ததே வாய்க்கால்' என்பதைப் போல ஓர் ஒப்பந்தம் இருக்க, அரசு அதில் தலையிடாது என்று சொன்னால், அப்புறம் அரசு என்ற அமைப்புதான் எதற்கு?

இந்தச் சட்டத்தின்படி குத்தகைக்கு எடுக்கும் நிலத்தில் பயிர்த் தொழிலோடு, தோட்டப் பயிர்கள், கால்நடை வளர்ப்பு பால் உற்பத்தி, கோழி வளர்ப்பு, இறைச்சி விலங்கு வளர்ப்பு, மீன் வளர்ப்பு, விவசாயக் காடுகள், விளைபொருள் பதப்படுத்தல் மற்றும் தொடர்புடைய பிற நடவடிக்கைகளும் அனுமதிக்கப்படு கின்றன. எனவே, சிறிது காலம் குத்தகைக்குவிட்டு வருமானம் பார்க்கலாம் என்று நிலத்தை விட்டுக் கொடுக்கும் சிறு விவசாயி, குத்தகை காலம் முடிந்த பிறகு நிலத்தைத் திரும்ப பெற்றாலும், அது பயிரிடுவதற்குத் தகுதியற்றதாக இருக்கும் என்கிறார்கள் சில

விவசாயிகள்.

ஏற்றுக்கொள்ளப்பட்ட குத்தகைக் காலத்துக்குப் பிறகு, நிலம் தானாகவே உரிமையாளருக்குத் திரும்பிப் போவதை உறுதி செய்வதாகச் சட்டம் சொன்னாலும் பல நூறு ஏக்கர் நிலத்தை நூறு விவசாயிகளிடம் குத்தகைக்கு எடுத்திருக்கும் கார்ப்பரேட் நிறுவனம், அங்கொன்றும் இங்கொன்றுமாகப் பத்து பேருடைய குத்தகையைப் புதுப்பித்துக்கொண்டாலே, மற்ற தொண்ணூறு பேரைப் பணியவைத்துவிட முடியும் என்பதுதான் நடைமுறை உண்மை. மேலும், குத்தகை ஒப்பந்தத்தை எந்த வெளி ஒப்புதலும் இல்லாமல் இருதரப்பும் பரஸ்பர சம்மதத்தின் பேரில் நீட்டித்துக் கொள்ளலாம் என்பது கார்ப்பரேட் முதலாளிகளுக்கு வழங்கப் பட்ட மிகப்பெரிய சலுகை. இதைக்கொண்டு அவர்கள் என்ன அடாவடியும் செய்ய முடியும் அல்லவா?

குத்தகைக் காலம் முடிந்த பிறகு குத்தகைதாரர் (அதாவது கார்ப்பரேட் நிறுவனம்) நிலமேம்பாட்டுக்கு முதலீடு செய்த மதிப் பில் எஞ்சியதைத் திரும்பப் பெறும் உரிமையை (கார்ப்பரேட் நிறுவனங்களுக்கு) இந்தச் சட்டம் வழங்குகிறது. இதன் மூலம் நிலம் திரும்ப வேண்டுமென்றால், மேம்பாட்டுக்கு நான் செலவு செய்த தொகையை எடுத்து வை என்று கார்ப்பரேட் நிறுவனம் விவசாயியை மிரட்டும் சிக்கலும் உள்ளது.

நிலத்தின் மண்வளம் பாதிப்படைந்தால் குத்தகையை ரத்து செய்யலாம் என்ற ஷரத்து இந்தச் சட்டத்தில் இருந்தாலும், மண் வளம் பாதிப்படைந்ததா இல்லையா என்பதை யார் தீர்மானிப் பார்கள் என்பதைப் பற்றி தெளிவான விளக்கங்கள் இல்லை. இதனால், சட்டரீதியாக ஒரு விவசாயி ஒரு கார்ப்பரேட் நிறுவ னங்களுக்கு எதிராக இதை நிறுவுவது கடினம்.

இப்படி எல்லாவகையிலும் இந்த புதிய குத்தகைச் சட்டத்தால் விவசாய நலம் பாதிக்கப்படும் சூழல் உருவாகியுள்ளது. வெந்த புண்ணில் வேலை பாய்ச்சியதைப் போல ஏற்கெனவே நொந்திருக் கும் விவசாயிகளின் வாழ்வில் இப்படியான சட்டங்கள் இன்னமும் மோசமான விளைவுகளையே உருவாக்கும் என்கிறார்கள் சமூக ஆர்வலர்கள். ஆனால், மத்திய அரசிடம் இந்த விமர்சனங்கள் குறித்து எல்லாம் முறையான பதில் இல்லை. நெடிய மௌனமே நிலவுகிறது.

இதுபற்றி மேலும் விரிவாகப் பார்க்கும் முன் சின்ன சம்பா பற்றி பார்த்துவிடுவோம்.

சின்னச் சம்பாவை சட சம்பா என்றும் சொல்வார்கள். தமிழ கத்தின் நாகை மாவட்டத்திலுள்ள 'கீவலூர்' வட்டாரங்களில் அதிக அளவில் பயிரிடப்படுகிறது என்கிறார்கள். வெள்ளப் பெருக்கு மற்றும் நீர்த்தேக்கம் உள்ள சூழலையும் தாங்கும்

மருதம் மீட்போம்

ஆற்றலைக்கொண்ட நெற்பயிர் இது. முப்பது நாட்கள் நாற்றங்கால் கால அளவில் நடவுக்குத் தயாராகி 145 நாட்களுக்குள் அறுவடைக்கு வரக்கூடியது. இந்த நெற்பயிர் பூக்கும் தருணத்திலும் பால் பிடிக்கும் பருவத்திலும் இளம் பச்சை நிறத்தில் காணப்படும். இதன் நெல்மணிகள் முதிர்வடையும் நிலையில் வெளிறிய மஞ்சள் நிறத்தில் இருக்கும். நிறைவான கார்போஹைட்ரேட், அயானிக் அளவிலான சத்துகள் நிறைந்தது.

இளங்கோ கருஷ்ணன்

மூலதனம் குவியுது நிலம் மீது!

மத்திய அரசின் புதிய விவசாய நிலக் குத்தகைச் சட்டம் ஒவ்வொரு மாநிலத்திலும் ஏற்கெனவே நடைமுறையில் இருக்கும் குத்தகைச் சட்டங்களில் சில முக்கியமான மாறுதல்களைச் செய்யச் சொல்லி அறிவுறுத்துகிறது. இப்படியான மாற்றங்கள் விவசாயிகள் நலம் சார்ந்ததாக இல்லாமல் நடைமுறையில் விவசாயத்தில் கால் பதித்திருக்கும் கார்ப்பரேட் மற்றும் பன்னாட்டு நிறுவனங்களுக்கு அதிக லாபம் தரக்கூடியதாக இருக்கும் என்று சமூக ஆர்வலர்கள் சொல்கிறார்கள். அரசு கடந்த காலங்களில் விவசாயிகள் சார்ந்து எடுத்துவரும் நடவடிக்கைகளைப் பார்க்கும் போது அதில் கொஞ்சம் உண்மை இருக்குமோ என்ற சந்தேகம் நமக்கு எழவே செய்கிறது.

இந்தியாவில் ஏற்கெனவே பல்வேறு மாநில அரசுகள் கார்ப்பரேட் விவசாயத்துக்கு வழிவகுக்கும் சட்டத் திருத்தங்களைச் செய்திருக்கின்றன. குறிப்பாக, தற்போதும் மத்தியில் ஆளும் பாரதிய ஜனதா கட்சி ஆட்சியில் இருக்கும் மாநிலங்களில் எல்லாம் ஏற்கெனவே இத்தகைய மாற்றங்கள் கொண்டுவரப்பட்டுள்ளன. அதுபோலவே காங்கிரஸ் ஆளும் ஒருசில மாநிலங்களிலும் இத்தகைய மாற்றங்கள் மெல்ல நிகழ்ந்துவருகின்றன. பஞ்சாப், ஒடிசா, கர்நாடகம் ஆகிய மாநிலங்களில் இத்தகைய குத்தகைச் சட்ட சீர்திருத்தங்கள் ஏற்கெனவே நடைமுறையிலுள்ளன. எனவே, இது கட்சிகளின் கொள்கை முடிவு என்பதைக் கடந்து மத்தியில் யார் அதிகாரத்தில் இருக்க வேண்டும் என முடிவு செய்யும் அதிகார வர்க்கத்தினர் யாரோ அவர்களின் முடிவுகள்தான் இவை என்று நாம் கருத வேண்டியுள்ளது.

மருதம் மீட்போம்

மத்தியப்பிரதேசமும், உத்தரப்பிரதேசமும், ஜார்கண்டும் விவசாய நிலத்தை விவசாயம் அல்லாத பயன்பாட்டுக்குக் குத்தகைக்கு விடுவதை அனுமதிக்கும்படிச் சட்டத்தைத் திருத்தி யிருக்கின்றன. இதுபோலவே, ஒடிசா, பீகார், தெலுங்கானா, கர்நாடகா மாநிலங்களும் இத்தகைய திருத்தங்களைச் செய்துவரு கின்றன. இமாச்சலப்பிரதேசம், ஆந்திரப்பிரதேசம், தெலுங்கானா உள்ளிட்ட இன்னும் பல மாநிலங்களில் மிகவும் அராஜகமான முறையில் சட்டத்தின் துணையோடு ஏழை தலித் மற்றும் நலிந்த குடும்பங்களுக்குக் கொடுக்கப்பட்ட நிலங்களைக் கைப்பற்றுவ தற்கான நடவடிக்கைகள் பகிரங்கமாக மேற்கொள்ளப்பட்டுவ ருகின்றன என்கிறார்கள் சமூக ஆர்வலர்கள்.

கடந்த ஆண்டு நிலவரப்படி ஆந்திர அரசு நான்கு லட்சம் ஏக்கர் நிலத்தை கையகப்படுத்தியுள்ளது. அதுபோல மேலும் ஏழு லட்சம் ஏக்கர் நிலத்தைத் தனது நில வங்கிக்கு கையகப்படுத்தத் திட்ட மிட்டுள்ளது என்றும் சொல்கிறார்கள். இரண்டரை லட்சம் ஏக்கர் நிலத்தைக் கையகப்படுத்தியுள்ள தெலுங்கானா அரசு இன்னும் பல லட்சம் ஏக்கர் நிலத்தைக் கைப்பற்றத் திட்டமிட்டுள்ளது. கர்நாடகாவில் அரசு நிலத்தில் பயிரிடும் நாற்பத்தி மூன்று லட்சம் உழவர்கள் வெளியேற்றப்படும் வகையில் விவசாயக் கொள்கை மாற்றியமைக்கப்படுகிறது.

எதிர்காலத்தில் விவசாயம் சார்ந்த தொழில்களிலும் உணவுத் தொழில்களிலும் பெரும் முதலாளிகள் எவ்வளவு மூலதனத்தைக் கொண்டு வந்து கொட்ட விரும்புகிறார்கள் என்பதற்குத் தக இந்த ஒப்பந்த விவசாயச் சட்டத்தின் ஷரத்துகள் காலம்தோறும் திருத்தியமைக்கப்படும் என்று சொல்லலாம்.

ஒப்பந்த விவசாயத்தின் விளைவாக ஓரினப் பயிர்கள் அழிவது, மண்வளம் குறைவது, பாசன வசதிகள் சூறையாடப்படுவது, சுற்றுச்சூழல் பாதிக்கப்படுவது ஆகியவை குறித்து எல்லாம் அரசுக்கோ அல்லது அந்த நிறுவங்களுக்கோ எந்த அக்கறையும் இல்லை என்பதுதான் இதில் முக்கியமான விஷயம். நாளை இப்ப டியான பாதிப்புகள் ஏற்பட்டால், நிலத்தின் உரிமையாளருக்கு அரசுக்கோ இந்தக் குத்தகைதார்கள் எந்தவிதமான நஷ்டஈடும் தர வேண்டியதில்லை. அரசும் சட்டரீதியாக அதைக் கேள்வி கேட்க முடியாது. இந்த சட்டத்தின் விதிகள் அப்படித்தான் சொல்கின்றன.

குஜராத், ஒப்பந்த விவசாயத்துக்கு எனச் சிறப்பு சட்டத்தைக் கொண்டு வந்துள்ளது. இங்கு 2006-ம் ஆண்டே நாற்பது லட்சம் ஏக்கர் நிலங்கள், ஒப்பந்த விவசாயத்தில் கொண்டுவரப்பட்டன. தற்போது இது பல மடங்கு உயர்ந்திருக்கவே வாய்ப்புகள் அதிகம். அதுபோலவே, பஞ்சாபில் 2008ம் ஆண்டிலேயே சுமார் இரண்டு லட்சம் ஏக்கர் ஒப்பந்த விவசாயத்தில் இருந்தது. இது, 2010-ல் இரண்டே முக்கால் லட்சம் ஏக்கராக விரிவுபடுத்த திட்டமிடப்

பட்டு 1.92 லட்சம் ஏக்கரில் விரிவுபடுத்தப்பட்டது.

2013ல் பஞ்சாப் அரசு விவசாய ஒப்பந்தச் சட்டத்தைக் கொண்டு வந்தது. பஞ்சாப்பும் குஜராத்தும் மிகுந்த ஆர்வத்துடன் இந்த விவசாயக் குத்தகை முறையை நடை முறைப்படுத்த வேண்டும் என பரபரப்பாய் செயல்பட்டுவருகின்றன. இந்தியாவில் பருத்தி விவசாயம் கிட்டதட்ட அறுபது சதவீதத்துக்கு மேல் ஒப்பந்த விவசாயத்தின் அடிப்படையிலேயே நடைபெற்றுவருகின்றன. கடந்த சில வருடங்களாகப் பருத்தி விவசாயத்தில் ஏற்பட்ட நஷ்டத்தினால்தான் விவசாயிகள் கொத்துக் கொத்தாக தற்கொலை செய்துகொண்டார்கள் என்ற தகவலையும் இதனோடு சேர்த்து யோசித்தால் இது எவ்வளவு பகீரடிக்கும் செய்தி என்பது புலப்படும்.

கர்நாடகா மாநிலத்தில் ஒட்டுமொத்த உருளைக்கிழங்கு விவசாயத்தில் பதினைந்து சதவீதத்தை பெப்சி மற்றும் கோக்கோகோலா நிறுவனங்கள், ஒப்பந்த விவசாயத்தின் மூலம் கட்டுப்படுத்துகின்றன என்கிறார்கள். இங்கு எல்லாம் சட்டரீதியாகவோ சட்டத்துக்குப் புறம்பான வாய்வழக்குகளாகவோ சூழ்நிலையில் இயல்புக்கு ஏற்ப சாம, பேத, தான, தண்ட முறைகளைப் பிரயோகித்து இப்படியான ஒப்பந்தங்களை முடிக்கிறார்கள் பகாசுர முதலாளிகள் என்கிறது ஓர் ஆய்வு.

இந்தியா முழுதும் பல்வேறு இடங்களில் டாடா நிறுவனம் சுமார் அறுபதாயிரம் ஏக்கர் நிலத்தைக் தன் கட்டுப்பாட்டில் வைத்துள்ளது. அதுபோலவே, குஜராத் மற்றும் பஞ்சாப்பில்

முகேஷ் அம்பானி குழுமம் ஏழாயிரத்துஐநூறு ஏக்கரும் அனில் அம்பானி குழுமம் மூன்றாயிரத்துஐநூறு ஏக்கரும் கொண்டுள்ளன என்கிறார்கள்.

ஏர்டெல் நிறுவனம் பஞ்சாப் மாநில அரசிடமிருந்து முந்நூறு ஏக்கரும், சிறு விவசாயிகளிடமிருந்து நான்காயிரம் ஏக்கர் நிலத்தையும் குத்தகை எடுத்துள்ளது. இவர்களிடம் குத்தகைக்கு விட்ட விவசாயிகள் வறிய விவசாயிகள் தங்கள் சொந்த நிலத்திலேயே நாள் ஒன்றுக்கு நூறு ரூபாய்க்கும் குறைவான தினக்கூலிக்கு வேலை செய்யும் அவலமும் இங்கு நடைபெறுகிறது.

கிட்டத்தட்ட இதே பாணியில் சட்லஜ் அக்ரிகல்சர், நிஜேர் அக்ரோ, விமல் குழுமம் போன்ற நிறுவனங்கள் விவசாயிகளிடமிருந்து நூற்றுக்கணக்கான ஏக்கர் நிலத்தைக் குத்தகைக்கு எடுத்துப் பெரும் பண்ணைகளாக மாற்றிவருகின்றன.

தமிழகத்தில் இது எல்லாம் இல்லை என்று நினைத்துவிடாதீர்கள். மற்ற மாநிலங்கள் அளவுக்கு இல்லை என்றாலும் கணிசமான விவசாய நிலங்கள் இங்கும் பெரு நிறுவனங்கள் வசத்தில் குத்தகைக்கு உள்ளன. குறிப்பாக, அயன் எக்சேஞ்ஜ் இந்தியா நிறுவனத்தின் பங்குதாரர்களின் பெயரில் தமிழகத்தில் அறுநூற்று ஐம்பது ஏக்கர் உள்ளது. இந்நிறுவனம் மகாராஷ்டிரத்தில் எழுநூற்று ஐம்பது ஏக்கரும், கோவாவில் நூற்றைம்பது ஏக்கரும் குத்தகைக்கு எடுத்துள்ளது.

தூத்துக்குடி, ராமநாதபுரம், விருதுநகர் மாவட்டங்களில் அழகு சாதனப் பொருட்கள் தயாரிக்கும் நிறுவனம் நூற்றுக்கும் மேற்பட்ட பினாமி பெயர்களில் சுமார் ஏழாயிரம் ஏக்கருக்கு மேல் வாங்கியுள்ளது என்கிறார்கள். இதில் இரண்டாயிரம் ஏக்கர் நிலத்தில் காட்டாமணக்கு மற்றும் பருப்பு வகை பயிர்கள் பயிரிட்டுள்ளன.

பி.ஏ.சி.எல் *(PACL)* என்ற இன்சூரன்ஸ் நிறுவனம் ஒரு லட்சம் ஏக்கர் நிலத்தைக் கையகப்படுத்தியுள்ளது. இதில் பாகிஸ்தான் எல்லையையொட்டி மட்டும் சுமார் நானூறு சதுர கிலோ மீட்டர் நிலம் உள்ளது என்கிறார்கள். மிகுந்த பாதுகாப்பாக இருக்க வேண்டிய சென்ஸ்சிட்டிவான இடங்கள்கூட தனியாருக்குத் தாரை வார்க்கப்படுவது மிகப்பெரிய ரிஸ்க் என்பதைப் பற்றிய புரிதல்கூட இல்லாமல் இதற்கு அனுமதித்திருக்கிறார்கள்.

இப்படி நாடு முழுதும் பல்வேறு கார்ப்பரேட்கள் இன்று விவசாயத்தில் காலூன்றியுள்ளன. இவர்கள் நலனுக்காகவே குத்தகை நிலச் சட்டங்களில் மாநிலங்கள்தோறும் தேவையான மாற்றங்களைச் செய்துவருகிறது மத்திய அரசு என்று குற்றம் சாட்டுகிறார்கள் விவசாயிகள். இதற்கு எல்லாம் மத்திய அரசிடமிருந்து எவ்விதமான பதிலும் இல்லை. மறுபுறம், எந்தவித சத்தமும் இல்லாமல் கருமமே கண்ணாயினர் என இப்படியான

விவசாயிகள் நலனுக்கு எதிரான சட்டங்கள், திட்டங்களை பெரும் பகாசுர நலன்களின் நலனை மட்டுமே யோசித்தபடி தீவிரமாகச் செயல்படுத்திக்கொண்டும் இருக்கிறார்கள். இன்றைய தேதியில் நம்முடைய தலையாய சிக்கல் என்றால் விவசாயத் துறைக்கு நேர்ந்திருக்கும் இந்த நெருக்கடிதான். ஆனால், மறு புறம் இது பற்றிய எந்தப் புரிதலும் இல்லாமல் மிஸ்டர் பொதுஜனம் தங்கள் அன்றாடப் பாடுகளில் உழன்றுகொண்டிருக்கிறது.

'கஞ்சி குடிப்பதற்கிலார் அதன் காரணம் இஃதென்ற அறிவுமிலார்' என்று பாரதி சொன்னதைப் போல, நம் அறியாமைதான் நம் மிகப் பெரிய சாபம். இது மாறாமல் நம் நிலை மாறப்போவதில்லை.

இனி, பாரம்பரிய அரிசியான களர் பாலையைப் பற்றிப் பார்ப் போம். களர்பாலை தமிழகத்தின், காஞ்சிபுரம் மாவட்டத்தில் உள்ள, சுக்கன் கொள்ளை எனும் நாட்டுப்புறப் பகுதியில் பிரதான மாக விளையக்கூடியது. ஓர் ஏக்கருக்கு சுமார் 1200 - 1300 கிலோ நெல்தானியமும், சுமார் 1300 கிலோ வைக்கோலும், மகசூலாகக் கிடைக்கும் அளவுக்கு வளமான நெல்ரகம் இது.

நூற்று இருபது நாட்கள் வயதுடைய குறுகியகால நெற்பயிரான களர் பாலை, நவரைப் பட்டத்தில் பயிரிடப்படுகிறது. டிசம்பர் முதல் ஜனவரி முடிய உள்ள இடையேயான நாட்களில் தொடங் கக்கூடிய இப்பட்டத்தில் தமிழகத்தின் திருவள்ளூர், திருவண்ணா மலை, திண்டுக்கல், திருச்சி, வேலூர், கடலூர், கோயம்புத்தூர், விழுப்புரம், மற்றும் தேனி மதுரை போன்ற மாவட்டங்களிலும் பயிரிடப்படுகிறது.

களர்பாலை என்ற பெயரே சொல்வது போல களர் நிலங் களிலும் வறண்ட நிலங்களிலும் வளரக்கூடிய இயல்புடையது. குறிப்பாக, காரத்தன்மை உடைய களர்நிலங்களுக்கு இந்நெல் மிகவும் ஏற்றது. ஒற்றைநாற்று முறையில் இதனை நடவுசெய்ய நல்ல அறுவடை கிடைக்கும். இயல்பாகவே நோய் எதிர்ப்பு தன்மை கொண்டது என்பதால் பூச்சி தாக்குதலையும் தாங்கி வளரும். இயற்கையான பூச்சிக்கொல்லிகள் பயன்படுத்தினால் நல்ல மகசூல் கொடுக்கும்.

சொரசொரப்பான கடினத்தன்மை கொண்ட களர் பாலை யின் அரிசி பழுப்புநிறத்தில் பெருநயத்துடன் காணப்படும். பெரிய ரக அரிசிகளுக்கே உரிய அடர்த்தியான அயானிக் அள விலான சத்துக்கள் இதிலும் நிறைந்து காணப்படுகின்றன. வளரும் குழந்தைகளுக்கும் உடல் மெலிந்தவர்களுக்கும் மிகவும் ஏற்றது. களர் நிலங்களில் வளரும் பயிர் என்பதால் மண்ணின் நுண்ணிய தாது வளங்கள் இதன் சத்துக்களில் கலந்திருக்கும். இவை உடலுக்கு ஆரோக்கியத்தை அள்ளித் தரும்.

வயலில் விளையும் தங்கம் இந்த நெல்ரகம்!

மத்திய அரசின் விவசாயம் மற்றும் தொழில்கொள்கைகள் எப்படி தொடர்ந்து விவசாயிகளுக்கு எதிரானதாகவே இருந்து வருகிறது என்பதைப் பார்த்துவருகிறோம். ஏன் இப்படி ஓர் அரசு தனது சொந்தக் குடிகளையே இத்தனை ஆண்டுகளாகப் பரிதவிக்க வைத்துவருகிறது என்கிற கேள்வி சிலருக்கு எழக்கூடும். இந்த சிக்கல் எங்கு நிகழ்கிறது என்றால் விவசாயம் தொடர்பான அரசின் எதிர்பார்ப்பிலிருந்து நிகழ்கிறது என்றே சொல்ல வேண்டும். அரசும் விவசாய நெருக்கடிகளை எதிர்கொள்ள ஏதேதோ செய்கிறதுதான். ஆனால், அதன் ஒவ்வொரு முயற்சியும் பிள்ளையார் பிடிக்க குரங்கான கதையாகவே முடிகிறது. மறுபுறம் விவசாயியோ தீ பட்ட காயத்துல தேள் வந்து கொட்டியதாய் தவிக்கிறார்கள்.

விவசாயத்துறையின் நெருக்கடியைப் பற்றிப் பேசும்போது அதைப்பற்றிப் பேசுபவர்கள் அனைவருமே அந்த விஷயத்தில் கருத்து ஒற்றுமை கொண்டு பேசுவதில்லை. விவசாயத்துறை நெருக்கடியைத் தீர்ப்பதாகக் கூறிக்கொள்ளும் ஆளும் வர்க்கத் திட்டங்கள் அனைத்துமே விவசாயப் பிரச்சினை என்பது வேறு, அதில் ஈடுபடுகின்ற விவசாயிகளின் பிரச்சினை வேறு என்று இரண்டையும் பிரித்தே அணுகுகின்றன. இந்த இடம்தான் மிகவும் சிக்கலானது. இந்தக் கோணலான புரிதல் அரசுக்கு ஏற்பட மிக முக்கியமாக சில காரணங்கள் உள்ளன. விவசாயத்தை ஒரு தொழிலாக மாற்றி அதை லாபம் கொழிக்கும் ஒன்றாக மாற்ற வேண்டும் என்ற பேராசை அதில் பிரதானமானது. இதற்கு சில விவசாயிகளுமேகூட பலியாகிவிடுவதுதான் சோகம்.

எனவேதான் அரசு தரப்பில் முன்வைக்கப்படும் தீர்வுகள்

இளங்கோ கிருஷ்ணன்

அனைத்தும் அனர்த்தமாக இருக்கின்றன. விவசாயிகளுக்கு நன்மை என்பதைவிட விவசாயத்துக்கு நன்மை என்பதையே அரசு விரும்புகிறது. அதாவது, அந்தத் துறையின் முகம் மாறினால் போதும். விவசாயிகள் எப்படிப்போனால் என்ன என்றே நம் அரசுகள் நினைக்கின்றன.

அதனால்தான், எதிர்காலத்தில் விவசாயத்துறையை விழுங்கி ஏப்பம் விடத் துடிப்பவர்கள், விவசாயத்துறையின் அத்தனை லாபத்தையும் தன் பாக்கெட்டில் திணித்துக்கொள்ள தயாராக இருப்பவர்கள், அதை ஏகபோகம் மிக்க ஒரு துறையாகத் தங்கள் கட்டுப்பாட்டில் வைத்துக்கொள்ள விரும்புபவர்கள் ஆகியோரை அரசு முன்னிலைப்படுத்துகிறது. நமது பிரதமர் மோடி விவசாயிகளின் வருமானத்தை இரட்டிப்பாக்குவேன் என்று கூறுவது இந்தப் பொருளில்தான். தற்போது விவசாயத்தில் ஈடுபட்டிருக்கும் விவசாயிகளின் வாழ்க்கையையும் உற்பத்தித் திறனையும் உயர்த்துவது பற்றி மோடி பேசவில்லை. அதில் அவருக்கோ அரசுக்கோ எந்தப் பயனும் இல்லை என நினைக்கிறார்கள்.

சரியாகச் சொல்வதென்றால், ஆட்சியாளர்கள் விவசாயத் துறையில் தாங்கள் கொண்டுவர விரும்பும் மாற்றத்துக்கு மிகப் பெரிய இடையூறே இன்று நிலங்களையும் உற்பத்திக் கருவிகளையும் கையில் வைத்திருக்கும் விவசாயிகள்தான் என்று கருதுகிறார்கள்.

விவசாயத்தைப் பணம் கொழிக்கும் ஒரு காமதேனுவாக பன்னாட்டு நிறுவனங்கள், கார்ப்பரேட்டுகளின் பங்களிப்போடு மாற்றுவதே அவர்களின் திட்டம். இப்படிச் செய்வதால் விவசாயத்தை நம்பி வாழும் கோடிக்கணக்கான மக்கள் என்ன ஆவார்கள் என்பதைப் பற்றி எல்லாம் எள்ளளவும் இவர்களுக்கு கவலையும்

இல்லை. அக்கறையும் இல்லை. யார் என்ன சொன்னாலும், யார் என்ன செய்தாலும் கடமையே கண்ணாய் அரசு இதைத் தான் செய்துகொண்டேயிருக்கிறது. இதற்குத்தான் டைகட்டிய பொய்மூட்டைகள் புள்ளிவிவரங்களாக அள்ளிவிடுகிறார்கள். எல்லோரையும் சந்தேகப்பட வேண்டிய நெருக்கடிக்குச் சென்று விட்ட விவசாயிகள் தொடர்ந்து அரசின் திட்டங்களை விமர்சித்துக் கொண்டும் அதற்கு எதிராகப் போராடிக்கொண்டுமிருக்கிறார்கள்.

பஞ்சாபில் கடன் சுமை தாங்காமல் விவசாயிகள் கொத்துக் கொத்தாய் தற்கொலை செய்து செத்த பிறகும் அவர்களுக்கு வழங்க வேண்டிய நஷ்ட ஈட்டை டம்பமாய் அறிவித்தவர்கள் அதை உரியவர்கள் கையில் சேர்க்கவே இல்லை. இவை எல்லாம்தான் விவசாயிகளை இவர்கள் எப்படிப் பார்க்கிறார்கள் என்பதன் கறுப்புச் சாட்சிகள்.

விவசாயிகளையோ, தொழிலாளர்களையோ ஆளும் அரசும் அதிகார மையங்களும் எப்படிப் பார்க்கின்றன என்று கேட்டால் அரசாங்கமும் அதனாலேயே கட்டுப்படுத்த இயலாத சந்தையும் அவ்வப்போது அளிக்கிற உத்தரவுகளை ஏற்றுக்கொண்டு, மாடு போல் உழைத்து பெரும் லாபத்தை அவர்களுக்கு ஈட்டிக்கொடுத்து அதில் ஒரு விள்ளலைப் பெற்றுக்கொண்டு ஆனந்தமாய் புகாரின்றி வாழ வேண்டும் என்று எதிர்பார்க்கிறார்கள்.

ஆனால், விவசாயிகள் கால்நடைகள் அல்ல. அதனால்தான் அவ்வப்போது கொதித்தெழுகிறார்கள். அப்படி கொதித்து ஒன்று திரளும் போதெல்லாம் வேறு பிரச்சனைகளை உருவாக்கி விவசாயப் பிரச்சனை மீதான கவனத்தைத் திருப்புகிறார்கள்.

நவீன இந்தியாவின் பொருளாதாரம் சார்ந்த பிரச்சனை களோடுதான் இன்றைய விவசாயப் பிரச்சனையும் இணைந்திருக் கிறது. உலகமயமாக்கலுக்குப் பிறகு விவசாயம் என்பது தனி ஒரு பொருளாதாரக் கட்டுமானமாக இருக்கமுடியாது. உழவும் தொழிலும் என்ற சொல் பயன்பாடே கிடையாது. உழவும் ஒரு தொழிலாக மாற வேண்டும் என்பதே அரசின் விருப்பம். எனவே, நமது தொழில்வளர்ச்சியின் எல்லா துறைகளிலும் நிகழும் அபத்தங் களும் ஆபத்துகளும் விவசாயிகளுக்கும் நிகழ்ந்துகொண்டிருக்கிறது.

விவசாயிகள் பிரச்சனையை மட்டும் இதில் தனித்துப் பார்ப்பது என்பது முழுமையற்ற ஒரு பார்வையாக அமையும். பொருளா தாரத்தின் பிற துறைகளில் நிகழும் ஏற்றத்தாழ்வுகள் எல்லாம் விவசாயத்தையும் பாதிக்கும் நிலைக்கு நாம் மிக முன்பே சென்று விட்டோம். எனவே, ஓர் ஒருங்கிணைந்த பார்வை நமக்கு அவசிய மாகிறது.

20-1-2013ஆம் ஆண்டுக்கான பொருளாதார ஆய்வு அளிக்கும் புள்ளி விவரத்தின்படி, மொத்த வேலைவாய்ப்பில் விவசாய

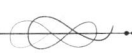

வேலைவாய்ப்பின் பங்கு ஐம்பத்திரண்டு சதவீதம். தேசிய அளவில் தமது உழைப்பின் மூலம் ஒரு தொழிலாளி உருவாக்கும் சராசரி மதிப்பில் இருபத்தொன்பது விழுக்காட்டைத்தான் ஒரு விவசாயியின் உழைப்பு உருவாக்குகிறது. அதே நேரத்தில் நிதித்துறை, காப்பீடு, ரியல் எஸ்டேட் போன்ற துறைகளில் பணியாற்றுவோர் உருவாக்கும் சராசரி மதிப்பு, ஒரு விவசாயத் தொழிலாளி உருவாக்கும் மதிப்பைப்போல இருபத்தைந்து மடங்கு அதிகம்.

அதேபோல தொழிலாளர்களில் கிட்டதட்ட எண்பத்தைந்து சதவீதம் பேர் அமைப்புரீதியாகத் திரட்டப்படாதவர்கள். இவர்கள் தமது உழைப்பின்மூலம் உருவாக்கும் மதிப்பு என்பது அமைப்பு ரீதியாகத் திரட்டப்பட்ட தொழிலாளர்கள் உருவாக்கும் மதிப்பில் ஐந்து சதவீதம். அதாவது, விவசாயத்திலிருந்து வெளியேறி அமைப்பு ரீதியாகத் திரட்டப்படாத தொழிலாளிகளாக மாறுபவர்களுடைய வாழ்க்கை எந்த விதத்திலும் மேம்படுவதில்லை என்பதையே மேற்கண்ட புள்ளிவிவரம் காட்டுகிறது.

இன்னொரு முனையில், மிகவும் குறைவான பேர்களுக்கே வேலை வாய்ப்பளிக்கும் நிதித்துறை போன்ற ஒட்டுண்ணித் துறைகள் போன்றவை நம் நாட்டின் தேசிய வருமானத்தின் பெரும்பங்கை விழுங்குகின்றன என்பதையும் நாம் இங்கு கவனிக்க வேண்டும்.

உற்பத்தியை அதிகப்படுத்த இரண்டு வழிகள் உள்ளன. தொழிலாளர்களின் எண்ணிக்கையை அதிகரிப்பதன் மூலம் உற்பத்தியை அதிகரிக்கலாம். இது ஒருமுறை. ஒரு தொழிலாளியின் உற்பத்தித் திறனை அதிகரிப்பதன் மூலமும் உற்பத்தியை அதிகரிக்கலாம். இது இன்னொரு முறை. உற்பத்தியை அதிகரிக்க எந்த வழியைத் தேர்ந்தெடுப்பது என்ற பார்வையில் உள்ள வேறுபாடுதான், வளர்ச்சி பற்றிய இரண்டு முரண்பட்ட கண்ணோட்டங்களுக்குக் காரணமாகிறது என்பார்கள் பொருளியல் அறிஞர்கள். அதுபோலவே, ஒரு குறிப்பிட்ட பாதையைத் தேர்ந்தெடுப்பதன் மூலம் யார் ஆதாயமடைகிறார்கள் என்பதுதான் அது வளர்ச்சிப்பாதையா? யாருக்கு வளர்ச்சிப் பாதை என்பதையும் தீர்மானிக்கிறது.

இந்திய அரசு மற்றும் ஆளும் தரப்பின் கண்ணோட்டத்தின் படி விவசாயமும் அமைப்புரீதியில் இல்லாத தொழில்களும் உற்பத்தித்திறன் குறைந்த தொழில்கள். இவற்றின் உற்பத்திக்கு எந்தப் பாதிப்பும் ஏற்படாமலேயே இவற்றில் ஈடுபட்டிருக்கும் விவசாயிகள் மற்றும் தொழிலாளர்களின் எண்ணிக்கையைக் குறைக்கலாம். அவ்வாறு அவர்களை வெளியேற்றினால் மட்டும் தான் போடப்பட்டிருக்கும் முதலீட்டுக்குக் கிடைக்கும் லாபத்தை அதிகரிக்க முடியும்.

முதலீட்டின் மீதான லாபத்தை அதிகரிப்பது என்பதன் பொருள்,

கார்ப்பரேட் திட்டங்களுக்காக நிலத்தைக் கட்டாயமாக கையகப் படுத்துதல், நிலத்தைக் குவித்து பண்ணைகளை உருவாக்குதல், விவசாயம் சார்ந்த வணிகங்களில் கார்ப்பரேட்டுகளை நுழைத்தல், சிறு தொழில்களை அழித்தல், சில்லறை வணிகத்தில் பன்னாட்டு நிறுவனங்களை நுழைத்தல் என்பவைதான். இதைத்தான் மிகுந்த சிரத்தையோடு நமது மத்திய அரசு செய்துவருகிறது. மாநில அரசும் அதற்கு ஒத்தூதுகிறது. விவசாயியோ அரசு ஏதாவது செய்யும் என வறண்ட நம்பிக்கையோடு காத்திருக்கிறான்.

சரி, இனி சொர்ணமசூரி பற்றி பார்ப்போம். சொர்ணமசூரி திருச்சி மாவட்டத்தை மையமாகக்கொண்டு பயிரிடப்படும் பாரம்பரிய நெல். பொன்னிறம் கொண்ட நெல் என்பதால், சொர்ணமசூரி என்றழைக்கப்படுகிறது. சொர்ணம் என்றால் தங்கம் என்று பொருள். தங்கம் போல மிளிரக்கூடிய இந்த வகை நெல், 120 – 130 நாட்களில் அறுவடை செய்யக்கூடிய சன்ன ரகமாகும்.

தற்பொழுது தமிழகத்தில் பரவலாகச் சாகுபடி செய்யப்படும் இந்த நெல்ரகம், திருத்திய நெல் சாகுபடி முறைக்கு ஏற்றதாகும். ஏக்கருக்கு சுமார் இருபத்தி எட்டு மூட்டை (75 கிலோ மூட்டையில்) வரையில் மகசூல் கிடைக்கக்கூடிய இவ்வகை நெல், வெள்ளைநிற அரிசி உடையதாகும்.

ஆற்றுப் பாசனம் மற்றும் கிணற்றுப் பாசனப் பகுதிகளுக்கு ஏற்ற ரகம் இது. நேரடி விதைப்புக்கும், நடவுக்கும் ஏற்றது. இயற்கைப் பேரிடர்களுக்கு ஓரளவு தாக்குப்பிடிக்கக் கூடிய இந்நெல் ரகம் ரசாயன உரங்கள் தேவையின்றி, செழித்து வளரக்கூடியது. இப் பயிரில் அதிக சொரசொரப்புத் (சொனை) தன்மை இயற்கை யாகவே அமைந்திருப்பதால், பூச்சித் தாக்குதல் இருப்பதில்லை.

இந்த நெல்ரகம் சன்னமாகவும் வெந்த அரிசி கண்ணைப் பறிக்கும் வெண்ணிறத்திலும் இருப்பதோடு சுவையிலும் அற்புத மாக இருப்பதால் இதனை சீரகச் சம்பாவுக்கு அடுத்தபடியாக பிரியாணிக்கு அதிக அளவில் பயன்படுத்துகிறார்கள். மேலும் இதனுடைய பழைய சாதமும், நீராகாரமும் மிகுந்த சுவையாகவும், மூன்று நாட்களானாலும் கெட்டுப்போகாமலும் இருக்கக்கூடியது.

நல்ல நோய் எதிர்ப்புச் சக்திகொண்ட இந்த நெல் அரிசிக் கஞ்சியில், பித்தம், வாயு போன்ற உபாதைகளுக்குத் தீர்வு உள்ள தாகக் கூறப்படுகிறது. மேலும் இந்த அரிசியைத் தொடர்ந்து உண வாக உட்கொள்வதன் மூலம், பெரும்பாலான நோயாளிகளுக்கு நோய் எதிர்ப்புச் சக்தி அதிகரிக்கும் எனவும் கருதப்படுகிறது. உடனடியாக உடலில் ஆற்றலாக மாறுவதால் இந்த அரிசியை வளரும் பருவத்தினர் அதிகம் உண்ணலாம். உடல் மெலிந்தவர்கள் இதனை தொடர்ந்து உண்டுவர நல்ல பலன் கிடைக்கும்.

விவசாயம் செய்து பொழைக்க முடியாதா?

'**கி**ராமங்கள் இந்தியாவின் முதுகெலும்புகள்' என்ற காந்தி கால வசனம் ஒன்றை எதற்கெடுத்தாலும் சொல்வார்கள் நம் அரசியல்வாதிகள். வசனம் என்னவோ சரிதான். கிராமங்கள் நம் நாட்டின் முதுகெலும்புகள் என்றால் அந்த கிராமங்களின் முதுகெலும்புகள் விவசாயம்தான் என்பதும் சரிதான். ஆனால், இந்த விவசாயம் என்றதுறையைப் பற்றிய அரசின் அணுகுமுறை எப்படி இருக்கிறது என்பதுதான் மில்லியன் டாலர் கேள்வி.

அரசு எப்படி விவசாயம் என்பதை தொழிலாக, ஒரு ரூபாய் போட்டு இரண்டு ரூபாய் எடுக்கும் சமாசாரமாகப் பார்க்கத் தொடங்கிவிட்டது என்பதைக் கடந்த பகுதியில் பார்த்தோம். அரசின் இந்த மனநிலைதான் இன்றைய விவசாயிகள் பிரச்சனை கள் அனைத்துக்கும் அடிப்படை. விவசாயம் என்பது நவீன சர்வ தேசத் தொழில்துறையின் எதிர்பார்ப்புகளுக்கு ஏற்ப மாறியே ஆக வேண்டும். அப்போதுதான் உலகோடு நம்மால் போட்டி போட இயலும் என்று சொல்லும் நம் அரசுகள், அதற்கு மிகப் பெரிய தடையாகப் பார்ப்பது நம் விவசாயிகளைத்தான் என்றால் நம்ப கொஞ்சம் சிரமமாக இருக்கும். ஆனால் அதில் உண்மையுள்ளது.

விவசாயத்தை நோக்கிப் படையெடுத்துவரும் பகாசுர கார்ப் பரேட் நிறுவனங்களிடம் அந்தத் துறையை ஒப்படைத்துவிட்டால் அது தொடர்பான தனது சிவில் கடமைகள் அனைத்தும் முடிந்து விடும் என்றும் தங்கள் இயக்கத்துக்கான அடிப்படை வருவாய் வந்துசேர்ந்துவிடும் என்றும் அந்நிய மூலதனம் குவிவதால் வேலை வாய்ப்புகள் பெருகும். செல்வ நடமாட்டம் அதிகரிக்கும். தொழி லோடு சேர்ந்து விவசாயமும் விவசாயத்தோடு சேர்ந்து தொழிலும்

பரஸ்பரம் வளரும் என்று நம் அரசுகள் நினைத்துக்கொண்டிருக் கின்றன. குறைந்தபட்சம், அப்படி நினைப்பதாய் பாவனையாவது செய்துகொண்டிருக்கின்றன.

மேலும், விவசாயம் மட்டுமே முன்னேற்றத்துக்கான துறை அல்ல. இந்தியாவில் அளவுக்கு அதிகமான மக்கள் விவசாயத் திலும் விவசாயம் சார்ந்த தொழில்களிலும் இருப்பது பொருளா தார வளர்ச்சிக்குத் தடையாய் உள்ளது என்றும் அரசுக்கு ஓர் எண்ணம் உள்ளது.

கடந்த 2016ம் ஆண்டு நிதி ஆயோக்கின் வல்லுநர் குழு, 'ஒரு அளவுக்கு மேல் விவசாயத்தால் வேலைவாய்ப்பு வழங்க முடியாது. எனவே மக்கள்தொகையை விவசாயத்திலிருந்து வெளியேற்றி, விவசாயம் சாராத தொழில்களுக்கு அனுப்புவது மிகமிக அவசியம்' என்று குறிப்பிட்டதை நாம் நினைவுகூர வேண்டும்.

விவசாயம் மற்றும் அதுசார்ந்த தொழில்களில் இருந்து மக்கள் வெளியேற்றப்பட்டால் வெளியே அவர்களுக்கு ஒரு பொன்னுல கம் காத்திருக்கிறது என்பதைப்போன்ற சித்திரத்தை உருவாக்க இங்கு முயற்சியும் நடக்கிறது.

விவசாயம் மற்றும் சிறு தொழில்களிலிருந்து வெளியேற்றப் படுவோருக்கு மற்ற துறைகளில் தானாகவே வேலை கிடைத்து விடும் என்ற சுதந்திரச் சந்தையின் விதியை பல பொருளாதார வல்லுநர்கள் திரும்பத் திரும்பச் சொல்லிக்கொண்டிருக்கிறார்கள்.

அப்படியானால் கடந்த கால்நூற்றாண்டு தாராளமயப் பொருளாதாரக் கொள்கைகளுக்குப் பிறகும் அப்படி ஒன்றும் வேலை வாய்ப்புகள் மிகச் சிறப்பாகக் கிடைக்கவில்லையே என்று கேட்டால் அதற்குச் சரியான பதில் இல்லை.

இன்னும் சிலர் தொழிலாளர் நலச் சட்டங்கள், நில உச்ச வரம்புச் சட்டம், சிறு தொழில் பாதுக்காப்புச் சட்டம் போன்ற சுதந்திரச் சந்தைக் கோட்பாட்டுக்கு எதிராக உள்ள சட்டங்களை நீக்கினால்தான் வேலை வாய்ப்புக்கான நிரந்தரத் தீர்வு கிடைக்கும் என்கிறார்கள். இருக்கும் கொஞ்ச நஞ்ச சட்டப் பாதுகாப்பையும் தொழிலாளர்களிடம் நீக்கிவிட்டால் வேலைவாய்ப்பு பெருகும் என்று இவர்கள் சொல்வது, கயிற்றைப் பிடித்து அந்தரத்தில் தொங்கிக்கொண்டிருப்பவனிடம் 'கையைவிடு காப்பாத்தறேன்' என்பதைப் போல இருக்கிறது.

இன்றைய நவீன விவசாயப் பிரச்சனைகளான குத்தகைச் சட்டங்கள், கார்ப்பரேட் விவசாய அனுமதி போன்றவை எல்லாம் ஏதோ திடீரென தோன்றிய ஒன்றல்ல. சுமார் பதினைந்து ஆண்டு களுக்கும் முன்பிருந்தே மத்திய அரசு அதிகாரிகள், விவசாய வல்லுநர்கள் இந்திய விவசாயத்தின் போதாமை என்று திரும்பத் திரும்பச் சொல்லிக்கொண்டிருந்ததின் விளைவுகள்தான் இவை.

இளங்கோ கிருஷ்ணன்

இதோ ஓர் உதாரணமாக கடந்த 2012-13 ஆண்டின் பொருளாதார ஆய்வறிக்கை என்ன சொல்கிறது என்று பாருங்கள்.

"இந்தியாவில் எண்ணற்ற சிறு நிறுவனங்கள் தொடர்ந்து சிறு நிறுவனங்களாகவே நீடிக்கின்றன. அவை கவுரமாகச் செத்துப்போவதற்கும் அனுமதிக்கப்படுவதில்லை. சிறிய விவசாய நிலங்கள் போதிய வருவாய் தருவதில்லை. அவற்றை (கார்ப்பரேட் பண்ணைகளுக்கு) குத்தகைக்கு விடவும் (சட்டம்) அனுமதி இல்லை. விவசாயத்துக்கு மேன்மேலும் மானியங்கள் வழங்கப்படுகின்றன. நகரமயமாக்கத்தைத் தடுக்கும் பொருட்டு கிராமங்களுக்கு நிதி ஒதுக்கீடு செய்வது அரசின் நிதிச்சுமையை அதிகரிக்கிறது" என்று கார்ப்பரேட் வணிகம், குத்தகைச் சட்டம் போன்றவற்றின் தேவையை அப்போதே சூசகமாகச் சொல்லியுள்ளது.

"விவசாயத்தில் ஈடுபடுவோரின் எண்ணிக்கையைக் குறைக்க வேண்டும். பெரும் பண்ணைகளை உருவாக்கி மூலதனத்தையும் தொழில்நுட்பத்தையும் புகுத்த வேண்டும். தோட்டத்தொழில், பால்பண்ணைகள், இறைச்சித்தொழில் ஆகியவற்றை மேலும் வளர்த்தெடுப்பதன் மூலம்தான் விவசாயத்துறையை ஆரோக்கியமானதாக மாற்றமுடியும்" என்கிறது அதே அறிக்கை.

நமது நவீன இந்தியாவின் மிகப் பெரிய பிரச்சனைகளில் ஒன்று நகரமயமாக்கல். அதாவது, நகரங்கள் தொடர்ந்து மக்கள் தொகையிலும், பொருளாதாரத்திலும் பெருத்துக்கொண்டே போக

மறுபுறம் கிராமங்கள் மேலும் மேலும் நலிந்து எலும்புக்கூடுகளாக மாறிக்கொண்டிருப்பதைப் பார்க்கிறோம். இந்த சமமற்ற வீக்கம் மிகவும் ஆபத்தானது. விவசாயம் மற்றும் அதுசார்ந்த தொழில்கள் தொடர்ந்து சரிவடைந்துகொண்டிருப்பதால்தான் மக்கள் கிராமங்களிலிருந்து கிளம்பி நகரங்களை நோக்கிக் குவிகிறார்கள். மறுபுறம், அரசோ நகரமயமாக்கலைத் தடுக்கவும் கிராமப் பொருளாதாரத்தை வளர்த்தெடுக்கவும் தம்மிடம் நிதி இல்லை என்று கையை விரிக்கிறது.

சரி இதற்கு மாற்றாக என்ன செய்வது என்றால் விவசாயத்திலிருந்து மக்களை மேலும் வெளியேற்றுவதுதான் என்று முரணான பதிலைச் சொல்கிறது. ஏற்கெனவே அளவுக்கு அதிகமான நகரமயமாக்கல்தான் நமது பிரச்சனை என்றால், மேலும் மேலும் அதை விரித்துக்கொண்டே போவதுதான் அதற்கான தீர்வா?

இதற்கான தீர்வாகத்தான் விவசாயத்தில் பணம் படைத்த கார்ப்பரேட்கள் ஈடுபடுவது என்பதை முன்வைக்கிறார்கள். கேட்க கவர்ச்சிகரமாகத் தோன்றினாலும் இதன் நடைமுறைகள் ஒருபோதும் விவசாயிகளுக்கு முழுமையான நன்மை அளிக்கப் போவதில்லை.

சுதந்திரம் பெற்ற புதிதில் நம்மிடம் நிறைய விவசாயிகள் இருந்தார்கள். விவசாய நிலங்களும் இருந்தன. ஆனால், அவை எல்லாம் பெரும் நிலச்சுவான்தார்கள் கையில் இருந்தன. பல லட்சம் விவசாயிகள் காணிநிலம்கூட இல்லாமல் அந்நியர் வயல்களில் கூலி வேலை செய்தும், தங்கள் துண்டு நிலங்களை பெரிய மனிதர்களுக்கு குத்தகைக்குக் கொடுத்தும் பிழைத்துக்கொண்டிருந்தார்கள்.

அப்போதுதான் நிலச்சீர்த்திருத்தச் சட்டத்தின் தேவை உணரப்பட்டது. விநோபாவே போன்றவர்களின் பூமிதான இயக்கம் போன்ற இயக்கங்கள், நில உச்சவரம்புச் சட்டம் போன்ற பலவகையான சட்டங்கள் இயற்றப்பட்டு விவசாயிகளின் நிலை முன்னேற வழிவகை செய்யப்பட்டது.

நிலச்சீர்திருத்தம் என்ற சொல்லின் பொருளே பெரு நிலக்கிழார்களின் நிலத்தை நிலமற்ற ஏழை விவசாயிகளுக்கு மறுபங்கீடு செய்வது என்பதாகத்தான் இருந்தது. ஆனால், மேலே சொன்ன ஆய்வறிக்கையை கவனியுங்கள். கார்ப்பரேட்டுகளுக்காக நிலம் கையகப்படுத்துவது, சிறு விவசாயிகள் தமது நிலத்தை கார்ப்பரேட் பண்ணைகளுக்கு குத்தகைக்கு விட வகைசெய்வது என்பன போன்ற தனது ஆலோசனைகளுக்கு நிலச்சீர்திருத்தம் என்று தலைப்பிட்டிருக்கிறது இவ்வறிக்கை.

விவசாயத்திலிருந்து வெளியேற்றப்படும் விவசாயிகளுக்கு தொழில்துறை வேலை வாய்ப்பளித்துவிடும் என்பதாக இந்த அறிக்கைகள் தீட்டும் சித்திரத்தில் பெரிய உண்மை இல்லை என்பதே நமது

கடந்தகால அனுபவமாக உள்ளது. தொழிலாளிகள் அதிகம் தேவைப்படும் ஆடை தயாரிப்பு உள்ளிட்ட பல்வேறு தொழில்களிலும் இன்று என்ன நிகழ்ந்துள்ளது. உற்பத்தி முன்பை விட அதிகமாகியுள்ளது. வருமானம் அதிகரித்துள்ளது. அந்நிய செலாவணிகூட நன்றாகவே வளர்ந்துள்ளது. ஆனால், தொழிலாளர் வளம் நாளுக்கு நாள் குறையவே செய்கிறது. இன்று பல நிறுவனங்கள் தங்கள் மூலதனம் குறிப்பிட்ட அளவு பெருகியதும் உடனடியாக இயந்திரமயமாக்கலை மேற்கொள்கின்றன. இதனால், வேலை வாய்ப்புகள் குறையவே செய்கின்றன.

இயந்திர மயமாக்கலும் மூலதனப் பெருக்கமும் ஒன்றை ஒன்று சார்ந்திருக்கும் இணை சக்திகள். அவற்றின் கூட்டணியை முறியடிப்பதற்கு அரசு மனது வைத்தாலன்றி வேறு வழியே இல்லை என்பதுதான் எதார்த்தம். ஆனால், அரசோ பெரு நிறுவனங்களின் முதலாளிகளுக்கு சந்தையைத் திறந்துகொடுத்தால் அவர்கள் மக்களின், தொழிலாளர்களின் நலனைப் பார்த்துக்கொள்வார்கள் என்று கிளிப்பிள்ளை போல திரும்பத் திரும்பச் சொல்லிவருகிறது. ஓநாய்கள் அழுவது ஆட்டுக்காகத்தான் என்பதைப் போல இருக்கிறது அரசின் இந்த நம்பிக்கை.

மொத்தத் தொழிலாளர் எண்ணிக்கையில் அமைப்புரீதியான உற்பத்தித் துறைகள் சார்ந்த தொழிலாளர்களின் எண்ணிக்கை குறைந்து வருவதே நம் தொழில் முன்னேற்றத்துக்கும் தொழிலாளர் நலனுக்கும் இடையே உள்ள முரணைக் காட்டும் சாட்சி. தொழிலாளர் நலச் சட்டங்கள் பெருநிறுவனங்களுக்குச் சாதகமான முறையில் தளர்த்தப்பட்ட பின்னரும், தொழிலாளர்களின் ஊதியம் குறைந்த பின்னரும், அவர்களை வெளியேற்றுவது எளிதாக்கப்பட்ட பின்னரும்கூட அந்நிறுவனங்கள் தொழிலாளர்களைக் காட்டிலும் எந்திரங்களையே நாடுகின்றனர் என்பதை கவனித்தால் இதில் உள்ள உண்மை புரியும்.

தொழில்துறையில் தொழிலாளர் நலன் இந்த லட்சணத்தில் இருக்கும் நிலையில்தான் நம் அரசு பெரும்பாலான விவசாயத் துறை சார்ந்த மக்களை அத்துறையிலிருந்து வெளியேற்றினால்

அவர்களுக்கு தொழில்துறையில் நல்ல எதிர்காலம் கிடைக்கும் என்று சொல்லிவருகிறது. மறுபுறம், மண்ணையும் மழையையும் தவிர எதையும் அறியாத விவசாயி நம் அரசு நமக்கு நல்லதைத் தானே செய்யும் என நம்பிக்கையோடு காத்துக்கொண்டிருக்கிறான். அப்படி எதுவும் நடந்த பாட்டைதான் காணோம்.

இனி, சித்திரைக்கார் பற்றி பார்த்துவிடுவோம். சித்திரைக்கார் நெற்பயிர் தமிழகத்தின் ராமநாதபுரம் மாவட்டத்திலுள்ள 'திருப் புல்லானி' எனும் நாட்டுப்புறப் பகுதியில் பிரதானமாக விளையக் கூடியது. இது, ஓர் ஏக்கருக்கு சுமார் 1000 கிலோ வரையில் மகசூல் கொடுக்கும். பொதுவாக இவ்வகை நெற்பயிர்களை விவசாயிகள், "மட்டை" மற்றும் "நொருங்கன்" எனவும் அழைக்கின்றனர்.

110 நாட்கள் வயதுடைய இந்நெல் ரகத்தை செப்டம்பர் மாதம் தொடங்கும் பின் சம்பா பருவத்தில் அதாவது, புரட்டாசியின் நடுப்பகுதியில் விதைத்து, ஜனவரியில் (தை மாதத்தில்) அறுவடை செய்யலாம். இதே பருவத்தில், தமிழகத்தின் அனைத்து மாவட்டங் களிலும் சாகுபடி செய்ய ஏற்ற நெல் இது.

நீர்நிலைகளின் கரையோரப்பகுதிகளில் காணப்படும் மணற் பாங்கான நிலப்பரப்பில் வறட்சியைத் தாங்கி வளரக்கூடிய சித்திரைக்கார், அதிக உயரம் வளர்ந்து வைக்கோலைப் பெருக்கிக் கொடுக்கக்கூடியது.

பொதுவாக சன்ன ரகங்களைவிட இதன் சிவப்பு அரிசி அதிக மானோரால் விரும்பப்படுவதால் இதற்கு நல்ல மதிப்புண்டு. சித்திரைக் கார் நெல்லின் அரிசியில் இட்லி, தோசைப் போன்ற சிற்றுண்டிகளும் செய்யலாம். சிவப்பு அரிசியின் அத்தனை முழுமை யான நற்குணங்களும் இதில் உள்ளன. இரும்புச்சத்து கணிசமாக உள்ளதால் ரத்தசோகை உடையவர்கள், நோய் எதிர்ப்புச் சக்தி குறைந்தவர்கள் இதை தொடர்ந்து எடுத்துக்கொள்ளலாம்.

விழலுக்கு வீணாகும் மனிதவளம்!

புதிய பொருளாதாரக் கொள்கையின்படி இந்திய அரசு எப்படி வேளாண்மைத் தொழிலிலிருந்து மக்களை வெளியேற்றி தொழில்துறையில் அவர்களை ஈடுபடுத்தத் திட்டமிட்டுள்ளது என்பதைப் பார்த்தோம்.

உண்மையில் இது பெரிய பலன் தராத காரியம். அரசு தன் கைவசம் உள்ள ஒவ்வொரு தொழிலையும் தனியார்மயமாக்கிக் கொண்டுள்ளது. சென்ற நூற்றாண்டின் இறுதியில் அமைந்த வாஜ்பாய் தலைமையிலான அரசு இதற்காக 'பங்கு விலக்கல் துறை' என்று புதிதாக ஓர் அமைச்சகத்தையே ஏற்படுத்தியது. இவ்வளவு வேகமாக தனியார்மயம் நிகழ்ந்துகொண்டிருக்கும் சூழலில் தனியார் நிறுவனங்கள்தான் தொழில்துறையில் ஜாம்பவான்களாக இருப்பார்கள்.

ஏற்கெனவே, போதிய பணிப் பாதுக்காப்பு ஏதும் தனியார் துறையில் கிடையாத சூழலில் மேலும் அதிக மனிதவளத்தை அங்கு தள்ளுவது பெரு முதலாளிகளுக்குக் கொண்டாட்டமாகவே இருக்கும். இது ஒருபுறம் என்றால் எவ்வளவு மனிதவளம் இருந்தாலும் வாய்ப்புள்ள இடங்களில் எல்லாம் தனியார் நிறுவனங்கள் மனிதர்களுக்குப் பதிலாக இயந்திரங்களையே பயன்படுத்துகிறது என்றும் ஏற்கெனவே சொன்னோம்.

ஏராளமான மனிதவளம் நம்மிடையே இருக்கும்போது இந்த நிறுவனங்கள் ஏன் இயந்திரமயமாக்கலை இவ்வளவு தீவிரமாக மேற்கொள்கின்றன என்று கேட்டால் இதற்குப் பல காரணங்கள் இருக்கின்றன. அதில் முக்கியமானது, உலகமயமாக்கலால் இயந்திரங்கள் போன்ற மூலதனப் பொருட்களுக்கு வரிகள் குறைந்தது ஒரு

முக்கியமான காரணம் என்கிறார்கள் பொருளாதார அறிஞர்கள்.

இப்படி தொழில்துறை மேலும் மேலும் இயந்திரமயமாகிக் கொண்டே போவதால், கிராமப்புறத்திலிருந்து வெளியேற்றப்படும் மக்களுக்கு தொழில்துறை வேலைவாய்ப்பளிக்கும் என்பதற்கான வாய்ப்பே மிகக் குறைவாக உள்ளது. வளர்ச்சியடைந்த நாடுகளின் தொழில்துறைகளில் பரவத் தொடங்கியிருக்கும் தானியங்கி மயமாதல் இந்தியாவுக்கும் வரும் என்பதால் தொழில்துறை வேலைவாய்ப்பு நிலைமை மேலும் மோசமாவதற்கான வாய்ப்பு களே அதிகம் உள்ளன என்பதுதான் கசப்பான எதார்த்தம்.

அப்படியானால் இதற்கு எல்லாம் தீர்வே கிடையாதா என்று கேட்டால் நிச்சயம் உள்ளது. தேவை எல்லாம் ஆக்கப்பூர்வமான அணுகுமுறை மட்டுமே. உலகமயம் போன்ற சர்வதேச சூழல் களை நம்மால் இனி ஒன்றும் செய்ய முடியாதுதான். ஆனால், முழுமையாக அதன் கரங்களில் அனைத்தையும் கொண்டுபோய் கொடுப்பதை நிச்சயம் தவிர்க்க முடியும்.

முதலில் விவசாயத்தோடும் விவசாயிகளோடும் ஆட்சியாளர் கள் கடைப்பிடித்துவரும் அணுகுமுறையை மாற்ற வேண்டும். விவசாயம் என்பது தொழில் அல்ல. அது மானுட உயிர் வளர்க்கும் அடிப்படைச் செயல்பாடு. உபரி என்பது அவசியம்தான். அது நமது உணவு சேமிப்பு மற்றும் ஏற்றுமதிக்கு உதவவே செய்யும். ஆனால், அளவுக்கு அதிகமான உபரி என்ற நுகர்வு வெறியை விவசாயிகளிடம் திணிப்பதை அரசு நிறுத்த வேண்டும்.

சிறுசிறு விவசாயிகளை, உற்பத்தியாளர்களை அரசே ஒன்று திரட்டி அவர்களின் உற்பத்தித் திறனை உயர்த்த முயல வேண்டும். எந்த வகையில் இது விவசாயிகளைச் சுரண்டுவதாக அல்லாமல் அவர்களை தன்னியல்பாக, சுதந்திரமாக இயங்க அனுமதிப்பதாக இருக்க வேண்டும்.

விவசாயம் மற்றும் தொழில் என்ற இரண்டுமே இணைந்த ஒருங்கிணைந்த பொருளாதாரத் திட்டம் என்பது சரியான அணுகு முறைதான். ஆனால், அது எந்த ஒன்றை மையப்படுத்தியதாகவும் அல்லாமல் ஒன்றைஒன்று சார்ந்ததாக, ஒன்றுக்குஒன்று தன்னிறை வடைய உதவுவதாக இருக்க வேண்டும். சிறு விவசாயிகளை ஓர் ஒருங்கிணைந்த அரசியல் பொருளாதாரத் திட்டத்தின் கீழ் மெல்ல தொழில்துறை உற்பத்தியை நோக்கிக் கொண்டுவர வேண்டும். விவசாயிகளின் வாழ்வாதாரத்தையே அழித்துவிட்டு, அனை வரையும் உள்ளடக்கிய வளர்ச்சி என்று கூறுவதில் பொருள் இல்லை. உற்பத்தி மற்றும் விநியோகம் இரண்டுமே ஒருங்கிணைந்த முறையில் அணுகப்பட வேண்டும்.

நவீன இயந்திரங்களை மட்டுமே நம்பிக்கொண்டிருப்பதில் பயன் இல்லை. கோடிக்கணக்கான மனித வளம் உள்ள நம் நாட்டில்

இளங்கோ கிருஷ்ணன்

அதனை விவசாயம் போன்ற துறைகளில் ஆக்கப்பூர்வமாகப் பங்கெடுக்கச் செய்ய வேண்டும். பாசன வசதிகள், நீர் மேலாண்மை போன்ற பணிகளில் மக்களை உடனடியாக ஈடுபடுத்த வேண்டும். அதுதான் நமது மிகப் பெரிய மூலதனப் பிரச்சனைகளில் ஒன்று. எனவே, மனிதவளத்தை அதைச் சீரமைக்க திட்டமிட வேண்டும். பயனற்றுக் கிடக்கும் மிகப்பெரிய அளவு உழைப்பாளர் சக்தி உண்மையில் அரைகுறை வேலைவாய்ப்பின் காரணமாக மிகப் பெரும் உழைப்புச் சக்தி பயனற்று வீணாகிக்கொண்டிருக்கிறது.

நம் நாட்டில் வருடத்தின் எல்லா நாளும் உத்தரவாதமான வேலை கிடைப்பவர்கள், வருடத்தில் குறிப்பிட்ட நாட்களில் மட்டும் வேலைவாய்ப்பு உள்ளவர்கள், வேலை வாய்ப்பற்றவர்கள் என மூன்று வகையான மக்கள் வசித்துக்கொண்டிருக்கிறார்கள். இவர்கள் அனைவரும் சேர்ந்த ஒரு மிகப் பெரிய கூட்டமே உழைப்புச் சக்தி (Work Force) எனப்படுகிறது.

நம் நாட்டில் மனிதவளம் நிறைந்திருக்கும் அளவுக்கு தொழில் வளம் குறித்த திட்டமிடல் இல்லை. இதனாலேயே கோடிக் கணக்கான பேர் வேலை இல்லாதவர்களாக இருக்கிறார்கள். வேலை கிடைக்காமல் வேலை தேடுவதையே கைவிட்டவர்கள் இங்கு கணிசமாக உள்ளார்கள். நம் நாட்டில் கடந்த 1991-2011 காலகட்டத்தில் மட்டும் சுமார் 16.7 கோடிப்பேர் புதிதாக வேலை வாய்ப்பு சந்தைக்கு வந்தார்கள் என்கிறது ஒரு புள்ளிவிவரம்.

இவர்களில் வெறும் ஒன்பது கோடி பேருக்கு மட்டுமே வேலை

கிடைத்தது. அதுவும் பகுதி நேர வேலை வாய்ப்புதான். அதாவது, வருடத்தின் பாதி நாட்கள் மட்டுமே வேலை இருக்கும். இந்த ஒன்பது கோடியைத் தவிர எஞ்சியவர்களில் கணிசமானோர் சின்ன சின்ன வேலைகள், தொழில்கள் செய்பவர்களாக இருப்பார்கள். சீசனல் பிசினெஸ் முதல் கிடைத்த வேலை வரை ஏதேதோ செய்து காலத்தை ஓட்டுகிறார்கள். இதனை ஒருவகை 'கதியற்ற வேலை வாய்ப்பு' என்றே சொல்லமுடியும். இந்த இரு தரப்பிலும் வராத எஞ்சியவர்கள் வெறுமனே இருக்கிறார்கள்.

இது 2011ம் ஆண்டின் நிலவரம்தான். தற்போதைய கால கட்டத்தின்படி கிட்டதட்ட இதே எண்ணிக்கையில் சுமார் முக்கால் பங்காவது மேலும் புதிதாக இணைந்திருப்பார்கள்.

மொத்தத்தில் கடல் போன்ற இந்த உழைப்பு சக்தியை விவசாயம் மற்றும் அதனைச் சார்ந்த தொழில்களில், மேம்பட்ட உற்பத்தித் திறன்கொண்ட உழைப்பில் ஈடுபடுத்த முடியும். இவர்களுக் கெல்லாம் பெரிய தொழில்நிறுவனங்கள் ஒருபோதும் வேலை தரப் போவதில்லை. இவர்களை விவசாயத்திலும், உள்நாட்டுச் சந்தைத் தேவைக்குப் பொருள்களை உற்பத்தி செய்கின்ற கிராமப்புற சிறு தொழில் நிறுவனங்களிலும் ஈடுபடுத்த முடியும். இத்தகைய தொழில்களைத் தொடங்குவதற்கு அந்நிய மூலதனமோ, இறக்குமதி தொழில் நுட்பமோ தேவையில்லை.

இந்தக் கருத்துகள் எதுவுமே புதியன அல்ல. உண்மையில் இந்த சூழலும் நமக்குப் புதியன அல்ல. இவை எல்லாமே ஐந்தாண்டுத் திட்டங்களின் காலத்தில் முன்வைக்கப்பட்டவையே. ஆனால், இந்த விஷயம் எதும் இங்கே நிகழவே இல்லை. அது ஏன் நிகழ வில்லை என்பதில் இருக்கிறது நம் பொருளாதாரத்தின் அரசியலும் நமது அரசியலின் பொருளாதாரமும் என்றால் அது மிகையில்லை.

எந்தத் தொழிலாய் இருந்தாலும் உபரி என்பது இருக்கவே செய்யும். விவசாயத்தில் உபரி கிடையாதா என்று கேட்டால் நிச்சயம் உண்டு. ஆனால், இந்த உபரியைப் பங்கிடுவதில்தான் நம் நாட்டில் சிக்கலே உள்ளது. விவசாயத்திலிருந்து கிடைக்கவேண்டிய நியாயமான உபரியை இங்குள்ள பெரு நிலவுடைமையாளர்களும், கமிஷன் மண்டிக்காரர்களும், கந்து வட்டிக்காரர்களும் இன்னும் சில சக்திகளும் உறிஞ்சிவிடுகிறார்கள். இந்த உபரி விவசாயத்தில் மறு உற்பத்திக்கு வராமல் வேறு சில காரியங்களுக்குச் செல்கிறது. எந்தவிதமான பொருளாதார பலனும் இல்லாத செலவீனங்கள் மற்றும் பதுக்கல்கள் வழியே விவசாயத்தின் உபரி கபளீகரம் செய்யப்படுகிறது.

இன்றைய புள்ளிவிவரப்படி மொத்த உள்நாட்டு உற்பத்தியில் விவசாயத்தின் பங்கு வெறும் பதினேழு சதவீதம் மட்டுமே. இதனை அதிகரிப்பது பற்றிய ஆக்கப்பூர்வமான

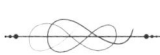

திட்டங்களே நம்மிடம் இல்லை. விவசாயத்திலிருந்து விவசாயிகளை வெளியேற்றி கார்ப்பரேட் மயமாக்கிக்கொள்வதன் மூலம் தனியார் நிறுவனங்கள் தங்கள் லாபத்தைப் பெருக்கிக்கொள்வதை நோக்கமாகக் கொண்டிருக்கிறார்களே அன்றியும் மொத்த உள்நாட்டு உற்பத்தியில் விவசாயத்தின் பங்களிப்பை அதிகரிப்பதை பற்றி எல்லாம் அவர்களுக்கு அக்கறையே இல்லை. மறுபுறம் இதைப் பற்றிக் கவலைப்பட வேண்டிய அரசே தேமேவென்று இருக்கிறது என்பதுதான் துயரம்.

இது குறித்து எல்லாம் போதிய மாற்றுப் பார்வைகள் நமக்குத் தேவை. விவசாயத்தை மையமிட்ட அல்லது விவசாயத்தைப் பொருட்படுத்தும் பொருளாதாரத் திட்டங்களும் அபரிமிதமான மனிதவளத்தைச் சிறப்பாகப் பயன்படுத்தும் வேலை வாய்ப்புத் திட்டங்களும் நம் நாட்டின் உடனடித் தேவை. இவற்றில் கவனம் செலுத்தாமல் விவசாயிகளுக்கு வாழ்வளிக்கிறோம் என என்ன சொல்லிக்கொண்டிருந்தாலும் அதனால் உண்மையான பலன் எப்போதுமே விளையப்போவது இல்லை.

இனி சீரகச்சம்பா பற்றிப் பார்ப்போம். சீரகச் சம்பாவை அறியாதவர்கள் இருக்க முடியாது. பிரியாணி என்றதும் நம் நினைவுக்கு வருவது சீரகச்சம்பா அரிசிதான். சீரகம் போன்ற தோற்றத்தில் இருப்பதால் இதற்கு சீரகச் சம்பா என்ற பெயர் வந்தது. சீரகச்சம்பாவை பாரம்பரிய நெல் ரகங்களின் அரசன் என்று சொன்னால் அது மிகையில்லை. அன்றும் சரி இன்றும் சரி தரம், விலை, சுவை என அனைத்துமே சீரகச்சம்பாவை மிக உயரத்தில் வைத்திருக்கின்றன.

இந்தியாவின் பல்வேறு பகுதிகளிலும் பயிரிடப்படும் இந்த நெல் ரகம், தமிழ்நாட்டின் தஞ்சாவூர் மாவட்டத்திலுள்ள காவிரி ஆற்றின் கழிமுகப் பகுதியில் பெருமளவில் வேளாண்மை செய்யப்படுகிறது. நூற்று முப்பத்தைந்து நாட்களில் அறுவடைக்குத் தயாராகும் சீரகச் சம்பா மஞ்சள் வண்ண நெல்லில் வெள்ளை அரிசியாக இருக்கும். திருத்திய ஒற்றைநாற்று முறைக்குமேகூட மிகச் சிறந்த நெல் ரகமாக இது இருக்கிறது. நல்ல நீர்வளம் இருந்து முறையாகப் பராமரித்தால் பொன்னாய் விளையும் நெல் இது. சந்தையில் இதன் நட்சத்திர அந்தஸ்த்தை சொல்ல வேண்டியதே இல்லை என்பதால் பயிரிடும் எவரையும் கைவிடாத நெல் என்றால் சீரகச்சம்பாதான்.

ருசியில் மட்டும் அல்லாது செயல்பாட்டிலும் மிகச் சிறப்பானது சீரகச்சம்பா. செரிக்க எளிது என்பதால் யாரும் உண்ணலாம். இரப்பைச் சுரப்புகளைச் சீராக்கி நன்கு பசியைத் தூண்டக் கூடியது. வாத நோய் உள்ளவர்கள் சீரகச் சம்பாவைச் சாப்பிட நல்ல பயன் கிடைக்கும்.

"சீரகச்சம் பாவரிசி தின்னச் சுவையாகும்
பேரகத்து வாதமெல்லாம் பேருங்காண் வாருலகில்
உண்டவுட னேபசியும் உண்டாகும் பொய்யலவே
வண்டருறை பூங்குழலே வாழ்த்து"

என்று சீரகச் சம்பாவைச் சிறப்பிக்கிறது அகத்தியர் குணபாடம். உண்பதற்கு ருசியானது, வாதம் குணமாகும், உண்டவுடன் செரித்து முறையாகப் பசியைத் தூண்டும் என்பது இப்பாடலின் பொருள்.

இது மாற்றங்களின் காலம்!

விவசாயத்துறையைச் சீரமைப்பது என்பது விவசாயியை அந்தத் துறையில் இருந்து அப்புறப்படுத்திவிட்டு அல்லது அவனை ஒட்டாண்டியாக்கி பண்ணைக்கூலியாக்கிவிட்டு விவசாயத்தை ஏதோ சில நிறுவனங்களின் ஏகபோகத்துக்கு தாரை வார்ப்பது அல்ல. உண்மையான விவசாய மறுமலர்ச்சி என்பது விவசாயிகளின் நலனை முதன்மைப்படுத்துவதாகவே இருக்கமுடியும்.

நம் நாட்டின் மிகப் பெரிய பலமாக இருக்கிற உழைப்புச் சக்தியை மையப்படுத்தி நமது விவசாயத்தை மீட்டெடுக்க வேண்டும். நாட்டின் ஐம்பது சதவீதம் பேருக்கு வேலை கொடுக்கும் விவசாயம்தான் நம் தலையாய தொழிலாய் இருக்க வேண்டும். அந்த ஐம்பது சதவீதம் பேருக்கும் முறையான வேலை வாய்ப்பு எப்போதும் இருக்க வேண்டும். நகர்ப்புறங்களை நோக்கி மக்கள் செல்வது தடுக்கப்பட வேண்டுமானால், மக்கள் சக்தியை மிகச் சிறப்பாக ஊர்ப்புறங்களிலேயே பயன்படுத்தும் திட்டங்கள் வேண்டும்.

இதற்கு விவசாயத்தை அடிப்படையாகவோ அல்லது முதன்மையாகவோ கொண்ட தொழில்கொள்கை நமக்கு அவசியம். விவசாயத்தை தொழிலின் ஒரு பகுதியாகப் பார்க்காமல் தொழிலை வளப்படுத்தும் மூலாதாரத் துறையாகப் பார்க்க வேண்டும்.

விவசாயத்திலுமேகூட சிறுசிறு உற்பத்தியாளர்கள் நலன் பாதுகாக்கப்பட வேண்டும். மிகப் பெரிய பண்ணை முதலாளிகள், ஆண்டைகள் மட்டுமே விவசாயிகள் அல்ல. உண்மையான விவசாயத்தின் நலன் என்பது கோடிக்கணக்கானவர்களாக உள்ள விவசாயக் கூலிகள், சிறு சிறு விவசாயிகள், நிலமற்ற விவசாயிகள்

ஆகியோர் நலனை நம்பியே உள்ளது. எனவே அவர்களைப் பாது காப்பதற்கான திட்டங்கள் மிகவும் அவசியம். அவர்களை முறையாக ஒருங்கிணைத்து, அவர்களுக்கு என சுதந்திரமான சந்தைகளை உருவாக்கிக் கொடுக்க வேண்டும். இடைத்தரகர்கள், கமிஷன் மண்டி ஏஜென்ட்டுகள் இல்லாமல் விவசாயப் பொருட்கள் சந்தைப் படுத்தல் என்பது சாத்தியமற்ற ஒன்றாக உள்ளது. இவற்றை அறவே வேண்டாம் எனச் சொல்வது நடைமுறைச் சாத்தியங்கள் இல்லாதது. எனவே, இவர்களை வரன்முறைப்படுத்துவது அவசியம். மேலும், ஆன்லைன் வர்த்தகம் போன்ற நேரடி விற்பனை முறைமைகளை விவசாய கார்ப்பரேட்டுகளுக்கு அல்லாமல் எளிய விவசாயிகளின் நலனுக்கு உகந்ததாக மறு வடிவம் செய்ய வேண்டும்.

இதே போல் தொழில்துறையை எடுத்துக்கொண்டால் எண்பத்தைந்து சதவீதம் வேலை வாய்ப்பை வழங்குகிற சிறுசிறு தொழில் கள்தான் பிரதானமாகக் காக்கப்பட வேண்டியவை. தற்போது அரசின் பொருளாதாரத் திட்டங்கள், கொள்கைகள் எதுவுமே இந்த சிறு உற்பத்தியாளர்களை, சிறு தொழில் செய்வோர்களை ஆதரிப் பதாக இல்லை. மேலும்மேலும் நெருக்கடி கொடுத்து இந்த சிறிய முதலாளிகளை சந்தையில் ஒன்றும் இல்லாதவர்களாக, கூலிகளாக மாற்றி தொழில்துறையை பெரும் நிறுவனங்களின் ஏகபோகத்துக்கு விடுவதுதான் இங்கும் நடந்துவருகிறது.

நம்மிடம் உள்ள உழைப்புச் சக்தியை இத்தகைய சிறுசிறு குழுக் களாகப் பிரித்தும், இந்த சிறு நிறுவனங்களுக்குப் பயன்படுத்தியும் வளர்ச்சியை நோக்கிச் செல்ல வேண்டும். இதனால், வலியவை வாழும் என்ற காட்டுச் சித்தாந்தம் மாறும். சிறியவைகள் காக்கப் படாத சூழல் என்பது எந்த சமூகத்திலும் ஆரோக்கியமானது அல்ல. அது வலியவைகளை கொழுக்கச் செய்து சிதறடித்துவிடும் என்பதை மறக்க வேண்டாம்.

இன்று, தொழில்துறையைப் பொறுத்தமட்டில் சிறு உற்பத்தி யாளர்களுக்கு எவ்வித எதிர்காலமும் இல்லை. ஏன் இப்படி ஆனது என்று பார்த்தால், நம் பொருளாதாரம் வளர்ந்துள்ள அளவுக்கு அது பரவலாகவில்லை. இருக்கும் மக்களில் ஒரு சிறிய பிரிவினர் மட்டுமே அபரிமிதமாக வளர்ந்துள்ளார்கள். இந்த சூழல் பொரு ளாதாரத்தில் ஒரு சமமின்மையை உருவாக்கியுள்ளது.

இன்று நமது பொருளாதாரம் வளர்ந்துள்ளதாகவும் முதலாளித்துவ உலகமயத்துக்கு கிடைத்த வெற்றி இது என்றும் சிலர் சொல்லிக் கொண்டிருக்கிறார்கள். உண்மையில் இது ஒரு சிலருக்கு மட்டுமே ஏற்பட்ட வளர்ச்சி. நம் நாட்டின் பெரும்பான்மை மக்களின் வாங்கும் சக்தி குறைவாகவே உள்ளது. இன்னும் சரியாகச் சொன்னால் முன்னிலும் மோசமாக அது சரிவடைந்துள்ளது. சமமற்ற பொரு

ளாதார வளர்ச்சியால் ஏழை மேலும் ஏழையாகவும் பணக்காரர் மேலும் பணக்காரராகவும் மாறும் சூழல் தொடர்ந்து நடைபெறு கிறது. இதனால், விலைவாசியில் ஏற்படும் மாற்றம் வறியவர்களின் வாங்கும் சக்தியை குறைத்துக்கொண்டேபோகிறது.

பெரும்பான்மை மக்களிடம் வாங்கும் சக்தி இல்லாது இருப் பதால், இவர்களுக்கான சந்தை என்பதும் இல்லாமல் போகிறது. இதனாலும் சிறு தொழில் நிறுவனங்கள் பாதிக்கப்படுகின்றன. தற்போதைய நமது விநியோக வலைப்பின்னல், வங்கிக்கடன், சந்தை நிலவரம் என யாவுமே எளிய மனிதர்களின் தேவைக்கானவை அல்ல. அவை ஒருவகை மேட்டுக்குடி சமூகத்தின் தேவையை மட்டுமே கருத்தில்கொண்டு இயங்குகின்றன. இந்த சந்தையுமேகூட இன்று பெருவணிக நிறுவனங்களின் கட்டுப்பாட்டில்தான் உள்ளன.

இந்தப் பெரும் நிறுவனங்களுடன் போட்டி போடவேண்டு மானால், தமது தொழிலாளர்களைக் கசக்கிப் பிழிவதைத் தவிர சிறு தொழில் நிறுவனங்களுக்கு வேறு வழி இருப்பதில்லை. அதில் பல நிறுவனங்கள் ஒப்பந்தப் பணியாளர்களைத்தான் நியமிக் கின்றன. பலர் பெரும்தொழில் நிறுவனங்களுக்கு ஒப்பந்தப்பணி செய்து கொடுத்தே காலம் தள்ளுகின்றனர். (வேறொரு வகையில் பார்த்தால், பெரும் தொழில் நிறுவனங்கள் தவிர்க்கமுடியாதவை அல்ல என்பதற்கு இது ஒரு சான்று)

நமது தொழில் உற்பத்தித் துறையில் எண்பத்தைந்து சதவீதம்

பேருக்கு வேலை வாய்ப்பளிப்பவை சிறு தொழில்கள்தான்.
ஆனால் -

நமது மொத்த உள்நாட்டு உற்பத்தியில் இவற்றின் பங்கோ வெறும் இருபத்திரண்டு சதவீதம்தான். இந்தப் புள்ளிவிவரம் நமக்குச் சொல்லும் செய்தி ஒன்றுதான். அது சிறு தொழில்கள் வளர வேண்டுமானால், அவற்றின் சந்தையான விவசாயப் பொருளாதாரம் மேம்பட வேண்டும் என்பதுதான்.

இது நிகழ வேண்டுமானால் இங்கு தற்போது இருக்கும் விவசாய உற்பத்தி உறவுகளில் மாற்றம் வேண்டும். நிலப்பங்கீடு, இயற்கை வளங்களின் மீது மக்கள் அதிகாரம், கந்துவட்டி ரத்து, கமிஷன் மண்டிகளுக்கு முற்றுப்புள்ளி போன்ற நடவடிக்கைகளின் விளைவாக விவசாயிகளின் வாங்கும் சக்தி சிறிதளவு அதிகரித்தால்கூட அது சிறுதொழில் வளர்ச்சியை பெருமளவுக்கு ஊக்குவிக்கும்.

இதற்கு ஓர் உதாரணத்தைப் பார்ப்போம். புடவை, வேட்டி, துண்டு, லுங்கி, சட்டை, காற்சட்டை, சுடிதார், உள்ளாடை, காலுறை, கையுறை, கோட்டு, தொப்பி, போர்வை, தலையணை, கொசுவலை, மிதியடி என அனைத்துக்கும் சேர்த்து ஒரு கிராமப்புறக் குடிமகன் ஒரு வருடத்துக்குச் செய்யும் செலவு சராசரியாக தொள்ளாயிரத்து அறுபத்தி நான்கு ரூபாய் என்கிறது தேசிய மாதிரி சர்வே, 2011-12. இது கிராமப்புற பணக்காரர்களையும் உள்ளடக்கி கணக்கிடப்பட்ட சராசரி என்பது குறிப்பிடத்தக்கது.

கிராமப்புற மக்களில் மூன்றில் இரண்டு பங்கினர் இந்தத் தொகை கூட செலவழிக்க சக்தியில்லாதவர்கள். இவர்கள் விவசாயத்தை நம்பி வாழ்பவர்கள் என்பதைச் சொல்ல வேண்டியது இல்லை. இவ்வளவு மோசமான பொருளாதார நிலையிலிருக்கும் ஏழை விவசாயிகளின் வாழ்க்கை மேம்பட்டால், அவர்கள் துணிமணி போன்றவற்றுக்குக் கூடுதலாக செலவழிப்பார்கள். இதனால், துணி, செருப்பு போன்ற எளிய நுகர்பொருட்களை உற்பத்தி செய்கின்ற சிறிய கிராமப்புற தொழிற்சாலைகள் பல லட்சக்கணக்கானோருக்கு வேலை வாய்ப்பளிக்க முடியும். உயர் தொழில்நுட்பமோ, எந்திரமோ, பெரும் மூலதனமோ இவற்றுக்குத் தேவையில்லை.

விவசாயத்துறையில் செய்யப்படும் சீர்திருத்தம் இயல்பாகவே இத் தகைய கிராமப்புறத் தொழில்களை ஊக்குவிக்கும். விவசாய வேலை இல்லாத காலத்தில் இந்த கிராமப்புறத் தொழில்கள் விவசாயிகளுக்கு வேலை வாய்ப்பளிக்கும். விவசாயத்தில் மேற்கொள்ளப்படும் கூட்டுறவு முறையிலான உற்பத்தியிலிருந்து கிடைக்கின்ற உபரி, இந்த சிறு தொழிற்சாலைகளுக்கான முதலீட்டை வழங்க முடியும். இவை எதுவுமே யாரும் அறியாத உண்மைகள் அல்ல. எனினும்,

இவை காந்தி கால சிந்தனை என்று ஒதுக்கப்படுகின்றன. ராக்கெட் வேகத்தில் போகும் முதலாளித்துவத்தின் வளர்ச்சிக்கு முன்பு இது என்ன ஆமைத்தனமான வளர்ச்சி என்பார்கள்.

உண்மையில் இப்படியான மாற்றங்கள் சிறியவற்றின் நல்வாழ்வுக்கு மட்டுமே பயன்படும். இதனால், மிகப் பெரிய கார்ப்பரேட்களுக்கு பெரும் நன்மைகள் விளையாது. அதனால்தான் இதற்கு எதிரான உரையாடல்களைத் திட்டமிட்டே அறிவுத்துறைக்குள் விதைத்துக் கொண்டிருக்கிறார்கள்.

தொழில் வளர்ச்சி நீடிக்க வேண்டுமென்றால் நிலச்சீர்திருத்தமும் நில விநியோகமும் தேவை என்று முன்பு பேசிக்கொண்டிருந்த பொருளாதார வல்லுநர்கள், இப்போது அதுபற்றி மூச்சே விடுவதில்லை. விவசாய சீர்திருத்தம் என்பதே காலாவதியாகிப்போன விவகாரம் என்று கூறுபவர்களும் இன்று வந்துவிட்டார்கள்.

என்னவிதமான விவசாய மற்றும் தொழில் வளர்ச்சியை நாம் விழைகிறோம்? கார்ப்பரேட்டிசத்தை மேலும் கொழுக்கவைக்கின்ற வளர்ச்சியையா அல்லது மக்கள் மயப்படுத்தப்பட்ட வளர்ச்சியையா என்பது ஓர் அடிப்படையான கேள்வி. இந்தக் கேள்விக்கு ஒருவர் என்ன பதில் சொல்கிறார் என்பதைக்கொண்டே அவர் விரும்புவது நிஜமான மானுட வளர்ச்சியா? வெறும் பொருளாதார அபிவிருத்தியா என்பதை நாம் சொல்லிவிடலாம்.

இனி, கார் நெல்லைப் பற்றி பார்த்துவிடுவோம். கார் என்பது நெல்லின் பொதுவகைகளில் உண்டு. சித்திரைக்கார், பெருங்கார், பூங்கார் என்று இதிலேயே வேறு சில ரகங்கள் இருந்தாலும் கார் இவற்றில் ஒன்று அல்ல. சிவப்பரிசி வகையைச் சேர்ந்த கார் அதிகமாக மழைநீர் தேங்கும் பள்ளமான நிலங்களில் காலங்காலமாகச் சாகுபடி செய்யப்பட்டது.

குறிப்பாக, நாஞ்சில்நாட்டு வட்டாரங்களிலும் தஞ்சாவூர் டெல்டா பகுதிகளிலும் தாமிரபரணிக் கரையோரங்களிலும் அதிகமாக சாகுபடி செய்யப்பட்டது. நூற்று இருபது முதல் நூற்று முப்பது நாட்களில் அறுவடைக்குத் தயாராகும். இது ஒரு ஏக்கருக்கு குறைந்தது இருப்பத்தி நான்கு மூட்டை வரை மகசூல் கொடுக்கக்கூடியது.

ரசாயன உரங்களும் பூச்சிக்கொல்லிகளும் தேவையின்றி இயற்கையாகவே வளரக்கூடிய போர்க்குணம் மிகுந்த நெல்வகை இது. ஒற்றை நாற்று முறையில் நடவு செய்ய ஏற்றது. இந்தப் பயிர் வளர்ந்து பச்சை பிடித்துவிட்டால் பிறகு பதினைந்து நாட்களில் நீர் நிரம்பினாலும் கவலைப்பட வேண்டியது இல்லை. தண்ணீருக்கு உள்ளேயே பூத்து, பால் பிடித்து, கதிர் முற்றி முழு வளர்ச்சியடையக்

கூடியது. மேலும், இது தண்ணீரிலேயே வளர்வதால், இதன் வைக்கோல் அடர்த்தியாக இருக்கும். மழையில் நனைந்தாலும் வாரக் கணக்கில் அழுகாமல் அப்படியே இருக்கும்.

கார் அரிசியை அகத்தியர் குணபாடம் வாயுவைப் பெருக்கும், உடலைப் பெருக்கும், கரப்பை உருவாக்கும் என்று எல்லாம் கொஞ்சம் அச்சமாகக் குறிப்பிட்டிருந்தாலும் சிவப்பு அரிசிக்கே உரிய அத்தனை நற்பலன்களும் இதில் உள்ளன. உடல் பலவீனமானவர்கள் சதைபோட வேண்டும் என விரும்புபவர்கள் கார் அரிசியைச் சாப்பிடலாம். செரிமானக் கோளாறுகளைச் சரி செய்யும். நன்கு பசி தாங்கும்.

இளங்கோ கிருஷ்ணன்

வரமும் சாபமும்!

இந்தியாவில் விவசாயம் எப்போது தொடங்கியதோ கிட்டத் தட்ட அப்போதே நெல் உற்பத்தியும் தொடங்கிவிட்டது. இன்னும் சொல்லப்போனால் இந்தியாவில் நெல் உற்பத்தி தொடங் கிய பிறகே இந்திய விவசாயத்தின் தொழில்நுட்பங்களில் பெரும் பாய்ச்சல்கள் நிகழ்ந்தன. விவசாயம் எனும் இயற்கையோடு விளை யாடும் இந்த சூதாட்டத்தின் நுட்பமான சூத்திரங்களை நம் முன் னோர் கற்றுக்கொண்டதும் நெல் உற்பத்தியின் வழியாகத்தான். விவசாயத்துறையின் தொழில்நுட்ப முன்னேற்றம் விளைச்சலை அதிகரித்து, உபரியைப் பெருக்கியது என்றால் பெருகிய உபரி, அதிகமான ஓய்வு நேரத்தை வழங்கி, தொழில்நுட்பத்தை மேலும் வளர்க்க காலத்தைக் கொடுத்தது. அப்படி உபரியாகப் பெருகிய காலத்தைக் கொண்டே உணவின் பின்னால் ஓடிக்கொண்டிருந்த நாம் பண்பாட்டையும், கலைகளையும் வளர்த்து சமூகத்தை அடுத்த கட்டத்துக்கு உயர்த்த முடிந்தது. இப்படி நெல் என்பது நமது இந்திய வாழ்வின் அடிப்படைகளையே உருவாக்கிய பெரும் பயிராக இருக்கிறது.

இந்தியா முழுவதும் பல்லாயிரம் வகையான நெற்பயிர்கள் காலங்காலமாக இருந்தன. இன்று நாம் நவீன ஒட்டுரகங்களை உருவாக்குகிறோம். உண்மையில் ஒட்டுரகங்கள் பற்றிய அறிதல் நம் இந்திய விவசாயிகளுக்குப் பல நூற்றாண்டுகளாகவே இருந் துவருகிறது. இந்தியா என்று பொதுவாகச் சொன்னாலும் இந்நிலம் ஒரே தன்மையானது அல்ல. வளம் பெருக்கும் டெல்டா பிரதே சங்களும் உள்ளன. மழையே இல்லாத பாலைவனமும் உள்ளது. உப்புநீர் சூழ்ந்த நெய்தல் நிலங்களும் உள்ளன. பனி பொழியும்

மலைச் சிகரங்களும் உள்ளன. மழையே நிற்காத ஈர நிலங்களும் உள்ளன. பருவ மழைக்கு வானம் பார்க்கும் பூமிகளும் உள்ளன. இப்படி, பல்வேறு நில அமைப்புகளைக் கொண்டதால்தான் நம் தேசத்தை துணைக் கண்டம் என்கிறோம். ஒரே மாதிரியான சீதோஷ்ணம் கொண்ட நிலப்பகுதிகளில்கூட சுமார் இருபது முதல் முப்பது கிலோ மீட்டர்களில் நிலத்தின், மண்ணின் அமைப்பு மாறுபட்டிருப்பதைக் காண முடிகிறது. இதனால்தான், இந்த நிலத்தில் பல்லாயிரம் பாரம்பரிய நெல்கள் உருவாகின. அவற்றில் பலதையும் நம் முன்னோர் தம்முடைய மகத்தான விவசாய அறிவால் உருவாக்கினார்கள்.

இந்தியா சுதந்திரம் அடையும் வரைகூட நம்மிடம் அந்தப் பாரம்பரிய பல நெல் ரகங்கள் புழக்கத்தில் இருந்தன. உணவு உற்பத்தியில் தன்னிறைவு அடைய வேண்டிய நம் நெருக்கடி நம்மைக் குறுவைப்பயிர் நோக்கியும் வீரிய நவீன ஒட்டு ரகங்கள் நோக்கியும் நகரச் செய்தன. புதிய புதிய நவீன ஒட்டுரகங்கள் சந்தைக்கு வந்துகொண்டேயிருந்தன. விளைச்சல் அமோகமாக இருந்ததால் விவசாயிகள் தங்கள் கைவசம் இருந்த பாரம்பரிய நெல் ரகங்களை எல்லாம் அப்படியே போட்டுவிட்டு இந்த நவீன ரகங்கள் பின் திரும்பியதுதான் நம் வரமும் சாபமுமாக இன்று உருவெடுத்திருக்கிறது. தற்போது, உணவு உற்பத்தியில் முன்பைவிட பல மடங்கு உயர்ந்து தன்னிறைவடைந்திருக்கிறோம். நம்முடைய பகிர்மானங்களில்தான் இன்று சிக்கல் உள்ளதே அன்றியும் உற்பத்தியில் இல்லை என்றே சொல்ல வேண்டும். ஆனால், மண் வளத்தை முழுமையாகக் கெடுத்து வைத்திருக்கிறோம். நீராதாரங்களை நிறைய சிதைத்திருக்கிறோம்.

நவீன ரக நெற்கள் வேதியியல் உரங்கள், பூச்சிக்கொல்லிகள் ஆகியவற்றின் தயவுடன் விளைச்சலைப் பெருக்கும் பண்பு கொண்டவையே அன்றியும் அவற்றால் தன்னிச்சையாக எதன் துணையுமின்றி அமோக விளைச்சலைக் கொடுக்க முடியாது. இதன் பின்புதான் மிகப் பெரிய வணிக சூழ்ச்சி உள்ளது. தொடர்ந்து பல ஆண்டுகளாக பாரம்பரிய நெல்ரகங்களைக் கைவிட்டுவிட்டதாலும் பாரம்பரிய விவசாய முறையை மறந்துவிட்டதாலும் இன்று அந்த தொழில்நுட்ப அறிவையும் இழந்துவிட்டோம். நெற்களையும் இழந்துவிட்டோம். இன்று நவீன ரக நெற்களை நாடுவதைத் தவிர நமக்கு வேறு வழியே இல்லை. அந்த நெற்களோ கட்டற்ற வேதியியல் உரங்களையும், பூச்சிக்கொல்லிகளையும் நம் மண்ணில் நிரப்பக் கட்டாயப்படுத்துகின்றன. வருடம்தோறும் இந்த வேதியியல் உரங்கள், பூச்சிக்கொல்லிகளின் பயன்பாட்டு விகிதமும், விலையும்தான் ஏறிக்கொண்டுபோகின்றதே தவிரவும் விளைச்சலில் அதே விகிதத்துக்கு பெரிய ஏற்றங்கள்

இளங்கோ கிருஷ்ணன்

இல்லை என்பதே இந்த முறை எவ்வளவு கேடானது என்பதை யும், யாருடைய நலனுக்காக இது வடிவமைக்கப்பட்டிருக்கிறது என்பதையும் நாம் புரிந்துகொள்ளலாம்.

ஒருபுறம் இந்தப் நவீன ரக நெற்கள், சிந்தடிக் உரங்கள், வேதியியல் பூச்சிக்கொல்லிகளின் படையெடுப்பு என்றால் மறுபுறம் நவீன

மருதம் மீட்போம்

மரபணு மாற்றுப்பயிர்களும் வந்துவிட்டன. பி.டி பயிர் எனப்படும் இத்தகைய நவீனரகங்கள் விவசாயத்துக்கு மட்டும் அல்ல ஒட்டுமொத்த மானுட குலத்துக்குமே விரோதமானது என்று சமூக ஆர்வலர்களும் விஞ்ஞானிகளும் எச்சரித்துக்கொண்டிருக்கிறார் கள். அரசோ இந்தக் குரல்களை எல்லாம் பொருட்படுத்தாமல் முழு மூச்சாய் நம் விவசாயிகள் தலையில் இதைக் கட்டுவதையே தன் வாழ்நாள் கடனாக நம்பிக்கொண்டிருக்கிறது. நம் அரசே நம்மைக் கைவிடுமா என்று விவசாயிகளும் அரசு சொல்வதைக் கேட்டு நடந்துகொண்டிருக்கிறார்கள்.

இத்தனை செய்தது போதாது என்று பின்புலத்தில் இன்று கார்ப்பரேட் கைகளில் விவசாயத்தைக் கொண்டுபோய் சேர்க்கும் வேலைகளையும் செய்துகொண்டிருக்கிறார்கள். பெரிய பெரிய பகாசுர நிறுவனத்தார் இன்று களத்தில் இறங்கி, விவசாயிகளை ஒப்பந்தக் கூலிகளாக மாற்றும் வேலையைச் செய்துகொண்டி ருக்கிறார்கள். மறுபுறம், விவசாயத் தொழிலில் ஈடுபட்டுள்ள கோடிக்கணக்கானவர்களை அந்தத் தொழிலிலிருந்து மெல்ல வெளியேற்றி தொழில்துறை நோக்கிக் கொண்டு செல்ல வேண்டும் என்று பகல் கனவு கண்டுகொண்டிருக்கிறது அரசு.

இந்த ஒவ்வொரு பிரச்சனை பற்றியும் நாம் இதுவரை சற்று விரிவாகவே பார்த்திருக்கிறோம். இதற்கு எல்லாம் தீர்வு இருக்கிறதா என்றால் நிச்சயம் இருக்கிறது. நமக்குத் தேவையானது எல்லாம் மக்களின், விவசாயிகளின் நலனை நிஜமாகவே நேசிக்கும் அரசு தான். அரசு நினைத்தால் மிகச் சில வருடங்களிலேயே விவசாயம் என்பதை ஆக்கப்பூர்வமான ஒரு தொழிலாக மாற்ற முடியும். மேலும், அபரிமிதமாக நம்மிடம் உள்ள மனித வளத்தையும் மிகச் சிறப்பாகப் பயன்படுத்த முடியும்.

ஒருங்கிணைந்த பார்வை ஒன்று இன்று தேவையாக இருக்கிறது. விவசாயிகள் பிரச்னையைப் பற்றிப் பேசும்போது நாம் எப்போதும் அந்த ஒரு துறையை மட்டுமே பேசுகிறோம். இந்த அணுகுமுறை யில் மாற்றம் வேண்டும். விவசாயம் என்பது இங்கு தன்னந்தனித் துறை அல்ல. உலகமயமும், புதிய பொருளாதாரக் கொள்கைகளும் இந்தியா போன்ற வளரும் நாடுகளை நல்லதாகவும் கெட்டதாகவும் கடுமையாகப் பாதித்திருக்கின்றன. நம் பொருளாதார வளர்ச்சி கணிசமாக உயர்ந்திருந்தாலும் நாம் இழந்த நலன்களும் மிக அதிகம். குறிப்பாக, வளங்களை இழந்ததைச் சொல்ல வேண்டும். காடுகள் தொடங்கி கனிமங்கள் வரை தண்ணீர் உட்பட பல அடிப்படையான வளங்களை கடந்த கால் நூற்றாண்டுகளில் நாம் கணிசமாக இழந்துள்ளோம். நம்முடைய கனிமவளம் காணாமல் போவதைப்பற்றியோ, காடுகள் சிதைவதைப்பற்றியோ பொருட் படுத்தாமல் விவசாய நலனை மட்டுமே பேசிக்கொண்டிருப்பது

ஒருங்கிணைந்த ஒரு பார்வையாக இருக்காது. இது ஒன்றும் புதிய சித்தாந்தம் என்று சொல்வதற்கில்லை. காந்தி முதல் குமரப்பா வரை நம் தேசத்தின் சிற்பிகள் பலரும் சொன்ன விஷயங்கள்தான்.

இந்த ஒருங்கிணைந்த பார்வையிலிருந்தே இந்தியத் தொழில் துறையின் சிக்கல்கள் பற்றியும் விவசாயத்தின் பிரச்னைகள் பற்றியும் பேச வேண்டும். இந்தியப் பொருளாதாரம் பற்றியும் நம் அரசின் பொருளாதாரக் கொள்கை, அயல் உறவுக் கொள்கை பற்றியும் இப்படியான ஒருங்கிணைந்த பார்வையிலிருந்தே பேச வேண்டும். அப்படிப் பேசினால் மட்டுமே ஆக்கப்பூர்வமான மாற்றங்கள் இங்கு நிகழும். ஏனெனில், நம் அரசின் பொருளாதாரக் கொள் கையைப் புரிந்துகொள்ளாமல் நமது அயல் உறவுக் கொள்கை பொருளாதாரக் கொள்கை மேல் நிகழ்த்தும் பாதிப்பைப் புரிந்து கொள்ளாமல் விவசாயப் பிரச்சனைகளை மட்டுமே நாம் உரை யாடிக்கொண்டிருந்தால் சிக்கலின் உண்மையான ஆணிவேரை நாம் பொருட்படுத்தாமல் விட்டுவிடுவோம்.

இக் கட்டுரைகள் வழியாக நாம் சொல்ல விழைந்ததும் அது தான். எந்தப் பிரச்சனையும் உரையாடினால்தான் வெளிச்சத் துக்கு வரும். எனவே, உரையாடுவோம். விவசாயத்தை மீட்போம். மருதத்தை மீட்பதன் வழியாக நம் நிலத்தையும் நம் வாழ்வையும் மீட்போம். எதிர்காலத் தலைமுறைக்கு வளமான வாழ்க்கையைக் கையளிப்போம்.

இனி பாரம்பரிய நெல்லான வெள்ளைப் பொன்னியைப் பற்றி பார்த்துவிடுவோம். வெள்ளைப் பொன்னி தமிழ்நாட்டு விவசாயி கள் மத்தியில் பிரபலமான நெல்ரகம். பொன்னி அரிசியிலிருந்து பல காலத்துக்கு முன்பே இந்த ரகத்தைப் பிரித்தெடுத்துப் பயன்ப டுத்தியிருக்கிறார்கள். 120 – 140 நாட்களில் அறுவடைக்கு வரக்கூடிய மத்திய கால நெல் ரகங்களில் வெள்ளைப் பொன்னியும் ஒன்று. ஜூலை, ஆகஸ்ட் மாதங்களான முன் சம்பாப் பருவத்தில் பயி ரிடலாம். அதுபோலவே, பிசாணம், பின் பிசாணம், பின் சம்பா, தாளடி என்று பலவாகச் சொல்லப்படும் செப்டம்பர், அக்டோபர் வரையிலான பருவத்திலும் சாகுபடி செய்யத் தகுந்தது.

ஏக்கருக்கு நாற்பது கிலோ விதைநெல் தேவைப்படும். ஒற்றை நாற்று முறையில் நடவு செய்ய ஏற்றது. நாற்றங்கால் அமைத்து நாற்று வளர்த்து, பிறகு நடவு செய்யவேண்டும். நாற்றங்கால் அமைக்கும்போதே நடவு வயலையும் தயார் செய்துகொள்ள வேண்டும். நீர்வளம் நன்றாகவே தேவைப்படும். பயிர் வளர்ந்து வரும் நாட்கள் பூச்சித் தாக்குதல், பூஞ்சாணத் தாக்குதல் இருக்கும். எனவே, இயற்கையான பூச்சிக்கொல்லிகளைப் பயன்படுத்தலாம். அதுபோலவே, பயிர் செழிப்பாக வளர இயற்கை உரங்களைப் பயன்படுத்தலாம்.

மருதம் மீட்போம்

வெள்ளைப் பொன்னி சன்னரகமாக வெள்ளையாக இருக்கும். பச்சரிசியாகப் பயன்படும் நெல் ரகங்களில் வெள்ளைப் பொன்னி முக்கியமானது. நன்கு பசி தாங்கும். செரிமானத்தை எளிதாக்கும். உடல் உஷ்ணத்தை நன்றாகப் பராமரிக்கும். அனைவரும் சாப்பிட ஏற்றது. சுவையும் அமோகமாக இருக்கும்.

இதுவரை ஐம்பதுக்கும் மேற்பட்ட பாரம்பரிய நெல்ரகங்களை பார்த்திருக்கிறோம்.

விவசாயம் பற்றி முழுமையாகப் பேசிவிட்டோமா என்றால் இல்லை. பல்லாயிரம் பக்கங்கள் நீண்டாலும் பேசித்தீராத பெருங்கதை அது. இந்திய விவசாயம் எவ்வளவு தொன்மை யானதோ அந்த அளவுக்கு விவசாயம் சார்ந்த உரையாடல்களும் ஆழமானது. இந்நூலின் மூலம் விவசாயம் எனும் மாபெரும் மானுட இயக்கத்தின் ஒரு சிறு பகுதியை மட்டும் உரையாடியிருக் கிறோம்.

'மருதம் மீட்போம்' என்ற இந்நூலின் முதல் பாகம் இப்போதைக்கு முடிகிறது. விரைவில் 'மருதம் மீட்போம் 2'இல் சந்திப்போம்!

(முதல் அறுவடை முடிந்தது)